ஆப்பிள்

ஆப்பிள்

ஒரு வெற்றிக் கதை

கே.எஸ். குப்புசாமி

ZDP
SPECIFICS

Title: Apple
Author's Name: K.S. Kuppusamy

Published by ZDP Specifics

ZDP SPECIFICS

(An imprint of Zero Degree Publishing)
No.75 & 76, I Floor, Kuppusamy Street,
Balaji Nagar, Padi,
Chennai - 600050

Website: www.zerodegreepublishing.com
E Mail id: zerodegreepublishing@gmail.com
Phone: 89250 61999

ZDP Specifics First Edition: May 2026
ISBN: 978-93-47206-59-7
TITLE NO ZDPS:141

Layout: Vijayan, Creative Studio
Cover Design: AI Generated

அம்மாவுக்குச் சமர்ப்பணம்

பொருளடக்கம்

அறிமுகம்

ஆப்பிளின் கதை சுவாரசியமானது. இது ஒரு நிறுவனத்தின் கதை மட்டுமல்ல. டிஜிட்டல் உலகின் கதை. நம் ஒவ்வொருவரின் வாழ்வும் கணினிமயமான கதை.

கணினிகள் தனிநபர் பயன்பாட்டிற்கானவை அல்ல எனக் கருதிய காலம் ஒன்றிருந்தது. அப்போதுதான் ஆப்பிளின் கதை தொடங்குகிறது.

இது கம்ப்யூட்டர்கள் 'பெர்ஸனலாக' மாறிய கதை. ஜாப்ஸ் மற்றும் வாஸ்நியாக் என்னும் ஆர்வமிகு இளைஞர்கள் இருவர் கூடிச் செய்த மாயம். ஜாப்ஸ் ஒரு கலைஞர். வாஸ்நியாக் பொறியாளர். இருவரின் எண்ணங்களும் இரண்டறக் கலந்து உருவானதே ஆப்பிள்.

இன்று ஆப்பிளுக்கு வயது ஐம்பது. டிஜிட்டல் உலகக் கணக்கில் ஒரு யுகம். ஆப்பிளின் சாதனைகள் இந்த யுகமெங்கும் வியாபித்து நிற்கின்றன.

'பயன்பாட்டு எளிமை' என்பதே ஆப்பிளின் மையப்புள்ளி. மற்றவை அனைத்தும் இதைச் சுற்றி நெய்யப்பட்டவையே.

கணினிகள் செய்வதில் தொடங்கினர். பின்னர் ஐபாட், ஐபேட், வாட்ச் எனப் பல்வேறு கருவிகள் வந்தன. ஆப்பிளின் ஆகச்சிறந்த சாதனை கருவிகள் அல்ல. அவர்கள் உருவாக்கி வைத்திருக்கும்

ஈக்கோசிஸ்டம். அது ஒரு கோட்டை. அரண்கள் நிறைந்த ஆப்பிள் கோட்டை.

ஆப்பிளின் தலையாய சொத்து அதன் பயனர்கள். இவர்கள் அதிதீவிர விசுவாசிகள். ஆப்பிளுடன் இவர்களுக்கான தொடர்பு உணர்வுமயமானது. ஆப்பிளைத் தங்கள் வாழ்வின் ஓர் அங்கமாகவே கருதும் கோடானுகோடி அன்பர்கள் உள்ளனர். இவர்கள்தான் ஆப்பிள் சாம்ராஜ்யத்தை வலுவாக்குகின்றனர்.

ஆப்பிளின் பயணம் தொடர் வெற்றிகளோடு நேர்கோட்டில் செல்லும் கதையல்ல. உயிர்த்துடிப்புடன் கூடிய திருப்பங்களைத் தாங்கிய கதை. நிறுவனத்தை உருவாக்கியவரையே வெளியேற்றிய சம்பவங்கள் இதிலுண்டு. அவர் மீண்டும் உயிர்த்தெழுந்து வந்து நிகழ்த்திக்காட்டிய அற்புதங்கள் பல.

ஜாப்ஸ் தொடங்கியதைச் செவ்வனே தொடர்கிறார் டிம் குக். இன்றும் கூட ஆப்பிளின் வெற்றிக்கொடி உயரே பறப்பதில் இவருடைய பங்கு மிகவும் அதிகம்.

இப்புத்தகத்தை வாசிக்க நீங்கள் கணினித்துறை சார்ந்தவராக இருக்கவேண்டும் என்னும் அவசியமில்லை. எல்லாமும் தனக்கெதிராகத் திரும்பிய தருணத்தில் சற்றும் மனந்தளராமல் போராடி வென்ற ஒரு மாவீரனின் கதை அனைவருக்குமானது. ஜாப்ஸின் வாழ்க்கை நம் ஒவ்வொருவருக்குமான பாடங்களைத் தன்னகத்தே கொண்டுள்ளது.

'அழகென்ற சொல்லுக்கு ஆப்பிள்' என்னும் பெயரில் மெட்ராஸ் பேப்பரில் தொடராக வெளிவந்தது. எப்போதும் ஊக்குவிக்கும் எங்கள் ஆசிரியர் பா. ராகவனுக்கு நன்றி. வாரந்தோறும் தங்கள் கருத்துகளையும் உணர்வுகளையும் தெரிவித்த வாசக நண்பர்களுக்கு நன்றி.

வாருங்கள். ஆப்பிள் வெற்றிக்கொடி கட்டிய கதைக்குள் நுழைவோம்.

கே.எஸ். குப்புசாமி

15 ஏப்ரல் 2026
புதுச்சேரி.

1. அந்த ஏழு மாதங்கள்

நான் யார்? தன்னை அறியும் வேட்கையுள்ளவர்களின் முதன்மையான கேள்வி. இரண்டே சொற்கள். ஆயினும் மனிதகுலம் பன்னெடுங்காலமாக விடை தேடித் திரியும் வினா.

பத்தொன்பது வயது ஸ்டீவ் ஜாப்ஸ் மனத்திலும் அதே கேள்வி. அவரை உறங்க விடாது துரத்திக்கொண்டிருந்தது. ஒரு சிறு பொறியாகத்தான் தோன்றியது. நாள்கள் செல்லச் செல்ல அக்னிக்குஞ்சு பெருந்தீயாக விஸ்வரூபமெடுத்தது. பல்லாயிரம் கிலோமீட்டர்கள் பறந்து இந்தியாவுக்கு அழைத்து வந்தது அத்தேடல்.

ஏப்ரல் மாத வெயில். புதுதில்லியின் புழுக்கம் ஜாப்ஸ் எதிர்பாராத அளவில் இருந்தது. நண்பர்கள் பரிந்துரைத்திருந்த ஹோட்டலில் இடம் கிடைக்கவில்லை. டாக்ஸி டிரைவரை நம்பி வேறோர் இடத்தில் தங்கினார். அங்கிருந்த நீரும் உணவும் அவருக்கு ஒத்துவரவில்லை. கடுமையான காய்ச்சல். உடல் எடை சரசரவெனக் குறைந்தது. தனது கேள்விக்கான பதில் புதுதில்லியில் இல்லை என்பது ஜாப்ஸுக்குத் தெரியும். அவரது பயணத்தின் அடுத்த இலக்கு நைனிதால்.

நைனிதாலின் கனிவான சூழல் ஜாப்ஸுக்கு ஆறுதலாக இருந்தது. இமயமலை அடிவாரம். அழகிய நைனி ஏரி. புதுதில்லி போல வெயில் வாட்டி எடுக்கவில்லை. அங்கிருந்து இருபது கிலோமீட்டர் தூரத்தில் இருந்தது கைன்சி ஆசிரமம். நீம் கரோலி பாபாவைத் தேடித்தான் இந்தியப் பயணம்.

எங்கோ அமெரிக்க தேசத்தில் இருந்த ஸ்டீவ் ஜாப்ஸுக்கு எப்படி வந்தது இந்த ஆர்வம்?

ஜாப்ஸின் பெற்றோர் அவரை ரீட் கல்லூரியில் சேர்த்திருந்தனர். அமெரிக்காவின் ஒரேகான் மாகாணத்தின் புகழ்மிக்க கல்லூரி. ஆங்கிலத்தை முதன்மைப் பாடமாக எடுத்திருந்தார். ஒரே ஒரு செமஸ்டர்தான் கல்லூரி சொன்னபடி கேட்டார் ஸ்டீவ். ஜாப்ஸ் வழி எப்போதும் தனி வழி தான். நான் விரும்பும் பாடங்களை மட்டுமே படிப்பேன் என அடம்பிடித்தார். பட்டப்படிப்புக்கெனச் சில விதிமுறைகள் உள்ளன என நிர்வாகம் எவ்வளவோ சொல்லிப்பார்த்தது. கேட்பவரா அவர்? முடியவே முடியாது என மறுத்துவிட்டார்.

வேறொரு மாணவராய் இருந்திருந்தால் பெட்டி படுக்கையைக் கட்டி வீட்டுக்கு அனுப்பி வைத்திருக்கும் கல்லூரி. ஆனால் ஸ்டீவ் கூட்டத்தில் ஒருவரல்ல. அசாத்தியமான சூழல்களிலும் தாம் நினைத்ததை நிகழ்த்திக் காட்டும் வல்லமை அவரிடம் எப்போதும் இருந்தது. கல்லூரி அவருக்கென பிரத்தியேகமான அனுமதியொன்றை அளித்தது. அதன்படி, பட்டப்படிப்பின் விதிமுறைகளிலிருந்து ஸ்டீவுக்கு விலக்கு அளிக்கப்பட்டது. அவர் கல்லூரி வளாகத்திலேயே தொடர்ந்து தங்கலாம். விரும்பும் வகுப்புகளில் அமர்ந்து படிக்கலாம். நம்பும்படி இல்லைதானே? இருந்தாலும் இவ்வாறுதான் நிகழ்ந்திருக்கிறது.

இங்கு மட்டுமல்ல. ஜாப்ஸின் வாழ்வெங்கும் இதுபோன்ற மேஜிக்கல் சம்பவங்கள் நிறைந்துள்ளன.

தாம் நினைத்ததைச் சாதித்துவிட்டார். நண்பர்களுடன் கேம்பஸ் வாசம். பிடித்த வகுப்புகள் மட்டும். தேர்வெழுதத் தேவையில்லை. கோர்ஸ் ஆடிட்டிங் என்றொரு நடைமுறை இன்றும் சில உயர்கல்வி

நிறுவனங்களில் உண்டு. பாடங்களைப் படிக்கலாம். தேர்வு எழுத முடியாது. எனவே சான்றிதழ் கிடைக்காது. ஜாப்ஸின் அகராதியில் சான்றிதழ்களுக்கெல்லாம் எந்த மரியாதையும் இல்லை.

கிடைத்த வாய்ப்பைப் பயன்படுத்தி விதவிதமாகப் படித்தார். ஷேக்ஸ்பியர். நடனம். காலிக்ராஃபி என்னும் அழகாக எழுதும் கலை. இந்தக் காலிகிராஃபி வகுப்புதான் ஆப்பிள் கம்ப்யூட்டர்களின் வடிவான எழுத்துருக்களுக்குக் காரணமாக அமைந்தது. ரீட் கல்லூரி, ஜாப்ஸுக்குப் பட்டம் வழங்கவில்லை. தங்கள் கல்லூரியின் பெருமைமிகு ட்ராப் அவுட் ஸ்டீவ் ஜாப்ஸ் என்று இன்றும் சொல்லிக்கொள்கிறது.

இதற்கும் அவரது இந்தியப் பயணத்திற்கும் என்ன தொடர்பு?

ரீட் கல்லூரியில்தான் ராபர்ட் ஃப்ரைட்லேண்ட் (Robert Friedland) என்பவரின் அறிமுகம் கிடைக்கிறது. ஜாப்ஸை விடவும் நான்கு வயது மூத்தவர் அவர். கல்லூரிக் காலத்தில் இவர்தான் ஜாப்ஸின் குரு. அவரது வசீகரமான ஆளுமை ஜாப்ஸுக்குப் பிடித்திருந்தது. இவரையும் பிற்காலத்தில் சகட்டுமேனிக்கு விமர்சித்துள்ளார் ஸ்டீவ்.

பாபா ராம்தாஸின் Be Here Now என்னும் புத்தகம் அப்போது மிகவும் பிரபலமாக இருந்தது. ராபர்ட் ஒருமுறை பாபா ராம்தாஸின் உரையொன்றைக் கேட்டிருந்தார். அதன் பின்னர் கீழைத் தத்துவம் அவரைக் கவர்ந்திழுத்தது.

ராம்தாஸின் குரு நீம் கரோலி பாபா (மஹராஜ் ஜீ). எப்படியும் மஹராஜ் ஜீயை சந்தித்துவிட வேண்டும் என இந்தியா புறப்பட்டார் ராபர்ட். அவரது ஆசிரமத்தில் தங்கி பாபாவின் உபதேசம் பெற்றுத் திரும்பினார். இந்தியப் பயணம் ராபர்ட்டை இன்னும் வசீகரமாக மாற்றியிருந்தது. ஜாப்ஸுக்கு அப்படித்தான் தோன்றியது. நேரம் கிடைக்கும்போதெல்லாம் ராபர்ட்டின் அறைக்குச் செல்வார் ஜாப்ஸ். இந்த உரையாடல்கள் ஜாப்ஸின் இந்தியா மீதான ஆர்வத்தை அதிகரித்தன.

ஞாயிற்றுக்கிழமைகளில் ராபர்ட்டுடன் வெளியே கிளம்பிவிடுவார் ஸ்டீவ். அவர்கள் கல்லூரி இருந்த போர்ட்லேண்டின்

மேற்குப் பகுதியில் ஹரே ராமா ஹரே கிருஷ்ணா கோயில் ஒன்றிருந்தது. அங்கு உரத்த குரலில் பஜனை பாடும், உற்சாக நடனம் ஆடும் ராபர்ட்டை ஜாப்ஸ் ஆச்சரியமாகப் பார்த்துக் கொண்டிருப்பார். தன்னால் ஏன் மனத்தடையில்லாமல் ஆடவும் பாடவும் முடியவில்லை என்னும் கேள்வி அவருக்குள் இருந்தது. இந்தியாவிற்குச் சென்று வந்தால் தனது மனநிலையில் மாற்றம் வரும் என்று நம்பினார் ஸ்டீவ்.

இந்தியாவிற்குச் செல்லவேண்டும். சரி. ஆனால் செலவுக்குப் பணம்? கல்லூரி போதும் என்று முடிவெடுத்தார் ஜாப்ஸ்.

வேலைக்குச் சேர்ந்து பணம் சேர்ப்பதுதான் அடுத்த குறிக்கோள். அடாரி என்னும் நிறுவனத்தில் வேலைக்குச் சேர்ந்தார். டெக்னீஷியன் வேலை. ஒரு மணிநேரத்திற்கு ஐந்து டாலர் சம்பளம். ரீட் கல்லூரியிலிருந்து பட்டம் பெறாமல் ட்ராப் அவுட் ஆன ஜாப்ஸுக்கு எப்படி வேலை கொடுத்தார்கள்? தான் நினைத்ததைச் செய்து முடிக்கும் ஜாப்ஸின் ஆற்றலுக்கு இதுவும் ஓர் உதாரணம்.

போதுமான பணம் சேர்ந்தது. வேலை வேண்டாம், குருவைத் தேடி இந்தியாவுக்குப் போகிறேன் என்று மேனேஜரிடம் சொன்ன போது அவர் சிரித்துவிட்டார். ஏதாவது சொல்லி ஜாப்ஸை சமாதானப்படுத்தலாம் என்று நினைத்தார் அவர். ஜாப்ஸின் டி.என்.ஏவிலேயே சமாதானம் ஆவது என்பது கிடையாது.

இப்படித்தான் இந்தியா வந்து சேர்ந்திருந்தார் ஜாப்ஸ். மிகுந்த சிரமப்பட்டு தான் தேடிவந்திருக்கும் மஹராஜ் ஜீயை சந்திக்கும் தருணம் வந்துவிட்டது. தன் கேள்விக்கான விடை கிடைக்கப் போவதை எண்ணி ஜாப்ஸ் மகிழ்ச்சியாக இருந்தார். ஆனால் அவர் சற்றும் எதிர்பாராத ஒன்று நடந்திருந்தது. சில மாதங்களுக்கு முன்பு நீம் கரோலி பாபா முக்தியடைந்திருந்தார்.

ஜாப்ஸுக்கு என்ன செய்வதென்று தெரியவில்லை. அங்கேயே ஓர் அறையை வாடகைக்கு எடுத்தார். சிறிய திருத்தமான அறை. ஒரே ஒரு படுக்கை விரிப்பு. சுத்தமாக இருந்தது. அந்த அறையில் ஒரு புத்தகம் இருந்தது. “ஒரு யோகியின் சுயசரிதம்”

(Autobiography of a Yogi). நல்லவேளையாக அது ஓர் ஆங்கிலப் பதிப்பு. செய்வதற்கு வேறொன்றும் இல்லாததால் அந்நூலைத் திரும்பத் திரும்ப வாசித்தார் ஜாப்ஸ்.

அங்கிருந்த சிலர் சிறப்பான உணவு கொடுத்து உபசரித்தனர். அந்த வெஜிடேரியன் உணவு அவருக்கு மிகவும் பிடித்திருந்தது. புதுதில்லி ஜாப்ஸின் உடலில் ஏற்படுத்தியிருந்த சேதம் கொஞ்சம் கொஞ்சமாகக் குறைந்தது. அருகிலிருந்த கிராமங்களுக்கு நடந்து சென்று வந்தார். அச்சூழல் அவரது மனத்துக்கு இதமாக இருந்தது. லேரி ப்ரில்லியண்ட் என்னும் மருத்துவர் அறிமுகமானார். அம்மை நோயை ஒழிக்கும் தீவிர முயற்சியில் இருந்தார் அவர். ஜாப்ஸின் நீண்டகால நண்பராகத் தொடர்ந்த சிலருள் இவரும் ஒருவர்.

அருகிலிருந்த தோட்டத்திற்கு ஒரு பாபா வந்திருப்பதாகக் கேள்விப் பட்டார் ஜாப்ஸ். அவரைப் பார்க்கச் சென்றார். கூட்டம் அதிகமாக இருந்தது. சூடான உணவு வகைகளைப் பரிமாறிக் கொண்டிருந்தனர். ஜாப்ஸுக்குப் பசியெடுத்தது. சாப்பிடத் தொடங்கினார்.

எதிர்பாராத வேளையில் பின்னிருந்து ஒரு கை அவரது தோளைத் தொட்டது. அவரைக் கூட்டத்திலிருந்து விலக்கி இழுத்துச் சென்றது. அவருக்கும் ஜாப்ஸின் வயதுதான் இருக்கும். அவ்விருவர் மட்டும் ஒரு குளக்கரையில் நின்றிருந்தனர்.

ஓங்காரமாகச் சிரித்தார் அவர். "நீயொரு குழந்தை போல இருக்கிறாய்" என்று ஜாப்ஸைப் பார்த்துச் சொன்னார். தன் முன் அமரச் செய்தார். ஜாப்ஸ் சற்றும் எதிர்பாராத நேரத்தில் தன் பையிலிருந்து ஒரு கத்தியை எடுத்தார். அது ஒரு சவரக் கத்தி. கட்டியாக இருந்த ஏதோ ஒன்றைக் கையிலெடுத்தார். சோப்புக்கட்டி என்று ஜாப்ஸுக்குப் புரியும் முன்னமே தலையில் தண்ணீர் தெளித்தார். சோப்பைத் தடவினார். நீண்ட முடியுடன் இருந்த ஜாப்ஸ் சில நிமிடங்களிலேயே மொட்டையானார். இனி ஆரோக்கியமாய் இருப்பாய் எனக் கூறிவிட்டு அங்கிருந்து சென்றார். தான் நினைத்ததை மட்டுமே செய்ய அனுமதிக்கும் ஜாப்ஸ் இந்தச் சம்பவத்தின்போது எப்படி அமைதியாக இருந்தார் என்பது தெரியவில்லை.

நைனிதாலைச் சுற்றியிருந்த கிராம மக்களிடமிருந்து அவர் ஒரு வாழ்க்கைப் பாடத்தைக் கற்றார். அது உள்ளுணர்வு. இந்தியர்கள் அறிவைவிட உள்ளுணர்வை அதிகம் மதிக்கின்றனர் என்று உணர்ந்துகொண்டார். அவர் பிற்காலத்தில் ஆப்பிள் நிறுவனம் குறித்து எடுத்த முடிவுகள் பலவற்றிலும் உள்ளுணர்வுக்கு அதிக முக்கியத்துவம் கொடுத்தார். மேலும் சில நாள்கள் அலைந்து திரிந்த பின்னர், ஜாப்ஸுக்கு ஒன்று புரிந்தது. உன்னதத்தின் அடிப்படை எளிமை.

அமெரிக்காவுக்குத் திரும்புவது என முடிவெடுத்தார். புறப்பட்டார். ஓக்லேண்ட் விமான நிலையத்திலிருந்து தனது பெற்றோரை அழைத்தார். ஜாப்ஸை அழைத்துச் செல்ல அவரது அப்பாவும் அம்மாவும் வந்தனர். மொட்டையடிக்கப்பட்ட தலை, இந்தியப் பருத்தி ஆடைகள், கருத்திருந்த தோல் நிறம். ஜாப்ஸை ஐந்தாறு முறை கடந்து சென்றும் அவர்களுக்கு அடையாளம் தெரியவில்லை. இறுதியில் அவரது அம்மா அருகில் வந்து, “ஸ்டீவ்...” என்றார். “நான்தான்” எனப் பதிலளித்த ஜாப்ஸ் மாறித்தான் போயிருந்தார். உருவத்திலும் உள்ளத்திலும்.

2. தந்தை சொல்மிக்க மந்திரமில்லை

ஜாப்ஸின் உருவமே மாறிப்போயிருந்தது. அவருடைய அம்மா க்ளாராவால் அதை நம்ப முடியவில்லை. ஏழு மாதங்களில் இத்தனை உருமாறி வருவார் என க்ளாரா நினைத்திருக்கவில்லை. தன் மகன் மேல் க்ளாராவுக்கு அலாதிப் பிரியம்.

க்ளாராவுக்கும் பால் ஜாப்ஸுக்கும் திருமணமாகி ஒன்பது ஆண்டுகள் குழந்தையில்லை. ஒருமுறை க்ளாரா கருவுற்றார். தங்கவில்லை. அவர்களின் வாழ்வில் மற்ற எல்லாமும் இருந்தது. குழந்தை மட்டும் இல்லை. இனி க்ளாராவுக்குக் குழந்தை பிறப்பது அரிது என மருத்துவர்கள் கூறிவிட்டனர். எனவே தத்தெடுப்பது என முடிவு செய்து அழகிய ஆண் குழந்தை ஒன்றைத் தத்தெடுத்து ஸ்டீவன் பால் ஜாப்ஸ் எனப் பெயரிட்டனர்.

ஜாப்ஸைப் பெற்றெடுத்தவர் ஜோன் ஸ்கிபிள். ஜோனின் தந்தை கத்தோலிக்க மரபுகளில் தீவிரப் பற்றுடன் இருந்தவர். கண்டிப்பானவர்.

விஸ்கான்சின் பல்கலைக்கழகத்தில் படித்துக்கொண்டிருந்த ஜோன், அங்கே ஜான் என்பவரைக் காதலிக்கத் தொடங்கினார். அவரது முழுப்பெயர் அப்துல்ஃபத்தா ஜான் ஜன்டாலி. சிரியாவிலிருந்து வந்திருந்தார். வசதியான குடும்பம்.

1954ஆம் ஆண்டின் கோடைக்காலம். இரண்டு மாத விடுமுறையில் ஜானுடன் சிரியாவுக்குச் சென்றார் ஜோன். ஜானின் குடும்பத்தில் ஒருவர் போலவே அனைவரிடமும் பழகினார். பாரம்பரிய சிரிய உணவு வகைகளைச் சமைக்கக் கற்றுக்கொண்டார். இருவரும் விடுமுறை முடிந்து விஸ்கான்சின் திரும்பி வந்தனர். அப்போது ஜோன் கருவுற்றிருந்தார். இருவருக்குமே இருபத்து மூன்று வயதுதான். அந்த இளம் வயதிலேயே திருமணம் வேண்டாம் என முடிவெடுத்தனர்.

நோய்வாய்ப்பட்டுப் படுக்கையில் இருந்த தம் தந்தையிடம் நடந்ததைச் சொன்னார் ஜோன். தன் மகள் கத்தோலிக்கர் அல்லாத ஒருவருடன் பழகுவது ஜோனின் தந்தைக்குப் பிடிக்கவில்லை. அப்துல்ஃபத்தாவுடன் செல்வதாக முடிவெடுத்தால், "இனி நீ என் மகளல்ல" எனக் கண்டிப்பாகக் கூறிவிட்டார்.

ஜோனின் குடும்பம் ஒரு கத்தோலிக்கக் கிராமத்தில் வசித்தது. அங்கே கருக்கலைப்பு சாத்தியமில்லை. ஜோனுக்கும் விருப்பமில்லை. சான்ஃபிரான்சிஸ்கோ சென்றார். அங்கே தங்கி ஓர் அழகிய ஆண் குழந்தையைப் பெற்றெடுத்தார். தன் குழந்தையைத் தத்துகொடுக்க முடிவு செய்தார். அத்துடன் ஒரே ஒரு நிபந்தனையைச் சேர்த்தார். தத்தெடுக்கும் பெற்றோர் நிச்சயம் பட்டப்படிப்பு படித்திருக்க வேண்டும். பெண் குழந்தை பிறந்தால் தத்தெடுத்துக்கொள்வதாக ஒரு வழக்கறிஞர் தம்பதி சொல்லியிருந்தது. பிறந்தது ஆண் என்பதால் அவர்கள் முடியாது என்று மறுத்துவிட்டனர்.

அப்போதுதான் க்ளாராவும், பால் ஜாப்ஸூம் தத்தெடுக்கக் குழந்தை தேடி அங்கே சென்றிருந்தனர். இதிலும் ஒரு சிக்கல். அவர்கள் இருவரும் பட்டதாரிகளல்ல. ஆனாலும் குழந்தையைப் பார்த்தவுடன் இருவருக்குமே பிடித்துப்போனது. மிகவும் நன்றாகப் பார்த்துக்கொள்வோம். எங்களிடமே கொடுத்துவிடுங்கள் என மன்றாடிக் கேட்டுக்கொண்டனர்.

மனம் இரங்கிய ஜோன், இந்தக் குழந்தையை நிச்சயம் கல்லூரியில் படிக்க வைக்க வேண்டும் என்று தனது நிபந்தனையைச் சற்று மாற்றிக்கொண்டார். கட்டாயம் பட்டப் படிப்பு படிக்கவைப்போம்

என்று க்ளாராவும் அவரது கணவரும் உறுதியளித்தனர். ஜோனும் தத்துகொடுக்க இசைந்தார்.

க்ளாராவும் பால் ஜாப்ஸூம் தங்கள் குழந்தையைச் செல்லம் கொஞ்சி வளர்த்தனர். ஸ்டீவ் ஜாப்ஸிடம் அவர் ஒரு தத்துப்பிள்ளை என்னும் உண்மையை அவர்கள் மறைக்கவில்லை.

ஸ்டீவ் ஜாப்ஸூக்கு அப்போது ஆறு வயது. வீட்டின் முன்பிருந்த புல்வெளியில் விளையாடிக்கொண்டிருந்தான். எதிர்வீட்டுப் பெண் குழந்தையும் உடனிருந்தது. “உன்னுடைய அப்பா அம்மா உன்னை வேண்டாம் என்று விட்டுவிட்டுப் போய்விட்டார்களா?” என ஒரு கேள்வி கேட்டது அந்தப் பெண் குழந்தை.

ஜாப்ஸின் பிஞ்சு மனதால் அந்தக் கேள்வியின் பாரத்தைத் தாங்கிக் கொள்ள முடியவில்லை. அழுதுகொண்டே வீட்டுக்குள் ஓடினான். தன் பெற்றோரிடம் அதே கேள்வியைக் கேட்டான். “நாங்கள் சிரமப்பட்டுத் தேர்ந்தெடுத்த குழந்தை நீ.” ஒவ்வொரு சொல்லாக அழுத்தமாக இருவரும் ஒரே குரலில் கூறினர். அவர்கள் சொன்ன பதில் ஜாப்ஸ் மனத்தில் என்றென்றைக்கும் நிலைத்திருந்தது.

கைவிடப்படுதல், தேர்ந்தெடுக்கப்படுதல், தனித்துவமாயிருத்தல். இம்மூன்று சொற்கள்தான் ஸ்டீவ் ஜாப்ஸ் கதையின் சாரம். அவரது கதைதான் ஆப்பிளின் கதை. ராமனின் கதையும் ராமாயணமும் போல.

ஆப்பிளைப் பற்றித் தெரிந்துகொள்ள ஏன் ஜாப்ஸ் பிறந்த கதையெல்லாம்? இனி வரப்போகும் அத்தியாயங்களில் ஸ்டீவ் ஜாப்ஸின் சில நடவடிக்கைகள் நம்மை அதிர்ச்சியுறச் செய்யலாம். இப்படி எல்லாமா ஒரு மனிதர் முடிவெடுப்பார்? என்று யோசிக்க வைக்கலாம்.

ஸ்டீவ் ஜாப்ஸ் எடுத்த கண்டிப்பான முடிவுகளின் அடித்தளம் அவரது குழந்தைப் பருவம்தான். எல்லாமும் தன் கட்டுப்பாட்டில் இருக்கவேண்டும். எவரும் தன்னை நிராகரிக்க இயலாத நிலைக்கு உயர வேண்டும். தன் விருப்பமின்றி எந்த முடிவும் எடுக்கப்படக் கூடாது என்பது அவரது நிலைப்பாடு. இதற்கு அவரது குழந்தைப் பருவ நிகழ்வுகளும் ஒரு காரணமாக இருக்கலாம்.

அவருக்கு இரண்டு பெற்றோரா? ஸ்டீவ் ஜாப்ஸுக்கு இதில் எந்தக் குழப்பமும் இல்லை. அவருக்கு ஒரே ஒரு அப்பா அம்மாதான் - பால் ஜாப்ஸும், க்ளாராவும். ஜாப்ஸின் கடுமையான சொற்களில் தன்னைப் பெற்றெடுத்த ஜோனும் அதற்குக் காரணமாயிருந்த அப்துல்ஃபத்தாவும் "ஒரு சினை முட்டையும் விந்து வங்கியும் மட்டுமே. அதைத் தாண்டி அவர்கள் எனக்கு வேறெதுவும் இல்லை."

என்னதான் இருந்தாலும் பெற்றெடுத்த தாய் தந்தையை இப்படிச் சொல்லலாமா? ஸ்டீவ் ஜாப்ஸ் அப்படித்தான். அடுத்தவர் மனம் புண்படும் என்பதற்கெல்லாம் தாம் நினைத்ததை மாற்றிச் சொல்பவரல்ல அவர்.

பால் ஜாப்ஸ் எதையும் திருத்தமாகச் செய்யும் ஆற்றல் பெற்றவர். அவர் செய்த பல்வேறு வேலைகளில் பழைய கார்கள் வாங்கி விற்பதும் ஒன்று. தன் தந்தை பால் செய்யும் செயல்களை ஸ்டீவ் உன்னிப்பாகக் கவனிப்பது வழக்கம். பால் ஜாப்ஸ் எதையும் பிறரது திருப்திக்காகச் செய்யாதவர். தான் செய்யும் செயல் முழுமை பெற்றதாக இருக்கவேண்டும் என்பதே அவரது நோக்கம். ஒருநாள் பால் ஜாப்ஸ் பெட்டி ஒன்றைச் செய்துகொண்டிருந்தார்.

வெளிப்புறம் நன்றாக இழைத்து பாலீஷ் செய்தார். அத்துடன் நிற்காமல் பெட்டியின் உட்புறமும் பாலீஷ் செய்தார். அருகிலிருந்த ஸ்டீவ் ஜாப்ஸுக்கு ஆச்சரியமாக இருந்தது. "பெட்டியின் உள்ளே யார் பார்க்கப் போகிறார்கள்... ஏன் அங்கெல்லாம் பாலீஷ் செய்கிறீர்கள்?" எனக் கேட்டார்.

"இது பிறர் பார்ப்பதற்காக அல்ல. நான் செய்யும் செயலின் நேர்த்தி எனது பொறுப்பு. ஆகவே இது மிக அவசியம்" என்றார் பால் ஜாப்ஸ்.

இன்று நம்மிடம் இருக்கும் ஆப்பிள் கருவிகள் ஒரு கலைப் பொருள் போலக் காட்சியளிக்க பால் ஜாப்ஸின் இந்தச் செயலும் வித்திட்டிருக்கிறது. செய்யும் எதிலும் உன்னதம். அது எவர் பார்வைக்கும் வரவில்லை என்றாலும் அது பற்றிக் கவலையில்லை. தன் தந்தை பால் ஜாப்ஸ்தான் அவரது முதல் ஹீரோ. பால்

ஜாப்ஸ் ஒரு திறமையான மெக்கானிக். கார்களின் பாகங்கள் குறித்து அக்குவேறு ஆணிவேறாக தெரிந்துவைத்திருந்தார். தன் மகன் மெக்கானிக்கல் விஷயங்களை விட எலக்ட்ரானிக்ஸ் சங்கதிகளிலேயே ஆர்வமாக இருப்பதை உணர்ந்துகொண்டார். காரில் இருக்கும் எலக்ட்ரானிக் பாகங்கள் குறித்து ஜாப்ஸுக்கு விளக்கினார்.

ஸ்டீவ் ஜாப்ஸின் கற்கும் ஆர்வம் அதிகம். அவரைப் பொறுத்தவரை "இதுதான் நிதர்சனம். இதை அப்படியே ஏற்றுக்கொள்ள வேண்டும்" என்றால் நிச்சயம் "முடியாது" என்பார். ஒவ்வொன்றிற்கான காரணமும் அவருக்குத் தெரியவேண்டும். சர்வ நிச்சயமாக இப்படித்தான் இயங்குகிறது என்று தெரிந்துகொள்ளும்வரை ஓய மாட்டார். ரீட் கல்லூரியில் அவர் படித்த ஆறு மாதங்களிலேயே கல்லூரியின் டீன் இதனை உணர்ந்துகொண்டார். எனவேதான் அவர் ட்ராப் அவுட் ஆனாலும் வளாகத்திலேயே தங்கிக் கொள்ளலாம் என்னும் அனுமதி வழங்கப்பட்டது.

பால் ஜாப்ஸும் க்ளாராவும் கிடைத்த வேலைகளையெல்லாம் செய்து, மகனின் கல்லூரிப் படிப்பிற்குப் பணம் சேர்க்கத் தொடங்கினர். தாங்கள் ஜோனிடம் கொடுத்த வாக்குறுதியை எப்படியும் காப்பாற்றிவிட வேண்டும் என்பதில் திடமாக இருந்தனர்.

பள்ளிப்பருவத்தில் ஜாப்ஸ் அடித்த லூட்டிகள் கொஞ்ச நஞ்சமல்ல. பள்ளியில் சேர்க்கும் முன்னமே வாசிப்பது எப்படியென்று ஸ்டீவுக்கு கற்றுக்கொடுத்துவிட்டார் அம்மா க்ளாரா. நல்ல விஷயம்தான். ஆனால் பள்ளியில் சேர்ந்த பின்னர் ஜாப்ஸுக்குப் போரடித்தது. அதிலிருந்து தப்பிக்கச் சிறந்த வழி சேட்டைகள் செய்வதுதான் என்னும் "பேருண்மையை" அந்தச் சிறுவயதிலேயே கற்றுக்கொண்டார் ஸ்டீவ்.

வகுப்புத் தோழன் ரிக்குடன் சேர்ந்து தினமொரு திருவிளையாடல். ஒருநாள் ஸ்டீவும் ரிக்கும் இணைந்து பள்ளியெங்கும் ஒரு அறிவிப்பினை எழுதி ஒட்டிவைத்தனர். "நாளை பள்ளிக்கு உங்கள் வளர்ப்புப் பிராணிகளை அழைத்து வரலாம்."

மாணவர்கள் கண்களில் படும்படி. ஆசிரியர்களின் கண்களில் படாதபடி. மறுநாள் பள்ளியெங்கும் ஒரே கோலாகலம்தான். எங்கு பார்த்தாலும் நாய்களும் பூனைகளும் தன்னிஷ்டத்திற்கு ஓடிக்கொண்டிருந்தன. அவற்றை ஆசிரியர்களும் பணியாளர்களும் மூச்சிரைக்கத் துரத்திக்கொண்டிருந்தனர்.

பால் ஜாப்ஸை அழைத்து பள்ளி நிர்வாகம் எச்சரித்தது. பால் ஒருநாளும் தன் மகனை விட்டுக் கொடுப்பவர் அல்ல. அவனுக்குப் போரடிக்காமல் பார்த்துக்கொள்வது பள்ளியின் கடமை என்று அவர்களுக்கே பாடம் நடத்திவிட்டு வந்தார். இதற்கும் ஒரு காரணம் இருந்தது. பாலின் தந்தை ஒரு குடிகாரர். தினமும் குடித்துவிட்டு குழந்தைகளைச் சகட்டுமேனிக்கு அடிப்பவர். இது போன்ற தண்டனையை ஒருநாளும் தன் மகனுக்குத் தரக்கூடாது என்பதில் உறுதியாக இருந்தார் பால்.

ஜாப்ஸின் சிக்கல் அவர் பிறரை விடத் திறமைசாலியாக இருந்ததுதான். அவரது ஆர்வத்திற்குத் தீனி போடாத பள்ளி அவருக்குப் பிடிக்கவில்லை. ஆனால் நான்காம் வகுப்பில் நிலைமை மாறியது. “ஹில்” என்றொரு ஆசிரியை, சில வாரங்களிலேயே ஜாப்ஸின் தனித்துவத்தை உணர்ந்துகொண்டார். அவரைக் கையாள ஒரே வழி சவால்கள் விடுப்பது. அதில் வெற்றி பெறும்போது பரிசுகள் தருவது. தினமும் கணிதப் புதிர்களைக் கொடுத்தனுப்புவார். அப்புதிர்களுக்கான தீர்வுகளைக் கண்டறிந்தால் பரிசு. சாக்லேட்கள் தொடங்கி இத்தனை டாலர்கள் என நேரடிப் பணப் பரிசு வரை என்ன பரிசு என்று முதலிலேயே சொல்லிவிடுவார்.

ஜாப்ஸ் மிகுந்த அறிவாளி என்பதைப் பிற ஆசிரியர்களுக்கும் நிரூபித்துக் காட்டினார் ஹில். இதைப் பள்ளியும் ஏற்றுக்கொண்டது. ஐந்தாம், ஆறாம் வகுப்புகள் தேவையில்லை என ஆசிரியர்கள் பரிந்துரைத்தனர். நேரடியாக ஏழாம் வகுப்பு.

“என் வாழ்வில் சந்தித்த முதல் புனிதர் எனது ஆசிரியை ஹில். வேறு எந்த ஒரு ஆசிரியரைக் காட்டிலும் அவரிடமிருந்து அதிகமாகக் கற்றிருக்கிறேன். அவர் மட்டும் இல்லையென்றால்

நிச்சயம் ஜெயிலுக்குப் போயிருப்பேன்.” இப்படியெல்லாம் ஹில்லைப் புகழ்ந்திருக்கிறார் ஜாப்ஸ். யாரையும் வெறுமனே புகழ்பவரல்ல அவர்.

பின்னர் வேறொரு உயர்நிலைப் பள்ளிக்கு மாறிச் செல்கிறார். வளர வளர எலக்ட்ரானிக்ஸ் மீதான அவரது ஆர்வம் அதிகரித்துக் கொண்டே வருகிறது. அப்படியான ஒரு எலக்ட்ரானிக்ஸ் வகுப்பில்தான் தம் வாழ்க்கையை மாற்றப் போகும் ஒருவரைச் சந்திக்கிறார்.

3. இன்னும் ஒரு ஸ்டீவ்

பன்னிரண்டு வயது ஜாப்ஸின் கையில் ஒரு டெலிஃபோன் டைரக்டரி. கண்கள் பெயரொன்றைத் தேடிக்கொண்டிருந்தன. அப்பெயர் பில் ஹ்யூலெட் *(Bill Hewlett)*. இவர் *HP* நிறுவனத்தின் *CEO*.

ஒரு நிறுவனத்தின் தலைவரது எண் எப்படி டைரக்டரியில் இருக்கும் என்னும் ஐயம் எழலாம். அறுபதுகளில் அந்த வேறுபாடெல்லாம் இல்லை. இப்போதிருப்பது போல அன்லிஸ்டட் எண்கள் கிடையாது. எனவே சுலபமாக ஹ்யூலெட்டின் எண் கிடைத்துவிட்டது. வீட்டிலிருந்த தொலைபேசியில் அழைத்தான் ஜாப்ஸ். மறுமுனையில் ஹ்யூலெட்.

இந்த அழைப்பிற்குக் காரணம் ஜாப்ஸ் செய்துகொண்டிருந்த ஒரு புராஜெக்ட். சின்னஞ்சிறு புராஜெக்ட்தான். அதற்கான எலெக்ட்ரானிக் பாகம் ஒன்று தேவைப்பட்டது. *HP*இடம் கிடைக்கும் என்று தெரிந்தது.

ஆனால் *HP*இல் ஸ்டீவுக்கு யாரையும் தெரியாது. யாரை அழைப்பது என்றும் தெரியவில்லை. அந்த வயதில் ஸ்டீவுக்கு நிறுவனர்களின் பெயர்கள் தெரிந்திருந்ததே அதிகம்.

அழைத்தால் எடுப்பார்களா? கடிந்துகொள்ள மாட்டார்களா? கேட்டது கிடைக்குமா? இதுபோன்ற எந்தத் தயக்கமும் ஜாப்ஸுக்கு இல்லை. நினைத்தது நடக்கவேண்டும். அதற்குத் தன் முன் இருக்கும் ஒரே வழி இதுதான். ஜாப்ஸ் எறிந்த கல்லில் பழம் விழுந்தது.

சிறுவன்தானே என்று ஹ்யூலெட்டும் உதாசீனப்படுத்தவில்லை. ஸ்டீவ் சொல்வதையெல்லாம் பொறுமையாகக் கேட்டுக்கொண்டார். இருபது நிமிடங்கள் தொடர்ந்தது அந்தத் தொலைபேசி உரையாடல். ஸ்டீவ் கேட்ட அந்த எலெக்ட்ரானிக் பாகத்தை அனுப்பிவைத்தார். அத்தோடு நிற்காமல் கோடை விடுமுறையில் தங்கள் நிறுவனத்தில் பணியாற்றலாம் என்றும் அழைப்பு விடுத்தார்.

ஜாப்ஸுக்கு இது தவமின்றிக் கிடைத்த வரம். *HP* நிறுவனத்தின் பொறியாளர்களுடன் நேரம் செலவிடுவது ஜாப்ஸுக்கு மிகவும் பிடித்திருந்தது. துருதுருவென ஏதாவது கேட்டுக்கொண்டே இருந்த ஜாப்ஸை ஆச்சரியத்துடன் பார்த்தனர் அங்கிருந்தவர்கள். அவர்களாலும் வேறென்ன செய்ய முடியும்? *CEO*ஐயே தொலைபேசியில் அழைத்துப் பேசிய சிறுவனாயிற்றே?

ஜாப்ஸைப் பொறுத்தவரை பெரியோரைக் கண்டு வியத்தல் என்பதெல்லாம் கிடையாது. யாராயிருந்தாலும் தன் மனத்தில் பட்டதைக் கேட்டுவிடுவது வழக்கம். இதை மெய்ப்பிப்பது போன்ற இன்னும் ஒரு சம்பவம் நிகழ்ந்தது.

ஒரு ஞாயிறு காலை. ஜாப்ஸ் தன் பெற்றோருடன் சர்ச்சில் இருந்தான். பாஸ்டருக்கு அருகில் சென்றான். தனக்கொரு கேள்வியிருப்பதாகக் கூறினான். கேட்கச் சொல்லி புன்முறுவலுடன் ஊக்குவித்தார் பாஸ்டர்.

'என்னுடைய விரலை இப்போது தூக்கப் போகிறேன். நான் தூக்குவதற்கு முன்னாலேயே கடவுளுக்கு அது எந்த விரல் என்று தெரியுமா பாஸ்டர்?'

'சர்வ நிச்சயமாகத் தெரியும், கடவுளுக்குத் தெரியாதது என்று எதுவும் கிடையாது' என உறுதியாகப் பதிலளித்தார் பாஸ்டர்.

சற்றும் யோசிக்காமல் தன் பையிலிருந்த ஒரு பத்திரிகையை வெளியே எடுத்தான் ஸ்டீவ். அது பிரபலமான ‘லைஃப்’ பத்திரிகை. அந்த இதழின் அட்டையில் வந்திருந்த புகைப்படம்தான் ஸ்டீவின் கேள்விக்கான காரணம்.

அந்தப் பத்திரிகையின் அட்டைப்படத்தில் இரண்டு குழந்தைகள் இருந்தன. இரண்டுமே பட்டினியால் வாடி உடல் மெலிந்த குழந்தைகள். கிட்டத்தட்ட சாகும் நிலையில் இருக்கும் குழந்தைகள்.

‘அப்படியென்றால் இந்தக் குழந்தைகளைப் பற்றியும் கடவுளுக்குத் தெரியுமா?’

ஸ்டீவ் ஜாப்ஸின் கேள்வியில் இருந்த வலியைப் பாஸ்டரால் உணரமுடிந்தது.

‘ஸ்டீவ்... உனக்கு இது இப்போது புரியாது. புரியும் வயது உனக்கு இன்னும் வரவில்லை’ என்று என்னவெல்லாமோ சொல்லிப்பார்த்தார் பாஸ்டர்.

அவர் சொன்ன எந்தப் பதிலும் ஜாப்ஸைத் திருப்திப்படுத்தவில்லை. இது போல இரக்கமின்றிக் குழந்தைகளைச் சாகவிடும் கடவுள் தனக்குத் தேவையில்லை என முடிவு செய்தான். தன் முடிவை பாஸ்டரிடம் உரத்த குரலில் அறிவித்தான்.

சர்ச்சை விட்டு வேகமாக வெளியே சென்ற ஜாப்ஸை அவனது அப்பாவும் அம்மாவும் ஆச்சரியமாகப் பார்த்துக்கொண்டிருந்தனர். பாஸ்டரும்தான். அதன் பின்னர் ஜாப்ஸ் என்றைக்கும் சர்ச்சுக்குச் சென்றதில்லை.

மேலே சொன்ன இரண்டு சம்பவங்களும் ஜாப்ஸின் வயதுக்கு மீறியவைதான். இருந்தாலும் தீர்க்கமான முடிவுகள் எடுக்கும் ஜாப்ஸின் ஆற்றலுக்கான தொடக்ககால உதாரணங்கள் இவை.

ஜாப்ஸின் ஆர்வம் பரந்துபட்டு இருந்தது. தன்னைச் சுற்றி இரண்டு விதமான நண்பர்கள் இருப்பதைப் பார்த்தார் ஜாப்ஸ். ஒருசாரார் அறிவியல், தொழில்நுட்பம் என்று வாசிப்பவர்கள். மற்றொரு பிரிவினர் இலக்கியம், கலை இவற்றில் ஆர்வம் செலுத்துபவர்கள்.

ஜாப்ஸுக்கு இரண்டிலுமே பற்று இருந்தது. எலெக்ட்ரானிக்ஸ் பிடித்திருந்தது. அதேவேளையில் ஷேக்ஸ்பியரும். தேர்ந்த இசையைத் தேடித் தேடிக் கேட்கத் தொடங்கினார். முழுமையான வாழ்க்கையை வாழ கலையும் அறிவியலும் அவசியம். ஒன்றைவிட மற்றொன்று எவ்விதத்திலும் குறைந்தது அல்ல. எனவே தொடர்ந்து இரண்டிலுமே ஆர்வம் செலுத்திவந்தார்.

ஜான் மெக்கெல்லம் என்பவர் நடத்திவந்த எலெக்ட்ரானிக்ஸ் வகுப்பு அப்போது மிகவும் பிரபலமாக இருந்தது. அவர் ஒரு முன்னாள் கடற்படை பைலட். அவரது வகுப்புகள் மாணவர்களின் ஆர்வத்தைத் தூண்டும் விதமாக இருந்தன. சின்னச் சின்ன ட்ரிக்குகள் மூலம் அவர் தன் மாணவர்களைக் கவர்ந்திழுத்தார்.

ஸ்டீவ் ஜாப்ஸ் மெக்கெல்லமின் வகுப்பில் சேர்ந்தார். இங்குதான் ஆப்பிள் கதையின் மற்றுமொரு நாயகரைச் சந்திக்கிறார் ஜாப்ஸ். அவரது பெயர் ஸ்டீஃபன் வாஸ்நியாக் *(Stephen Wozniak)*. சுருக்கமாக ஸ்டீவ் வாஸ். இன்னும் ஒரு ஸ்டீவ்.

மெக்கெல்லம் சிறந்த ஆசிரியர். படிப்பை விட ஒழுக்கத்தை மேலாக மதிப்பவர் அவர். தன் வகுப்பில் ராணுவ ஒழுங்கைப் பேணுபவர். அவரைப் பொருத்தவரை அதிகாரம் என்பது மிகவும் அவசியம். கடற்படையில் இருந்ததாலோ என்னவோ அதிகாரமும் ஒழுக்கமும் மெக்கெல்லமின் வகுப்புகளில் நிறைந்திருந்தன.

ஜாப்ஸுக்கு இதில்தான் சிக்கல். அதிகாரத்திற்கு அடங்குவது என்பது அவரால் நினைத்துப் பார்க்க இயலாத ஒன்று. ஜாப்ஸுக்கு எலெக்ட்ரானிக்ஸ் கற்கவேண்டும். அதேநேரம் அதிகாரத்திற்கும் அடங்கக்கூடாது. முதல் சில நாள்கள் என்ன செய்வதென்று தெரியாமல் தவித்தார். வகுப்பறையில் ஏதோவொரு மூலையில் அமர்ந்துகொண்டார். யாரிடமும் அதிகமாகப் பேசுவதில்லை. ஆசிரியர் மெக்கெல்லமின் பார்வையில் அதிகம் படாமல் பார்த்துக்கொண்டார்.

வாஸ் இதற்கு அப்படியே நேரெதிர். ஆசிரியருக்கு அணுக்கமான மாணவர். ஜாப்ஸைவிட ஐந்து வயது அதிகம். வயதில் மட்டுமல்ல, எலெக்ட்ரானிக்ஸ் பற்றிய அறிவிலும்.

ஜாப்ஸைப் போலவே வாஸுக்கும் தனது அப்பாவை மிகவும் பிடிக்கும். அவரது பெயர் ஃப்ரான்சிஸ். பால் ஜாப்ஸ் பள்ளிப்படிப்பு வரை மட்டுமே படித்திருந்தார். ஆனால் ஃப்ரான்சிஸ் பொறியியல் பட்டதாரி. நமது வாழ்வின் தரத்தை உயர்த்துவதில் பொறியியலுக்கு இணையானது இன்னொன்றில்லை என்று தன் மகனுக்குச் சொல்லிச் சொல்லி வளர்த்தார் ஃப்ரான்சிஸ்.

வாஸ் தன் தந்தையிடமிருந்து இன்னும் ஒரு பாடத்தையும் கற்றிருந்தார். அது நேர்மை. உச்சபட்ச நேர்மை. எந்தவொரு காரணத்திற்காகவும் பொய் சொல்லக் கூடாது. எவ்வாறேனும் உயர்ந்த இலக்குகளை அடைவதைவிட உண்மையாக இருப்பதுதான் சிறந்தது. வாஸ் தன் வாழ்வின் மிக முக்கியக் கொள்கையாக இதைக் கருதினார். எப்படியும் நினைத்த இலக்கை அடைந்துவிடும் ஜாப்ஸ். உண்மையே உயர்வு என்று கருதும் வாஸ். இந்த ஜோடிதான் இன்று நெடிதுயர்ந்து கிளை பரப்பி வளர்ந்து நிற்கும் ஆப்பிள் என்னும் கனிமரத்திற்கு வித்திட்டவர்கள். சுவாரசியமான இணைதான்.

தனது தந்தை வைத்திருந்த புத்தகங்கள், பத்திரிகைகள், ஆய்விதழ்களிலிருந்து நிறையவே கற்றார் வாஸ். அப்போதுதான் கம்ப்யூட்டர்கள் வரத் தொடங்கியிருந்தன. *ENIAC* கம்ப்யூட்டர் பற்றித் தெரிந்து கொண்டபோது வாஸால் தனது ஆர்வத்தைக் கட்டுப்படுத்த முடியவில்லை.

கம்ப்யூட்டர்களின் இயக்கத்திற்கு அடிப்படை பூலியன் அல்ஜீப்ரா. ஒன்று, பூஜ்யம் என்ற இரண்டு எழுத்துகள் மட்டுமே கொண்ட மொழி. வாஸால் பூலியன் அல்ஜீப்ராவை மிக எளிதாகப் புரிந்துகொள்ள முடிந்தது. ஒன்றும் பூஜ்ஜியமும் இணைந்து செய்யும் மாயங்களை எண்ணி எண்ணி வியந்தார்.

வாஸின் சிறப்பு வெறுமனே தெரிந்துகொள்வது மட்டுமல்ல. தான் கற்றதை உடனே நடைமுறைப்படுத்திப் பார்ப்பது. எட்டாம் வகுப்பு படித்துக்கொண்டிருந்த போதே வாஸால் ஒரு கால்குலேட்டரை வடிவமைக்க முடிந்தது. இது விளையாட்டல்ல. நூறு ட்ரான்சிஸ்டர்கள், இருநூறு டையோடுகள், பத்து சர்க்யூட் போர்டுகள்.

விமானப்படை நடத்திய போட்டியொன்றில் வாஸின் கால்குலேட்டர் முதல் பரிசை வென்றது. அது எட்டாம் வகுப்பு மாணவர்களுக்கான போட்டியல்ல. வாஸை விட அதிக வயதுடையவர்களும் கலந்துகொண்டனர்.

வாஸின் உலகம் தனிமையானது. சம வயதுள்ளவர்கள் ஜாலியாக வெளியே சுற்றிக்கொண்டிருந்த போது வாஸ் ட்ரான்சிஸ்டர்களுடன் பேசிக்கொண்டிருந்தார். ஒருமுறை மெட்ரோநோம் ஒன்றை வடிவமைத்தார். சமமான இடைவெளியில் டிக்...டிக்...டிக் என்று ஒலியெழுப்பும் கருவி. மியூசிக் வகுப்புகளில் பயன்படுத்துவார்களே அதேதான்.

வாஸின் மனத்தில் ஆபத்தான ஒரு யோசனை தோன்றியது. தனது கருவியில் பெரிய பேட்டரிகளைப் பொருத்தினார். பள்ளியில் எங்கோ ஒரு மூலையில் ஒளித்து வைத்தார். சத்தமாகக் கேட்ட டிக்...டிக்...டிக் ஒலி பள்ளியைக் கலவரப்படுத்தியது. வைத்தது யாரென்று எப்படியோ கண்டுபிடித்துவிட்டார்கள். பிரின்சிபல் அழைத்துக் கேட்டபோது உண்மையை ஒத்துக்கொண்டார் வாஸ்.

ஒரு சிறிய புராஜெக்ட்டுக்காக நிறுவனத்தின் *CEO*க்கே போன் செய்யும் ஜாப்ஸ். தேவைப்படும் எலெக்ட்ரானிக் கருவிகளைத் தானே வடிவமைக்கும் ஆற்றல் பெற்ற வாஸ். இவர்கள் இருவரும் இணைந்து போன் நெட்வொர்க்கை ஹேக் செய்த கதை அடுத்த அத்தியாயத்தில்.

4. நீலப்பெட்டி

அதிகாலை ஐந்தரை மணி. வாடிகன் உறங்கிக்கொண்டிருந்தது. போப்பாண்டவரும். அப்போது ஒரு தொலைபேசி அழைப்பு. கட்டாயம் போப்பாண்டவரிடம் பேச வேண்டும் என்கிறது அந்தக் குரல். மிகவும் முக்கியமான விஷயம், தாமதிக்க இயலாது என்று தொடர்கிறது. காத்திருக்கவும் என்கிறது வாடிகன்.

சற்று நேரத்தில் பிஷப் ஒருவர் அந்த அழைப்பில் இணைகிறார். அவர் போப்பாண்டவரின் பேச்சை மொழிபெயர்ப்பவர்.

சிறிது நேரத்தில் பிஷப்பிற்குச் சந்தேகம் எழுகிறது. அழைப்பு துண்டிக்கப்படுகிறது. மறுமுனையில் குஷியான இரண்டு இளைஞர்கள் - ஸ்டீவும், வாஸும். பொதுத் தொலைபேசி மையத்தில் இருந்து அழைத்திருந்தனர்.

ஏன் இந்த விபரீத முயற்சி? காரணம் இருக்கிறது. ஸ்டீவும், வாஸும் இணைந்து ஒரு கருவியை உருவாக்கியிருந்தனர். ப்ளூ பாக்ஸ். நீலப் பெட்டி.

அதென்ன நீலப் பெட்டி? அப்போதெல்லாம் நெடுந்தொலைவில் இருப்பவர்களைத் தொலைபேசியில் அழைப்பது கடினம். கட்டணமும் அதிகம். லோக்கல் கால்கள் என்றால் சுலபம்.

இங்குதான் ஸ்டீவ் இணை தங்களின் வித்தையைக் காட்டியிருந்தனர். லோக்கல் அழைப்பிலேயே எந்த எண்ணையும் அழைக்க உதவும் கருவி ஒன்றைச் செய்திருந்தனர். அதைச் சோதிப்பதன் உச்சகட்டம்தான் இந்த போப்பாண்டவர் அழைப்பு. நிச்சயமாக போப்பை அழைக்கும் யோசனை ஜாப்ஸின் மூளையில் உதித்ததாகத்தான் இருக்கும். அவர் சொன்னதை நம் நல்லவர் வாஸ் செய்து முடித்திருப்பார்.

அதெப்படி லோக்கல் காலில் சர்வதேச எண்களை அழைக்க முடியும்? வழக்கமாக முடியாது. ஆனால் தொலைபேசி நெட்வொர்க்கை ஹேக் செய்தால் சாத்தியம். அதைத்தான் நமது ஸ்டீவ் இணை வெற்றிகரமாகச் செய்து முடித்திருந்தது.

எவ்வாறு செய்தார்கள் இந்த மாயத்தை?

ஒரு ஞாயிற்றுக்கிழமை மதியம். வாஸ் வீட்டில் தனியாக இருந்தார். சோம்பலான அந்த ஞாயிறுதான் புளூ பாக்ஸ் பிறக்கக் காரணம்.

கிச்சன் டேபிளில் ஒரு பத்திரிகை இருந்தது. அது எஸ்கொயர் என்னும் பத்திரிகை. என்ன செய்வதென்று தெரியாமல் இருந்த வாஸ், அப்பத்திரிகையை கையில் எடுத்தார். அதில் அவர் படித்த ஒரு கட்டுரைதான் இந்த புளூ பாக்ஸ் வித்தைக்குக் காரணம்.

'புளூ பாக்ஸ் ரகசியங்கள்' என்று தலைப்பிடப்பட்ட கட்டுரை. தலைப்பே சுவாரசியமாக இருக்க வாஸ் ஆர்வமாக வாசிக்கத் தொடங்கினார். அக்கட்டுரையின் ஆசிரியர் ரோன் ரோஸன்பாம்.

ஹேக்கர்கள் எவ்வாறு தொலைபேசி நெட்வொர்க்கைத் தங்கள் இஷ்டத்திற்கு வளைக்கின்றனர் என்று விவரித்தது அந்தக் கட்டுரை. *AT&T* எனப்படும் அமெரிக்காவின் புகழ்வாய்ந்த நெட்வொர்க்கின் கண்ணில் மண்ணைத் தூவும் ட்ரிக்.

பாதிக் கட்டுரையிலேயே வாஸால் ஆர்வத்தைக் கட்டுப்படுத்த முடியவில்லை. இதைப் பற்றி உடனடியாக யாரிடமாவது சொல்லியாக வேண்டும். ஞாயிறன்று யாரை அழைப்பது? இது குறித்தெல்லாம் பேச யாரேனும் தயாராக இருப்பார்களா? வாஸுக்கு ஒரே ஒரு பெயர் மட்டும்தான் நினைவுக்கு வந்தது.

அப்பெயர் ஸ்டீவ் ஜாப்ஸ். உடனடியாக ஜாப்ஸை அழைக்கிறார் வாஸ். சில விநாடிகளில் ஜாப்ஸ் விஷயம் என்ன என்பதைப் புரிந்துகொண்டுவிட்டார். கட்டுரையில் சில பத்திகளை வாஸ் தொலைபேசியிலேயே வாசித்துக் காட்டினார்.

வாஸின் பேரார்வம் ஜாப்ஸுக்கும் தொற்றிக்கொண்டது. அப்படி என்னதான் சொன்னது அக்கட்டுரை? கம்யூனிகேஷன் அறிவியலுக் குள் மூழ்கி முத்தெடுக்காமல் எளிமையாகப் புரிந்துகொள்வோம்.

தொலைபேசி நெட்வொர்க் என்பது பரந்துபட்டது. ரௌட்டிங் ஸ்விட்ச்கள் என்பவை ஓர் அழைப்பின் இணைப்பை ஏற்படுத்தும் கருவிகள். அதாவது எந்த சிக்னல் எவ்வழியில் செல்லவேண்டும் என்பதை நிர்ணயிப்பவை இவை.

இவற்றைக் கட்டுப்படுத்த அந்தக் காலத்தில் ஒலி அலைகள் பயன்படுத்தப்பட்டன. குறிப்பிட்ட ஹெர்ட்ஸில் இருக்கும் ஒலி. உதாரணமாக இரண்டாயிரத்து அறுநூறு ஹெர்ட்ஸ். இந்த ஒலி, அழைப்புகளின் தன்மையை நிர்ணயித்தது.

இது போலவே பல்வேறு ஹெர்ட்ஸ்கள். ஒவ்வொன்றும் ஒரு குறிப்பிட்ட செயல்பாட்டைக் குறிக்கும். இது நெட்வொர்க்கின் சங்கேத பாஷை. எவ்வாறு டால்பின்கள் தங்களுக்குள் ஒலியெழுப்பிப் பேசிக்கொள்கின்றனவோ அது போல.

இந்தச் சங்கேத பாஷையின் சத்தங்களை வெளியிலிருந்து நாமே ஏற்படுத்தினால் நெட்வொர்க் குழம்பிப்போகும். குழப்பிய குட்டையில் நாம் மீன் பிடித்துக்கொள்ளலாம். எந்தக் கட்டணமும் செலுத்தாமல் நீண்டதூர அழைப்புகளை மேற்கொள்ள இயலும்.

பத்திரிகைக் கட்டுரையில் இந்த இரண்டாயிரத்து அறுநூறு என்னும் ஒரு சிக்னலை மட்டுமே குறிப்பிட்டிருந்தனர். சங்கேத பாஷையின் முழுப்பட்டியலும் தரப்படவில்லை.

ஆனால் அப்பட்டியல் எங்கு கிடைக்கும் என்று குறிப்பிட்டிருந்தனர். அது பெல் நிறுவனத்தின் ஒரு டெக்னிகல் ஜர்னல். அறிவியல் ஆய்விதழ் போல. அதைப் பிடித்துவிட்டால் நெட்வொர்க் நம் கையில். அதிலொரு சிக்கல். இக்கட்டுரை வந்தவுடனேயே *AT&T*

அப்பட்டியல் வெளிவந்திருந்த ஆய்விதழை நூலகங்களிலிருந்து திரும்பப்பெறுவது என முடிவெடுத்தது. நூலகங்களுக்கு இது குறித்த செய்தியை அனுப்பத் தொடங்கியிருந்தனர்.

ஜாப்ஸுக்கு ஒன்று புரிந்தது. துரிதமாகச் செயல்பட்டால் எங்காவது ஓரிடத்தில் அந்த இதழைக் கண்டுபிடித்துவிடமுடியும். இதுபோன்ற சூழல்களில் ஜாப்ஸின் மூளை இரட்டிப்பு வேகத்தில் செயல்படும். சிக்கல் பெரிது என்றால் ஆர்வமும் கூடுதல். வேகமும் அதிகம். வெள்ளத்தனைய மலர் நீட்டம்.

அந்த ஞாயிறு மாலையே இருவரும் *SLAC (Stanford Linear Accelerator Center)* சென்றனர். அங்கொரு நூலகம் இருந்தது. தீவிரமான அறிவியல் சங்கதிகள் நிரம்பி இருக்கும் இடம்.

அங்கே சென்ற பின்னர் இன்னுமொரு தடை. ஞாயிறு என்பதால் நூலகத்திற்கு விடுமுறை. சராசரி மனம் கொண்டவர்கள் என்றால், நாளை பார்த்துக்கொள்ளலாம் என்று திரும்பிவிடுவார்கள். ஆனால் ஸ்டீவ் இணைக்கும் சராசரிக்கும் சம்பந்தமில்லை.

நூலகத்தை வெளிப்பக்கமாகச் சுற்றிவந்தனர். பின்புறம் ஒரு சிறிய வாசல் இருந்தது. அதை எப்போதும் மூடுவதில்லை. அவ்வழியாக உள்ளே நுழைந்தனர்.

இவையெல்லாம் விதிமீறல்கள்தான். ஜாப்ஸின் அகராதியில் விதிகளெல்லாம் இரண்டாம் பட்சம்தான். கப்பலைக் கரை சேர்த்தோமா என்பது மட்டும்தான் முதன்மையானது.

பூட்டப்பட்ட நூலகம். உள்ளே அந்த ஆய்விதழ் இருக்குமா என்பதும் தெரியாது. மாட்டிக்கொண்டால் சிக்கல். ஆனால் துணிவே துணை என்று இருவரும் தேடத் தொடங்கினர்.

ஒவ்வொரு அலமாரியாகத் தேடினர். அவர்கள் தேடி வந்த ஒரு குறிப்பிட்ட இதழைத் தவிர மற்ற எல்லாமும் கண்ணில் பட்டது. சோர்வடையாமல் துழாவிப் பார்த்துவிடுவது என்று முடிவு செய்தனர்.

இறுதியில் வாஸின் கண்ணில்பட்டது அவ்விதழ். சங்கேத பாஷையின் அனைத்து ஒலிக்குறிப்புகளும் பட்டியலிடப்பட்டிருந்தன.

பட்டியல்தான் கிடைத்துவிட்டதே, பின்னர் பார்த்துக்கொள்வோம் என்று விட்டுவிடவில்லை. அப்படியே தேவையான பாகங்களை வாங்கச் சென்றனர்.

ஒரு அனலாக் டோன் ஜெனரேட்டர் செய்வது என்று முடிவெடுத்தனர். ஜாப்ஸ் ஏற்கெனவே ஒரு ப்ரீக்வன்ஸி கவுன்ட்டர் ஒன்றைச் செய்து வைத்திருந்தார். *HP* நிறுவனத்தின் தலைமைச் செயல் அதிகாரிக்குக் கால் செய்தாரே அது இந்தப் புராஜெக்ட்டிற்காகத்தான்.

குறிப்பிட்ட ஒலி அலைகளை இந்தக் கருவி மூலம் எழுப்ப முயன்றனர். ஒலி வந்தது. ஆனால் அவர்கள் எதிர்பார்த்த துல்லியத்தை எட்ட முடியவில்லை. துல்லியம் இல்லையென்றால் நெட்வொர்க் விழித்துக்கொள்ளும். ஏமாற்ற முடியாது.

அனலாக் முறைப்படி செய்தால் தாங்கள் விரும்பும் துல்லியத்தை எட்டுவது கடினம் என்று அறிந்தனர். எனவே டிஜிட்டல் முறையில் இதே புளூ பாக்ஸைச் செய்வது என்று முடிவெடுத்தனர்.

அதுவரை யாருமே டிஜிட்டல் புளூ பாக்ஸைச் செய்ததில்லை. டிஜிட்டலில் செய்துவிட்டால் நாம் விரும்பும் ஒலிக்குறிப்புகளை எந்தப் பிசிறும் இல்லாமல் உருவாக்க இயலும்.

டிஜிட்டல் சர்க்யூட் வடிவமைப்பதில் வாஸ் கில்லாடி. தன்னால் இதைச் செய்ய முடியும் என்று நம்பினார். சில நாள்களில் அதை வடிவமைத்துத் தருவதாக ஜாப்ஸிடம் உறுதியளித்தார். சொன்ன வண்ணமே செய்தார். ஜாப்ஸின் வீட்டிற்குத் தான் செய்த நீலப் பெட்டியை எடுத்து வந்தார் வாஸ்.

வாஸின் மாமா ஒருவர் லாஸ் ஏஞ்சலீஸில் இருந்தார். அவரது எண்ணைச் சுழற்றினர். மறுமுனையில் வேறெவரோ. ராங் நம்பர். ஆனால் லாஸ் ஏஞ்சலீஸ்தான்.

'நாங்கள் இலவசமாக அழைக்கிறோம்' என்று உரக்கக் கத்தினார் வாஸ். மறுமுனைக்காரர் இவர்கள் சொல்வது புரியாமலேயே வைத்துவிட்டார். கலிஃபோர்னியாவிலிருந்து இவர்களால் நெட்வொர்க்கை ஏமாற்றி கால் செய்யமுடிந்தது.

வேறு யாரை அழைப்பது என்று குழம்பினர். அப்போதுதான் வாடிகனை அழைப்பது என்று முடிவெடுத்தனர். இதை எவ்வாறு புரிந்துகொள்வது? அவர்களின் அழைப்பே திருட்டு அழைப்பு. அதில் வாடிகனுக்கு கால் செய்வதெல்லாம் அசாத்தியத் துணிச்சல்தான்.

இப்போது ஸ்டீவ் இணையிடம் ஒரு டிஜிட்டல் புளூ பாக்ஸ் இருந்தது. இதையே செய்து விற்றால் என்ன என்று தோன்றியது.

இரண்டு சீட்டுக்கட்டுகளை ஒன்றின் மேல் ஒன்றை வைத்தால் இருக்கும் அளவுதான் அவர்களின் டிஜிட்டல் புளூபாக்ஸ். அடக்க விலை நாற்பது டாலர். ஜாப்ஸ் அதற்கு வைத்த விற்பனை விலை நூற்றைம்பது டாலர். கிட்டத்தட்ட நான்கு மடங்கு. தங்களின் நண்பர்கள் வட்டத்தில் இதை டெமோ செய்து காட்டினர். பெரும்பாலும் மாணவர்கள். அவர்களுக்கெல்லாம் பிடித்திருந்தது. மேஜிக் போல இருந்தது. சில வாரங்களிலேயே நூறு புளூ பாக்ஸ்கள் விற்றுத் தீர்ந்தன.

சிறப்பான ஒரு கருவியைச் செய்வது. ஆர்வத்தைத் தூண்டும்படி டெமோ காட்டுவது. தான் நிர்ணயம் செய்யும் விலைக்கு விற்பது. இதுதான் ஜாப்ஸின் விற்பனை உத்தி.

புளூ பாக்ஸ் விற்பனை என்பது கம்ப்யூட்டர் விற்பது போலல்ல. ஆபத்தானது. மாட்டிக்கொண்டால் தண்டனைதான். ஒருமுறை முன்பின் தெரியாத ஒருவரிடம் புளூ பாக்ஸ் விற்கப் போக இருவரும் மாட்டிக்கொண்டனர்.

காரில் பணம் வைத்திருக்கிறேன். என்னுடன் வந்தால் தருகிறேன் என்று அழைத்தான். இவர்கள் இருவரும் நம்பிச் சென்றனர். காரின் அருகே சென்றவுடன், அவன் திடீரென்று ஜாப்ஸின் வயிற்றில் துப்பாக்கியை வைத்தான். கூச்சலிட்டால் சுட்டுவிடுவேன் என மிரட்டினான்.

அங்கிருந்து தப்பி வருவதே சிக்கலாகிவிட்டது. ஆனால் அவன் ஒரு விநோதமான மனிதன். காரிலேறிப் புறப்படும் முன், இந்தக் கருவி ஒழுங்காக வேலை செய்தால் உங்களுக்குப் பணம் தருகிறேன்

என்றான். தனது தொலைபேசி எண்ணைக் கொடுத்து இரண்டு நாள்களுக்குப் பின்னர் அழைக்குமாறு கூறினான்.

வேறொருவராய் இருந்தால் நிச்சயம் அவனைத் திரும்ப அழைத்திருக்க மாட்டார்கள். ஆனால் ஜாப்ஸ் அழைத்தார். அவன் கருவி வேலை செய்யவில்லை என்றான். ஜாப்ஸ் தன்னால் அதைச் சரிசெய்ய முடியும் என்று கூறினார். ஒரு குறிப்பிட்ட இடத்திற்கு வருமாறு அழைத்தார்.

இதைப் பார்த்துக்கொண்டிருந்த வாஸ் பதறிப்போனார். பணம் போனாலும் பரவாயில்லை. துப்பாக்கியைக் காட்டி மிரட்டிய ஒருவரைத் திரும்பவும் பார்க்கச் செல்வது உசிதமல்ல என்றார். இதைச் சொல்லிப் புரிய வைத்து ஜாப்ஸைத் தடுத்து நிறுத்துவதற்குள் வாஸுக்குப் போதும் போதும் என்றாகிவிட்டது.

ஜாப்ஸைப் பொறுத்தவரை தான் செய்த கருவி வேலை செய்யவில்லை என்பது இழுக்கு. அதை அவரால் தாங்கிக்கொள்ள முடியாது. வாஸ் மட்டும் இல்லை என்றால் ஜாப்ஸ் மீண்டும் சென்றிருப்பார். கருவியை எவ்வாறு பயன்படுத்துவது என்று விளக்கிப் புரியவைத்திருப்பார். சர்வ நிச்சயமாக நூற்றைம்பது டாலர்களுடன் திரும்ப வந்திருப்பார்.

புளூ பாக்ஸ், ஸ்டீவ் இணையின் முதல் புராஜெக்ட். வெற்றிகரமான புராஜெக்ட். அது அவர்கள் இருவருக்கும் கொடுத்த நம்பிக்கையே ஆப்பிளுக்கான விதை. புளூ பாக்ஸ் இல்லையென்றால் ஆப்பிள் இல்லை.

5. கம்ப்யூட்டர் செய்வோமா?

வீட்டு வாடகைக்கே பணமில்லை. வாஸ்நியாக் கொடுத்த காசோலைகள் திரும்பி வந்திருந்தன. தங்கியிருந்த வீட்டின் உரிமையாளர் இனி காசோலை வாங்கமுடியாது என்று மறுத்து விடுகிறார். வாடகையைப் பணமாகத்தான் கொடுக்கவேண்டும் என்கிறார்.

நாமொரு நிறுவனத்தைத் தொடங்கலாமா என ஜாப்ஸ், வாஸிடம் கேட்டபோது இதுதான் அவர் சூழ்நிலை. இதுபோன்ற இக்கட்டான சூழலில் இருக்கும் ஒருவரை நிறுவனம் தொடங்க எப்படிச் சம்மதிக்க வைக்கமுடியும்?

ஜாப்ஸால் முடியும். என்ன கூறினால் வாஸ் ஒத்துக்கொள்வார் என்று அவருக்குத் தெரியும். பணம் என்னும் சொல்லையே ஜாப்ஸ் பயன்படுத்தவில்லை. பிரா இது ஒரு சுவாரசியமான பயணமாக இருக்கும். நாம் நிறைய கற்றுக்கொள்ளலாம். நம் பெயர் சொல்ல ஒரு கம்பெனி இருக்கும் என்று வாஸுக்குப் பிடித்ததையெல்லாம் சொல்கிறார் ஜாப்ஸ். சரியென்று தலையசைத்துவிடுகிறார் வாஸ்.

என்னதான் திறமையாகப் பேசி வாஸைச் சம்மதிக்க வைத்து விட்டாலும் பணம் வேண்டுமே? அதற்கென்ன செய்வது?

ஜாப்ஸிடம் வாகனம் ஒன்றிருந்தது. ஃபோக்ஸ்வேகன் பஸ் *(Volkswagen Bus)*. அதை விற்பது என முடிவெடுத்தார்கள். இங்கும் தன் சிறப்பான பேச்சுத்திறனைப் பயன்படுத்தி நல்ல விலைக்கு விற்கிறார் ஜாப்ஸ்.

வாஸிடம் உயர்தர *HP* கால்குலேட்டர் ஒன்றிருந்தது. அதையும் விற்கின்றனர். கால்குலேட்டரா? அதற்கென்ன விலை கிடைத்துவிடப்போகிறது என்று எண்ணிவிடாதீர்கள். ஜாப்ஸின் பஸ் விற்ற விலை ஆயிரத்து ஐநூறு டாலர். வாஸின் கால்குலேட்டர் ஐநூறு டாலர்.

எதற்காக இந்த நிறுவனம்? என்ன செய்யப் போகிறார்கள்?

ஹோம்ப்ரூ கம்ப்யூட்டர் கிளப் *(Homebrew Computer Club)* என்றொரு குழு. 'கம்ப்யூட்டர் செய்வதில் உங்களுக்கு ஆர்வமா? வாருங்கள் சேர்ந்து உருவாக்குவோம்' என்று விளம்பரப்படுத்தியிருந்தனர்.

இது வாஸின் கண்ணில் படுகிறது. சின்னச் சின்னக் கருவிகள் செய்து மகிழ்ந்துகொண்டிருந்த அவருக்கு இது ஒரு மிகப் பெரிய வாய்ப்பு. இக்குழுவினரைச் சந்திக்கவிருக்கும் நாளை எதிர்நோக்கிக் காத்திருக்கிறார்.

இந்தக் கூட்டத்தில் கலந்துகொண்டதே தன் வாழ்வின் மிக முக்கியமான சம்பவம் என்கிறார் வாஸ். அன்று முப்பது பேர் வந்திருந்தனர்.

இதென்ன விசித்திரமான குழு? வீட்டிலேயே கம்ப்யூட்டர் செய்யும் ஆர்வம்கொண்ட அதிமேதாவிகளின் குழு. அனைவருமே தொழில்நுட்ப ஆர்வலர்கள். தங்கள் பங்கிற்கு வித்தியாசமான கருவிகளைச் செய்பவர்கள். விதவிதமான சாஃப்ட்வேர்களை வடிவமைப்பவர்கள்.

இவர்களைப் புரிந்துகொள்ள அறுபதுகளின் சான்ஃபிரான்சிஸ் கோவை அறிந்துகொள்ள வேண்டும்.

வளர்ந்துவரும் எலெக்ட்ரானிக்ஸ் நிறுவனங்கள் ஒருபுறம். அதற்கென சிப் செய்பவர்கள். ராணுவத் தொழில்நுட்பம் சார்ந்த நிறுவனங்கள். எதையும் தங்கள் வசப்படுத்த நினைக்கும்

ஹேக்கர்கள். இவர்களுக்கிடையே தனியொரு உலகில் வாழும் ஹிப்பிகள். ஜென் தியானம். ஹிந்து ஆர்வலர்கள். இப்படியான ஒரு மிக்ஸர் ஜூஸாக இருந்தது அந்நகரம்.

இக்குழுவின் முதல் கூட்டம் மென்லோ பார்க் என்னும் இடத்தில் நடந்தது. நாள்கள் செல்லச் செல்ல ஆர்வலர்களின் எண்ணிக்கை கூடியது. அவர்கள் கூட்டம் நடத்திவந்த இடம் போதவில்லை.

எனவே அடுத்தடுத்த கூட்டங்கள் பெரிய அரங்கம் ஒன்றிற்கு மாறின. அது *SLAC (Stanford Linear Accelerator Centre)*. சென்ற அத்தியாயத்தில் பார்த்தோமே அதே *SLAC*தான். இங்கிருந்த ஒரு நூலகத்தில்தான் புளூ பாக்ஸ் செய்யத் தேவையான சங்கேத பாஷையை ஸ்டீவ் இணை கண்டெடுத்தது.

பர்ஸனல் கம்ப்யூட்டர்களின் வளர்ச்சியில் இக்குழுவின் பங்கு முக்கியமானது. அந்தக் காலத்தில் கம்ப்யூட்டர்கள் மிகப்பெரிய எந்திரங்கள். நமக்கென தனியாக ஒரு கம்ப்யூட்டர் என்பதெல்லாம் சயின்ஸ் ஃபிக்ஷன் என்னும் அளவில் இருந்த காலம்.

அறுபதுகளில் கம்ப்யூட்டர் போன்ற நவீன இயந்திரங்களின் மேல் வெறுப்பாக இருந்தவர்கள் பலர். இக்கருவிகள் தனிமனிதச் சுதந்தரத்திற்கு எதிரானவை. நிறுவனங்கள் மனிதர்களைச் சிக்கவைக்க பிரா கொண்டுவந்திருக்கும் நவீன வலை. இப்படியொரு சிந்தனை இருந்தது.

எழுபதுகளில் இது மாறத் தொடங்கியது. முன்னர் நம்பியதற்கு முற்றிலும் எதிர்த்திசையில் யோசிக்கத் தொடங்கினர். கம்ப்யூட்டர்கள் நம்மைப் பல்வேறு விதமான வேலைப் பளுவிலிருந்து விடுவிக்கும். இதனால் நமக்கான நேரம் அதிகரிக்கும்.

இவ்வாறு நம்பிய ஒரு சத்சங்கம்தான் நமது ஹோம்ப்ரூ கம்ப்யூட்டர் கிளப். இந்தக் குழுவின் மூலம் வாஸ் நிறைய கற்றுக்கொள்கிறார். இயல்பாகவே எதையும் செய்து பார்த்துவிடும் அவரது ஆர்வம் பன்மடங்கு அதிகரிக்கிறது.

மைக்ரோப்ராசஸர்கள் குறித்து அவரால் நன்கு அறிந்துகொள்ள முடிகிறது. இணைந்து கற்றுக்கொள்வதே இக்குழுவின் கொள்கை. தங்களுக்குத் தெரிந்ததைப் பிறருக்கும் சொல்லிக்கொடுப்பது. அதுபோல பிறர் அனுபவங்களிலிருந்து கற்பது.

வாஸ் மனத்தில் டெர்மினல் ஒன்றைச் செய்யும் எண்ணம் இருந்தது. டெர்மினல் என்பது ஒரு குட்டி கம்ப்யூட்டர். மானிட்டர், கீபோர்ட், இவற்றுடன் தொலைவில் இருக்கும் திறன் வாய்ந்த கம்ப்யூட்டருடன் தொடர்புகொள்ளும் ஆற்றல்.

தான் செய்யும் டெர்மினலில் வாஸ் நல்லதொரு மைக்ரோப்ராசஸரை இணைக்க முடிவுசெய்தார். இவ்வாறு செய்வதால் டெர்மினலின் கம்ப்யூட்டிங் ஆற்றலைப் பயன்படுத்தியே பல பிரா செயல்களைச் செய்துகொள்ள முடியும். எல்லாவற்றிற்கும் தொலைவில் இருக்கும் சக்தி வாய்ந்த கம்ப்யூட்டரை பிரா தொந்தரவு செய்யத் தேவையில்லை.

வாஸ் வடிவமைக்க நினைத்தது ஒருவிதமான டெக்ஸ்டாப் கம்ப்யூட்டர். இன்று நமது வீடுகளில் இருக்கும் டெக்ஸ்டாப் கம்ப்யூட்டர்களின் ஆதி அவதாரம். கீபோர்ட், மானிட்டர், கொஞ்சம் பிராசஸிங் பவர். அனைத்தும் ஒரே பேக்கேஜாக.

தனது டெர்மினலுக்காக பல்வேறு பிராசஸர்களை ஒப்பிட்டுப் பார்த்தார் வாஸ். இன்டெல் 8080 என்னும் பிராசஸர் சிறப்பாக இருக்கும் என்று வாஸுக்குத் தோன்றியது. ஆனால் விலை கட்டுப்படியாகவில்லை. ஒரு பிராசஸரின் விலையே அவரது வீட்டின் ஒருமாத வாடகையை விட அதிகம். வீட்டு வாடகை வாஸை எப்போதும் படுத்தியிருக்கிறது.

விரலுக்கேற்ற வீக்கம் என அடுத்து அவர் பார்வைக்கு வந்தது ஒரு மோட்ரோலா 6800. நண்பர் ஒருவர் நாற்பது டாலர் விலைக்கு வாங்கித் தருவதாகச் சொன்னார்.

இன்னும் சல்லிசாக ஒரு பிராசஸர் கிடைத்தது. இருபது டாலர்தான். இப்போதைக்கு இதையே வைத்துக்கொள்வோம் என்று முடிவு செய்தார் வாஸ்.

குறைந்த விலைதான். ஆனால் அது இன்டெல் பிராசஸர் இல்லை. *MOS* என்றொரு நிறுவனத்தினுடையது. பிற்காலத்தில் இன்டெல்பிரா பிராசஸர்கள் பரவலாயின. இன்டெல் அல்லாத வேறொரு பிராசஸரைத் தேர்ந்தெடுத்த இந்த முடிவு ஆப்பிளுக்கு ஒரு நீண்டகாலத் தலைவலியாக இருந்தது.

MOS நிறுவனத்தின் பிராசஸரைத் தேர்ந்தெடுக்கக் குறைந்த விலை மட்டுமே காரணமில்லை. அது நல்ல வேகத்தில் இயங்கவும் செய்தது. தான் செய்யவிருக்கும் கம்ப்யூட்டருக்கு இதுவே போதுமானதாக இருக்கும் என்று வாஸ் நம்பினார்.

ஜூன் 29, 1975. ஞாயிற்றுக்கிழமை. முதன்முறையாக வாஸின் கம்ப்யூட்டர் வேலை செய்யத் தொடங்கியது. அவர் கீபோர்டில் டைப் செய்தது மானிட்டரில் வந்தது. வாஸைப் பொறுத்தவரை அவரொரு கம்ப்யூட்டர் செய்துவிட்டார்.

வழக்கம் போல ஜாப்ஸை அழைத்துக் காட்டுகிறார். அவருக்கும் இந்தக் குட்டி கம்ப்யூட்டர் பிடித்துவிடுகிறது. அடுத்தடுத்து வாஸிடம் கேள்விகள் கேட்கத் தொடங்குகிறார் ஜாப்ஸ். டிஸ்க் சேர்க்க முடியுமா? இன்னும் மெமரியை அதிகப்படுத்த முடியுமா? நெட்வொர்க் இணைக்க முடியுமா? இவ்வாறு பல்வேறு கேள்விகள். இத்தனை கேள்விகள் கேட்கிறார் என்றாலே ஜாப்ஸுக்கு இது மிகவும் பிடித்துவிட்டது என்று புரிந்துகொள்கிறார் வாஸ்.

கம்ப்யூட்டருக்கான மேலும் சில உதிரிப் பாகங்களை வரவழைத்துக் கொடுக்கிறார் ஜாப்ஸ். என்ன விலை என்று வாஸ் கேட்டபோது இலவசம் என்கிறார் ஜாப்ஸ். இதுவும் தன் சாமர்த்தியமான பேச்சுத்திறனால் ஜாப்ஸ் செய்த மாயம்தான்.

இதன் பின்னர் வாஸுடன் ஜாப்ஸும் அக்குழுக் கூட்டத்திற்குச் செல்லத் தொடங்குகிறார். முன்னமே சொன்னது போல அக்குழுவில் ரகசியம் என்று எதுவும் கிடையாது. கூடிக் குளிர்ந்தேலோர் என்று ஒருங்கிணைந்து செயல்படுவதே நோக்கம்.

இதனாலேயே இக்குழுவிற்கும் பில் கேட்ஸுக்கும் உரசல் இருந்தது. கேட்ஸ் இவர்களுக்கு ஒரு கடிதம் எழுதுகிறார். நீங்கள் செய்யும் பலவும் திருட்டு வேலைகள். நீங்கள் சாஃப்ட்வேர் திருடுகிறீர்கள். ஏனோதானோவென்று ஏதேதோ செய்கிறீர்கள். இதனால் நீங்கள் சிறப்பான சாஃப்ட்வேர்கள் உருவாவதைத் தடுக்கிறீர்கள் என்று குற்றஞ்சாட்டுகிறார்.

குழு இதைப் பொருட்படுத்தியதாகத் தெரியவில்லை. ஆனால் ஜாப்ஸ் மனத்திலும் கேட்ஸ் சொல்வது சரியென்று படுகின்றது.

எல்லாவற்றையும் வெளிப்படையாகச் சொல்லத் தேவையில்லை என்று முடிவுசெய்கிறார். இனிமேல் நமது சர்க்யூட்களின் அனைத்துத் தகவல்களையும் குழுவிடம் சொல்லவேண்டாம் என்று வாஸிடம் கூறுகிறார் ஜாப்ஸ்.

வாஸ் வடிவமைத்திருந்த கம்ப்யூட்டரை விற்கத்தான் இந்த அத்தியாயத்தின் தொடக்கத்தில் குறிப்பிட்ட நிறுவனம் தொடங்கும் யோசனை.

இது விற்குமா? யார் வாங்குவார்கள்? விற்றாலும் நமக்கு லாபம் வருமா? வாஸின் மனத்தில் அடுக்கடுக்கான கேள்விகள். இவை எதற்குமே ஜாப்ஸ் நேரடியாகப் பதிலளிக்கவில்லை. ஆனாலும் வாஸைச் சம்மதிக்க வைத்துவிடுகிறார்.

வாஸ் கருவியொன்றை வடிவமைப்பார். ஆனால் அதை விற்றுப் பணம் பண்ணலாம் என்னும் சிந்தனையே அவருக்கு வராது. புளூ பாக்ஸ் விஷயத்திலும் இவ்வாறே நடந்தது. இப்போதும் அவ்வாறே. அவரைப் பொறுத்தவரை தான் நினைத்ததை வடிவமைத்து வேலை செய்ய வைத்தவுடன் சுபம் போட்டுவிடுவார். வாஸுக்கு அதுவே நிறைவு.

வாஸின் வேலை முடியும் இடத்தில்தான் ஜாப்ஸின் வேலை தொடங்குகிறது. இக்கருவியைப் பாராட்டிச் சீராட்டி விற்றுத் தீர்த்தால் அவருக்கு நிறைவு.

பாராட்டிச் சீராட்டப் பெயர் வேண்டாமா? பெயர் வைத்த கதை அடுத்த அத்தியாயத்தில்.

6. நாமகரணம்

வாஸ் வடிவமைத்த சர்க்யூட் வேலை செய்தது. ஜாப்ஸுக்கும் அது பிடித்திருந்தது. பணமும் தயார். ஜாப்ஸின் பஸ்ஸும், வாஸின் கால்குலேட்டரும் காசாகியிருந்தன.

அடுத்த கட்டம் ஒரு நிறுவனம் தொடங்குவது. என்ன பெயர் வைப்பது என்று தீவிரமாகச் சிந்தித்தனர் இரண்டு ஸ்டீவ்களும்.

'மேட்ரிக்ஸ்', 'எக்ஸிக்யூட்டெக்' இப்படி விதம் விதமாக யோசித்துப் பார்த்தனர். எதுவும் பிடிக்கவில்லை. டெக்னிகலாக இருந்தாலும் ஜாப்ஸுக்கு இப்பெயர்கள் போரடித்தன.

பெயரை முடிவு செய்ய நீண்ட நாள் செலவிடக்கூடாது என்பதில் உறுதியாக இருந்தார் ஜாப்ஸ். நிறுவனத்தைப் பதிவு செய்வதை அவர் தாமதிக்க விரும்பவில்லை.

வாஸிடம் இன்னும் இரண்டு சர்க்யூட் டிசைன்கள் கேட்டிருந்தால் கூடச் செய்து முடித்திருப்பார். ஆனால் பெயர் வைப்பதெல்லாம் வாஸின் எல்லைக்குட்பட்டதல்ல.

வாஸ் அப்படித்தான். சில விசயங்களில் அவரொரு ஜீனியஸ். ஆனால், அவருக்குப் பிடிக்காத வேலை என்றால் குழந்தைத் தனமாகத்தான் செயல்படுவார். குழந்தை என்ன செய்தாலும்

அழகு தானே. அந்த விதத்தில் ஜாப்ஸ் அவரை அப்படியே ஏற்றுக்கொண்டார்.

இதைக் குறிப்பிட்டுச் சொல்வதற்கொரு காரணம் இருக்கிறது. ஜாப்ஸ் எவரிடமும் விட்டுக்கொடுத்துப் போகிறவரல்ல. எதிராளி அறிவாளி என்றால் மரியாதை. அறிவாளி என்றால் மட்டுமே.

விசயம் தெரியாமல் தத்துப்பித்தென உளறிக்கொட்டினால் நெற்றிக்கண்ணைத் திறந்துவிடுவார் ஜாப்ஸ். அடிக்கடி அவ்வாறு திறந்துவிடுவதுதான் சிக்கல்.

பெயர் சூட்டும் படலத்திற்கு மீண்டும் வருவோம்.

'நாளை மதியத்திற்குள் முடிவு செய்துவிடவேண்டும்' உறுதியான குரலில் வாஸிடம் கூறுகிறார் ஜாப்ஸ். நாளைக்குள் நமக்கு வேறெந்தப் பெயரும் பிடிபடவில்லை என்றால் 'ஆப்பிள்' என்றே வைத்துக்கொள்ளலாம் என்கிறார்.

சற்றும் தொடர்பில்லாத பெயராக உள்ளதே? ஆப்பிள் என்றொரு பழத்தின் பெயர் கம்ப்யூட்டர் செய்ய முனையும் ஒரு நிறுவனத்திற்கு எவ்வாறு பொருந்தும்?

முதலில் ஜாப்ஸுக்கு இப்பெயர் தோன்றக் காரணம் என்னவென்று பார்ப்போம். ஒன்றல்ல, இரண்டு காரணங்கள் இருக்கின்றன.

முதலாவது, இச்சம்பவங்கள் நிகழ்ந்துகொண்டிருந்தபோது ஜாப்ஸ் ஒரு பழ உண்ணியாக இருந்தார். அதென்ன பழ உண்ணி? வெறுமனே பழங்கள் மட்டும் சாப்பிட்டு உயிர் வாழ்வது.

வெஜிடேரியன் போல ஃப்ரூட்டேரியன்.

ஜாப்ஸ் உணவு விசயத்தில் பல்வேறு சோதனைகள் செய்து பார்ப்பவர். காந்தி போலவே. ஜாப்ஸின் தாயார் கிளாராவுக்கு இது பெருந்தலைவலியாக இருந்தது. பழம் சாப்பிடுவது நல்லது தானே. இதிலென்ன சிக்கல் என்கிறீர்களா? இத்தோடு நிறுத்திவிட்டால் அவர் எப்படி ஜாப்ஸாக இருக்க முடியும்.

தனது உணவுப் பழக்கத்தை வித்தியாசமான சொற்களில் தாயார் கிளாராவிடம் சொல்வது அவரது வழக்கம். ஒருமுறை இவ்வாறு

கூறிவிடுகிறார், 'இனி நானொரு இலையுண்ணி. இலைகளை உண்பேன். எல்லா இலைகளையும் அல்ல. நிலவொளியில் கன்னிப்பெண்களால் பறிக்கப்பட்ட இலைகளை மட்டும்.'

சராசரிப் பிள்ளையென்றால் வேடிக்கையாகச் சொல்கிறது என்று விட்டிருப்பார்கள். ஜாப்ஸ் என்பதால் அவ்வாறு விடவும் முடியாது.

பிறருக்கெல்லாம் பைத்தியக்காரத்தனமாகத் தெரியும் ஒரு செயல் அவருக்குப் பிடித்துப்போகவும் வாய்ப்பிருப்பதே சிக்கல். எப்போதும் தன் பிள்ளை என்ன உண்கிறது என்பதில் ஒரு கண் வைத்திருந்தார் கிளாரா.

ஜாப்ஸ் ஃப்ரூட்டேரியனாக இருந்தது ஆப்பிள் என்னும் பெயர் வைக்க முதல் காரணம். இரண்டாவது அவரது நண்பர் ஒருவரின் தோட்டத்திற்கு அவர் அவ்வப்போது செல்வது வழக்கம். ஆல் ஒன் ஃபார்ம் என்பது அத்தோட்டத்தின் பெயர். அங்கிருக்கும் ஆப்பிள் மரங்கள் ஜாப்ஸுக்குப் பிடித்திருந்தன. அவற்றைப் பராமரிப்பதில் அவருக்கொரு மகிழ்ச்சி.

ஆப்பிள் என்னும் பெயர் ஜாப்ஸின் மனத்தில் தோன்ற இவையிரண்டும் முதன்மையான காரணங்கள். அப்பெயர் பிடித்துப்போகவும் சில காரணிகள் இருந்தன.

ஆப்பிள் அழகு. அதேவேளையில் பார்ப்பதற்கு எளிமையாகத் தோன்றும் ஒன்று. ஆனால் அதன் வடிவமைப்பில் இயற்கையின் தேர்ந்த கைவண்ணம் இருக்கிறது.

ஜாப்ஸ் சில காலங்கள் அடாரி என்றொரு நிறுவனத்தில் வேலை செய்தார் அல்லவா? ஆப்பிள் என்னும் சொல் அகர வரிசைப்படி அடாரி என்னும் சொல்லுக்கு முன்பே வந்துவிடும். டெலிஃபோன் டைரக்டரிகளில் தங்கள் நிறுவனத்தின் பெயர் முதலில் வருவது ஜாப்ஸுக்குப் பிடித்திருந்தது. இதை நேர்காணல் ஒன்றில் ஜாப்ஸ் குறிப்பிட்டுள்ளார்.

ஜாப்ஸின் சாய்ஸை வாஸ் ஏற்றுக்கொண்டார். ஆப்பிள் என்று நாமகரணம் செய்தனர். வாஸின் முழு நேரப் பணி HP நிறுவனத்தில். என்னதான் பெயரெல்லாம் முடிவுசெய்து தங்கள்

நிறுவனத்திற்குப் பிள்ளையார் சுழி போட்டுவிட்டாலும் அவர் *HP*யை விட்டுவரவில்லை. அத்தோடு நிறுத்தினால் ஜாப்ஸுக்குப் பிரச்னையில்லை. வாஸ் ஓர் அக்மார்க் நல்லவர். அவர் வடிவமைக்கும் சர்க்யூட்கள் எல்லாம் அவரது பிள்ளைகள்போல. அவருக்கு அந்த எலெக்ட்ரானிக் சர்க்யூட்கள்தான் எல்லாமே.

வாஸ் *HP* நிறுவனத்தில் பணிபுரியும் காலத்தில் இந்தக் கம்ப்யூட்டர் சர்க்யூட்டை வடிவமைத்திருந்தார். எனவே *HP*யிடமும் இதைக் காட்டுவதுதான் முறையானது என்கிறார். அவர்களுக்கும் இதில் உரிமையுள்ளது என்றெல்லாம் சொல்கிறார்.

ஜாப்ஸின் அகராதியில் முறையெல்லாம் கிடையாது. 'என் வழி தனி வழி' என்று போய்க்கொண்டே இருப்பவர். வேறொரு நபரென்றால் நெற்றிக்கண்ணைத் திறந்திருப்பார். ஆனால் வாஸிடம் அவ்வாறு செய்வதில்லை என முடிவெடுத்திருந்தார்.

ஜாப்ஸுக்கு ஒன்று புரிந்தது. தனக்கும் வாஸுக்கும் இடையே வாக்குவாதம் ஏற்படுவது நல்லதல்ல. எனவே மூன்றாவதாக ஒரு நபர் தேவை என்று முடிவு செய்கிறார் ஜாப்ஸ். கிரிக்கெட் மேட்ச்களில் மூன்றாவது நடுவர் போல.

இதற்கென ஜாப்ஸ் தேர்ந்தெடுத்த நபர் ரோனல்ட் வெய்ன் *(Ronald Wayne)*. செல்லமாக ரான். இவரும் அடாரியில் வேலை பார்த்தவர் தான். அப்போதே இவரது ஆர்வம் ஜாப்ஸுக்குப் பிடித்திருந்தது.

ஜாப்ஸின் அழைப்பை ரான் ஏற்றுக்கொள்கிறார். அவரது வீட்டில் தான் ஆப்பிள் நிறுவனத்தின் அடிப்படைச் சட்டத் திட்டங்கள் முடிவுசெய்யப்படுகின்றன. ஆப்பிள் நிறுவனத்தில் இப்போது மூன்று பங்குதாரர்கள். ஜாப்ஸ், வாஸ் மற்றும் ரான். ஜாப்ஸுக்கும் வாஸுக்கும் நாற்பத்தைந்து சதவீதம். மிச்சமிருக்கும் பத்து ரானுக்கு.

பொறுப்புகளையும் பிரித்துக்கொள்கின்றனர். எலெக்ட்ரிக்கள் சங்கதிகள் அனைத்தும் வாஸ் வசம். நிறைய மார்க்கெட்டிங்கும் கொஞ்சம் எலெக்ட்ரிக்களும் ஜாப்ஸிடம். மெக்கானிகல் மற்றும்

நிறுவனத்திற்கான சட்டபூர்வமான ஏற்பாடுகள் அனைத்தும் ரானிடம்.

வாஸ் வடிவமைத்திருக்கும் சர்க்யூட் ஆப்பிள் நிறுவனத்தின் சொத்து. எனவே அதை *HP*யிடம் காண்பிக்கத் தேவையில்லை. பல்வேறு கோணங்களில் எடுத்துச் சொல்லி வாஸை வழிக்குக் கொண்டுவர முயல்கின்றனர்.

எவ்வளவோ சொல்லியும் வாஸ் ஒப்புக்கொள்ளவில்லை. *HP*யிடம் காட்டுவதுதான் உசிதம் என்கிறார். வேறுவழியில்லாமல் ஜாப்ஸ் அதற்குச் சம்மதிக்கிறார். ஒரு சுபயோக சுபதினத்தில் தாம் வடிவமைத்த கம்ப்யூட்டர் சர்க்யூட்டை *HP*யிடம் காட்டுகிறார். அவரது டெமோவை பொறுமையாகப் பார்க்கின்றனர்.

'நன்றாகத்தான் உள்ளது. ஆனால் நமது நிறுவனத்தின் தரத்தில் இல்லை. எனவே வாடிக்கையாளர்களிடம் இது எடுபடாது' என்று மறுத்துவிடுகிறார்கள்.

HP மறுத்தது வாஸுக்கு வருத்தம் தான். ஆனால் இனி தன்னை எவரும் பிழை சுட்ட முடியாது என்பதில் மகிழ்ச்சி. ஒருவழியாக வாஸ் வடிவமைத்த கம்ப்யூட்டர் ஆப்பிளின் தனிப்பட்ட சொத்தாக மாறுகிறது.

நிறுவனத்தைத் தொடர்ந்து நடத்த இன்னும் பணம் தேவைப்படுகிறது. கடன் வாங்குவதென ஜாப்ஸ் முடிவுசெய்கிறார். ரானுக்கு இதில் உடன்பாடில்லை. ஏற்கனவே அவர் இதுபோன்ற ஒரு முயற்சி செய்து கையைச் சுட்டுக்கொண்டவர்.

சூடுபட்ட பூனை என்பதால் ஜாப்ஸின் கடன் வாங்கும் யோசனையை ரான் மறுக்கிறார். வேறுவிதத்தில் சமாளிப்போம் என்றெல்லாம் சொல்லிப்பார்க்கிறார். எவர் சொல்லி ஜாப்ஸ் கேட்டிருக்கிறார் இவர் சொல்லிக் கேட்க.

தாம் திட்டமிட்டபடியே கடன்வாங்கும் யோசனையைத் தொடர்கிறார். ரான், இனி பொறுப்பதில்லை என்று முடிவெடுத்து, ஆப்பிள் நிறுவனத்தில் இருந்து விலகிக்கொள்வதாக அறிவிக்கிறார். ஜாப்ஸும் வாஸும் ஏற்றுக்கொள்கின்றனர். ரானின் பங்கிற்கு

எண்ணூறு டாலர்கள் மட்டுமே கிடைக்கிறது. முறையாக ஆப்பிள் நிறுவனத்தைத் தொடங்கியது மூன்று பேர். ஜாப்ஸ், வாஸ், ரான். இதில் ரான் பன்னிரண்டு நாள்களிலேயே விலகிவிடுகிறார். சில நாள்கள்தான் என்றாலும் ரான் மூன்று முக்கியமான செயல்களைச் செய்திருக்கிறார்.

முதலாவது ஆப்பிள் நிறுவனத்தின் பார்ட்னர்ஷிப் ஒப்பந்தத்தை வடிவமைத்தது. இரண்டாவது ஆப்பிளுக்கென ஒரு லோகோ உருவாக்கியது. இன்றிருக்கும் லோகோ அல்ல அது. நியூட்டனை யெல்லாம் வைத்து ஓர் ஓவியம் வரைந்திருந்தார் ரான். மூன்றாவது வாஸ் வடிவமைத்த கம்ப்யூட்டருக்கான டாக்குமெண்டேஷனை எழுதிக்கொடுத்தது.

ஆப்பிள் நிறுவனத்தில் அவரது பங்கு பத்து சதவீதம். அதற்கென அவர் பெற்றுக்கொண்டது எண்ணூறு டாலர்கள். இரண்டாயிரத்துப் பன்னிரண்டாம் ஆண்டில் அந்தப் பத்து சதவீதத்தின் மதிப்பு ஐம்பத்து நான்கு பில்லியன் டாலர்கள். இன்றைய சூழலில் இதைவிடப் பன்மடங்கு.

ரானிடம், தங்களது முடிவு குறித்து வருந்துகிறீர்களா என்று கேட்டபோது, 'இல்லை. அன்றைக்கு என் மனத்திற்கு எது சரியென்று பட்டதோ அதையே செய்தேன். குறையொன்றுமில்லை' என்று முடித்துக்கொள்கிறார்.

ரானுக்கு உண்மையில் இருந்த பயம் ஜாப்ஸ் போன்ற எதற்குமே கட்டுப்படாத ஒருவரைச் சமாளிக்க இயலாது என்பது தான்.

மூன்றாவது நடுவர் போல வந்தார் ரான். அவரே அவுட் ஆகிப் போனதுதான் விநோதம்.

ஸ்டீவ் ஜோடியிடம் இப்போது கம்ப்யூட்டர் இருக்கிறது. ஒரு நிறுவனமும். ஆனால் அவர்களது கம்ப்யூட்டர் விற்றதா? லாபம் பார்த்தார்களா? அடுத்த அத்தியாயத்தில்.

7. ‘உ லாபம்’

வீட்டிலேயே கம்ப்யூட்டர் செய்ய முடியுமா? பொருளற்ற வினா என்றுதானே தோன்றுகிறது? அவ்வாறல்ல. ஆப்பிள் கம்ப்யூட்டரின் முதல் மாடலை வீட்டில்தான் செய்தார்கள். ஜாப்ஸின் வீட்டில்.

பால் ஜாப்ஸுக்குத் தன் மகனுடன் இருப்பதில் மகிழ்ச்சி. ஆப்பிள் கம்ப்யூட்டரைச் செய்யத் தொடங்கிய பின் வீடே களைகட்டியது. கார்களை ரிப்பேர் செய்வதற்கென அவர் வைத்திருந்த கராஜை மொத்தமாக ஆப்பிள் குழுவிடமே கொடுத்துவிட்டார்.

இவர்கள் செய்யும் கம்ப்யூட்டரை யார் வாங்கவிருக்கின்றனர்? அங்குதான் ஜாப்ஸின் கைவண்ணம் இருக்கிறது.

வாஸ் செய்த கம்ப்யூட்டரை ஹோம்ப்ரூ கம்ப்யூட்டர் குழுவிடம் காண்பித்தனர். சின்னஞ்சிறு மைக்ரோபிராசஸர். எட்டு கிலோ பைட் மட்டுமே மெமரி. தனது கம்ப்யூட்டருக்கென வாஸ் எழுதியிருந்த பேசிக் *(BASIC)* மொழியின் ஒரு வெர்ஷன். இவ்வளவுதான். அடக்கமான கம்ப்யூட்டர்.

அப்போதிருந்த கம்ப்யூட்டர்களில் இன்புட் கொடுப்பது கூட எளிதானதல்ல. வண்ண வண்ண விளக்குகள், விதவிதமான ஸ்விட்சுகள் என பழைய படங்களில் வரும் வில்லன்களின் கூடாரம் போல இருக்கும்.

‘எங்கள் கம்ப்யூட்டரில் இவையெல்லாம் கிடையாது. மனிதர்களால் எளிதில் டைப் செய்து இன்புட் கொடுக்க முடியும்’ என்று பெருமையாகக் கூறியது ஸ்டீவ் ஜோடி. ஆப்பிளின் முதன் வெர்ஷனிலேயே அவர்கள் ஒரு விஷயத்தில் தெளிவாக இருந்தனர். அது பயன்படுத்த எளிமையாக இருக்க வேண்டும்.

ஜாப்ஸ் சிறப்பாக டெமோ செய்தார். ஆனாலும் ஹோம்ப்ரூ குழு திருப்தியடையவில்லை. இன்டெல் பிராசஸர் இல்லை என்றனர். நீங்கள் வைத்திருக்கும் பிராசஸர் சரியாக வேலை செய்யாது என்று கூறிக் கலைந்தனர்.

ஒரே ஒருவர் மட்டும் செல்லவில்லை. அவரது பெயர் பால் டெரல். அவர் கம்ப்யூட்டர்கள் விற்கும் கடையொன்றைத் தொடங்கியிருந்தார். பைட் ஷாப் *(Byte Shop)* என்பது அவரது கடையின் பெயர்.

அமெரிக்காவெங்கும் தனது பைட் ஷாப்பின் கிளைகள் பரவ வேண்டும் என்பது அவரது கனவு. ஓராண்டிற்கு முன்னர் ஒரே ஒரு கடைதான் இருந்தது. அது இப்போது மூன்றாக வளர்ந்திருந்தது.

‘உங்கள் கம்ப்யூட்டர் எனக்குப் பிடித்திருக்கிறது’, ஜாப்ஸிடம் பால் டெரல் கூறினார். என்னை வந்து பாருங்கள் என்று அழைப்பு விடுத்தார். இது போதாதா ஜாப்ஸுக்கு? மறுநாளே சென்றுவிட்டார். இவ்வளவு விரைவாக வருவார்கள் என்று டெரல் எதிர்பார்க்கவில்லை. அந்த பைட் ஷாப் கடையில்தான் ஆப்பிளின் முதல் விற்பனை நடந்தது.

ஒன்றல்ல. ஐம்பது கம்ப்யூட்டர்கள் வாங்கிக்கொள்வதாகச் சொன்னார் டெரல். ஜாப்ஸின் வார்த்தை ஜாலம்தான். ஆனால் வெறுமனே சர்க்யூட் போர்டாக இருக்கக் கூடாது. தேவையான அனைத்து சிப்களையும் ஒருங்கிணைத்துத் தரவேண்டும். இவ்வாறிருந்தால் நிறைய வாடிக்கையாளர்களுக்குப் பிடித்துப்போகும் என்றார் டெரல்.

ஒரு கம்ப்யூட்டருக்கு ஐநூறு டாலர் விலை தருவதாகச் சொன்னார். கேஷ் ஆன் டெலிவரி. கம்ப்யூட்டரைக் கொடுத்துவிட்டு காசு வாங்கிக்கொள்ள வேண்டும்.

'டீல் ஓகே' என்று வந்துவிட்டார் ஜாப்ஸ். வெளியில் வந்தவுடன் வாஸை அழைக்கிறார். நடந்ததை அவரிடம் விளக்கினார். வாஸால் இதை நம்பவே முடியவில்லை. ஐம்பது கம்ப்யூட்டர்களுக்கு ஆர்டர் கிடைக்கும் என்று அவர் ஒருபோதும் நினைத்துக் கூடப் பார்த்ததில்லை.

ஆர்டர் கிடைத்துவிட்டது. ஆனால் ஐம்பது கம்ப்யூட்டர்கள் செய்வதற்கான முதலீடு? எப்படிப் பார்த்தாலும் அவர்களுக்குப் பதினைந்தாயிரம் டாலர் தேவைப்பட்டது. பல வங்கிகளிலும் கடன் கேட்டனர். எங்கெல்லாமோ அலைந்தும் ஐந்தாயிரம் டாலர் மட்டுமே கடனாகக் கிடைத்தது.

ஜாப்ஸ் சோர்ந்துவிடவில்லை. இறுதியாக க்ராமெர் *(Cramer)* எலெக்ட்ரானிக்ஸ் என்றொரு நிறுவனத்தைப் பிடித்தனர். அவர்கள் முன்பணமில்லாமல் கம்ப்யூட்டருக்கான உதிரிப் பாகங்களை வழங்கத் தயாராக இருந்தனர். ஆனால் அந்நிறுவனத்தின் மேலாளருக்கு ஐயம். இவர்களிடம் உண்மையில் ஐம்பது கம்ப்யூட்டர்களுக் கான ஆர்டர் இருக்கிறதா என்று தெரிந்துகொள்ள விரும்பினார்.

பால் டெரல் இந்த ஆர்டரை உறுதிசெய்யவேண்டும் என்று க்ராமெர் நிறுவனத்தின் மேனேஜர் அடம்பிடித்தார். டெரலிடம் ஜாப்ஸ் பேசி இதற்கும் சம்மதிக்க வைத்தார். டெரல் சொன்னவுடன் ஒப்புக்கொண்டார் மேனேஜர். முப்பது நாள்களுக்குள் கடனைத் திரும்பச் செலுத்திவிட வேண்டும்.

இப்படித்தான் ஜாப்ஸின் வீட்டில் கம்ப்யூட்டர் செய்யும் படலம் துவங்கியது. வாஸ் மட்டுமே தனியாக ஐம்பது கம்யூட்டர்களையும் செய்ய நீண்ட நாள்களாகும். எனவே ஒரு சிறு குழுவாகச் செயல்படுவது என்று முடிவு செய்தனர்.

இக்குழுவின் உறுப்பினர்கள்: வாஸ், ஜாப்ஸ், அவர்களது நண்பர் டேனியல் கோட்கி. இவர்களுடன் ஜாப்ஸின் சகோதரி *Patty*. ஜாப்ஸைப் போலவே இவரையும் தத்தெடுத்திருந்தனர் பாலும் க்ளாராவும். எலிசபெத் ஹோம்ஸ் என்றொருவரும் இருந்தார்.

இதில் ஹோம்ஸ் ஏற்கெனவே நகைகள் செய்யும் தொழில்நுட்பம் படித்திருந்தார். அவரிடம் சர்க்யூட் போர்டில் சிப்களை சால்டரிங் செய்யும் வேலை வழங்கப்பட்டது. சில போர்டுகளில் நன்றாக சால்டரிங் செய்தார். சிலவற்றில் ஜாப்ஸ் எதிர்பார்த்த துல்லியம் இல்லை. நம்மால் ஒரே ஒரு சிப்பைக் கூட விரயமாக்க முடியாது என்று கண்டிப்பாகக் கூறிவிட்டார் ஜாப்ஸ். எனவே அவரைக் கணக்குப் பார்க்கும் வேலைக்கு மாற்றினார்.

சால்டரிங் செய்யும் பணியை ஜாப்ஸ் தானே செய்வது என்று முடிவுசெய்தார். அனைத்து சிப்களையும் சால்டரிங் செய்து முடிக்கவேண்டும். பின்னர் வீட்டிலிருந்த டீவியுடன் கனெக்ட் செய்ய வேண்டும். வேலை செய்கிறதா என உறுதிப்படுத்திக் கொண்ட பின்னர் அட்டைப்பெட்டியில் பேக் செய்யவேண்டும்.

எதிர்பார்த்தபடி வேலை செய்யவில்லையென்றால், ஒவ்வொரு பாகமாகச் சோதிக்கவேண்டும். பணி திருப்திகரமாக முடியும் வரை எந்தவொரு சமரசமும் கிடையாது.

ஐம்பது கம்ப்யூட்டர்களும் செய்து முடிக்கும்வரை அவர்கள் காத்திருக்கவில்லை. ஒரு டஜன் கம்ப்யூட்டர்கள் ரெடி என்றால் வண்டியை பைட் ஷாப்பிற்கு விடவேண்டியதுதான். கம்ப்யூட்டரைக் கொடுத்துவிட்டு காசு வாங்கிக்கொண்டு வருவது ஜாப்ஸின் வேலை.

முதல் டஜனை ஜாப்ஸ் கொண்டுவந்தபோது டெரலுக்கு அதிர்ச்சி. பவர் கேபிள் இல்லை. மானிட்டரும் கீபோர்டும் மிஸ்ஸிங். கம்ப்யூட்டர் என்றால் இவையனைத்துமே சேர்ந்துவரும் என்று நம்பிக்கொண்டிருந்தார் டெரல்.

ஜாப்ஸ் கொண்டு சென்றதில் இவை எதுவுமே இல்லை. அவற்றையெல்லாம் நீங்கள்தான் வாங்கிக்கொள்ளவேண்டும் என்று உறுதியாகத் தெரிவித்துவிட்டார் ஜாப்ஸ். ஜாப்ஸுடன் வாதாடி டெரலால் வெற்றிபெற முடியவில்லை. வந்ததை வாங்கிக்கொண்டார்.

அடுத்தடுத்த டஜன்களை விரைவிலேயே டெலிவரி செய்தனர். பணமும் வந்தது. முப்பது நாள்களுக்கு உள்ளாகவே ஆப்பிள், இனி நட்டமில்லை என்னும் நிலையை எட்டியது.

ஐம்பது கம்ப்யூட்டர்கள் பைட் ஷாப்புக்கு. அதற்கென வந்த பணத்திலேயே நூறு கம்ப்யூட்டர்கள் செய்ய முடிந்தது. எனவே அடுத்த ஐம்பது முழுவதுமே ஆப்பிளின் கணக்கில் 'உ லாபம்' தான். இதற்குள் ஆப்பிள் கம்ப்யூட்டரின் புகழ் வாய்மொழியாகப் பரவத் தொடங்கியிருந்தது. எனவே மீதமிருந்த ஐம்பது கம்ப்யூட்டர்களை விற்பதில் எவ்விதச் சிக்கலுமில்லை. இன்னுமொரு நூறு கம்ப்யூட்டர்கள் செய்து வெவ்வேறு கடைகளில் வைத்து விற்பது என்று முடிவுசெய்தனர். என்ன விலைக்கு விற்பது என்பதில் ஜாப்ஸுக்கும் வாஸுக்கும் முரணிருந்தது.

கம்ப்யூட்டர் செய்ய எவ்வளவு செலவாகிறதோ அத்துடன் ஒரு சிறு லாபம் வைத்து விற்றுவிடலாம். இது வாஸின் கூற்று. ஜாப்ஸ் இதற்கு ஒப்புக்கொள்ளவில்லை. தங்களது கம்ப்யூட்டருக்கு டிமாண்ட் இருக்கும்போதே நல்ல லாபத்திற்கு விற்றுவிடுவது என்று முடிவுசெய்தார். நல்ல லாபம் என்று சொல்வதைக் காட்டிலும் கெட்ட லாபம் என்பதே பொருந்தும்.

கம்ப்யூட்டர் சர்க்யூட் போர்ட் செய்வதற்குச் செலவான அடக்கவிலையை விட மூன்று மடங்கு விலை வைத்தார் ஜாப்ஸ். *666.66* டாலர்.

ஜாப்ஸ் சொல்வதை ஏற்றுக்கொள்வதைத் தவிர வாஸுக்கு வேறென்ன வழி இருக்கிறது? ஐந்து தடவை வரும் *6* என்னும் பேட்டர்ன் வாஸுக்குப் பிடித்திருந்தது. லாபமெல்லாம் அவருக்கு முக்கியமில்லை. தனது கம்ப்யூட்டர்களை நிறைய பேர் வாங்கிப் பயன்படுத்தவேண்டும் என்பதே அவரது குறிக்கோள்.

அப்போது இன்டர்ஃபேஸ் என்றொரு பத்திரிகை வந்து கொண்டிருந்தது. தொழில்நுட்ப ஆர்வலர்களிடையே மிகவும் பிரபலம். அப்பத்திரிகையில் ஆப்பிள் கம்ப்யூட்டர் குறித்த கட்டுரை ஒன்று வந்தது. அதில் வாஸ், ஜாப்ஸைப் பற்றிச் சிறப்பாக எழுதியிருந்தார்கள். 'பயனாளர்களுக்கு என்ன வேண்டும் என்று

கண்டறிவதில் நாங்கள் முனைப்பாக இருக்கிறோம். அவர்களது தேவைகளை நிறைவு செய்வதே எங்களது நோக்கம்' என்று ஜாப்ஸ் சொன்னதைக் குறிப்பிட்டு எழுதியிருந்தார்கள்.

அந்தக் கட்டுரை ஆப்பிள் என்னும் பழத்தின் பெயர் தாங்கியிருக்கும் ஒரு கம்ப்யூட்டர் கம்பெனியைப் பலருக்கும் அறிமுகம் செய்தது.

தங்களது நிறுவனத்தின் பெயர் பலரையும் சென்றடைந்ததில் ஜாப்ஸுக்கு மகிழ்ச்சி. இன்னும் நிறைய கம்ப்யூட்டர்களை விற்க முடியும் என்பதால் அதற்கான வேலைகளில் மும்முரமாக இருந்தார் ஜாப்ஸ்.

வாஸின் உலகில் இவற்றுக்கெல்லாம் அதிக முக்கியத்துவமில்லை. அவரது எண்ணமெல்லாம் இப்போதிருக்கும் கம்ப்யூட்டரை எவ்வாறு மேம்படுத்துவது என்பதிலேயே இருந்தது.

கம்ப்யூட்டர் செய்வதில் பல்வேறு குழுக்களும் களமிறங்கத் தொடங்கியிருந்தன. அதிலொரு குழு செய்திருந்த கம்ப்யூட்டர் *SOL-20*. ஆப்பிள் கம்ப்யூட்டரை விடப் பார்ப்பதற்கு அழகாக இருந்தது. கீபோர்ட், மானிட்டர், பவர் கேபிள் என்று டெரல் கேட்டதெல்லாம் *SOL-20*இல் இருந்தது.

அதை ஒரு கண்காட்சியில் ஜாப்ஸும் வாஸும் பார்த்தனர். பார்வையாளர்கள் பலரையும் அந்த கம்ப்யூட்டர் கவர்கிறது என்று புரிந்துகொண்டனர்.

அடுத்தகட்டப் பாய்ச்சலுக்குத் தயாராயினர்.

8. ஊடல்

ஆப்பிள் கம்ப்யூட்டரின் முதல் அவதாரம் முழுமையானது அல்ல. அதைக் கடையிலிருந்து வீட்டுக்குக் கொண்டுவந்து அப்படியே பயன்படுத்த இயலாது. துறை சார்ந்த ஆர்வம் கொண்டவர்களுக்கு இது ஒரு பிரச்சினை இல்லை. ஆனால் கம்ப்யூட்டர்கள் குறித்த எதுவுமே தெரியாதவர்களுக்கு இது ஒரு பெருஞ்சிக்கல்.

கம்ப்யூட்டர் திருவிழாவில் ஸ்டீவ் இணை பார்த்த சில மாடல்கள் சிறப்பானதாக இருந்தன. அழகாகவும். பயன்படுத்தவும் எளிது. குறிப்பாக *SOL-20* அவர்களுக்கு மிகவும் பிடித்துப்போனது.

தங்களது கம்ப்யூட்டரின் அடுத்த வெர்ஷனை உருவாக்கும் நேரம் வந்துவிட்டது என்று புரிந்துகொண்டனர் இரண்டு ஸ்டீவ்களும்.

வெர்ஷன் இரண்டின் நோக்கம் எல்லாவிதமான பயனாளர்களையும் சென்றடைவது. கம்ப்யூட்டர் கடை வைத்திருக்கும் பால் டெரல் சொன்னது சரிதான் என்று ஜாப்ஸ் ஒப்புக்கொண்டார்.

ஆப்பிள் கம்ப்யூட்டரின் முதல் வெர்ஷனில் தேவையான சர்க்யூட்கள் அனைத்தும் இருந்தன. சிப்களும். ஆனால் அவற்றிற்கு ஒரு சட்டை கூட இல்லை. அதில் கேபினெட் கிடையாது. பவர் கேபிள் இல்லை. கீபோர்ட் மிஸ்ஸிங்.

இந்த வெர்ஷனில் இவை அனைத்தையுமே சேர்ப்பது என முடிவு செய்தனர். ஆள் பாதி, ஆடை பாதி என்பது போல சர்க்யூட் பாதி, பேக்கேஜிங் மீதி. சர்க்யூட் வாஸின் வேலை. பேக்கேஜிங் ஜாப்ஸ் கைவசம்.

சர்க்யூட்டைப் பொறுத்தவரை வாஸ் சிறப்பாகச் செய்து முடித்துவிட்டார். அவர் இதை ஆப்பிள் *II* என்று அழைத்தார். டிஸ்ப்ளே துல்லியமாக இருக்க வேண்டும் என்பதில் வாஸ் உறுதியாக இருந்தார். அதற்கேற்றபடி தனது சர்க்யூட்டை மாற்றியமைத்திருந்தார்.

அவர்கள் எப்போதும் சோதிக்கும் டெலிவிஷனுடன் இதை கனெக்ட் செய்யவில்லை. புரொஜெக்டர் ஒன்றுடன் இணைத்துப் பார்த்தனர். பெரிய சைஸ் திரையில் தங்களது கம்ப்யூட்டரின் அவுட்புட் எவ்வாறு வருகிறது என்று பார்ப்பதில் ஆர்வமாக இருந்தனர்.

கம்ப்யூட்டரை ஸ்விட்ச் ஆன் செய்தனர். வண்ணத் திரையில் டிஸ்ப்ளே அருமையாக இருந்தது. அவர்கள் எதிர்பார்த்ததைவிட கிரிஸ்ப்பாக வந்தது.

அந்த அறையில் மூன்று பேர் மட்டுமே இருந்தனர். ஜாப்ஸ், வாஸ். மூன்றாவது நபர் ஜிம் டெய்லர். இவர் இந்தக் கலர் புரொஜெக்டர் செய்யும் நிறுவனத்தில் பணியாற்றுபவர்.

'நான் இதுவரை இவ்வளவு தெளிவான டிஸ்ப்ளேயுடன் இருக்கும் கம்ப்யூட்டரைப் பார்த்ததில்லை. நான் நிச்சயம் இதுபோன்ற ஒரு கம்ப்யூட்டரை வாங்குவேன்' என்றார் ஜிம். வாஸுக்கும் ஜாப்ஸுக்கும் அவர் சொன்னது மிகவும் பிடித்துப்போனது. இந்தக் குதிரை நிச்சயம் ஜெயிக்கும் என்னும் நம்பிக்கை வந்தது.

அடுத்த வேலை கேபினெட் வடிவமைப்பது. பவர் சப்ளை யூனிட்டைச் செய்வது. இவையெல்லாம் செய்வதற்கு அவர்களிடம் போதுமான பணம் இல்லை. 'எங்கே தேடுவேன்...' என்று மீண்டும் அலையத் தொடங்கினர். நண்பர் ஒருவர் மூலம் அடாரி நிறுவனத்தின் தலைவரைச் சந்திக்க ஏற்பாடு செய்தனர். ஜோ கீனன் என்பவர்தான் அந்நிறுவனத்தின் தலைவர்.

அவரும் நேரம் கொடுத்தார். ஜாப்ஸும் வாஸும் மிகவும் நம்பிக்கையுடன் சென்றனர். தங்கள் திட்டத்தை ஜாப்ஸ் மிகச் சிறப்பாக எடுத்துரைத்தார்.

ஆனால் சிக்கல் வேறு ரூபத்தில் வந்தது. செருப்பு கூட அணியாமல் வெறுங்காலுடன் வந்திருந்த ஜாப்ஸை கீனனுக்குப் பிடிக்கவில்லை. அவர் அணிந்திருந்த உடைகள் புரொஃபஷனலாக இல்லை என்று நினைத்தார்.

இவற்றிற்கெல்லாம் சிகரமாக ஜாப்ஸின் ஒரு செய்கை அமைந்து. பேச்சு சுவாரசியத்தில் தனது காலைத் தூக்கி முன்பிருந்த டெஸ்கின் மீது வைத்துவிட்டார் ஜாப்ஸ்.

கீனன் கொதித்தெழுந்தார். கொஞ்சங்கூட நாகரிகம் தெரியாத உங்களுடன் எவ்விதத் தொடர்பும் வைத்துக்கொள்ள விரும்ப வில்லை என்று சொல்லிவிட்டுப் பாதியிலேயே கோபமாகக் கிளம்பிச் சென்றுவிட்டார் கீனன். ஜாப்ஸும் வாஸும் ஒருவரை ஒருவர் பார்த்துக்கொண்டனர்.

ஜாப்ஸ் செய்தது தவறு என்று வாஸ் சொல்லவில்லை. சொன்னாலும் ஜாப்ஸ் ஏற்கமாட்டார் என்று வாஸுக்குத் தெரியும்.

இந்தத் தேடுதல் படலத்தில் மேலும் சில மாதங்கள் ஓடின. கமோடர் *(Commodore)* கம்ப்யூட்டர் என்றொரு நிறுவனம். ஆப்பிள் கம்ப்யூட்டரைப் பற்றித் தெரிந்து வைத்திருந்தனர். அவர்களாகவே தேடிவந்தனர். மீண்டும் ஒரு டெமோ. இம்முறை ஜாப்ஸின் திருவிளையாடல் வேறுவிதமாக இருந்தது. சந்திப்பின் தொடக்கத்திலேயே ஜாப்ஸ் சொன்னது வாஸை அதிர்ச்சியடையச் செய்தது.

எங்களது கம்ப்யூட்டர் மிக நன்றாக வேலை செய்கிறது. அதற்கான முழு உரிமையையும் சில லட்சம் டாலர்களுக்கு விற்கவிருக்கிறோம். வாங்கிக்கொள்ள நீங்கள் தயாரா என்று கேட்டார் ஜாப்ஸ்.

சில நாள்களில் எங்களது முடிவைச் சொல்கிறோம். போய் வாருங் கள் என்று கமோடர் கம்ப்யூட்டர்காரர்கள் ஸ்டீவ் ஜோடியை அனுப்பிவைத்தனர்.

ஜாப்ஸ் எடுத்திருப்பது ஒரு முட்டாள்தனமான முடிவு என்று வாஸுக்குத் தோன்றியது. இம்முறை அவரிடம் சொல்லவும் செய்தார். ஆனால் தான் செய்வது சரி என்பதில் ஜாப்ஸ் உறுதியாக இருந்தார்.

சில தினங்களில் கமோடர் மீண்டும் அழைத்தது. நீங்கள் சொல்லும் விலை மிகவும் அதிகம். அதைவிடக் குறைந்த செலவிலேயே எங்களால் இதுபோன்ற ஒரு கம்ப்யூட்டரைச் செய்துவிட முடியும். டீல் நாட் ஓகே. குட் பை என்று முடித்துக்கொண்டனர்.

ஜாப்ஸ் கொஞ்சமும் சலனப்படவில்லை. நீங்கள் வாங்கவில்லை என்றால் நட்டம் உங்களுக்குத்தான். சொல்லிவிட்டு மாணிக் பாஷா ஸ்டைலில் நடைபோட்டு வந்துவிட்டார் ஜாப்ஸ்.

இந்த கமோடர் எபிசோட், வாஸின் மனத்தில் ஒரு குழப்பத்தை ஏற்படுத்திவிட்டது. ஆப்பிளில் தனது பங்கு என்ன என்பதில் அவருக்கு ஐயம் எழுந்தது. ஜாப்ஸ் எடுத்துக்கொள்ளும் உரிமைகள் தனக்கும் உண்டா? கம்ப்யூட்டர் செய்ததில் தனது பங்குதான் அதிகம். ஜாப்ஸ் என்ன செய்திருக்கிறார் என்றெல்லாம் கன்னாபின்னாவென யோசிக்கத் தொடங்கினார் வாஸ்.

தன் வீட்டிற்கு வந்த ஜாப்ஸிடம் இவற்றையெல்லாம் நேரடியாகவே கேட்டுவிட்டார் வாஸ். அவரிடமிருந்து இதுபோன்ற கேள்விகளை ஜாப்ஸ் எதிர்பார்த்திருக்கவில்லை.

இறுதியாக, ‘ஆப்பிள் கம்ப்யூட்டருக்காக நீ எதுவுமே செய்யவில்லை’ என்று ஜாப்ஸைக் குற்றஞ்சாட்டினார் வாஸ்.

ஜாப்ஸின் கண்களிலிருந்து கண்ணீர் வழியத்தொடங்கியது. தன்னைக் கட்டுப்படுத்திக்கொள்ள முடியாமல் அழுதுகொண்டிருந்தார் ஜாப்ஸ்.

‘நான் ஒன்றுமே செய்யவில்லை என்று நீ நினைத்தால் ஆப்பிளை முழுமையாக நீயே வைத்துக்கொள். எனக்கு எதுவுமே தேவையில்லை’ என்று வாஸிடம் சொன்னார் ஜாப்ஸ். அவர் சொன்னதில் எவ்விதக் கோபமும் இல்லை. ஜாப்ஸின் மனத்தில் வாஸுக்கு எப்போதும் ஒரு தனி இடம் இருந்தது.

ஜாப்ஸ் பிறரிடம் எப்படிப் பேசுவார் என்பது வாஸுக்கு நன்றாகத் தெரியும். தான் இவ்வளவு பேசிய பின்னரும் ஜாப்ஸ் பொறுமையாகப் பதில் சொன்னது வாஸுக்கு நெகிழ்ச்சியாக இருந்தது.

கம்ப்யூட்டர் சர்க்யூட் செய்தது வாஸ். ஆனால் ஜாப்ஸ் இல்லையென்றால் நிச்சயம் ஹோம் ப்ரூ டீமிடம் இந்த டிசைனை இலவசமாகவே கொடுத்திருப்பார் வாஸ். அவ்வாறு நடக்காமல் காப்பாற்றியது ஜாப்ஸ். இதுவரை நடந்த விற்பனையெல்லாம் அவரால்தான்.

என்ன இருந்தாலும் தான் அவ்வாறு பேசியிருக்கக் கூடாது என்று வாஸுக்குத் தோன்றியது. எப்போதும் போல நாமிருவருமே தொடர்ந்து பார்ட்னர்களாக இருக்கலாம் என்று ஜாப்ஸிடம் சொன்னார் வாஸ்.

தங்களுக்குள் பிரச்சினை வந்தால் நட்டம் இருவருக்குமேதான். இதற்கெல்லாம் நேரம் செலவிடாமல் அடுத்து என்ன செய்வது என்று உருப்படியாகச் சிந்திக்கலாம் என்று முடிவெடுத்தனர்.

கேபினெட் செய்வதைப் பற்றி ரானிடம் கேட்கலாம் என்றார் ஜாப்ஸ். ரான் ஆப்பிளின் மூன்றாவது பார்ட்னர். முன்னாள் பார்ட்னர்.

ரான் ஒரு கேபினெட்டை வடிவமைத்துக் காட்டினார். எளிமையான மெட்டல் கேபினெட். எந்தவிதமான ஹைடெக் கருவிகளின் தேவையும் இல்லாமல் செய்யக்கூடியது. ஸ்டீவ் இணையிடம் பணம் இருக்காது, எனவே இதுதான் சரியாக வரும் என்று ரான் நினைத்தார்.

அந்த கேபினெட் டிசைன் ஜாப்ஸுக்குப் பிடிக்கவில்லை. பார்ப்பதற்கு அழகாக இருக்கவேண்டும். ஜெர்ரி மனோக் என்பவரை அணுகினர்.

அவர் காசு விஷயத்தில் கறார். வேலையைத் தொடங்கும் முன்பே ஆயிரத்து ஐநூறு டாலர் கொடுக்கவேண்டும் என்றார். ஜாப்ஸின் தோற்றம்தான் இதற்கும் காரணம். சில வாரங்களிலேயே

கேபினெட்டின் வடிவத்தை இறுதி செய்தனர். ஜாப்ஸ் எதிர்பார்த்தபடியே ஃப்ரண்ட்லியாக இருந்தது கேபினெட்.

அடுத்து பவர் சப்ளை. மார்க்கெட்டில் சல்லிசாகக் கிடைக்கும் பவர் சப்ளை யூனிட்டை வாங்கிவிடலாம். ஆனால் அவற்றில் ஒரு சிக்கல். அவை வெப்பம் உமிழும். இதைக் கட்டுப்படுத்த ஃபேன் அவசியம். ஃபேன் ஓடினால் இரைச்சல். இது ஜாப்ஸுக்குப் பிடிக்கவில்லை.

இரைச்சல் என்றால் பயனாளர்களுக்குத் தொந்தரவு. தனது பயனாளர்களுக்கு ஒரு ஜென் அனுபவத்தைத் தரவிரும்பினார் ஜாப்ஸ். எனவே அமைதியோ அமைதி என்றிருக்கும் சைலண்ட் பவர் சப்ளை வேண்டும் என்று அடம்பிடித்தார் ஜாப்ஸ்.

எலெக்ட்ரிகல் இன்ஜினீயர்கள் பலரையும் சந்தித்துப் பேசினார் ஜாப்ஸ். கடைசியாக ராட் ஹால்ட் *(Rod Holt)* என்பவரைக் கண்டடைந்தார்.

ராட் ஒரு மார்க்சிஸ்ட். எப்போதும் சிகரெட்டும் கையுமாக இருப்பவர். அடிக்கடி திருமணம் செய்பவர். ஆனாலும் அறிவாளி.

இவரைச் சம்மதிக்க வைக்கப் படாதபாடு பட்டார் ஜாப்ஸ். மிகக்குறைந்த வெப்பத்தை மட்டுமே உமிழும் யூனிட்டை டிசைன் செய்யவேண்டும். இதுதான் ஜாப்ஸின் கோரிக்கை.

ராட் ஒரு ஸ்விட்சிங் பவர் சப்ளை யூனிட்டை உருவாக்கிக் கொடுத்தார். இது ஆப்பிள் கம்ப்யூட்டர்களின் சிறப்பான ஓர் அம்சமாக அமைந்தது. ராட் ஆப்பிள் நிறுவனத்தில் முழுநேரப் பணியாளராகச் சேர்ந்தார். கேபினெட் ரெடி. பவர் சப்ளை யூனிட்டும் தயார். ஆனால் நிறைய எண்ணிக்கையில் செய்யவேண்டும் என்றால் அதற்கான கருவிகளை வாங்கவேண்டும்.

இதற்கு இரண்டு லட்சம் டாலர் தேவை. என்ன செய்தார்கள்?

09. மர்க்குலா

வாஸின் சர்க்யூட் டிசைன் தயார். ஜாப்ஸ் தனது கோணத்தில் ஒவ்வொரு பாகத்தையும் செம்மைப்படுத்தும் பணியில் ஈடுபட்டிருந்தார்.

சிலவற்றை மாற்றியமைக்கலாம் என்று எண்ணினார் ஜாப்ஸ். வாஸை அழைத்தார். இன்னும் ஒரு விவாதம் தொடங்கியது. ஆப்பிளை மேம்படுத்துவதே நோக்கம். நீயா, நானா என்று வாதிடுவது அல்ல.

சர்க்யூட்டில் இந்தக் கோடுகள் ஏன் நேராக இல்லை? வாஸிடம் கேட்டார் ஜாப்ஸ். நேராகத்தான் இருக்க வேண்டும் என்றில்லை. வேலை செய்தால் போதும். இந்த டிசைனால் சர்க்யூட்டின் அளவிலோ, திறனிலோ எவ்விதக் குறைபாடும் இல்லை. இது வாஸின் வாதம்.

கம்ப்யூட்டரின் உள்ளிருக்கும் சர்க்யூட்டை யாரும் அவ்வளவு உன்னிப்பாகப் பார்க்கப்போவதில்லை. அப்படியே விட்டுவிடலாம் என்றார் வாஸ். இளம் வயதில் தன் தந்தையிடம் ஜாப்ஸ் ஒரு பாடம் கற்றிருந்தார். அவர் செய்யும் பொருள்களில் கண்ணுக்குத் தெரியாத பாகங்களும் அழகாக இருக்கவேண்டும் என்பதில் உறுதியாக இருந்தார். இது ஜாப்ஸின் மனத்தில் ஆழமாகப் பதிந்திருந்தது.

பிறருக்குத் தெரிகிறதோ இல்லையோ, திருத்தமாகச் செய்வது நம் கடமை. எனவே சர்க்யூட்டில் இருந்த கோடுகளை நேராக மாற்றிவிடலாம் என வாஸிடம் கூறினார் ஜாப்ஸ்.

இதற்கு மேல் வாஸ் வேறெதுவுமே சொல்லவில்லை. சொன்னாலும் பலனில்லை. சரி, செய்துவிடலாம் என்றார்.

வேறொரு நாள். இன்னும் ஓர் ஆழமான மோதல். ஆப்பிள் *II* சர்க்யூட்டில் எட்டு ஸ்லாட்களை வடிவமைத்திருந்தார் வாஸ். இந்த ஸ்லாட்கள் மூலம் பயனாளர்கள் வேறு சில கருவிகளை கம்ப்யூட்டருடன் இணைத்துக்கொள்ள முடியும்.

தங்கள் விருப்பத்திற்கேற்ப கம்ப்யூட்டரை கஸ்டமைஸ் செய்ய முடியும். இந்த வசதி டெக் ஆர்வலர்களைக் கவர்ந்திழுக்கும்.

ஏன் எட்டு ஸ்லாட்கள்? எனக் கேட்டார் ஜாப்ஸ். வாஸ் தனது தரப்பு நியாயத்தை விளக்கமாகக் கூறினார்.

இரண்டு மட்டும் போதும். ஒன்றில் பிரிண்ட்டரை இணைக்கலாம். மற்றொன்று மோடத்திற்காக. இரண்டிற்கு மேல் எப்போதும் வேண்டாம் என்று குடும்பக் கட்டுப்பாடு பாணியில் சொன்னார் ஜாப்ஸ். இவ்வாறு இருந்தால்தான் கம்ப்யூட்டர் வேலை செய்யும் விதத்தை நாம் கட்டுப்படுத்த இயலும். அவர்கள் விருப்பத்திற்குக் கருவிகளை இணைக்க அனுமதித்தால் அது சரியாக வராது. இது ஜாப்ஸ் தரப்பு நியாயம்.

'கோட்ட நேரா போடு மேன்' என்று ஜாப்ஸ் சொன்னபோது ஒத்துக்கொண்ட வாஸால் இதை ஏற்க முடியவில்லை. விவாதங்களில் இறுதியில் ஜாப்ஸ்தான் வெற்றிக்கொடி கட்டுவார். ஆனால் இவ்விஷயத்தில் வாஸ் விட்டுக்கொடுக்கத் தயாராக இல்லை. வாஸ் அடிப்படையில் ஒரு ஹேக்கர். எந்தக் கருவியையும் தன் விருப்பத்திற்கு மாற்றிப் பார்ப்பவர். தன்னைப் போன்ற டெக் ஆர்வலர்களுக்கு இரண்டு ஸ்லாட் மட்டுமே இருக்கும் கம்ப்யூட்டர் நிச்சயம் பிடிக்காது என்று வாஸுக்குத் தோன்றியது.

இரண்டாகக் குறைக்க முடியாது என்று உறுதியாகச் சொன்னார் வாஸ். அப்படியே இரண்டு ஸ்லாட் மட்டும்தான் வேண்டுமென்றால்

தனது கம்ப்யூட்டர் டிசைனைத் தரமுடியாது. இவ்வாறு வாஸ் சொன்ன பின்னர் ஜாப்ஸால் எதுவும் செய்யமுடியவில்லை. கம்ப்யூட்டர் டிசைன் ரெடி. அழகான கேபினெட் தயார். ராட் செய்து கொடுத்திருக்கும் பவர் சப்ளை யூனிட்டும் ஓகே.

டிசைனில் உள்ளபடியே வடிவமைக்க அதற்கான செட்டப் தேவை. ஜாப்ஸின் கணிப்புப்படி இரண்டு லட்சம் டாலராவது வேண்டும்.

ஹைடெக் தொழில்களில் முதலீடு செய்யும் ஏஞ்சல் இன்வெஸ்டர் களை அணுகினர். ஜாப்ஸும் தன்னால் இயன்ற அளவு விதவிதமான ஆஃபர்களை அறிவித்துப்பார்த்தார்.

ஜாப்ஸும் வாஸும் இளைஞர்கள். இத்துறைக்குப் புதியவர்கள். பெரிதாக முன்னனுபவம் என்று எதுவும் கிடையாது. அவர்களது தோற்றமும் அந்த அளவு நம்பிக்கை தருவதாக இல்லை. குறிப்பாக ஜாப்ஸின் தோற்றம். அவர் அணியும் உடைகள். இவையாவும் அவர்களுக்கு எதிராகச் செயல்பட்டன.

ஜாப்ஸுக்கும் இது தெரிந்திருந்தது. ஆனால் எதற்காகவும் தன்னை மாற்றிக்கொள்ள அவர் தயாராக இல்லை.

வேலண்டைன் என்றொரு முதலீட்டாளரைச் சந்தித்தனர். அவர் இவர்களிடம் வித்தை இருப்பதைக் கண்டுகொண்டார். ஆனால் ஸ்டீவ் இணையிடம் ஒரு குறை இருப்பதையும் உணர்ந்தார்.

வாஸ் தொழில்நுட்ப வல்லுநர். ஜாப்ஸால் சிறப்பாகப் பேச முடிகிறது. ஆனாலும் அவர்களிடம் சிறப்பானதொரு நீண்டகால வியாபாரத் திட்டம் இல்லை. சில்லறை விலையில் ஒவ்வொரு கம்ப்யூட்டராக விற்கலாம் என்று நினைக்கிறார்கள். இவ்வாறு செய்வது அவர்களை உச்சத்திற்கு இட்டுச்செல்லாது.

ஜாப்ஸிடம் வேலண்டைன் இதைத் தெளிவாகக் கூறினார். எவரும் தனக்கு அறிவுரை வழங்குவதை ஜாப்ஸ் விரும்புவதில்லை. ஆனால் வேலண்டைன் சொல்வது சரி என்று ஜாப்ஸுக்குத் தோன்றியது.

நாங்கள் என்ன செய்யவேண்டும் அவரிடமே கேட்டார். உடனடியாக ஒரு பிசினஸ் பிளானை உருவாக்குங்கள். நீங்கள்

இருவர் மட்டுமே அதைச் செய்ய இயலாது. எனவே இதைச் சிறப்பாகச் செய்யும் ஆற்றல்கொண்ட வல்லுநரை உங்களுடன் இணைத்துக்கொள்ளுங்கள் என்றார் வாலண்டைன்.

ஜாப்ஸ் வாலண்டைனிடமே இதற்கான நபர்களைப் பரிந்துரைக்குமாறு கேட்டார். அவரும் மூன்று வல்லுநர்களின் பெயர்களைக் கொடுத்தார்.

அம்மூவருள் ஜாப்ஸ் தேர்ந்தெடுந்த நபர் மைக் மர்க்குலா *(Mike Markkula)*. அடுத்த இருபதாண்டுகளில் ஆப்பிள் உச்சம் தொட்டதில் இவரது பங்கு மிக அதிகம்.

மர்க்குலாவுக்கு அப்போது வயது முப்பத்து மூன்று. அந்த இளம் வயதிலேயே செயற்கரிய செயல்களைச் செய்து முடித்திருந்தார். ஃபேர்சைல்ட், இன்டெல் போன்ற நிறுவனங்களில் முக்கியப் பொறுப்புகள் வகித்திருக்கிறார்.

பல மில்லியன் டாலர் பணம் சேர்த்திருந்தார். வேலை செய்தது போதும் என்று அந்நிறுவனங்களை விட்டு வெளியே வந்துவிட்டார். சுதந்தரப் பறவை.

அடிப்படையில் இன்ஜினீயர். மார்க்கெட்டிங் துறையிலும் வித்தகர்.

ஸ்டீவ் ஜோடி மர்க்குலாவைச் சந்தித்தது. அவர்களது முதல் சந்திப்பே சிறப்பாக அமைந்தது. ஆப்பிள் *II* கம்ப்யூட்டரை உற்சாகமாக டெமோ செய்து காட்டினார் வாஸ்.

மர்க்குலாவின் அனுபவம் இந்தக் கம்ப்யூட்டர் வெல்லும் என்றது. கம்ப்யூட்டர் நன்றாகத்தான் இருக்கிறது. ஆனால், இவர்கள் இருவரும் ஏன் ஹேர்கட் கூடச் செய்யாமல் இருக்கின்றனர் என்று யோசித்துக்கொண்டிருந்தார் மர்க்குலா.

என்ன சொல்லப் போகிறார் என்று வாஸும் ஜாப்ஸும் மர்க்குலாவின் முகத்தையே பார்த்தவண்ணம் இருந்தனர்.

திருத்தமாகச் சொன்னார் மர்க்குலா, ‘நாம் இணைந்து சில வாரங்கள் வேலை செய்யலாம். அதற்குள் ஒரு சிறப்பான பிளான் அமைந்துவிட்டால் தொடர்வோம். இல்லையென்றால் இந்தச்

சில வாரங்கள் நான் உங்களுக்காக வேலை செய்ததற்கு நீங்கள் எந்த ஊதியமும் தரத் தேவையில்லை.'

ஜாப்ஸுக்கு மர்க்குலாவை பிடித்திருந்தது. தங்கள் தோற்றத்தை மட்டுமே கணக்கில் கொள்ளாமல் திறமையை அவர் மதித்ததே காரணம்.

திட்டம் தயாரிக்கும் பணி தொடங்கியது. ஒவ்வொரு வீட்டிலும் ஒரு கம்ப்யூட்டர் இருக்கவேண்டும். அதற்கான தேவை இருக்கிறது. அவ்வாறெனில் அடுத்த சில ஆண்டுகளில் ஒட்டுமொத்தமாக எத்தனை கம்ப்யூட்டர்கள் தேவைப்படும் என்று கணக்கிட்டனர்.

ஜாப்ஸும் மர்க்குலாவும் நேரம் என்று ஒன்றிருப்பதையே மறந்துவிட்டது போல வேலை செய்தனர். மாலையில் தொடங்கும் அவர்களது திட்டமிடும் பணி அதிகாலை நான்கு மணிவரை சென்றது. சில வாரங்களில் திட்டம் தயாரானது. மர்க்குலாவுக்கு இது ஒரு ஜாக்பாட் என்று புரிந்தது. வாஸையும், ஜாப்ஸையும் அழைத்தார்.

'அடுத்த இரண்டு ஆண்டுகளுக்குள் நாம் ஒரு ஃபார்ச்சூன் 500 நிறுவனமாக இருப்போம். ஆப்பிள் நிறுவனத்தில் இரண்டரை லட்சம் டாலர் வரை முதலீடு செய்யத் தயார்' என்றார் மர்க்குலா.

இதற்குப் பிரதிபலனாக ஆப்பிளில் இருபத்தாறு சதவீதம் பங்கு கேட்டார். வாஸும் ஜாப்ஸும் ஒத்துக்கொண்டனர். மர்க்குலாவுக்கு இருபத்தாறு. வாஸுக்கும் ஜாப்ஸுக்கும் தலா இருபத்தாறு. மீதமிருப்பது பிற முதலீட்டாளர்களைக் கவர்வதற்கு.

தங்கள் நிறுவனத்தின் வெற்றியில் மர்க்குலா இத்தனை ஈடுபாட்டுடன் இருப்பது ஜாப்ஸுக்குப் பிடித்துப்போனது. மர்க்குலா இல்லை என்றால் ஆப்பிளின் வளர்ச்சி இவ்வளவு பிரம்மாண்டமாக இருந்திருக்குமா என்பது ஐயமே.

இதுவரையிலும் வாஸ் முழுநேரமாக ஆப்பிளுக்கு வரவில்லை. இன்னமும் HPஇன் பணியாளராகத்தான் இருந்தார். வாஸை HPஇலிருந்து விலக வைப்பதே தங்களது முதல் வேலை என்று ஜாப்ஸும் மர்க்குலாவும் முடிவு செய்தனர்.

அடிப்படையில் வாஸ் ஒரு இன்ஜினீயர். HP வேலை அவருக்குப் பிடித்திருந்தது. தான் இப்படியே இருந்துகொள்கிறேனே என்றார் வாஸ். ஆப்பிளுக்குத் தேவையானதையும் செய்துதருவதாகக் கூறினார்.

இது சரி வராது என்றார் ஜாப்ஸ். வாஸின் தந்தையிடம் சென்றார். ஆப்பிளின் வருங்கால வளர்ச்சித் திட்டங்களை அவரிடம் விளக்கினார். தனது மகனிடம் சொல்லுமாறு கேட்டுக்கொண்டார். அவரும் வாஸை அழைத்துப்பேசினார்.

அவர் சொன்னபோதும் வாஸ் ஒத்துக்கொள்ளவில்லை. நண்பர்கள் பலரும் வாஸை போனில் அழைத்துப் பேசினர். ஜாப்ஸ் இதில் முழு முனைப்பாக இருந்தார்.

அனைவருமே பணத்தைப் பற்றி மட்டுமே பேசினர். வாஸை அதுவும் கவரவில்லை. இறுதியாக அவரது பள்ளித்தோழர் ஒருவர் அழைத்தார்.

'நீ இப்போது என்ன செய்துகொண்டிருக்கிறாயோ அதையே ஆப்பிளிலும் செய்யலாம். உனக்கு விருப்பமில்லை என்றால் நிறுவனத்தை நடத்துவது போன்ற உயர்மட்ட மேனேஜ்மெண்ட் வேலைகளில் ஈடுபடாதே. எப்போதும் ஒரு முழுநேர இன்ஜினீயராகவே இரு.'

இந்த லாஜிக்கை வாஸ் ஏற்றுக்கொண்டார். ஜாப்ஸிடம் தான் HP வேலையை விட்டுவிடுவதாகத் தெரிவித்தார்.

கம்ப்யூட்டர் ரெடி. கைவசம் பணமும் இருக்கிறது. அனைத்தையும் விட, அடுத்தடுத்து என்ன செய்யவேண்டும் என்னும் சிறப்பான திட்டம் இருக்கிறது. இனி ஜாப்ஸும் வாஸும் மட்டுமேயல்ல. மர்க்குலா என்றொரு ஜாம்பவானின் துணையும் இருக்கிறது.

மர்க்குலா செய்யப்போகும் மாயங்கள் அடுத்த அத்தியாயத்தில்.

10. ஆப்பிளின் மூன்றடுக்கு ரகசியம்

ஜாப்ஸ் வழக்கத்தை விட மகிழ்ச்சியாக இருந்தார். வாஸ் முழுநேரமாக ஆப்பிளுக்கு வந்துவிட்டதுதான் காரணம்.

நேரம் கிடைக்கும்போதெல்லாம் வாஸ் ஒன்றை மட்டும் ஜாப்ஸிடம் சொல்லிக்கொண்டிருந்தார். 'என் கடன் சர்க்யூட் செய்து கிடப்பதுவே' என்பதுதான் அது. தனக்கு நிறுவனத்தை மேய்க்கும் வேலையெல்லாம் செட் ஆகாது. என்றைக்கும் நான் ஒரு பொறியாளராகவே இருக்க விரும்புகிறேன்.

ஜாப்ஸும் திரும்பத் திரும்ப உறுதியளித்தார். 'நீ விரும்பும்படியே இருந்துகொள், அதில் எனது தலையீடு இருக்காது.'

வாஸ், ஜாப்ஸ், மார்க்குலா என்னும் மூவர் அணி தயார். ஜாப்ஸுக்கு மார்க்குலாவுடன் இருப்பது பிடித்திருந்தது. அவருடன் இருக்கும் ஒவ்வொரு விநாடியும் எதையாவது புதிதாகக் கற்றுக்கொள்ளும் வாய்ப்பாகவே கருதினார் ஜாப்ஸ்.

ஜாப்ஸைவிட மார்க்குலா பதின்மூன்று வயது மூத்தவர். 'தனக்கும் மார்க்குலாவுக்கும் இருந்தது, மகனுக்கும் தந்தைக்கும் இருப்பது போன்றதொரு உறவு. அவரிடம் நான் கற்றது மிக அதிகம்.' இவ்வாறு மார்க்குலா குறித்து ஜாப்ஸ் பல்வேறு நேர்காணல்களில்

கூறியுள்ளார். ஜாப்ஸின் பிறப்புக்குக் காரணமாயிருந்தவர் ஜான் ஜண்டாலி. ஆனால் ஜாப்ஸ் தந்தையாக மனத்தில் வரித்திருந்தது அவரது வளர்ப்புத் தந்தை பால் ஜாப்ஸை மட்டும்தான்.

ஜாப்ஸின் பல்வேறு நற்குணங்கள் பால் ஜாப்ஸிடமிருந்து வந்தவைதான். பார்த்துப் பார்த்து ஜாப்ஸுக்கு எல்லாமும் செய்தார் பால். எதையும் சிந்திக்காமல் கைவிட்டவர் ஜண்டாலி.

இப்போது ஏனிந்த தந்தையர் புராணம்? மர்க்குலாவையும் தந்தை போலவே எண்ணினார் ஜாப்ஸ். மர்க்குலாவும் ஜாப்ஸுக்கு நிறையவே செய்தார். பால் ஜாப்ஸ் போல. ஜண்டாலி போலவும் அவர் நடந்துகொண்ட தருணங்களும் உண்டு.

இருக்கட்டும். இப்போதைக்கு மர்க்குலா, ஆப்பிள் என்னும் நிறுவனத்தின் பிரம்மாண்ட வளர்ச்சிக்கு என்னவெல்லாம் செய்தார் என்று பார்ப்போம்.

ஜாப்ஸிடம் ஒன்றை மட்டும் திரும்பத் திரும்பச் சொல்லிக் கொண்டிருந்தார் மர்க்குலா. எந்த ஒரு நிறுவனத்தையும் பணம் ஈட்டுவது என்னும் ஒரே ஒரு குறிக்கோளுடன் மட்டுமே நடத்தக் கூடாது. தொலைநோக்குப் பார்வை மிகவும் அவசியம். நாம் எதை நம்புகிறோமோ அதில் உறுதியாக இருக்க வேண்டும். பணம் தானாக வரும்.

மர்க்குலாவின் இந்தக் கொள்கையை ஜாப்ஸ் முழுமனதுடன் ஏற்றுக்கொண்டார். ஆப்பிளை உச்சத்திற்கு இட்டுச் செல்ல இதுவே சிறந்த வழி என்று புரிந்துகொண்டார்.

ஆப்பிளுக்கு மர்க்குலா செய்ததில் மிகவும் முக்கியமானது, மார்க்கெட்டிங் உத்தியை வடிவமைத்தது. 'ஆப்பிள் மார்க்கெட்டிங் ஃபிலாஸஃபி' *(Apple Marketing Philosophy)* என்று இதற்குப் பெயரிட்டார் மர்க்குலா.

எளிமையான மூன்று தத்துவங்கள். ஒரே ஒரு தாளில் எழுதி முடித்துவிட்டார். இன்றளவிலும் இது மார்க்கெட்டிங் துறையில் மிகப் பிரபலமாக உள்ளது. அப்படி என்னதான் எழுதியிருந்தார் மர்க்குலா? ஒவ்வொன்றாகப் பார்ப்போம்.

பயனாளர்களின் பார்வையில் தங்களது தயாரிப்புகளை அணுகுவது. பயனாளர்களுக்கு என்னவெல்லாம் சிக்கல்கள் ஏற்படும் என்று முன்னரே அறிவது. இதன் மூலம் கூடிய மட்டும் சிக்கல்கள் ஏற்படாமலேயே பார்த்துக்கொள்வது.

பொதுவாக நிறுவனங்கள் தங்களுக்கு இருக்கும் சிக்கல்களை முன்னிறுத்துவார்கள். ஆப்பிளைப் பொறுத்தமட்டிலும் பயனாளர்தான் கடவுள்.

தங்கள் பயனாளர்களுடன் ஒரு மேம்பட்ட தொடர்பை ஏற்படுத்த வேண்டும் என்பதற்கு அதிக முக்கியத்துவம் கொடுத்தனர். இந்தத் தொடர்பும் இயந்திரத்தனமாக இருக்கக் கூடாது. இது நண்பர்களுடன் பேசுவது போன்ற உணர்வு நிலையில் இருக்கவேண்டும்.

மொத்தத்தில் "எம்பதி" *(Empathy)* தான் முதன்மையானது. பயனாளர்களுக்கு என்ன வேண்டும் என்று அவர்கள் சொல்லும் முன்னமே பார்த்துப் பார்த்துச் செய்வது.

'குறிப்பிற் குறிப்புணர்வாரை உறுப்பினில் யாது கொடுத்தும் கொளல்' என்னும் குறள் நெறிக்கு இணையாக இதைச் சொல்லலாம். எந்தக் குறிப்பும் இல்லாமல் எவர் ஒருவர் நமக்கு என்ன வேண்டும் என்று கண்டுகொள்கிறார்களோ அவர்களை எவ்விலை கொடுத்தும் உடன் வைத்துக்கொள்ள வேண்டும்.

வேறெந்தவொரு போட்டி நிறுவனத்தை விடவும் ஆப்பிள் இதைச் சிறப்பாகச் செய்தது.

மர்க்குலாவின் இரண்டாவது தத்துவம் 'ஃபோகஸ்' *(Focus)*. ஒருமுகப்படுத்துதல். கவனச்சிதறல் இல்லாமல் பார்த்துக் கொள்வது. இது யூஸர் இன்டர்ஃபேஸ் சார்ந்தது அல்ல. ஆப்பிள் நிறுவனத்தின் செயல்திட்டம் சார்ந்தது.

நிறுவனத்தின் குறிக்கோள் இன்னதென்று வரையறுத்துக் கொள்ள வேண்டும். இவையெல்லாம் அவசியம் என்று பட்டியலிட வேண்டும். இப்பட்டியலில் அத்தியாவசியமானவற்றை மட்டுமே சேர்க்க வேண்டும்.

இதனால் பல்வேறு விதமான வாய்ப்புகளும் கைவிட்டுப் போகக் கூடும். அவற்றையெல்லாம் பொருட்படுத்தக்கூடாது.

எதை எடுத்துக்கொள்கிறோம் என்பதை ஆழ ஆராய்ந்து முடிவு செய்யவேண்டும். அவ்வாறு எடுத்துக்கொண்ட பின்னர் அது மட்டுமே நோக்கம். உறுமீன் வருமளவும் வாடியிருக்கும் கொக்கைப் போல இருக்கவேண்டும்.

ஆப்பிள் நிறுவனம் இக்கொள்கையில் உறுதியாக இருந்துள்ளது. அவர்கள் நினைத்திருந்தால் இன்னும் பல்வேறு விதமான கருவிகளை, சாஃப்ட்வேர்களை வடிவமைத்திருக்க முடியும்.

ஆனால் அவர்கள் என்ன விதமான தயாரிப்புகளைக் கொண்டு வரவேண்டும் என்பதில் மிகவும் கவனமாக இருந்துள்ளார்கள்.

மர்க்குலாவின் மூன்றாவது தத்துவம் சுவாரசியமானது. எந்தவொரு நிறுவனம் குறித்தும் பொதுமக்களிடையே ஒரு கருத்து நிலவும். இந்த கம்பெனி தயாரிப்பென்றால் நீண்ட காலம் வரும். இந்த கம்பெனி என்றால் விலை அதிகம். சர்வீஸ் செய்வது எளிது. இப்படி வகைவகையான கருத்துகள்.

இம்மாதிரியான எண்ணங்கள் மக்கள் மத்தியில் எவ்வாறு உருவாகின்றன? பொதுவாகக் காலப்போக்கில் இவை தானாகவே உருவாகின்றன என்று பலரும் நினைக்கக்கூடும்.

அவ்வாறும் நிகழலாம். ஆனால் இன்னும் ஒரு காரணியும் உள்ளது. இது போன்ற கருத்துகள் உருவாவதில் நிறுவனங்களின் சின்னஞ்சிறு செயல்பாடுகள் கூடக் காரணமாக அமையலாம்.

மர்க்குலாவின் சொற்களில், நிறுவனங்கள் தொடர்ந்து பயனாளர் களுக்குச் சமிக்ஞைகளை அனுப்பிய வண்ணமே உள்ளன. இந்த ஒவ்வொரு சமிக்ஞையும் நிறுவனத்தின் இமேஜைக் கட்டமைப்பதில் பங்காற்றுகின்றன.

இன்னும் கொஞ்சம் எளிதாகப் புரிந்துகொள்ள முயல்வோம். எந்தவொரு புத்தகத்தையும் அதன் அட்டையை வைத்துக் கணிக்கக் கூடாது என்பார்கள். ஆனாலும் கண்கவரும் அட்டையை வடிவமைப்பார்கள். ஏன்?

இந்தப் புத்தகத்தைக் கையில் எடுத்துப் பார்க்கலாம் என்னும் முடிவுக்கு வாசகர் வருவதற்கு அட்டையும் முக்கியமான காரணம்.

சரிதான். ஆனால் இதற்கும் ஆப்பிளுக்கும் என்ன தொடர்பு இருக்கிறது? மர்க்குலா இது குறித்துத் தெளிவாகச் சொல்லியிருக்கிறார்.

ஒரு நிறுவனம் ஆகச் சிறந்த கம்ப்யூட்டர் ஒன்றை வடிவமைத்து விடலாம். அதில் அதிஉன்னதமான சாஃப்ட்வேர்களை இன்ஸ்டால் செய்யலாம்.

எல்லாமும் செய்துவிட்டு பயனாளர்களுக்கு அதைச் சாதாரணமாக அறிமுகம் செய்தால் பலனற்றுப் போகும். பொருள் முக்கியம். பேக்கேஜும் அதே அளவு அவசியம்.

முதல் பார்வையிலேயே பயனாளர்களிடம் நமது தயாரிப்பு ஒரு சிறந்த இமேஜை ஏற்படுத்திவிட வேண்டும். அதற்கு என்னவெல்லாம் தேவையோ அவற்றையெல்லாம் பார்த்துப் பார்த்துச் செய்யவேண்டும்.

அறிமுகம் செய்யும் முறை கவர்ச்சிகரமாக இருக்கவேண்டும். அதேவேளையில் இது ஓர் உயர்தரமான பொருள் என்னும் எண்ணத்தை ஏற்படுத்த வேண்டும்.

திருத்தமாகப் புரிந்துகொள்ள வேண்டும். ஏனோதானோ என்று எதையாவது செய்துவிட்டு, சிறப்பாக மார்க்கெட்டிங் மட்டும் செய்வதல்ல. முதற்படி உன்னதமான தயாரிப்பினை உருவாக்குவது. அவ்வாறு உருவாக்கியதைப் பாராட்டி, சீராட்டி மக்களிடம் கொண்டு சேர்ப்பது.

ஜாப்ஸ் இதைச் சிக்கென்று பிடித்துக்கொண்டார். அவரைப் போல இன்னொருவரால் இவ்வளவு சிறப்பாக அறிமுகம் செய்திருக்க முடியுமா என்பது சந்தேகமே.

மர்க்குலாவின் இந்தத் தத்துவங்கள்தான் ஆப்பிளின் மூன்றடுக்கு மார்க்கெட்டிங் ரகசியம். தத்துவங்கள் தியரி. இவை நம்மை எவ்வாறு வந்தடைந்துள்ளன என்று பார்ப்போம். ஒரு ஐஃபோன் வாங்குகிறீர்கள். கடையில் அவர்கள் காட்சிப்படுத்தும் விதமே அற்புதமாக இருக்கும்.

ஐஃபோனை பேக் செய்திருக்கும் விதமும் கலைநயத்துடன் இருக்கும். அன்பாக்ஸிங் செய்வதையே ஒரு தனித்துவமான அனுபவமாக ஆப்பிள் மாற்றிவிட்டது.

ஏதோ ஒரு சுமாரான அட்டைப் பெட்டி. அதனுள் கசமுசாவென அன்ரிசர்வ்டு ரயில் கம்பார்ட்மெண்ட் போல அடுக்கி வைப்பது. இதுபோல பேக் செய்திருந்தால் ஐஃபோனுக்கு என்ன மரியாதை?

பேக்கேஜிங் செய்யும் பொருள்களின் நிறம், தரம், குணம் என அனைத்தையுமே ஒரு கலைப் பொருள் போலப் பார்த்துப் பார்த்துச் செய்கிறது ஆப்பிள். ஐஃபோன்தான் என்றில்லை. ஆப்பிளின் எந்தவொரு தயாரிப்பை வாங்கினாலும் இதுபோன்ற ஓர் அனுபவமே கிட்டும்.

இந்த வித்தையைத் தனக்குச் சொல்லிக் கொடுத்தது மர்க்குலாதான் என்று பெருமையாகக் கூறுகிறார் ஜாப்ஸ்.

உங்கள் மனத்தில் நீங்கள் ஆப்பிள் குறித்து என்னவெல்லாம் நினைத்துக்கொண்டிருக்கிறீர்களோ அவற்றுக்கு மர்க்குலாவின் சமிக்ஞை தியரியும் காரணம்.

அடுத்த முறை ஆப்பிள் ஸ்டோருக்குச் செல்லும்போது மர்க்குலாவையும் ஒருகணம் நினைத்துப் பாருங்கள்.

11. ஆப்பிள் என்றொரு யானை

மார்க்குலாவின் திட்டம் தயார். எழுதி வைத்துவிட்டால் மட்டும் போதுமா? அதைச் சிறப்பாகச் செயல்படுத்தும் பணியில் இறங்கினர். மார்க்குலாவும் ஜாப்ஸும் இதில் மும்முரமாக இருந்தனர்.

மார்க்குலாவின் திட்டப்படி, ஆப்பிள் குறித்து மக்களிடையே நல்லதொரு இமேஜை உருவாக்க வேண்டும். இதைத் தாங்கள் மட்டுமே செய்துவிட முடியாது என்னும் முடிவுக்கு மார்க்குலாவும் ஜாப்ஸும் வந்தனர்.

ஹைடெக் பொருள்களை விளம்பரம் செய்யும் ஏஜன்ஸிகளைத் தேடி அலைந்தனர். அத்தேடலில் ஜாப்ஸின் பார்வைக்கு வந்தவர்தான் ரெஜிஸ் மெக்கேனா. ரெஜிஸ், இன்டெல் மைக்ரோ பிராசஸர்களை விளம்பரம் செய்வதில் வெற்றி கண்டிருந்தார். வழக்கமான அறிவியல் சங்கதிகள் இல்லாமல் வண்ணவண்ணமாக விளம்பரங்களைத் தயாரித்து அசத்தியிருந்தார்.

அந்த விளம்பரங்கள் எங்கும் ரேஸ் கார்கள். விதவிதமான கார்கள். பிராசஸர் வேகமாக ஓடும் என்று புரியவைக்க சப்பையாக கிராஃப் வரையாமல், ரேஸ் கார்களால் நிரப்பிக் கலவரப்படுத்தியிருந்தார் ரெஜிஸ். ஜாப்ஸுக்கு இந்த உத்தி மிகவும் பிடித்துப் போனது.

இவர்தான். இவரால்தான் ஆப்பிளின் இமேஜை உருவாக்க முடியும் என்று முடிவுசெய்தார் ஜாப்ஸ். அவ்விளம்பரங்களை வடிவமைத்தது யாரென்று அப்போது ஜாப்ஸுக்குத் தெரிந்திருக்கவில்லை.

இன்டெலை அழைத்தார். அவர்கள் ரெஜிஸ் மெக்கேனாவின் எண்ணைக் கொடுத்தனர். உடனே தொடர்புகொண்டார் ஜாப்ஸ். ஆனால் மறுமுனையில் ரெஜிஸ் இல்லை.

ஃப்ராங்க் என்றொருவர் பேசினார். இவர் ரெஜிஸிடம் வேலை செய்பவர். அவரது நிறுவனத்தின் கணக்கு வழக்குகளை ஃப்ராங்க்தான் கவனித்துவந்தார்.

தனக்கென்ன வேண்டும் என்று ஜாப்ஸ் கூறினார். அவரது பாணியில். எங்கேயும் எப்போதும் நிகழ்வதே இங்கும் நிகழ்ந்தது. ஜாப்ஸ் பேசும் விதம் ஃப்ராங்க்கைக் கவரவில்லை. தொடர்ந்து பேசாமல் கட் செய்துவிட்டார் ஃப்ராங்க்.

ஜாப்ஸ் ரெஜிஸை விடுவதாக இல்லை. ஒருநாள் விடாமல் அனுதினமும் அழைத்தார். ஒவ்வொரு முறையும் ஃப்ராங்க்தான் பேசினார். ஜாப்ஸிடமிருந்து தப்பிக்க முடியாது என்று அவருக்குப் புரிந்துவிட்டது. தானே நேரில் வந்து பார்ப்பதாகக் கூறினார் ஃப்ராங்க். சொன்ன வண்ணமே செய்தார்.

ஜாப்ஸை நேரில் பார்த்தவுடன் ஃப்ராங்க் மனத்தில் ஒன்று தோன்றியது. இவரொரு சராசரி நபரல்ல. இவருடன் வேலை செய்வது கடினம். ஆனால் இவர்களிடம் சிறப்பான கம்ப்யூட்டர் இருக்கிறது. ஜாப்ஸ் பேசிக்கொண்டே இருந்தார். அவர் பேசுவதில் பாதிகூட ஃப்ராங்கிற்கு விளங்கவில்லை. ஜாப்ஸ் விஷயத்தில் ஃப்ராங்க்கால் ஒரு முடிவுக்கு வர இயலவில்லை. தனது பாஸ் ரெஜிஸைச் சந்திக்க ஏற்பாடு செய்து தருவதாகச் சொல்லி வந்துவிட்டார்.

சில நாள்கள் கழித்து அழைப்பு வந்தது. ரெஜிஸைச் சந்திக்கச் சென்றனர் ஜாப்ஸும் வாஸும். இந்தச் சந்திப்பும் முட்டிக்கொண்டது. ஆனால் இம்முறை அதற்கான காரணம் ஜாப்ஸ் இல்லை.

எப்போதும் சமத்தாக இருக்கும் வாஸ், ரெஜிஸிடம் முரண்டு பிடித்தார். தான் வடிவமைத்திருக்கும் ஆப்பிள் கம்ப்யூட்டர் குறித்த கட்டுரை ஒன்றை வாஸ் எழுதியிருந்தார்.

அதை ரெஜிஸிடம் காண்பித்ததில் வந்தது வினை. நன்றாகத்தான் இருக்கிறது. ஆனால் இப்படியே இக்கட்டுரையை வெளியிட்டால் பரவலாக மக்களிடம் சென்று சேராது. பலருக்கும் இது புரியாது. இவ்வளவு பொறியியல் சங்கதிகள் வேண்டாம். இன்னும் கொஞ்சம் எளிமையாக மாற்றியமைப்பது சிறப்பு.

ரெஜிஸ் இவ்வாறு சொன்னவுடன் வாஸுக்குக் கோபம் வந்துவிட்டது. அரிதான கோபம். எந்த மாற்றமும் செய்யமுடியாது. நீங்கள் எங்களுக்குத் தேவையில்லை என வாஸ் ரெஜிஸிடம் கோபமாகக் கூறினார். இது ரெஜிஸிக்குப் பிடிக்கவில்லை. என்னால் ஆப்பிளுக்கு வேலை செய்ய முடியாது, நீங்கள் கிளம்புங்கள் என்று கதவடைத்துவிட்டார் ரெஜிஸ்.

வாஸுக்கு என்னவாயிற்று என்று குழம்பிப்போனார் ஜாப்ஸ். ரெஜிஸ் கட்டாயம் ஆப்பிளுக்கு வேண்டும் என்று திடமாக நம்பினார் ஜாப்ஸ். மறுநாளே மீண்டும் ரெஜிஸை அழைத்தார்.

இனிமேல் இதுபோல நிகழாது என்று கூறி ரெஜிஸின் கோபத்தைத் தணித்தார். இன்னும் ஒருமுறை சந்திப்பதற்கு ஒத்துக்கொண்டார் ரெஜிஸ். ஆனால் இம்முறை வாஸை அழைத்துவரக்கூடாது என்னும் நிபந்தனையை விதித்தார்.

ஜாப்ஸ் மட்டும் தனியாகச் சென்றார். பேசினார். வென்றார். ஆப்பிளுக்கு விளம்பரங்கள் செய்து தரச் சம்மதித்தார் ரெஜிஸ்.

ஆப்பிள் *II* கம்ப்யூட்டருக்கான பிரவுச்சர் செய்யும் பணியைத் தொடங்கினர். ரெஜிஸுக்கு ஆப்பிள் பயன்படுத்தி வந்த லோகோ கொஞ்சமும் பிடிக்கவில்லை. ரான் வரைந்தது ட்ரெண்டியாக இல்லையென்று கூறினார்.

லோகோவை மாற்றுவது என்று முடிவானது. புதிய லோகோவை வரைய வேண்டும். யார் இதைச் செய்வது? தனக்குத் தெரிந்த ஒருவர் இருப்பதாகச் சொன்னார் ரெஜிஸ்.

லோகோ வரைவதற்கென்றே ரெஜிஸ் அழைத்துவந்த நபர் ராப் ஜனோஃப் *(Rob Janoff)*. உங்களுக்கு என்ன மாதிரியான லோகோ வேண்டுமென ஜாப்ஸிடம் கேட்டார் ராப்.

ராப் சற்றும் எதிர்பார்த்திராத ஒரு பதிலைத் தந்தார் ஜாப்ஸ். லோகோ அழகாக இருக்கக்கூடாது என்றார் ஜாப்ஸ்.

இதென்ன வித்தியாசமான கோரிக்கை என்று நினைத்துக்கொண்டார் ராப். ஜாப்ஸிடம் எதுவும் சொல்லவில்லை. வடிவமைத்து எடுத்து வருவதாகச் சொல்லிவிட்டுக் கிளம்பினார் ராப்.

சொன்னபடியே இரண்டு லோகோக்களுடன் வந்தார் ராப். எளிமையான டிசைன்கள். இரண்டுமே ஆப்பிள் வடிவில் இருந்தன. முதலில் அவர் காட்டியது முழுமையான ஆப்பிள். இரண்டாவதும் ஆப்பிள்தான். ஆனால் ஒருபுறம் மட்டும் கடிபட்ட ஆப்பிள்.

முதலாவது லோகோவை உற்றுநோக்கினார் ஜாப்ஸ். பின்னரின் ராபிடம், 'இது செர்ரியா ஆப்பிளா என்று பார்ப்பவர்களுக்குக் குழப்பமாக இருக்கும், எனவே இது வேண்டாம்' என்றார். இரண்டாவது லோகோவைத் தேர்ந்தெடுத்தார்.

பல மில்லியன் பயனாளர்கள் தங்களின் பெருமையாக நினைக்கவிருக்கும் ஒருவாய் கடிபட்ட ஆப்பிள் லோகோ பிறந்தது.

இதுதான் ஆப்பிளின் லோகோ என்று ராபிடம் சொன்னார் ஜாப்ஸ். இன்னும் ஒன்று இருக்கிறது. இதையும் பாருங்கள் என்றார் ராப். அதுவும் ஆப்பிள்தான். ஆனால் ஆறுவண்ணப் பட்டைகளால் ஆன ஆப்பிள். அதுவும் ஜாப்ஸுக்குப் பிடித்திருந்தது. அந்த லோகோவை எல்லாக் கருவிகளிலும் பிரிண்ட் செய்வது கடினம். செலவும் அதிகரிக்கும் என்றனர்.

சரியான காரணம் என்றே ஜாப்ஸுக்கும் தோன்றியது. ராப் இரண்டாவதாகக் காட்டிய லோகோவையே வைத்துக்கொள்வது என்று முடிவுசெய்தார் ஜாப்ஸ். ரெஜிஸுக்கும் இந்த லோகோ பிடித்திருந்தது. ஆப்பிள் *II* பிரவுச்சருக்கான டிசைன் தீமாக ரெஜிஸ் தேர்ந்தெடுத்தது எளிமை. லியானர்டோ டா வின்சியின் ஒரு வாசகம், 'எளிமையே உச்சகட்ட நுட்பம்' *(Simplicity is the ultimate sophistication)*.

பிரவுச்சருக்காகத்தான் இதைச் சொன்னார் ரெஜிஸ். ஆப்பிளின் ஒட்டுமொத்தத் தீமாக இதை வரித்துக்கொண்டார் ஜாப்ஸ். இனி வரப்போகும் ஆப்பிள் கருவிகள் அனைத்தும் இதன் அடிப்படையிலேயே இருக்கும்.

ஆப்பிள் *II* கம்ப்யூட்டரை சிறப்பாக லாஞ்ச் செய்வது என்று முடிவுசெய்தனர். ஹோம்ப்ரூ குழுவினர் கம்ப்யூட்டர் எக்ஸ்போ ஒன்றை நடத்தினர். அதில் தங்களது கம்ப்யூட்டரை அறிமுகம் செய்தால் பலரையும் சென்றடையும் என்று நம்பினர் ஜாப்ஸும் மர்க்குலாவும்.

ரெஜிஸும், அவ்வாறே செய்யுங்கள் என்றார். ஆப்பிளுக்கென ஒரு ஸ்டாலை வாடகைக்கு எடுத்தார் ஜாப்ஸ். மையமான ஒரு ஸ்டால். அனைவரின் பார்வையும் படும் இடத்தில் இருந்தது.

ஸ்டாலை சிறப்பாக அலங்கரிப்பதில் கவனம் செலுத்தினார் மர்க்குலா. வழக்கமாகப் பயன்படுத்தும் பொருள்களைக் கொண்டே பிற ஸ்டால்கள் வடிவமைக்கப்பட்டிருந்தன. பார்ப்பதற்கு மங்கலான நிறத்தில் இருந்தன.

ஆப்பிள் ஸ்டாலின் கவுன்ட்டர் முழுவதும் கருப்பு நிற வெல்வெட்டால் அலங்கரிக்கப்பட்டிருந்தது. ஸ்டாலின் மையமாக அவர்கள் வடிவமைத்திருந்த லோகோவை அட்டகாசமான முறையில் காட்சிப்படுத்தியிருந்தனர்.

ஆப்பிள் *II* கம்ப்யூட்டர்களைச் சிறப்பாக அடுக்கிவைத்திருந்தனர். சில கம்ப்யூட்டர்கள் மட்டுமே அப்போதைக்கு அவர்கள் கைவசமிருந்தன. மீதமிருக்கும் இடத்தை அப்படியே விட்டுவிடக் கூடாது என்று முடிவெடுத்தார் மர்க்குலா.

ஆப்பிள் *II* கம்ப்யூட்டர்களுக்காகச் செய்திருந்த அட்டைப் பெட்டிகளை வைத்து நிரப்பினர். காலி அட்டைப் பெட்டிகள். ஆனால் வெளியிலிருந்து பார்ப்பதற்கு அரங்கெங்கும் கம்ப்யூட்டர்களால் நிறைந்திருப்பது போலத் தோற்றமளித்தது.

வைத்ததென்னவோ காலிப்பெட்டிகள்தான். ஆனால் அப்பெட்டிகளில் ஒரு துணுக்கு அழுக்கு கூட இருக்கக் கூடாது

என்பதில் உறுதியாக இருந்தனர். ஒவ்வொரு பெட்டியாகப் பாலிஷ் செய்து ராணுவ ஒழுங்குடன் அடுக்கிவைத்தனர்.

எக்ஸ்ஃபோவுக்கு வந்திருந்த பலரையும் ஆப்பிளின் அரங்கு கவர்ந்தது. உள்ளே வருவோரின் எண்ணிக்கை அதிகரித்தது. மர்க்குலா எண்ணியிருந்தபடி ஆப்பிளுக்கான இமேஜ் துளிர்க்கத் தொடங்கியது.

மர்க்குலா பெட்டிகளை பாலிஷ் செய்வதுடன் நிறுத்திவிடவில்லை. ஜாப்ஸையும் வாஸையும் கூட பாலிஷ் செய்தார். அவர்களுக்கெனப் பிரத்தியேகமான உடைகள் தைப்பதற்கு நகரின் சிறந்த தையற்கலைஞர் ஒருவரை ஏற்பாடு செய்தார் மர்க்குலா.

இமேஜெல்லாம் சரி. கம்ப்யூட்டர்கள் விற்றனவா? அந்த எக்ஸ்போ முடிவதற்குள் முந்நூறு கம்ப்யூட்டர்களுக்கான ஆர்டர்களைப் பெற்றது ஆப்பிள். எக்ஸ்போவில் இன்னும் ஒரு சிறப்பான சம்பவம் நிகழ்ந்தது. ஜப்பானிலிருந்து வந்திருந்த மிசுஷிமா சடோஷிக்கு ஆப்பிள் *II* மிகவும் பிடித்திருந்தது. தான் இதை ஜப்பானில் விற்கலாமா எனக் கேட்டார்.

இவ்வாறு நிகழும் என்று ஜாப்ஸோ, மர்க்குலாவோ கூட எதிர்பார்க்கவில்லை. மகிழ்ச்சியாக ஒப்புக்கொண்டனர். சடோஷி ஜப்பானின் முதல் ஆப்பிள் டீலரானார். வாஸும் தன் பங்கிற்கு விதவிதமான குட்டிக் குட்டி புரொகிராம்களை வடிவமைத்து அரங்கிற்கு வந்தவர்களை அசத்திக்கொண்டிருந்தார். ஜோக் சொல்லும் புரொகிராம் ஒன்றை எழுதியிருந்தார்.

ஒரு நபரின் பெயரை டைப் செய்யவேண்டும். அவரது பெயரை வைத்தே அவர் எந்த நாட்டுக்காரர் என்று புரொகிராம் அனுமானிக்கும். அதன் பின்னர் அந்தத் தேசம் சார்ந்த ஒரு ஜோக்கைச் சொல்லும். இது பலரையும் கவர்ந்தது.

மர்க்குலாவின் மார்க்கெட்டிங். ரெஜிஸ் செய்திருந்த விளம்பரங்கள். ராப் வடிவமைத்த லோகோ. பித்துப்பிடித்தவர் போலத் தொடர்ந்து வேலை செய்யும் ஜாப்ஸ். அனைத்திற்கும் மேலாக வாஸ் செய்திருந்த சிறப்பான கம்ப்யூட்டர். ஆப்பிள் என்றொரு யானை கம்பீரமாக நின்றது.

12. ஆடுகளம்

ஒவ்வொரு நிறுவனத்திற்கும் ஒரு முகம் உண்டு. ஆனால் முகம் மட்டுமே உடல் அல்ல. ஆப்பிளின் முகம் ஜாப்ஸ். அவரது உழைப்பு சிறப்பானது. ஆனால் அவர் மட்டுமே ஆப்பிள் அல்ல.

ஆப்பிள் இன்றிருக்கும் உச்சத்திற்கு வரப் பலரும் துணையாக இருந்துள்ளனர். சென்ற அத்தியாயத்தில் மர்க்குலா ஆப்பிளின் வளர்ச்சிக்கு என்னவெல்லாம் செய்தார் என்று பார்த்தோம். அவரைப் போலவே பல்வேறு நிபுணர்களும் சேர்ந்து செய்ததுதான் ஆப்பிள் என்னும் ஜாலம்.

ஜாப்ஸின் வீட்டில் தொடங்கியது ஆப்பிளின் பயணம். அங்கேயே இருந்துவிட முடியாதல்லவா? எவருடைய துணையெல்லாம் ஆப்பிளை வளர்க்கும் என்று ஜாப்ஸ் நினைத்தாரோ அவர்களையெல்லாம் தன்னுடன் இணைத்துக்கொண்டார்.

கொஞ்சம் கொஞ்சமாகப் பன்னிரண்டு நபர்களைப் பணியமர்த்தி இருந்தனர். ஆப்பிளுக்கென ஓர் அலுவலகம் இருந்தது. நாள்தோறும் ஆர்டர்கள் வந்துகொண்டிருந்தன. தினசரி டெலிவரிகள், டெட்லைன்கள் என ஆப்பிள் பரபரப்பாக இயங்கத் தொடங்கி இருந்தது.

ஆப்பிள் வளர வளர ஓர் எதிர்பாராத சிக்கல் முளைத்தது. அது வெளியிலிருந்து வரவில்லை. ஜாப்ஸின் அன்றாட நடவடிக்கைகளே பிரச்சினையாகின.

எவருடனும் அவருக்கு ஒத்துப்போகவில்லை. இந்தியப் பயணத்திற்கு முன் அவர் அடாரியில் வேலை செய்ததைப் பற்றி ஏற்கெனவே பார்த்திருந்தோம். அப்போதும் இச்சிக்கல் இருந்தது. ஆனால் அதற்கோர் எளிய தீர்வும் இருந்தது.

அது ஜாப்ஸை இரவுநேரப் பணிக்கு மாற்றிவிடுவது. அவருக்கும் பிறருக்கும் பெரிய அளவில் தொடர்புகள் இல்லாதது போலப் பார்த்துக்கொண்டனர். ஆனால், ஆப்பிளில் அது சாத்தியமில்லை. ஏனெனில் இங்கு ஜாப்ஸ் எடுப்பதே முடிவு.

ஆப்பிளைப் பொறுத்தவரை ஜாப்ஸ் அனைத்திலுமே தன் முத்திரை இருக்கவேண்டும் என்று எண்ணினார். தனது கட்டுப்பாட்டில்தான் எல்லாமும். கொஞ்சம் கூட விட்டுக்கொடுக்கத் தயாரில்லை.

அவரது இளம் வயது அனுபவங்கள் இப்போக்கிற்குக் காரணமாக இருக்கலாம். ஜாப்ஸைக் கேட்டால் அப்படியெல்லாம் இல்லை என்றே கூறுவார். தான் ஒருபோதும் புறக்கணிக்கப்பட முடியாத ஒருவராக இருக்கவேண்டும் என்பதில் மிக உறுதியாக இருந்தார் ஜாப்ஸ். தன்னுடைய கருத்துகள் பிறரைப் புண்படுத்தும் என்று ஜாப்ஸ் ஒருபோதும் நினைத்ததில்லை. அதெல்லாம் அவருக்கு ஒரு பொருட்டல்ல. ஆப்பிளில் இது தினம் ஒரு கலவரத்திற்குக் காரணமாக அமைந்தது.

'இந்த டிசைன் எப்படி இருக்கிறது?' என்று ஜாப்ஸிடம் கேட்டால் 'இதுவெல்லாம் ஒரு டிசைனா?' என்பதே அவரது பதிலாக (கேள்வியாக) இருக்கும்.

'நன்றாக இருக்கிறது. ஆனால் இதை மட்டும் கொஞ்சம் மாற்றியமையுங்கள்' என்று சொல்வதே வழக்கம். ஆனால் ஜாப்ஸ் வழக்கமான நபர் இல்லையே? இதில் மிகவும் அடிவாங்கியது வாஸின் குழுவினரே. அவரிடம் இரண்டு இளம் பொறியாளர்கள் இருந்தனர். ஆர்வமிக்கவர்கள். துருதுருவென எதையாவது செய்பவர்கள்.

திடீரென ஜாப்ஸ் வருவார். அவர்கள் என்ன செய்துகொண்டிருக்கின்றனர் என்று கூடச் சரியாகப் பார்க்கமாட்டார். 'நீங்கள் செய்வது அனைத்துமே வீண்வேலை' என்று சொல்லிவிட்டுச் சென்றுவிடுவார். அப்பொறியாளர்களைத் தேற்றுவதே வாஸுக்கு வேலையாகிப்போனது.

இதுபோக ஜாப்ஸிடம் சில வினோதமான பழக்கங்கள் இருந்தன. அவற்றுள் ஒன்று தொடர்ந்து பல நாள்கள் குளிக்காமலே இருப்பது. இதற்கொரு காரணமும் வைத்திருந்தார்.

ஜாப்ஸ் மாமிசம் உண்பதில்லை. அவரது உணவு வீகன். அதிலும் குறிப்பாகப் பழங்கள். இவ்வாறு உண்பதால் அவரது உடல் எப்போதும் இயற்கையான ஒரு நறுமணத்துடன் இருக்கும் என்று நம்பினார் ஜாப்ஸ். ஆனால் உண்மை அதுவல்ல.

மர்க்குலாவுக்கும் வாஸுக்கும் ஜாப்ஸிடம் குளிக்கச் சொல்லி வற்புறுத்துவதே நித்திய கைங்கரியங்களில் ஒன்றாகிப் போனது. நகைப்புக்குரிய ஒன்றாகத் தோன்றினாலும் இது அலுவலகச் சூழலில் பெரும் பிரச்சினையானது.

ஒருகட்டத்தில் மர்க்குலா இதற்கொரு முடிவுகட்ட எண்ணினார். இப்படியே போனால் அது ஆப்பிளின் வளர்ச்சிக்கே பாதகமாக முடிந்துவிடும் என்று அவருக்குத் தோன்றியது. அது உண்மையும் கூட. மர்க்குலாவின் நண்பர் ஒருவர் இருந்தார். மைக் ஸ்காட். செல்லமாக 'ஸ்காட்டி'. அவருடன் ஃபேர்சைல்ட்டில் பணியாற்றியவர். செமிகண்டக்டர் துறையில் அனுபவமிக்கவர்.

ஸ்காட்டி சற்றே பருமனான உடல்வாகு கொண்டவர். ஜாப்ஸ் போலவே தான் பிடித்த முயலுக்குக் காலே இல்லை என்று வாதிடுபவர். ஆனாலும் பலதரப்பட்ட மனிதர்களையும் சமாளிக்கும் ஆற்றல் பெற்றவர்.

இவரால்தான் ஜாப்ஸைக் கையாள முடியும் என்று மர்க்குலா முடிவெடுத்தார். வாஸிடம் பேசினார். ஜாப்ஸைச் சமாளிப்பதற்கென்று ஒரு நபர் இருப்பது வாஸுக்கு நல்ல யோசனையாகவே பட்டது. ஒப்புக்கொண்டார்.

ஸ்காட்டி ஆப்பிளில் இணைந்தார். அவரது பணி என்னவென்று தெளிவாகச் சொல்லியே அழைத்து வந்திருந்தனர். ஜாப்ஸின் வினோதமான நடவடிக்கைகளால் பிரச்சினை வராமல் பார்த்துக்கொள்வதுதான் அவரது பிரதானப் பணி.

ஸ்காட்டியும் சில நாள்களிலேயே ஜாப்ஸ் எப்படிப்பட்டவர் என்று விளங்கிக் கொண்டார். ஜாப்ஸிடம் எப்போதெல்லாம் பேசவேண்டும் என்று நினைக்கிறாரோ அப்போதெல்லாம் அவரை நடைப்பயிற்சிக்கு அழைத்துச் சென்றுவிடுவார் ஸ்காட்டி.

ஜாப்ஸுக்கும் நடந்துகொண்டே பேசுவது பிடிக்கும். ஸ்காட்டி முதலில் முயன்றது ஜாப்ஸின் குளியல் பிரச்சினை. அவர் போட்ட பந்துகளை எல்லாம் அனாயாசமாக சிக்ஸர்கள் தூக்கினார் ஜாப்ஸ். ஸ்காட்டியைப் பழ உண்ணியாக மாறிவிடச் சொன்னர் ஜாப்ஸ். இதனால் நிச்சயம் அவரது உடல் எடை குறையும் என்று ஆசை காட்டினார்.

ஸ்காட்டியின் உடல் எடையும் குறையவில்லை. ஜாப்ஸும் மாறவில்லை. தான் எண்ணியிருந்ததைவிட ஜாப்ஸ் பன்மடங்கு தீவிரமான பிடிவாதக்காரர் என்பது ஸ்காட்டிக்குப் புரிந்தது. ஸ்காட்டியும் அவரும் பேசுவதை யாரேனும் பார்த்தால் சேவல் சண்டை போலவே இருக்கும். தரமான ஆடுகளம். ஒன்றுக்கொன்று சளைக்காமல் நின்று ஆடும் திறம்கொண்ட இரு ஆளுமைகள். பல சண்டைகள் டிராவிலேயே முடிந்தன. சிலவற்றுள் முடிவும் வந்தது.

'நான் மிக அதிகமாகக் கத்திய நபர் என்றால் அது ஸ்காட்டிதான்' என்று ஒரு நேர்காணலில் ஜாப்ஸ் கூறியிருக்கிறார். ஜாப்ஸின் அளவுகோலிலேயே மிக அதிகம் என்றால் பார்த்துக்கொள்ளுங்கள்.

ஆப்பிளில் பணியாளர்களின் எண்ணிக்கை அதிகரித்தது. எனவே அனைவருக்குமே ஒரு பணியாளர் எண் வழங்குவது என்று முடிவானது. ஜாப்ஸின் லீலை இதிலும் தொடர்ந்தது.

யாருக்குப் பணியாளர் எண் #1 என்பதில் சிக்கல் எழுந்தது. ஸ்காட்டி வாஸுக்கு எண் ஒன்றை அளித்தார். விட்டுவிடுவாரா ஜாப்ஸ்? 'நான்தான் நம்பர் ஒன்' என அடம்பிடித்தார். வாஸுக்கு

முதல் இடத்தை விட்டுக்கொடுக்க முடியாது என்று ஒரு குழந்தை போலப் பிடிவாதமாக இருந்தார் ஜாப்ஸ்.

பஞ்சாயத்து தொடர்ந்தது. ஸ்காட்டியும் மர்க்குலாவும் சொல்லிப் பார்த்தார்கள். வழக்கம் போலவே ஜாப்ஸ் கேட்கவில்லை. தான் எண் இரண்டை ஏற்கமுடியாது என்றார்.

நீண்ட நெடிய விவாதத்திற்குப் பிறகு ஒரு விசித்திரமான முடிவுக்கு வந்தனர். ஜாப்ஸுக்கு நம்பர் #0 வழங்குவது என்று முடிவானது. ஜாப்ஸுக்கு நம்பர் #0, வாஸுக்கு #1. எனவே ஜாப்ஸுக்கு வாஸைவிட முன்னுரிமை. குமுதா ஹேப்பி அண்ணாச்சி என அனைவருமே ஒப்புக்கொண்டனர்.

ஆனால் விதி வேறுமாதிரி விளையாடியது. பணியாளர் எண்களை வங்கிக் கணக்குடன் இணைக்கவேண்டும். அவர்களது கணக்கு பேங்க் ஆஃப் அமெரிக்காவில் இருந்தது. சிஸ்டம் பணியாளர் எண் ஜீரோ என்பதை ஏற்கவில்லை. ஒன்றிலிருந்து தொடங்குவதுதானே வாடிக்கை? எனவே ஜீரோ செல்லாது என்று மறுத்துவிட்டனர்.

வேறுவழியில்லாமல் ஜாப்ஸும் எண் இரண்டுக்கு ஒப்புக் கொண்டார். ஆரம்பத்தில் ஸ்காட்டி என்ன நினைத்தாரே அதுவே நடந்தது. அப்போதும் ஜாப்ஸ் அடம் பிடித்திருக்கலாம். ஏனோ செய்யவில்லை. அதுதான் ஜாப்ஸ்.

ஜாப்ஸைப் பொறுத்தவரை பித்துப்பிடித்தது போல வேலையிலேயே மூழ்கிவிடுவார். இத்தனை சிரமப்பட்டுச் செய்யவேண்டுமா என்னும் கேள்வியெல்லாம் அவரிடம் செல்லாது. அதனால் பயன் எதுவும் இருக்கிறதா என்பது கூட இரண்டாம்பட்சமே. அவரைப் பொறுத்தவரை வேலை ஒரு தியானம் போல.

ஆப்பிள் கம்ப்யூட்டர்களின் கேபினெட்கள் பழுப்பு *(beige)* நிறத்தில் இருக்கும் என்று முடிவானது. பெண்ட்டோன் என்னும் நிறுவனத்தை இதற்காகத் தேர்ந்தெடுத்தார்கள். அவர்களிடம் பழுப்பு நிறத்திலேயே இரண்டாயிரம் ஷேடுகள் இருந்தன.

அனைத்தையும் ஜாப்ஸ் பார்த்தார். இந்த இரண்டாயிரம் பழுப்பு வண்ணங்களும் வேண்டாம். எங்களுக்கெனத் தனியாக ஒரு பழுப்பு

வண்ணத்தை உருவாக்குங்கள் என்று வாதிட்டார். அவ்வாறு செய்தால் தாமதமாகும் என்றனர் பெண்ட்டோன்காரர்கள்.

இங்கும் ஸ்காட்டி தலையிட்டார். இருப்பதிலேயே ஒன்றைத் தேர்ந்தெடுத்தாலே போதும் என்று ஜாப்ஸுக்குப் புரியவைத்தார்.

நிறம் மட்டுமல்ல. சின்னச் சின்ன விஷயத்தைக் கூட ஜாப்ஸ் ஓர் ஆராய்ச்சிக்குரிய பிரச்சினை அளவுக்கு மாற்றி வைத்திருந்தார். உதாரணமாக, கேபினெட்டின் முனைகள் எவ்வளவு வளைவாக இருக்கவேண்டும் என்பதற்குக் கூட நீண்ட நெடிய தியரிகள் வைத்திருந்தார் ஜாப்ஸ்.

கம்ப்யூட்டர்களுக்கு எவ்வளவு காலம் வாரன்ட்டி கொடுப்பது என்று ஒரு பிரச்சினை வந்தது. அப்போதெல்லாம் பொதுவாகத் தொண்ணூறு நாள்கள் கொடுப்பதுதான் வழக்கம்.

இந்த விஷயத்தில் ஸ்காட்டி எவ்வளவோ முயன்று பார்த்தார். அவரும் ஜாப்ஸும் பல பாதயாத்திரைகள் சென்றனர். வெவ்வேறு கோணங்களில் சொல்லிப்பார்த்தார். ஆப்பிளுக்கு இதனால் என்னவெல்லாம் சிக்கல்கள் வரக்கூடும் எனச் சிறுபிள்ளைக்குச் சொல்லிப் புரியவைப்பதுபோல முயன்றுபார்த்தார்.

ஜாப்ஸ் இந்த விஷயத்தில் கொஞ்சம் கூட இறங்கி வரவேயில்லை. ஒரு வருட வாரன்ட்டி என்பதில் உறுதியாக இருந்தார்.

ஜாப்ஸின் விருப்பம் நிறைவேறியது. ஒரு வருட வாரன்ட்டிக்கு வாஸ், மர்க்குலா, ஸ்காட்டி அனைவருமே ஒப்புக்கொண்டார்.

அவர்களுக்கு ஒன்று புரிந்தது. ஜாப்ஸைச் சமாளிக்க ஜாப்ஸால் மட்டுமே முடியும்.

13. யார் லிசா?

ஆப்பிளின் விற்பனை தொடர்ந்து அதிகரித்தது. ஆப்பிள் *II* கம்ப்யூட்டருக்கான ஆர்டர்கள் தொய்வின்றி வந்துகொண்டிருந்தன. ஆயிரத்துத் தொள்ளாயிரத்து எழுபத்து ஏழாம் ஆண்டில் மட்டும் இரண்டாயிரத்து ஐநூறு கம்ப்யூட்டர்களை விற்றது ஆப்பிள்.

அன்றைய சூழலில் இத்தனை கம்ப்யூட்டர்கள் விற்பது என்பதே ஒரு சாதனை. அடுத்தடுத்த ஆண்டுகளில் விற்பனை பன்மடங்கு பெருகியது. எண்பத்தொன்றாம் ஆண்டில் இரண்டு லட்சத்துக்கும் அதிகமான கம்ப்யூட்டர்களை விற்றது ஆப்பிள்.

இதெல்லாம் ஒருபுறமிருக்க, ஜாப்ஸ் எப்போதும் போலப் பரபரப்பாகவே இருந்தார். அவரை ஒரு கேள்வி அலைக்கழித்துக் கொண்டிருந்தது. ஆப்பிள் *II* நல்ல கம்ப்யூட்டர்தான். ஆனால் அதை மட்டுமே வைத்துக்கொண்டு எத்தனை காலம் ஓட முடியும்?

என்ன இருந்தாலும் ஆப்பிள் *II*, வாஸ் செய்த கம்ப்யூட்டர். தனது பெயர் சொல்லும் ஒரு கம்ப்யூட்டரை வடிவமைத்துவிட வேண்டும் என்பதில் ஜாப்ஸ் உறுதியாக இருந்தார்.

ஆப்பிள் IIக்குப் பிறகென்ன? ஆப்பிள் III தானே? அதை நோக்கித்தான் வாஸும் அவரது குழுவினரும் ஓடிக்கொண்டிருந்தனர்.

ஆப்பிள் *III*இல் நிறைய மாறுதல்கள் இல்லை. முதலிரண்டைக் காட்டிலும் சற்றே கூடுதலான வசதிகள்.

ஆனால் ஜாப்ஸின் மனத்தில் இருந்தது அதுவல்ல. அவருக்கு உலகின் போக்கை மாற்ற வல்ல ஒரு கம்ப்யூட்டரைச் செய்யவேண்டும். அது அனைவரும் பயன்படுத்தும்படி இருக்க வேண்டும்.

கம்ப்யூட்டரையும் ஒரு வீட்டு உபயோகக் கருவி போல மாற்றுவதே ஜாப்ஸின் திட்டம்.

ஆப்பிள் பொறியாளர்களிடம் இதைத்தான் அவர் எதிர்பார்த்தார். அவர்கள் சொன்னவை ஜாப்ஸின் நோக்கத்துடன் ஒத்துவரவில்லை. அவர்களைக் கடிந்துகொண்டார். வழக்கத்தைவிட எரிச்சலுடன் இருந்தார். சில கூட்டங்களில் எதுவுமே சொல்லாமல் பாதியிலேயே வெளியேறினார். பல நேரம் பொறியாளர்களை வெளியேற்றினார்.

'இந்த மனிதருக்கு என்ன வேண்டுமென்றே தெரியவில்லையே' என்று ஒட்டுமொத்த ஆப்பிளும் அலறிக்கொண்டிருந்தது.

ஹெச்.பி நிறுவனத்திலிருந்து இரண்டு பொறியாளர்களை வேலைக்கு எடுத்திருந்தார் ஜாப்ஸ். அவர்கள் மூலம் ஒரு புதிய கம்ப்யூட்டரைச் செய்ய நினைத்தார். அதற்கொரு பெயரும் சூட்டினார். லிசா *(LISA)*. இப்படியொரு பெயரைக் குழுவினர் எதிர்பார்க்கவில்லை.

ஏன்?

ஜாப்ஸின் மகள்தான் லிசா. தொடக்கத்தில் தனது மகள் என லிசாவை அவர் ஏற்றுக்கொள்ளவில்லை. எனக்கும் லிசாவுக்கும் எந்தத் தொடர்பு இல்லை என்றே சொல்லிவந்தார்.

ஜாப்ஸுக்கும் அவரது தோழி கிரிஸான் பிரனென்னுக்கும் பிறந்த குழந்தைதான் லிசா. ஜாப்ஸுக்கும் கிரிஸானுக்கும் ஒத்துப்போக வில்லை. எவரானாலும் ஜாப்ஸுடன் இருப்பது எளிதா என்ன?

கம்ப்யூட்டரின் பெயரை மாற்றலாமா எனக் கேட்டபோது முடியாது என மறுத்துவிட்டார். இந்த கம்ப்யூட்டரின் பெயர் லிசாதான். ஆனால் அது எனது மகளின் பெயரல்ல எனக் குழப்பினார்.

லிசா என்பது ஒரு சொற்றொடரின் சுருக்கம். அக்ரோனிம். *Local Integrated Systems Architecture* என்பதன் முதலெழுத்துச் சுருக்கம்தான் *LISA* என்றார். இது லிசா குழுவினர் வடிவமைத்த அக்ரோனிம். வலிந்து செய்தது.

லிசாவுக்கு அவர்கள் சொன்ன விளக்கத்தில் எந்தப் பொருளும் இல்லை. அது பொருத்தமான பெயரும் அல்ல. ஆனாலும் தான் ஏற்றுக்கொள்ளாத மகளின் பெயரை வைத்திருப்பதாக யாரும் சொல்லிவிடக் கூடாதல்லவா? அதற்கென ஜாப்ஸ் கண்டறிந்த உபாயம்தான் இந்த அக்ரோனிம் ஐடியா.

வெளி உலகுக்கு என்னவோ சொல்லிக்கொள்ளலாம். ஆனால் குழுவினருக்கு இந்தப் பெயர் பொருந்தவில்லை என்பது தெரியும். எனவே அவர்கள் கிண்டலாக இன்னொரு பெயரும் வைத்திருந்தனர். *'Lisa Invented Stupid Acronym'*.

இந்த கம்ப்யூட்டர் ஆப்பிள் *II*ஐக் காட்டிலும் சக்தி வாய்ந்ததாக இருக்கவேண்டும் என எண்ணினார் ஜாப்ஸ். திரையில் சில கூடுதல் வசதிகளைச் சேர்த்தனர். இதை ஒரு பதினாறு பிட் கம்ப்யூட்டராக வடிவமைத்தனர். முன்பிருந்தது எட்டு பிட். இருமடங்கு பலம்.

பொறியாளர்களின் பார்வையில் இது சக்திவாய்ந்த கம்ப்யூட்டர். ஆனால் ஜாப்ஸுக்கு ஏமாற்றம்தான். அவர் எதிர்பார்ப்பு வேறு. ஏதோ ஒன்று குறைகிறது என்னும் எண்ணம் ஜாப்ஸைத் துரத்திக்கொண்டிருந்தது.

இந்தக் காலக்கட்டத்தில்தான் பில் அட்கின்ஸன் ஆப்பிளில் இணைகிறார். அட்கின்ஸன் ஓர் ஆய்வு மாணவர். வாஸிங்டன் பல்கலைக்கழகத்தில் படித்துக்கொண்டிருந்தார். கணினி அறிவியலையும் நரம்பியலையும் இணைத்து, சிக்கலான ஆய்வு ஒன்றைச் செய்துகொண்டிருந்தார் அட்கின்ஸன்.

ஜெஃப் ரஸ்கின் ஆப்பிள் பணியாளர். அவர் மூலமாகத்தான் ஜாப்ஸுக்கு அறிமுகமாகிறார் பில் அட்கின்ஸன். ஆப்பிளில் சேர அவரை அழைக்கின்றனர். முதலில் மறுக்கிறார் பில். ஜாப்ஸ்

நினைத்தது நடந்தாக வேண்டுமே? பில்லுக்கு ஒரு விமான டிக்கெட்டை அனுப்பி, கிளம்பிவரச் சொல்கிறார் ஜாப்ஸ். அவருக்குச் சிறப்பான எதிர்காலம் காத்திருப்பதாகச் சொல்கிறார்.

அழைப்பை ஏற்று பில் வருகிறார். அப்போதும் ஆப்பிளில் சேரத் தயங்குகிறார். அவருக்குத் தனது ஆராய்ச்சியைத் தொடர்வதில்தான் விருப்பம்.

பில் அட்கின்ஸனுடன் ஜாப்ஸ் நீண்ட நேரம் உரையாடுகிறார். விதவிதமான கோணங்களில் ஆப்பிள் என்ன செய்கிறது என்று விளக்குகிறார்.

இறுதியாக, 'நாங்கள் எதிர்காலத்தை நிர்மாணிக்கிறோம்' என்கிறார். 'இனி வரும் உலகம் எவ்வாறு இருக்கப் போகிறது என்பதில் ஆப்பிளின் பங்கு அதிகம், அதற்கு உங்களைப் போன்றோரின் ஈடுபாடு பெருந்துணையாக இருக்கும்.'

இவரால் நன்மை விளையும் என்று நினைக்கும் ஒருவரை ஜாப்ஸ் சந்தித்துவிட்டால், அவரை ஆப்பிளில் சேர்த்த பின்னர்தான் மறுவேலை.

பில்லிடம் அப்படி ஏதோ சிறப்பியல்புகள் இருப்பதாக உணர்ந்திருக் கிறார் ஜாப்ஸ். பேசிப் பேசி பில் அட்கின்ஸனை சம்மதிக்க வைத்துவிடுகிறார். அவர் ஆப்பிளில் சேர்ந்த ஐம்பத்தொன்றாம் நபர். தனது ஆராய்ச்சியைப் பாதியிலேயே விட்டுவிட்டு ஆப்பிளு டன் இணைந்துவிடுகிறார் அட்கின்ஸன். அவரிடம் வாஸின் சில பண்புகள் இருந்தன. பொறியியல் மீதான தீராக் காதல்.

அட்கின்ஸனிடம் ஜாப்ஸின் சில குணங்களும் இருந்தன. அனைவருக்கும் பயன்படும் வகையிலான கருவிகள் செய்வதில் பேரார்வம் கொண்டிருந்தார்.

கருவிகள் என்றால் ஹார்டுவேர் மட்டுமல்ல. சாஃப்ட்வேரும் சேர்ந்ததுதான்.

அட்கின்ஸனுக்குக் கொடுக்கப்பட்ட முதல் புராஜெக்ட்டே சவா லானதுதான். ஸ்டாக் மார்க்கெட்டில் என்ன நடக்கிறது என்பதை அறிய உதவும் சாஃப்ட்வேர் ஒன்றை வடிவமைக்கவேண்டும்.

கூடுதலாக இன்னும் ஒரு சிக்கலும் இருந்தது. அது கால அளவு. ஆப்பிள் சில தினங்களுக்கு முன்பு விளம்பரமொன்றை வெளியிட்டிருந்தது. அதில் வீட்டிலிருந்தபடியே கம்ப்யூட்டரில் ஒருவர் ஸ்டாக் மார்க்கெட் நிலவரத்தைப் பார்ப்பதுபோல காட்டி யிருந்தார்கள். அவர்களிடம் அதுவரையிலும் அந்த சாஃப்ட்வேர் இல்லை.

பங்குச் சந்தை நிலவரத்தை அறியும் சாஃப்ட்வேரை வடிவமைக்க வேண்டும். அதுவும் உடனடியாக. குறிப்பிட நேரத்திற்குள் இத்திட்டத்தைச் சிறப்பாக முடிக்கிறார் அட்கின்ஸன். அடுத்து அவர் எடுத்துக்கொண்ட புராஜெக்ட்தான் ஜாப்ஸ் மனத்தில் அட்கின்ஸன் நிலைத்திருந்ததற்குக் காரணம். ஆப்பிள் கம்ப்யூட்டருக்காக பாஸ்கல் *(Pascal)* மொழியின் வெர்ஷன் ஒன்றை உருவாக்கவேண்டும். இது அட்கின்ஸன் விரும்பி எடுத்துக்கொண்ட புராஜெக்ட்.

இது தேவையற்றது என நினைக்கிறார் ஜாப்ஸ். இப்போது இருக்கும் பேசிக் மொழியே போதுமானது என்பது அவரது நம்பிக்கை. பாஸ்கலில் இன்னும் சிறப்பாகச் செய்யலாம் என்பது அட்கின்ஸனின் வாதம்.

ஜாப்ஸ் வேண்டாம் என்று சொன்னதற்கு இன்னும் ஒரு காரணமும் இருந்தது. இந்த புராஜெக்ட் நிறைய நேரம் எடுத்துக்கொள்ளும். அட்கின்ஸனுக்கு வேறுசில திட்டங்கள் வைத்திருந்தார் ஜாப்ஸ். எனவே தயங்கினார்.

அட்கின்ஸனும் விடுவதாக இல்லை. ஜாப்ஸ் சம்மதித்தார். ஆனால் ஒரு நிபந்தனை. இதை ஆறு தினங்களுக்குள் முடிக்கவேண்டும் என்று அட்கின்ஸனிடம் கூறினார். இவ்வாறு சொன்னால் அவர் வேண்டாமென்று விலகிவிடுவார் என ஜாப்ஸ் நினைத்திருக்கக் கூடும்.

அட்கின்ஸன் ஜாப்ஸின் நிபந்தனையை ஏற்றுக்கொண்டார். தன்னால் ஆறு தினங்களுக்குள் இதைச் செய்து முடிக்க இயலும் என ஜாப்ஸிடம் கூறினார்.

வேலையைத் தொடங்கினார். ஆறு தினங்களுக்குள்ளாகவே முடித்தார். ஆப்பிள் கம்ப்யூட்டர்களில் ஓடும் பாஸ்கல் தயாரானது.

இதன் பின்னர் ஜாப்ஸ் மிகவும் மதித்த பொறியாளர்களில் ஒருவராக மாறினார் அட்கின்ஸன்.

இப்போது ஆப்பிளிடம் இரண்டு விதமான கணினிகள் இருந்தன. ஆப்பிள் *II*. அதைத் தொடர்ந்து வரவிருக்கும் ஆப்பிள் *III*. இது வாஸ் குழுவினருடையது. இதுபோக ஜாப்ஸின் மேற்பார்வையில் உருவாகிவரும் லிசா கம்ப்யூட்டர்.

ஆனாலும் ஜாப்ஸ் திருப்தியடையவில்லை. இதுவல்ல, இதுவல்ல என ஞானத்தைத் தேடும் ஒரு யோகியை ஒத்த மனநிலையில் இருந்தார் ஜாப்ஸ்.

அட்கின்ஸனை அழைத்து வந்த ரஸ்கினிடம் ஒரு திட்டம் இருந்தது. ஆப்பிளின் பாதையை மாற்றப்போகும் ஒரு கனவுத் திட்டம். பர்ஸனல் கம்ப்யூட்டர்களின் வரலாற்றைத் திருத்தி எழுதவிருக்கும் ஒரு பாதை.

அதைக் கண்டடைய ஜாப்ஸும் அவரது குழுவினரும் சந்திக்க விருக்கும் சவால்கள் மிக அதிகம். 'எங்கள் பணி கம்ப்யூட்டர் செய்வதல்ல, உலகை மாற்றுவது' என்று ஜாப்ஸ் கூறுவது வெற்று வார்த்தைகளல்ல. நிஜம் என நிரூபித்த கதை அடுத்த அத்தியாயத்தில்.

14. படக்கதை

கருந்திரை. அதில் பளிச்சென்று ஒளிரும் எழுத்துகள். இவ்வாறுதான் இருந்தன அன்றைய கம்ப்யூட்டர் திரைகள். இவை அனைவரையும் கவரும்படி இல்லை.

கம்ப்யூட்டர்களை இயக்கச் சில மந்திரச் சொற்களைக் கற்கவேண்டியிருந்தது. கமாண்ட்கள். அலிபாபாவின் குகை போல மந்திரத்திற்கு மட்டும் செவிசாய்த்தன. மொத்தத்தில் அவையறிந்தவை எண்ணும் எழுத்தும் மட்டுமே.

பர்ஸனல் கம்ப்யூட்டர்களை இந்த எழுத்துச் சிறையிலிருந்து விடுவிக்கும் சம்பவம் ஒன்று நிகழ்ந்தது. அதற்குப் பிள்ளையார் சுழி போட்டவர் ரஸ்கின்.

ஜெராக்ஸ் பார்க் *(XEROX PARC)* நிறுவனத்திற்கும் இவருக்கும் சில தொடர்புகள் இருந்தன. இவரது தூண்டுதலின் பேரில் ஜாப்ஸ் குழுவினர் ஜெராக்ஸ் பார்க்கைப் பார்வையிடச் சென்றனர்.

ரஸ்கின் கூறியதால் மட்டுமே செல்லவில்லை. அட்கின்ஸனும், இன்னபிற சில பொறியாளர்களும் இதில் ஆர்வமாக இருந்தனர்.

இதேவேளையில் ஜெராக்ஸ் நிறுவனம் ஆப்பிளில் முதலீடு செய்ய விரும்பியது. ஜாப்ஸிடம் இதற்காகப் பேச்சுவார்த்தை நடந்தது.

சில சுற்றுப் பேச்சுவார்த்தைகளுக்குப் பின் ஜாப்ஸ் ஒப்புக் கொண்டார். ஆனால் நிபந்தனை ஒன்றை விதித்தார். ஆப்பிள் நிறுவனப் பொறியாளர்கள் ஜெராக்ஸின் ஆய்வு மையத்தைப் பார்வையிட அனுமதிக்கவேண்டும். ஜெராக்ஸும் இதற்குச் சம்மதம் தெரிவித்தது.

1979 டிசம்பர் மாதம். ஜாப்ஸும், அவர் தம் குழுவினரும் ஜெராக்ஸ் ஆய்வு மையத்திற்குச் சென்றனர். அங்கென்ன நடந்தது என்று பார்ப்பதற்கு முன் ஜெராக்ஸ் பற்றி ஒரு சிறுகுறிப்பு.

இவர்கள்தான் ஜெராக்ஸ் எடுக்கும் கருவியைக் கண்டறிந்தவர்கள். போட்டோ காப்பியர் என்பதுதான் அதன் பெயர். ஆனாலும் அந்நிறுவனத்தின் பெயரால் ஜெராக்ஸ் என்றே செல்லமாக அழைக்கப்படுகிறது.

லேசர் பிரிண்டரும் இவர்களின் கைவண்ணம்தான். கம்ப்யூட்டர்களை நெட்வொர்க் செய்யும் ஈத்தர்நெட் தொழில்நுட்பத்தை வடிவமைத்ததும் இவர்கள்தான்.

அதெல்லாம் சரி. ஆனால் ஜாப்ஸும் குழுவினரும் ஏன் ஜெராக் ஸைப் பார்வையிடுவதில் ஆர்வமாக இருந்தனர்?

ஜெராக்ஸிடம் ஆல்ட்டோ (Alto) என்றொரு கம்ப்யூட்டர் இருந்தது. அது ஒரு தனித்துவமான கம்ப்யூட்டர். ஆல்ட்டோதான் கிராபிக்கல் யூஸர் இண்டர்ஃபேஸை அறிமுகம் செய்தது.

அதாவது எண்ணும் எழுத்தும் மட்டுமே கண்ணெனத் தகும் என்று பிற கம்ப்யூட்டர்கள் இருந்த வேளையில், படம் காட்டிய முதல் கணினி ஆல்ட்டோ. அதுதான் படக்கதையின் முதல் அத்தியாயம்.

ஜெராக்ஸ் பணியாளர்களில் இரண்டு கோஷ்டிகள். ஒருதரப்பு ஜாப்ஸ் குழுவினருக்கு ஒளிவுமறைவின்றி அனைத்தையும் காட்ட விரும்பியது. இத்தரப்புக்கு லேரி டெஸ்லர் தலைமை.

இன்னொரு கோஷ்டி மேலோட்டமாக ஏதோ சிலவற்றை மட்டுமே சொல்லி அனுப்பிவிட வேண்டும் என்று நினைத்தது. இக்குழுவில் அட்லே கோல்ட்பெர்க் என்றொரு அம்மையார் இருந்தார்.

ஆல்ட்டோ கம்ப்யூட்டரை கோல்ட்பெர்க் குழுவினர் முதலில் டெமோ செய்தனர். ஜாப்ஸிடம் நடக்குமா? சில நிமிடங்களிலேயே அவர்களின் விளையாட்டைப் புரிந்துகொண்டார்.

இது சரி வராது, இந்த நாடகத்தை நிறுத்துங்கள். கத்திவிட்டுச் சட்டென்று கிளம்பினார் ஜாப்ஸ். ஜெராக்ஸின் மேலதிகாரிகளைத் தொடர்புகொண்டார். அவர்கள் இனி இவ்வாறு நிகழாது என்று உறுதியளித்தனர்.

சில நாள்களுக்குப் பின்னர் மீண்டும் ஒரு பயணம். இம்முறை டெஸ்லர் குழுவினர் ஜாப்ஸைச் சிறப்பாக வரவேற்றனர். ஒவ்வொன்றையும் விளக்கமாகச் சொல்லத் தயாராக இருந்தனர்.

மீண்டும் ஒரு முறை ஆல்ட்டோவின் முன் நின்றிருந்தனர். அக்கணினியின் இயக்கத்தைக் கண்டு பிரமித்துப் போனது ஆப்பிள் குழு. கிராஃபிக்கல் யூஸர் இண்டர்ஃபேஸைப் பார்த்தவுடனேயே ஜாப்ஸுக்குப் பித்துப்பிடித்தது. தான் எதிர்பார்த்திருந்த கம்ப்யூட்டர் இதுவே என்னும் முடிவுக்கு வந்தார். இனி வருங் காலத்தில் ஒவ்வொரு பர்ஸனல் கம்ப்யூட்டரும் இவ்வாறுதான் இருக்கவேண்டும். இருக்கப்போகிறது. இதை ஜாப்ஸ் தீவிரமாக நம்பினார். ஆல்ட்டோவின் திரை ஜாப்ஸைக் கவர்ந்திழுத்தது. டெக்ஸ்டாப். ஐகான்கள். ஃபோல்டர்கள். மவுஸ் மூலம் இயக்கும் லாகவம்.

இவற்றையெல்லாம் வைத்துக்கொண்டு ஜெராக்ஸ் என்ன செய்துகொண்டிருக்கிறது என்று வியந்தார் ஜாப்ஸ். ஒரு தங்கச் சுரங்கத்தின் மீது தூங்கிக்கொண்டிருக்கும் அறியாக் கூட்டம் போல இருக்கிறார்களே என்று எண்ணினார்.

ஜெராக்ஸிடம் வேறு சில சிறப்பான படைப்புகளும் இருந்தன. கம்ப்யூட்டர்களை நெட்வொர்க்கிங் செய்வதில் கில்லாடிகளாக இருந்தனர். இதுபோக ஸ்மால்டாக் *(Smalltalk)* என்றொரு புரொகிராமிங் மொழியையும் வைத்திருந்தனர். இது பிற மொழிகளைவிடப் பன்மடங்கு திறன் வாய்ந்ததாக இருந்தது.

அதிலெல்லாம் ஜாப்ஸ் ஆர்வம் காட்டவில்லை. அர்ஜுனனின் பார்வைக்குக் கிளியின் கண் மட்டுமே தெரிந்தது. மற்றவை

யாவும் மறைந்துபோயின. அவ்வாறே ஜாப்ஸின் எண்ணமெங்கும் கிராஃபிக்கல் யூஸர் இண்டர்ஃபேஸ் மட்டுமே.

இது போதும் என்று அங்கிருந்து கிளம்பினார். ஆப்பிளுக்கு வந்த பின்னர் தனது குழுவினருக்கு ஒரு கட்டளையிட்டார். ஆல்ட்டோவில் நாம் பார்த்தவை நமது கம்ப்யூட்டர்களிலும் வேண்டும். அதற்கென்ன வேண்டுமோ அதையெல்லாமே செய்யுங்கள். இனி இதுவே நமது இலக்கு.

அப்படியென்றால் ஆப்பிள், ஜெராக்ஸின் ஐடியாவைத் திருடியதா? இக்கேள்விக்கு இருவேறு பதில்கள் இருக்கின்றன. ஜாப்ஸிடமே இதைக் கேட்டுள்ளனர்.

பிக்காஸோவை மேற்கோள் காட்டுகிறார் ஜாப்ஸ். 'நல்ல கலைஞர்கள் காப்பியடிக்கின்றனர், சிறந்த கலைஞர்கள் திருடிக்கொள்கின்றனர்' *(Good artists copy, great artists steal).*

இதைப் பல இடங்களிலும் சொல்லிச் சொல்லிப் பிரபலப்படுத்தி இருக்கிறார் ஜாப்ஸ். பிக்காஸோ சொன்னது பலருக்கும் தெரிந்திருக் காது. இன்று இது ஜாப்ஸின் மேற்கோளாகவே அறியப்படுகிறது.

இது ஒரு வெர்ஷன். அவரே இதற்கு முற்றிலும் மாறான கருத்தையும் சொல்லியிருக்கிறார்.

ஜெராக்ஸிடம் மிகச் சிறந்த கம்ப்யூட்டர் இருந்தது உண்மைதான். ஆனால் அதை வைத்துக்கொண்டு என்ன செய்வதென்று அவர்களுக்குத் தெரியவில்லை. அதை வெற்றிபெற வைக்க எதுவுமே செய்யாமல் இருந்துவிட்டனர். நன்றாகச் செயல்பட்டிருந்தால் ஒட்டுமொத்த பர்ஸனல் கம்ப்யூட்டர் துறையும் அவர்கள் வசம் இருந்திருக்கும். ஜெராக்ஸ் தவறவிட்டதை நாங்கள் வெற்றிகரமாகச் செய்துகாட்டியிருக்கிறோம்.

இந்த இரண்டு வெர்ஷன்களிலும் உண்மை இருக்கிறது. ஜெராக்ஸின் கம்ப்யூட்டரை ஆப்பிள் அப்படியே காப்பியடித்தது என்று சொல்லிவிடமுடியாது. உதாரணத்துக்கு அவர்களின் கம்ப்யூட்டர் மவுஸை எடுத்துக்கொள்ளுங்கள். அது மட்டுமே முந்நூறு டாலர். மூன்று பட்டன்கள் இருந்தன.

ஆப்பிளும் தங்கள் கம்ப்யூட்டருக்கும் மவுஸ் வேண்டும் என்று முடிவு செய்தனர். ஆனால் ஜெராக்ஸ் வைத்திருந்த அதே மவுஸ் அல்ல. ஜாப்ஸின் மேற்பார்வையில் மவுஸின் ஆப்பிள் அவதாரத்தை வடிவமைத்தனர். அதில் ஒரே ஒரு பட்டன் மட்டுமே இருந்தது. இந்த மவுஸின் அடக்கவிலை பதினைந்து டாலர் மட்டுமே. ஆனால் ஆப்பிள் அதை என்ன விலைக்கு விற்றது என்று கேட்காதீர்கள்.

கிராஃபிக்கல் யூஸர் இண்டர்ஃபேஸின் ஒவ்வோர் இடத்திலும் ஆப்பிளின் முத்திரை இருந்தது. இது அட்கின்ஸன் குழுவினரின் கடும் உழைப்பு.

எழுத்துகளை மட்டுமே திரையில் காட்டுவது எளிது. கீபோர்டில் என்ன எழுத்தைத் தட்டுகிறோமோ அது திரையில் தோன்றும். ஒரே அளவிலான எழுத்துகள். இதற்கான புரொகிராம் எழுதுவது சிக்கலற்றது.

ஆனால் கிராஃபிக்ஸ் என்று வரும்போது இவ்வாறில்லை. திரையின் ஒவ்வொரு புள்ளியையும் கட்டுப்படுத்த வேண்டும். இப்புள்ளிகளை பிக்ஸல் என்கிறோம்.

இந்த ஒவ்வொரு பிக்ஸலையும் ஒரு சீரியல் பல்பு என்று கற்பனை செய்துகொள்ளுங்கள். ஒரு குறிப்பிட்ட நேரத்தில் சில பல்புகள் எரிய வேண்டும். சில அணைந்திருக்க வேண்டும். இது ஒரு விநாடிக்குள்ளேயே பலமுறை நிகழவேண்டும். கொஞ்சம் கூடத் துல்லியம் விலகக் கூடாது.

அன்றிருந்த கம்ப்யூட்டர் பிராசஸர்களின் வேகம் குறைவு. மெமரி பஞ்சம் வேறு. இவற்றை வைத்துக்கொண்டு இந்தச் சாகசத்தை நிகழ்த்துவது மிகக் கடினம். அதற்காக எழுதும் புரொகிராம்கள் மூச்சுவாங்காமல் ஓடிக்கொண்டே இருக்கவேண்டும். இல்லை என்றால் திரை கண்ணை உறுத்தும். மின்னத் தொடங்கும்.

ஆப்பிள் குழு கிராஃபிக்கல் யூஸர் இண்டர்ஃபேஸை வெகு தீவிரமாக வடிவமைத்துக்கொண்டிருந்தது. அப்போது அவர்களை அதிர்ச்சிக்குள்ளாக்கும் சம்பவம் ஒன்று நிகழ்ந்தது.

'81 ஆண்டில் ஜெராக்ஸ் தங்களது புதிய கம்ப்யூட்டர் ஒன்றை விற்பனைக்குக் கொண்டுவந்தது. ஜெராக்ஸ் ஸ்டார் என அதற்குப் பெயரிட்டிருந்தனர். அதிலும் கிராஃபிக்கல் யூஸர் இண்டர்ஃபேஸ் இருந்தது.

அப்போதிருந்த கம்ப்யூட்டர்களை ஒப்பிடும்போது இது வசீகரமானது. ஆனாலும் சில சிக்கல்கள் இருந்தன. முதலாவது அதன் வேகம். பெரிய ஃபைல்களைத் திறக்கவே பல நிமிடங்கள் ஆனது. இன்னும் ஒரு பெரிய சிக்கல் அதன் விலை. பதினாறாயிரத்து ஐந்நூறு டாலர்.

ஜெராக்ஸின் ஸ்டார் கம்ப்யூட்டர் தனிப்பட்ட பயனாளர்களுக்கானது அல்ல. அவர்கள் நிறுவனங்களை மட்டுமே குறிவைத்திருந்தனர். நெட்வொர்க் செய்து பல கம்ப்யூட்டர்களை ஒருங்கிணைத்துப் பயன்படுத்தலாம் என்றார்கள். ஆனாலும் அவர்கள் எதிர்பார்த்த அளவுக்கு இது பிரபலமடையவில்லை.

ஜாப்ஸும் குழுவினரும் ஒரு ஜெராக்ஸ் டீலரிடம் சென்றனர். ஜாப்ஸுக்கு ஆல்ட்டோ அளித்த வியப்பை ஸ்டார் அளிக்கவில்லை.

ஸ்டாரால் நமக்கு எந்தச் சிக்கலும் வராது. அவர்கள் இப்போதும் தவறவிட்டுவிட்டனர் என்றார் ஜாப்ஸ்.

ஆப்பிள் குழு தங்கள் வேகத்தைக் கூட்டியது. யூஸர் இண்டர்ஃபேஸ் விஷயத்தில் துளிகூடச் சமரசம் செய்யத் தயாராக இல்லை ஜாப்ஸ்.

திரையின் ஒரு சிறு புள்ளியைக் கூட ஜாப்ஸ் விட்டுவைக்கவில்லை. ஜாப்ஸைச் சமாளிப்பது பொறியாளர்களால் இயலாத காரியமாக மாறியது. ஜாப்ஸின் அகராதியிலோ 'இயலாது' என்னும் சொல்லே இல்லை. சண்டையும் சமாதானமும் அடுத்த அத்தியாயத்தில்.

15. மிதக்கும் ஜன்னல்கள்

அதிகாலை இரண்டு மணி.

டெலிஃபோன் ஒலிக்கிறது. நல்ல தூக்கத்திலிருந்த டெஸ்லர் கண்விழிக்கிறார். ரிசீவரை எடுக்கிறார்.

மறுமுனையில் ஜாப்ஸ்.

'இன்டர்ஃபேஸில் இதையும் சேர்க்கமுடியுமா?' என எதையோ கேட்கிறார் ஜாப்ஸ். அவரது குரலைக் கேட்டதும் எழுந்து அமர்ந்துகொள்கிறார் டெஸ்லர்.

அதன் பின்னர் நீண்டநேரம் இருவரும் பேசுகின்றனர்.

இவ்வாறு நடப்பது இது முதல்முறை அல்ல. ஜாப்ஸின் நடுநிசி அழைப்புகள் டெஸ்லருக்குப் பழகிப்போயிருந்தன. ஒருவகையில் அவருக்கு அது பிடிக்கவும் செய்தது.

அது சரி, யாரிந்த டெஸ்லர்? சென்ற அத்தியாயத்திலேயே இவர் தலைகாட்டியிருக்கிறார். ஜெராக்ஸ் நிறுவனப் பொறியாளர். இருந்துவிட்டுப் போகட்டும். அவரை ஏன் ஜாப்ஸ் அழைக்கிறார்?

தெரிந்துகொள்வோம்.

ஜெராக்ஸிடம் சிறந்த கம்ப்யூட்டர் செய்வதற்கான அனைத்துமே இருந்தன. அனுபவமிக்க பொறியாளர்கள். வேறு யாரிடமும்

அப்போது இல்லாத கிராஃபிக்ஸ் தொழில்நுட்பம். நெட்வொர்க் செய்யும் திறன்.

இவையனைத்திற்கும் மேலாக ஜெராக்ஸ் என்னும் பிராண்ட் மதிப்பு. ஆனாலும் அவர்களது 'ஸ்டார்' கம்ப்யூட்டர் எதிர்பார்த்த வெற்றி பெறவில்லை. ஜாப்ஸ் என்ன கணித்தாரோ அதுவே நடந்தது.

ஜெராக்ஸ் ஆய்வகத்துக்குச் சென்றபோது அங்கிருந்த சிறந்த பொறியாளர்களை அடையாளம் கண்டுகொண்டார் ஜாப்ஸ். அதிலொருவர்தான் மேலே சொன்ன லேரி டெஸ்லர். இவருடன் பெலிவில் என்றொருவர். இவர்கள் இருவரையும் ஜாப்ஸ் அழைத்துப் பேசினார்.

சுற்றிவளைக்காமல் நேரடியாகக் கேட்டார் ஜாப்ஸ். எப்போதும் போல. 'அங்கிருந்து என்ன செய்யப் போகிறீர்கள். இங்கு வந்துவிடுங்கள். நல்ல கம்ப்யூட்டர் செய்வோம்' என்றார். அவர்களுக்குத் தேவையானதைச் செய்துகொடுப்பதாக வாக்களித்தார். இருவரும் ஆப்பிளுக்கு வந்துவிட்டனர்.

இருவரையும் லிசா கம்ப்யூட்டர் டீமில் சேர்க்கிறார் ஜாப்ஸ். அதை அப்போது தலைமையேற்று நடத்தி வந்தவர் கூச் என்பவர். *HP*இல் இருந்து வந்தவர்.

லிசா டீமில் இவருக்குக் கீழே பலரும் வேலை செய்து வந்தனர். ஆனாலும் டெஸ்லரும் அட்கின்ஸனும்தான் ஜாப்ஸின் செல்லப்பிள்ளைகள். அட்கின்ஸன் முன்னரே இருந்தவர். டெஸ்லர் இப்போது வந்து சேர்ந்தவர். இவர்கள் இருவரின் திறமை மீதும் ஜாப்ஸுக்கு அலாதியான நம்பிக்கை இருந்தது.

எனவே இவர்கள் இருவரையும் நேரடியாக அழைத்துப் பேசினார். கூச்சிடம் சொல்லாமலேயே. இது அவருக்குப் பிடிக்கவில்லை. கொஞ்சம் கொஞ்சமாகப் புகையத் தொடங்கியது.

ஜாப்ஸ் ஆரம்பத்தில் அதைக் கண்டுகொள்ளவில்லை. அவர் இடறிய இடங்களில் இதுவும் ஒன்று. முள்மரம் வளரும் முன்னமே வெட்டிவிட வேண்டும் அல்லவா? ஜாப்ஸ் அதைச் செய்யத்

தவறிவிட்டார். அதைக் கொஞ்சம் வளரவிட்டுவிட்டார். அது தன் கையையும் கிழிக்கும் என்று அவர் எதிர்பார்க்கவில்லை.

லிசா டீம் சில குறிக்கோள்களுடன் வேலை செய்துகொண்டிருந்தது. கூச்தான் அக்குறிக்கோள்களை அடைவதற்குப் பொறுப்பு. அவ்வாறு அடைய முடியவில்லை எனில் அவர்தான் பதில் சொல்லவேண்டும். அவர்கள் ஒன்று திட்டமிட, அனுதினமும் ஜாப்ஸ் வேறொன்றைச் சொல்லிக்கொண்டிருந்தார். அதுவும் அட்கின்ஸன் மற்றும் டெஸ்லரிடம். இது டெஸ்லர் டீமின் செயல்பாடுகளைப் பாதிக்கத் தொடங்கியது.

அட்கின்ஸனுடன் சேர்ந்து ஜாப்ஸ் சில முடிவுகளை எடுத்தார். உதாரணத்துக்கு ஒன்றைப் பார்ப்போம்.

திரையின் பேக்கிரவுண்டை வெள்ளையாக வைப்பது. இப்போது இது நமக்குச் சாதாரணம். ஆனால் அக்காலத்தில் கருந்திரைதான் நார்மல்.

சரி, கருப்பிலிருந்து வெள்ளைக்கு மாற வேண்டியதுதானே, அதென்ன அவ்வளவு பெரிய பிரச்சினையா? என்றால் ஆம். வெள்ளையாக மாறவேண்டும் என்றால் அங்கிருக்கும் பிக்ஸல்கள் ஒளிர வேண்டும். பேக்கிரவுண்ட் வெள்ளை என்றால் பெரும்பாலான பிக்ஸல்கள் 'ஆன்' ஆக வேண்டும். அதுவும் நீண்டநேரம்.

ஹார்ட்வேர் குழுவினர் இது சரியாக வராது என்றனர். ஜாப்ஸும் அட்கின்ஸனும் வெள்ளைதான் வேண்டும் என்று அடம்பிடித்தனர்.

இதற்குக் காரணம் நிறம் மட்டுமல்ல. திரையில் என்ன பார்க்கிறோமோ அதை அப்படியே பிரிண்ட் செய்யவும் முடியும். இதை *WYSIWYG (What You See Is What You Get)* என்றனர். பிற்காலத்தில் இது மிகவும் பிரபலமானது.

அன்றைய சூழலில் தொடர்ந்து பிக்ஸல்களை ஒளிரவிடுவது சவாலானது. இவ்வாறு செய்தால் மானிட்டரின் ஆயுள் குறையும் என்றது ஹார்ட்வேர் குழு. கூச் குரூப்பும் இதை ஆமோதித்தது. ஆனால் ஜாப்ஸ் இறங்கிவரவில்லை.

பொறுப்பை நேரடியாக அட்கின்ஸனிடம் ஒப்படைத்தார் ஜாப்ஸ். பொதுவாக ஒரு டீம் என்றால் அதன் லீடர்தான் என்ன செய்யவேண்டும் என்று முடிவு செய்வார். இங்கு ஒவ்வொரு முடிவையும் ஜாப்ஸே எடுக்கத் தொடங்கினார்.

ஜாப்ஸ் ஒரு பொறியாளர் அல்ல. எனவே அவருக்குப் பொறியியல் சார்ந்த சிக்கல்களைப் பற்றித் தெரியாது. அவர் என்ன வேண்டுமானாலும் சொல்லுவார். இது கூச் தரப்புக் குற்றச்சாட்டு.

இது ஒருவகையில் உண்மைதான். அவருக்கு ஓரளவுக்கு மேல் பொறியியல் தெரியாதுதான். ஆனால் வேறொன்றில் அவர் விற்பன்னராக இருந்தார். அது தன் முன்னிருப்பவர் உண்மையைத்தான் சொல்கிறாரா அல்லது சமாளிக்கிறாரா என்று சட்டெனக் கண்டறியும் திறன்.

இந்த உள்ளுணர்வில் அவர் உறுதியாக இருந்தார். இந்தியப் பயணம் அவருக்குச் சொல்லித் தந்திருந்த பாடம் இது. எனவே பொறியாளர்கள் ஜாப்ஸிடம் கன்னாபின்னாவென்று எதையாவது சொல்லிச் சமாளிக்க முடியவில்லை.

வெண்திரை விஷயத்திலும் அவ்வாறே நிகழ்ந்தது. அட்கின்ஸனும் வேறு சில பொறியாளர்களும் சேர்ந்து இதைச் செய்து முடித்தனர். தொடக்கத்தில், இது முடியவே முடியாது என்று சொன்னவர்கள் தலைகுனியும் நிலை ஏற்பட்டது.

அட்கின்ஸன் செய்த இன்னும் ஒரு சாதனை, மிதக்கும் ஜன்னல்கள். ஃப்ளோட்டிங் விண்டோஸ். அதாவது திரையில் ஒன்றன் மீது ஒன்றாகப் பல்வேறு விண்டோக்களை அடுக்கும் ஆற்றல். காகிதங்களை ஒன்றன் மீது ஒன்று அடுக்குவது போல. மவுஸ் மூலம் இவற்றை வேண்டிய பகுதிக்கு நகர்த்தும் திறன்.

இந்த மிதக்கும் ஜன்னல்களுக்குப் பின் சுவாரசியமான சம்பவம் ஒன்று இருந்தது. ஜெராக்ஸ் ஆய்வகத்துக்குப் போன ஜாப்ஸ் குழுவில் அட்கின்ஸனும் இருந்தார். ஆல்ட்டோ கம்ப்யூட்டர், ஜாப்ஸைப் போல இவரையும் கவர்ந்திருந்தது.

முதன்முறையாக கிராபிக்கல் யூஸர் இண்டர்பேஸை அங்குதான் பார்த்தார் அட்கின்ஸன். பல்வேறு விண்டோக்கள். மவுஸ் மூலம் வேலை செய்யும் ஆற்றல். இவற்றையெல்லாம் பார்த்து நிஜமாகவே மெய்மறந்துதான் போனார் அட்கின்ஸன்.

ஆல்டோ கம்ப்யூட்டரில் ஒரு விண்டோ மீது இன்னும் ஒரு விண்டோவை வைக்க இயலாது. ஆனால் அதில் அந்த ஆற்றல் இருப்பதாக அட்கின்ஸன் கற்பனை செய்துகொண்டார். இல்லாத ஒன்றை இருப்பதாக நம்பினார். பிரமைதான். ஆனால் பயனுள்ள பிரமை.

லிசா கம்ப்யூட்டரிலும் இந்த ஒன்றன் மீது மற்றொன்று மிதக்கும் ஜன்னல்களைக் கட்டாயம் கொண்டுவந்துவிட வேண்டும் என்று முடிவு செய்தார் அட்கின்ஸன். ஆல்டோவில் உள்ள எல்லாமே நமது கம்ப்யூட்டரிலும் வேண்டும் என்பது ஜாப்ஸ் இட்ட கட்டளை.

அதில் இந்த ஃப்ளோட்டிங் விண்டோக்களையும் சேர்த்துக் கொண்டார் அட்கின்ஸன். பெரும் பாடுபட்டு அதைச் செய்து முடித்தார். அதற்கு மிகச் சிக்கலான சில புரொகிராம்களை அவரே எழுதினார். அவற்றை ரீஜன்கள் *(regions)* என்றழைத்தார்.

மிதக்கும் விண்டோக்களை டெமோ செய்து காட்டினார். அனைவருமே அசந்து போயினர். இதுபோன்ற வசதி வேறெந்த கம்ப்யூட்டரிலும் இல்லை என்றனர். அப்போதுதான் அவருக்கு ஒன்று விளங்கியது.

ஆல்ட்டோவில் இல்லாத ஒன்றை இருப்பதாக அவர் கற்பனை செய்துகொண்டிருப்பது புரிந்தது. மிதக்கும் ஜன்னல்கள் குறித்த உண்மை தனக்குத் தெரியாமல் இருந்ததே இவ்வெற்றிக்குக் காரணம் என்கிறார் அட்கின்ஸன்.

இல்லாத ஒன்றை இருக்கிறது என்று நம்புவதில்கூட சில நற்பலன்கள் இருக்கத்தான் செய்கின்றன.

அட்கின்ஸனின் உழைப்பு மிகக் கடுமையானது. அதிகாலை வரை வேலை செய்த நாள்களும் உண்டு. அப்படியான ஒருநாள்.

வேலையை முடித்துவிட்டு அதிகாலை வீடு திரும்புகிறார் அட்கின்ஸன். காரை விரைவாக ஓட்டுகிறார். எப்போதும் லிசா புரோகிராம் குறித்த சிந்தனைதான் அவருக்கு.

எதிரே நின்றிருந்த டிரக் மீது பலமாக மோதிவிடுகிறார் அட்கின்ஸன். மருத்துவமனையில் அனுமதிக்கப்படுகிறார்.

அட்கின்ஸனைப் பார்க்க மருத்துவமனைக்கு வருகிறார் ஜாப்ஸ். அவரைப் பார்த்தவுடன் வலியை மறந்து ஒருகணம் புன்முறுவல் செய்கிறார் அட்கின்ஸன்.

‘உனக்கென்ன ஆனதோ என்று பயந்துவிட்டேன்’ என்கிறார் ஜாப்ஸ். சாதாரணமாக இவ்வாறெல்லாம் சொல்பவரில்லை.

‘கவலைப்படாதீர்கள். மிதக்கும் ஜன்னல்களுக்கான புரோகிராம்கள் இன்னும் என் நினைவில்தான் இருக்கின்றன’ என்கிறார் அட்கின்ஸன்.

சில நாள்கள் மருத்துவமனை வாசம். அட்கின்ஸன் முழுமையாகக் குணமாகிறார். மீண்டும் லிசாவைத் தேடி வந்துவிடுகிறார்.

அவரும் ஜாப்ஸுும் சேர்ந்து அடுத்தடுத்து பல விஷயங்களைத் திட்டமிடுகின்றனர். வழக்கம் போல டீம் லீடரான கூச்சிடம் சொல்லாமலே.

கொஞ்சம் கொஞ்சமாகப் புகைச்சல் தீயாக மாறுகிறது.

ஜாப்ஸையும் அவரது செல்லப் பிள்ளைகளையும் கட்டிப்போட எத்தனிக்கிறது ஒரு குழு. ஜாப்ஸ் பார்த்துப் பார்த்துச் சேர்த்த நபர்களே அவருக்கு எதிராகத் திரும்பிய கதை அடுத்து வரும்.

16. முகம் மட்டும் போதும்

அட்கின்ஸன் குணமாகி வந்ததில் ஜாப்ஸுக்கு மகிழ்ச்சி. தன் குடும்ப உறுப்பினர்களிடம் கூட இவ்வளவு அக்கறை காட்டியிருக்க மாட்டார். அவரது இந்த நடவடிக்கைக்குக் காரணங்கள் இருந்தன.

ஜாப்ஸுக்கு இன்டர்ஃபேஸ் எப்படியிருக்க வேண்டும் என்று சொல்லத் தெரியும். ஆனால் அவரால் அதைச் செயல்படுத்த முடியாது. அதற்கான திறன்கள் அவரிடம் இல்லை.

சிந்தனை அவருடையது. சிந்தனையைச் சொற்களாக்குவதில் அவர் விற்பன்னர். ஆனால் செயல்? அதற்குப் பொறியாளர்கள்தான் கைகொடுக்க வேண்டும்.

இங்குதான் சிக்கல். என்ன வேண்டும் என்று அவர் சொல்வார். அவை சாத்தியமில்லை என்று சொல்லும் பொறியாளர்களே அதிகம். ஆனால் அட்கின்ஸன் அவ்வாறில்லை.

ஜாப்ஸ் சொல்மிக்க மந்திரமில்லை. இதுதான் அட்கின்ஸனின் கொள்கை. எனவே அட்கின்ஸனை ஜாப்ஸுக்கு மிகவும் பிடித்திருந்தது.

கிராஃபிக்கல் இன்டர்ஃபேஸ் தயாராகிக்கொண்டிருந்தது. ஏதோ ஒன்று குறைவதாக ஜாப்ஸுக்குத் தோன்றியது. அவரது மனம்

ஒன்றை மட்டும் திரும்பத் திரும்ப உருப்போட்டது. அது 'ஸ்மூத் ஸ்க்ரோலிங்'.

திரை நகர்வது செயற்கையாக இருக்கக்கூடாது. இதைத்தான் ஸ்மூத் ஸ்க்ரோலிங் என்று சொல்லிக்கொண்டிருந்தார் ஜாப்ஸ். வழக்கம்போலப் பொறியாளர்கள் இது சாத்தியமே இல்லை. நம்மிடம் இருக்கும் பிராசஸர் வேகம் இதற்குப் போதாது, மெமரியும் இதைத் தாங்காது என்றனர்.

திரையில் ஒரு டாக்குமெண்ட் இருக்கிறது என்று வைத்துக் கொள்ளுங்கள். அது ஒரு நதி போல நளினமாக நகர வேண்டும். எந்திரத்தனமாக இருக்கக் கூடாது.

அங்கிருந்தவர்களில் அட்கின்ஸனுக்கு மட்டுமே ஜாப்ஸ் சொல்வதன் முக்கியத்துவம் புரிந்தது. எப்படியும் கொண்டுவந்துவிடலாம் என்றார்.

அட்கின்ஸனால் இது முடியும் என்று ஜாப்ஸும் நம்பினார்.

இந்த நளினமான ஸ்க்ரோலிங்கின் முதல் தடை மவுஸ். மோசமான மவுஸ். அப்போதிருந்த மவுஸ்கள் எந்திர மனிதன் போல நகர்ந்தன. இடது-வலது. மேல்-கீழ். இப்படிச் சில நகர்வுகள் மட்டுமே இருந்தன. எத்திசையிலும் நகரும் மவுஸ். இதை முதலில் செய்து முடிக்க வேண்டும். ஹார்ட்வேர் குழுவில் இருக்கும் பொறியாளர் ஒருவரை அழைத்தார் அட்கின்ஸன். தங்களுக்கு என்ன விதமான மவுஸ் வேண்டும் என்று விளக்கினார்.

அட்கின்ஸன் சொல்வதைக் கேட்கக் கூட அவருக்குப் பொறுமையில்லை. அவரது பேச்சை இடையிலேயே நிறுத்தினார். நீண்ட விளக்கம் ஒன்று கொடுத்தார். என்னென்ன காரணங்களால் இது முடியவே முடியாது என்னும் விளக்கம்.

அக்காரணங்கள் அட்கின்ஸனுக்கும் புரிந்தன. ஆனால் அவற்றையெல்லாம் ஜாப்ஸிடம் கூற இயலாது. ஜாப்ஸும் அட்கின்ஸனும் இணைந்து இரவு உணவு உண்பது வழக்கம். அவர் மருத்துவமனையில் இருந்து வந்தபின்னர் ஜாப்ஸ் அதிக நேரம் அட்கின்ஸனுடன் இருந்தார்.

அன்றைய இரவு உணவின்போது, மவுஸ் செய்யும் திட்டம் எந்த அளவில் இருக்கிறது என்று ஜாப்ஸ் கேட்டார். நடந்தவற்றைச் சொல்ல அட்கின்ஸன் கொஞ்சம் தயங்கினார். அவரது முகபாவங்களிலிருந்தே ஏதோ சிக்கல் என்று புரிந்துகொண்டார் ஜாப்ஸ்.

பரவாயில்லை, எதுவாக இருந்தாலும் என்னிடம் சொல் என்றார். வேறுவழியின்றி அந்த ஹார்ட்வேர் பொறியாளர் சொன்ன காரணங்களை ஜாப்ஸிடம் விளக்கினார் அட்கின்ஸன்.

ஜாப்ஸும் பொறுமையாகக் கேட்டுக்கொண்டார். ஓகே, இவ்வளவு சிக்கல்கள் இருக்கின்றனவா என்றார்.

அட்கின்ஸனுக்கு ஆச்சரியமாக இருந்தது. ஜாப்ஸ் கோபப்படுவார் என்றே அவர் நினைத்திருந்தார். சரி, நாளை பேசுவோம் என்று ஜாப்ஸ் கிளம்பினார். அட்கின்ஸனுக்கு அப்போதும் குழப்பமாகத்தான் இருந்தது.

மறுநாள் காலை.

அட்கின்ஸன் அலுவலகத்திற்கு வரும் முன்னரே ஜாப்ஸ் வந்துவிட்டார். அட்கின்ஸன் வந்தவுடன் அந்த ஹார்ட்வேர் பொறியாளரைப் பார்க்கச் சென்றார். அங்கு அட்கின்ஸனுக்குக் காத்திருந்தது அதிர்ச்சி. அப்பொறியாளரைக் காணவில்லை.

எங்கே அவர்? அங்கிருந்தவர்களிடம் கேட்டார். ஜாப்ஸ் அவரை டிஸ்மிஸ் செய்துவிட்டார் என்றனர். அட்கின்ஸனுக்கு என்ன சொல்வதென்றே தெரியவில்லை. தன்னால்தான் அவரது வேலை போய்விட்டதோ என்று கூட எண்ணினார்.

ஜாப்ஸைப் பார்க்கச் சென்றார். அங்கு வேறொரு புதிய பொறியாளர் அமர்ந்திருந்தார். அட்கின்ஸன் ஏதும் சொல்வதற்கு முன்னரே ஜாப்ஸ் பேசத் தொடங்கினார். இவர்தான் நமது ஹார்ட்வேர் டீமில் சேர்ந்திருக்கும் புதிய பொறியாளர். இவரிடம் என்ன வேண்டுமென்று சொல்லிவிட்டேன்.

அட்கின்ஸன் குழப்பமாக அந்தப் புதுப்பொறியாளரைப் பார்த்தார்.

இதை எளிதாக முடித்துவிடலாம். அதற்கான சில திட்டங்கள் என்னிடம் இருக்கின்றன என்றார்.

ஏதோ சொல்கிறார் என்றுதான் அட்கின்ஸனும் நினைத்தார். ஆனால் சில தினங்களிலேயே புதிய டிசைன் தயாரானது. ஜாப்ஸ் கேட்டது போலவே நளினமாக நகரும் மவுஸ்.

ஜாப்ஸின் இந்த நடவடிக்கைகள் கூச் குழுவுக்குக் கொஞ்சம் கூடப் பிடிக்கவில்லை. தன் இஷ்டத்திற்குப் பொறியாளர்களைப் பந்தாடுகிறார் என்னும் கோபம். ஆனால் ஜாப்ஸிடம் இதை நேரடியாகச் சொல்லும் துணிச்சல் கூச் குழுவினருக்கு இல்லை.

அதற்காக அப்படியே விட்டுவிடவும் முடியாது. பூனைக்கு யார் மணி கட்டுவது?

அனுதினமும் ஒரு பொறியாளரை அழைத்து அர்ச்சனை செய்து கொண்டிருந்தார் ஜாப்ஸ். சின்னச் சின்ன யூஸர் இன்டர்ஃபேஸ் சங்கதிகள் தொடங்கி, ஒட்டுமொத்த டிசைன் வரை ஜாப்ஸின் ஆதிக்கம்தான்.

லிசா கம்ப்யூட்டரை யாருக்காகச் செய்கிறோம்? இறுதியாக இக்கேள்விக்கு வந்து நின்றனர்.

ஜாப்ஸ் எதிர்பார்த்த லிசா, அனைவருக்குமான கம்ப்யூட்டர். அதற்கு அவர் வோக்ஸ்லிசா *(VolksLisa)* என்று செல்லப்பெயர் வைத்திருந்தார். அதாவது சராசரி மக்களுக்கான லிசா.

கூச் குழு திட்டமிட்ட லிசா, பெரிய நிறுவனங்களுக்கானது. அதிவேகம். ஆற்றல். கூடுதல் விலை.

ஜாப்ஸ் இதற்கு ஒப்புக்கொள்ளவேயில்லை. ஜெராக்ஸ் நிறுவனம் செய்த அதே பிழை. அவர்களது ஸ்டார் கம்ப்யூட்டர் அதிக அளவில் விற்காமல் போனதற்கு இதுவே காரணம். நாமும் அதே சுழலில் சிக்கிக்கொள்ளக்கூடாது என்றார்.

கூச் குழுவில் பலரும் *HP*இல் இருந்து வந்தவர்கள். தியரியே வேதம் என்று உழலும் பண்டிதர்கள். ஜாப்ஸ் தரப்பில் இருந்தவர்களுக்கு தியரி முக்கியமில்லை. எதையும் ஒருமுறை முயன்று பார்ப்போம் என்றிருப்பவர்கள். துணிச்சல்காரர்கள்.

இரண்டு குழுவினரும் இருவேறு திசைகளில் இழுத்தனர். லிசா புராஜெக்ட் ஸ்தம்பித்தது. இனி ஜாப்ஸிடம் பேசிப் பலனில்லை என முடிவுசெய்தது கூச் குழு. மர்க்குலாவிடம் முறையிட்டனர்.

ஜாப்ஸைக் கையாள்வதற்கென்றே மர்க்குலாவிடம் ஒரு ஆள் இருக்கிறார். நினைவிருக்கிறதா? மைக் ஸ்காட்.

என்ன நடக்கிறது என்று அவர்கள் இருவரும் புரிந்துகொண்டனர். கூச்சலும் குழப்பமும் நிறைந்த ஒரு மீன் மார்க்கெட் போல ஆகியிருந்தது ஆப்பிள். இவ்வாறே தொடர இயலாது. இயல்புநிலை திரும்ப ஏதாவது செய்யவேண்டும்.

மர்க்குலாவுக்கு ஜாப்ஸைப் பற்றி நன்கு தெரியும். தினம்தினம் அவரைச் சமாளிப்பது கடினம். கூச் குழுவால் இது நிச்சயம் இயலாது. ஜாப்ஸை சமாளிப்பது மட்டுமே வேலையாக இருந்தால் லிசா கம்ப்யூட்டர் தயாராகாது. அதிரடியாக ஏதாவது செய்யவேண்டும் என்று முடிவெடுத்தனர்.

ஜாப்ஸிடம் எதுவுமே கூறவில்லை. மர்க்குலாவும் ஸ்காட்டியும் ரகசியமாக ஒன்றைத் திட்டமிட்டனர். அது, ஒட்டுமொத்த ஆப்பிள் குழுக்களையும் மறுசீரமைப்பது.

1980 செப்டம்பர் மாதம். மர்க்குலா சில முடிவுகளை அறிவித்தார். அதன்படி, லிசா திட்டத்துக்கு ஒட்டுமொத்தப் பொறுப்பு கூச். அவரது முடிவுகளே இறுதியானவை. குழுவினர் அனைவரும் அவர் சொல்வதைக் கேட்டால் போதும்.

ஜாப்ஸின் மகள் லிசா. அவள் பெயர்கொண்ட கம்ப்யூட்டர் திட்டத்திலிருந்து ஜாப்ஸ் விலக்கிவைக்கப்பட்டார்.

ஆராய்ச்சித் திட்டங்களின் தலைவர் என்னும் பொறுப்பு ஜாப்ஸிடம் இருந்தது. அதிலிருந்தும் அவர் நீக்கப்பட்டார்.

ஜாப்ஸுக்கு ஒரே ஒரு பொறுப்பு. அவர் ஆப்பிளின் முகம். ஆப்பிள் தயாரிப்புகளை வெளி உலகத்துக்கு அறிமுகம் செய்வதே அவரது முக்கியப் பணி. ஜாப்ஸின் முகம் மட்டும் போதும் என்று முடிவெடுத்தனர்.

பொறியாளர்களின் செயல்பாடுகளில் அவர் தலையிடக்கூடாது. தொழில்நுட்பம் சார்ந்த முடிவுகளை மாற்றுவதற்கு ஜாப்ஸுக்கு உரிமையில்லை.

இம்மாற்றங்கள் ஜாப்ஸ் எதிர்பாராதவை. மர்க்குலா தனக்கெதிரான முடிவுகளை எடுப்பார் என்று ஜாப்ஸ் ஒருநாளும் நினைத்ததில்லை.

மர்க்குலாவிடம் அவர் கற்றுக்கொண்டது அதிகம். அவர் மீது மிகுந்த மரியாதை வைத்திருந்தார். அவர் எப்போதும் தன்னை மட்டுமே ஆதரிப்பார் என்று ஜாப்ஸ் நம்பிக்கொண்டிருந்தார்.

மர்க்குலாவின் இம்முடிவுகள் ஜாப்ஸுக்கு வேதனையளித்தன. தான் கைவிடப்பட்டதாக உணர்ந்தார் ஜாப்ஸ்.

மர்க்குலாவிடமே கேட்டார். 'லிசா கம்ப்யூட்டர் வெற்றிபெற இது ஒன்றே வழி. உனது எதிர்பார்ப்புகளை எல்லாம் அவர்களால் நிறைவேற்ற இயலாது. உன்னாலும் அவர்கள் சொல்வதைக் கேட்டுக்கொண்டு அமைதியாக இருக்க முடியாது. எனவேதான் இந்தக் கடினமான முடிவுகள்' என்று ஜாப்ஸிடம் சொன்னார் மர்க்குலா.

இருந்தாலும் ஜாப்ஸின் மனம் இந்தச் சமாதானத்தை ஏற்றுக் கொள்ளவில்லை. தான் பார்த்துப் பார்த்துச் சேர்த்த மனிதர்கள் தனக்கெதிராகத் திரும்பியது ஜாப்ஸுக்கு வருத்தம்தான்.

ஸ்காட்டியும் மர்க்குலா சொன்னதையே வேறு சொற்களில் சொன்னார். ஆப்பிளின் எதிர்காலத்துக்கு இதுவே நல்லது. எனவே இத்திட்டப்படியே நடந்துகொள்வோம். ஸ்காட்டியும் உறுதியாக இருந்தார்.

ஜாப்ஸைப் பொறுத்தவரை கைவிடப்படுவது புதிதல்ல. அவற்றிலிருந்து மீண்டெழுவதும்.

17. எது தேவையோ அதுவே தர்மம்

லிசா டீமிலிருந்து ஜாப்ஸ் விலக்கப்பட்டார். வேறுவழியில்லாமல் மர்க்குலாவின் இம்முடிவை ஜாப்ஸ் ஏற்கவேண்டியதாயிற்று. ஆனாலும் தனித்துவமான கம்ப்யூட்டர் ஒன்றைச் செய்துவிட வேண்டும் என்னும் அவரது ஆர்வம் தொடர்ந்தது.

சில வாரங்கள் அமைதியாக இருந்தார். ஆப்பிளின் வெவ்வேறு குழுக்களில் என்ன நடக்கிறதென்று உற்றுநோக்கினார். அதன் பலனாக ஒன்று நிகழ்ந்தது. அது ஆப்பிளின் பாதையை மாற்றி அமைக்கவிருக்கும் மகத்தானதொரு திருப்பம்.

ஜெராக்ஸ் ஆய்வகத்தை ஆப்பிள் குழுவினர் பார்வையிடக் காரணமாக இருந்தவர் ஜெஃப் ரஸ்கின். இவர் ஒரு சுவாரசியமான மனிதர். தொழில்நுட்ப அறிவும் தத்துவ ஞானமும் சரிநிகர் சமானமாகக் கலந்து செய்த கலவை.

அறுபதுகளிலேயே முனைவர் பட்டம் பெற்றவர். கணினிகளில் கிராஃபிக்கல் யூஸர் இன்டர்ஃபேஸ் என்னவெல்லாம் செய்யக்கூடும் என்று ஆய்வு செய்தவர். வெறுமனே டெக்ஸ்ட் கமாண்ட்களை மட்டுமே ஏற்றுச் செயல்படும் கணினிகள் தேறாது என்பது இவரது முடிவு.

அதேவேளையில், ஜெராக்ஸ் நிறுவனம் செய்வதும் தவறு என்று நம்பினார் ரஸ்கின்ஸ். எவருமே வாங்க இயலாத விலையில்

கணினி செய்து என்ன பலன்? வீடுகள்தோறும் வாங்கும் விலையில் கணினிகள் வரவேண்டும். அவைதான் உண்மையான பர்ஸ்னல் கம்ப்யூட்டர்.

சில காலம் ஆசிரியப் பணி. போரடித்தது. வேண்டாமென்று விலகி ஆப்பிளில் சேர்ந்தார். தொடக்கத்தில் டாக்குமெண்டேஷன் எழுதும் குழுவில் இருந்தார். இவர் மூலமாக ஆப்பிளுக்கு வந்தவர்தான் ஜாப்ஸின் செல்லப்பிள்ளை அட்கின்ஸன்.

மர்க்குலாவிடம் பேசிப் பேசி ஒரு திட்டத்துக்கான அனுமதியைப் பெற்றார் ரஸ்கின். அவருக்கென்று ஒரு சிறிய டீம். அவர்கள் செய்ய எத்தனித்தது ஒரு சின்னஞ்சிறிய கம்ப்யூட்டர்.

ஐந்து அங்குலத் திரை. ஏழைக்கேற்ற எள்ளுருண்டையாக ஓர் எளிய பிராசஸர். மோட்டோரோலா 6809. ஒரு கீபோர்டு. அடக்கவிலை ஆயிரம் டாலருக்குள்.

இதுதான் ரஸ்கினின் கனவு கம்ப்யூட்டர். இதற்கு அவர் முதலில் ஆந்னி (Annie) என்று பெயர் வைத்திருந்தார். பெண்ணின் பெயரை கம்ப்யூட்டருக்குச் சூட்டுவது சரியல்ல என்று அவருக்குத் தோன்றியது. வேறு ஏதாவது நல்ல பெயராக மாற்ற வேண்டும் என்று முடிவு செய்தார்.

அவருக்குப் பிடித்த ஆப்பிள் ரகம் McIntosh. ஆனால் அதே பெயரை வைப்பதில் ஒரு சிக்கல். ஆடியோ கருவிகள் செய்யும் நிறுவனம் ஒன்று இப்பெயரில் இயங்கிவந்தது. இது பயனாளர்களைக் குழப்பக்கூடும் என்று ரஸ்கின் எண்ணினார். எனவே கூடுதலாக ஓர் எழுத்தைச் சேர்த்தார். Macintosh என்று மாற்றினார் ரஸ்கின். ஓசைநயமும் கூடியது.

பர்ஸ்னல் கம்ப்யூட்டர்களின் தரவரிசைப் பட்டியலில் முதலிடத்தைப் பெறவிருக்கும் ஒரு பெயர். ரஸ்கினின் ஆப்பிள் ஆர்வத்தால் வந்தது. ரஸ்கினால் தனது எண்ணங்களைச் சொற்களில் சிறப்பாகக் கொண்டுவர முடிந்தது. அவருக்குத் தொடர்ந்து எழுதும் பழக்கம் இருந்தது. 'தி புக் ஆஃப் மேக்கிண்டோஸ்' (The Book of Macintosh) என்று அவரது எழுத்துகளின் தொகுப்பு அறியப்படுகிறது.

இந்தச் சின்ன கம்ப்யூட்டர் புராஜெக்ட்டில் பலருக்கும் நம்பிக்கையில்லை. குறிப்பாக மர்க்குலாவுக்கு. சிக்கல் என்னவென்றால், ரஸ்கின் மர்க்குலாவிடம்தான் அனுமதி பெறவேண்டும்.

ஒவ்வொரு முறையும் அவரிடம் மன்றாடி புராஜெக்ட்டைக் காப்பாற்றிக்கொண்டிருந்தார் ரஸ்கின். அவரது டீமில் ஸ்மித் என்றொருவர். இவரது கடவுள் வாஸ்நியாக். தனது ஆதர்ச நாயகன் போலவே தானும் ஏதாவது செய்து காட்ட வேண்டும் என்னும் பேரார்வம் கொண்டவர்.

வாஸ்நியாக் எழுதும் புரொகிராம்கள்தான் இவரது பைபிள். அவற்றைக் கண்டு வியந்து வியந்து நெகிழ்பவர் ஸ்மித்.

ஜாப்ஸின் ரேடாரில் சிக்கியது ரஸ்கினின் குழு. அவர்கள் என்ன செய்துகொண்டிருக்கின்றனர் என்று உற்றுநோக்கினார். ஜாப்ஸ் செய்ய நினைத்த லிசாவின் கூறுகள் இந்த கம்ப்யூட்டரிலும் தென்பட்டன.

பிறகென்ன, இக்குழுவிடம் தொடர்ந்து பேசத் தொடங்கினார் ஜாப்ஸ். லிசாவுக்குப் போட்டியாக ஒரு கம்ப்யூட்டர். லிசாவை விடச் சிறந்த கம்ப்யூட்டர். ரஸ்கினின் கம்ப்யூட்டரை ஜாப்ஸ் நூறு சதவீதம் ஏற்றுக்கொள்ளவில்லை. அதிலுள்ள வசதிகள் மிகக்குறைவு என்று அவருக்குத் தோன்றியது.

அதற்குக் காரணம் ஆயிரம் டாலர் என்னும் ரஸ்கினின் இலக்கு. குறைந்த விலை கம்ப்யூட்டர் அவசியம்தான். ஆனாலும் விலை மட்டுமே கம்ப்யூட்டரின் திறனைத் தீர்மானிப்பதாக இருக்கக்கூடாது.

ரஸ்கினை அழைத்துப் பேசினார். பிராசஸரை மாற்றச் சொன்னார். சக்தி வாய்ந்த பிராசஸர் இல்லையென்றால் கிராஃபிக்ஸில் தெளிவிருக்காது. பயனாளர்களைக் கவர்ந்திழுக்காது. எனவே 68000 என்னும் பிராசஸரை இக்கணினியில் இணைக்கச் சொன்னார்.

ரஸ்கின் முடியாது என்று மறுத்தார். இன்னும் ஒரு கருத்துமோதல் தொடங்கியது. லிசாவுக்குப் போட்டியாக ஒரு கம்ப்யூட்டர் செய்வதிலிருந்து ஜாப்ஸ் பின்வாங்குவதாக இல்லை.

கூச் குழுவினரைப் போட்டிக்கு அழைத்தார். லிசாவை மேக்கிண்டோஸ் வெல்லும் என்று அவர்களிடம் சத்தமாகச் சொல்லிவிட்டு வந்தார். ரஸ்கினிடம் விலையை முதன்மையாக வைத்து கம்ப்யூட்டர் செய்யவேண்டாம் என்றார் ஜாப்ஸ். என்னென்ன வசதிகளைத் தரவிருக்கிறோம் என்று பட்டியலிடுங்கள். அதற்கேற்ற விலையை இறுதியாக முடிவு செய்துகொள்வோம். இது ஜாப்ஸின் பார்வை. ஆனால் ரஸ்கின் தனது கனவு கம்ப்யூட்டரை யாருக்காகவும் மாற்றிக்கொள்வதாக இல்லை.

லிசா குழுவில் ஜாப்ஸ் என்ன செய்தாரோ அதையே இங்கும் செய்யத் தொடங்கினார். ரஸ்கினைத் தவிர்த்தார். நேரடியாக அவரது குழு உறுப்பினர்களுக்குக் கட்டளையிட்டார். இது ரஸ்கினுக்குப் பிடிக்கவில்லை. கூச் போலவே.

வாஸ்நியாக்கை வழிபடும் ஸ்மித் இதில் மாட்டிக்கொண்டார். தனக்கு என்ன வேண்டுமோ அதை இவர் மூலமாக நிறைவேற்றினார் ஜாப்ஸ். வாஸ்நியாக் போலவே ஸ்மித்துக்கும் சவாலானவற்றைச் செய்வதில் ஆர்வம். ஜாப்ஸின் கட்டளைப்படி சக்திமிக்க பிராசஸருக்கு ஏற்றவகையில் கம்ப்யூட்டரின் டிசைனை மாற்றினார் ஸ்மித்.

தனது கம்ப்யூட்டரை ஜாப்ஸ் ஹைஜாக் செய்கிறார் என்று நினைத்தார் ரஸ்கின். ஜாப்ஸின் செயல்களும் அவ்வாறுதான் இருந்தன.

ஜாப்ஸ், ஸ்மித்துடன் அட்கின்ஸனும் சேர்ந்துகொண்டார். இந்த மூவரணி சிறப்பாகச் செயல்பட்டது.

ரஸ்கின் விடுவதாய் இல்லை. ஆப்பிள் சம்பிரதாயப்படி ஸ்காட்டியிடம் முறையிட்டார். மர்க்குலாவின் முன்னிலையில் பஞ்சாயத்து கூடியது.

ரஸ்கின் தனது தரப்பு நியாயத்தைச் சொன்னார். தான் பார்த்துப் பார்த்துச் செய்துகொண்டிருக்கும் கனவு புராஜெக்ட் இந்த கம்ப்யூட்டர். அதைத் தாறுமாறாக மாற்றிக்கொண்டிருக்கிறார் ஜாப்ஸ். இதைத் தன்னால் ஏற்க முடியாது என்றார்.

ரஸ்கின் முடித்த பின்னர் ஜாப்ஸ் பேசத்தொடங்கினார். தான் செய்ய நினைக்கும் மாற்றங்களைப் பட்டியலிட்டார். அவற்றால் விளையவிருக்கும் பலன்களை விவரித்தார். தேர்ந்த வழக்கறிஞர் போலப் பேசினார் ஜாப்ஸ்.

அவரது வாதத் திறமைக்கு ரஸ்கினால் ஈடுகொடுக்க இயலவில்லை. சென்ற முறை ஒட்டுமொத்தமாக ஜாப்ஸுக்கு எதிரான முடிவெடுத்தனர் மர்க்குலாவும் ஸ்காட்டியும். எனவே அவர்கள் இம்முறை ஜாப்ஸின் பக்கம் நிற்பதென்று தீர்மானித்தனர்.

இதற்கு இன்னொரு காரணமும் இருந்தது. இந்த மேக்கிண்டோஸ் குழு, ஆப்பிளின் பிரதான அலுவலகத்தில் இல்லை. சில கட்டடங்கள் தள்ளித் தனியாக இருந்தது. ஜாப்ஸை பிரதானக் கட்டடத்திலிருந்து கடத்துவது நல்லது என்று அவர்களுக்குத் தோன்றியது. பல்வேறு குழுக்களுக்கும் இது நிம்மதியைத் தரும் என்று நம்பினர்.

ஜாப்ஸுக்கும் இந்தச் சூது விளங்கியது. தன்னை நாடு கடத்தப் பார்க்கிறார்கள் என்று புரிந்துகொண்டார். ஆனாலும் தன் பெயர் சொல்லும் கம்ப்யூட்டர் ஒன்றைச் செய்துவிட வேண்டும் என்று தீர்க்கமாக இருந்தார்.

ரஸ்கினை அக்குழுவிலிருந்து ஒதுக்கினர். இது நியாயமா? ரஸ்கின் தரப்பிலிருந்து பார்த்தால் அவருக்கு இழைக்கப்பட்டது அநீதிதான். ஆனால் ஆப்பிளின் நீண்டகாலப் பயணம் என்னும் கோணத்தில் இதுதான் சரி. சாத்தியமற்றவற்றை நிகழ்த்திக்காட்டும் ஜாப்ஸின் ஆற்றல் மேக்கிண்டோஸின் தலையெழுத்தை நிர்ணயம் செய்தது.

இப்படித்தான் ஜாப்ஸ் வசமானது மேக்கிண்டோஸ் புராஜெக்ட். தொடக்கத்தில் இப்பெயரை மாற்றிவிட எண்ணினார் ஜாப்ஸ். ரஸ்கின் இல்லை, அவர் வைத்த பெயர் மட்டும் எதற்கு?

ஜாப்ஸ் பல நேர்காணல்களில் கம்ப்யூட்டரை சைக்கிளுடன் ஒப்பிட்டார். சைக்கிள்கள் மனிதனின் அன்றாடச் செயல்பாடுகளை எளிமையாக்கின. அதுபோலத்தான் கம்ப்யூட்டர்களும். இதைத் திரும்பத் திரும்பப் பலரிடமும் சொல்லிக்கொண்டிருந்தார்.

ஒருகட்டத்தில், நமது கம்ப்யூட்டரின் பெயரை பை-சைக்கிள் *(Bi-cycle)* என்று வைத்துக்கொள்ளலாமா எனக் கேட்டார். குழுவினர் எவருக்குமே இப்பெயர் பிடிக்கவில்லை. அரும்பாடுபட்டு ஜாப்ஸிடம் சொல்லிப் புரியவைத்தனர். சைக்கிள் என்று பெயர் வைக்கும் திட்டம் கைவிடப்பட்டது. நல்லவேளை. அப்பெயர் தொடர்ந்திருந்தால்? மேக்கிண்டோஸைச் செல்லமாக மேக் என்கிறார்கள். சைக்கிளைச் செல்லமாக 'சைக்' என்றழைத்து மகிழ்ந்திருக்கும் ஆப்பிள் உலகம்.

ஆப்பிளில் இருந்து வெளியேறினார் ரஸ்கின். கெனான் நிறுவனத்தில் சேர்ந்தார். அங்கும் இதைப் போன்றதொரு கம்ப்யூட்டர் செய்யும் திட்டத்தைத் தொடர்ந்தார். அங்கு ஜாப்ஸ் இல்லை. எனவே குறுக்கீடுகள் குறைவு. தான் விரும்பிய கம்ப்யூட்டரைச் செய்து முடித்தார்.

'கெனான் கேட்' *(Cannon Cat)* என்னும் பெயரில் அந்த கம்ப்யூட்டர் வெளிவந்தது. சந்தையில் ஜொலிக்கவில்லை. ஜாப்ஸ் கணித்தபடியே சக்தியற்ற பிராசஸர் கொண்ட கம்ப்யூட்டர் பயனர்களைக் கவரவில்லை.

ஜாப்ஸின் வெற்றி இதில்தான் இருக்கிறது. அவரது பார்வை முழுவதுமே பயனாளர்களின் கோணத்தில் இருந்து மட்டுமே. அவர் சிறந்த பொறியாளராக இல்லாமல் போனதுகூட அவரது வெற்றிக்கொரு காரணம்.

எது இயலும் என்று அவர் யோசிப்பதில்லை. எது தேவையோ அதுவே தர்மம். ஜாப்ஸின் மேக்கிண்டோஸ் வெற்றிக்கொடி கட்டத் தயாரானது.

18. சொல்லின் செல்வர்

ரஸ்கின் இல்லை. எனவே மேக்கிண்டோஸ் ஜாப்ஸ் வசமாகியிருந்தது. தனது மேக் குழுவுக்கு ஆள் பிடித்துக்கொண்டிருந்தார் ஜாப்ஸ். ரஸ்கினிடம் இருந்தது ஒரு சின்னஞ்சிறு குழு. அவரது ஆசையும் சிறியது. பட்ஜெட்டும்.

ஜாப்ஸுக்கு அவ்வாறான தடைகள் இல்லை. அவரைப் பொறுத்தவரை பெரிதினும் பெரிது கேள் என்பார். பெரிது என்றால் அளவு அல்ல. தரம்.

தனது குழுவுக்காக ஆப்பிளின் ஆகச்சிறந்த பணியாளர்களைப் பொறிவைத்துப் பிடிக்கத்தொடங்கினார் ஜாப்ஸ். பொறியாளர்களைப் பிடிக்கும் பொறி. அவ்வரிசையில் அவர் பார்வைக்கு வந்த முதல் நபர் ஆண்டி ஹெர்ட்ஸ்ஃபெல்ட் *(Andy Hertzfeld)*. இவர் ஆப்பிள் *II* டீமில் இருந்தவர்.

ஜாப்ஸின் தேடுதல் வேட்டையை ஆண்டியும் அறிந்திருந்தார். நண்பர்கள் ஆண்டியை எச்சரித்திருந்தனர். ஜாப்ஸ் உன்னைத் தேடிக் கட்டாயம் வருவார், உன்னை நிச்சயம் விடமாட்டார் என்றெல்லாம் பயமுறுத்திக்கொண்டிருந்தனர்.

ஆண்டியின் பயத்துக்குக் காரணம் அவர்கள் சொன்னது மட்டுமல்ல. ஜாப்ஸின் கோபத்தை அறியாதவர்களே இல்லை. ஆண்டிக்கு

ஜாப்ஸின் கோபம் குறித்த பயம் இருந்தது. அதேவேளையில் ஜாப்ஸின் திறமையின் மீது ஆண்டிக்கு நம்பிக்கை இருந்தது. அவருடன் வேலைசெய்தால் நிறையக் கற்றுக்கொள்ள முடியும் என்னும் ஆசையும் இருந்தது.

ஆசை பயத்தை வென்றது. ஜாப்ஸ் ஆண்டியைத் தேடி வந்தார். முதல் கேள்வியே இதுதான்.

'உனக்கு ஏதாவது ஒன்றாவது சிறப்பாகச் செய்யத் தெரியுமா?'

ஆண்டியின் பதிலுக்காகக் கூட காத்திருக்கவில்லை ஜாப்ஸ். தொடர்ந்து பேசினார்.

'நான் உன்னதமான பொறியாளர்களைத் தேடிக்கொண்டிருக்கிறேன். நீ அவ்வாறு இருப்பதாக எனக்குத் தெரியவில்லை. இருந்தாலும் எல்லோரும் உன்னைப் பற்றிச் சிறப்பாகச் சொல்கிறார்கள்.'

ஜாப்ஸ் பேசுவதை உற்றுக்கேட்டுக்கொண்டிருந்தார் ஆண்டி.

'ஏதாவது சொல்' என்று நிறுத்தினார் ஜாப்ஸ்.

திறமைசாலிகளுக்கே உரித்தான ஈகோ ஆண்டியிடமும் இருந்தது. பேசாமல் இருந்திருக்கலாம். ஆனால் ஆண்டியின் ஈகோ சட்டென்று பதிலளித்தது.

'நான் ஆகச்சிறந்த பொறியாளன் என்பதில் எனக்குக் கொஞ்சமும் சந்தேகமில்லை. எச்சூழலிலும் என்னால் சிறப்பாகச் செயல்பட முடியும்.'

ஆண்டி பேசிக்கொண்டே இருக்கும்போதே ஜாப்ஸ் அவ்விடத்தை விட்டுச் சென்றுவிட்டார். தான் பேசுவதை முழுமையாகக் கூடக் கேட்காமல் ஜாப்ஸ் சென்றதில் ஆண்டிக்கு வருத்தம்தான். ஆனாலும் என்ன செய்யமுடியும்? வேறொருவர் என்றால் சண்டை போடலாம். ஜாப்ஸிடம் அதுவும் எடுபடாது.

இரண்டு மணிநேரம் கழித்து ஜாப்ஸ் மீண்டும் வந்தார். அதிதீவிரக் கவனத்துடன் ஆண்டி ஏதோ செய்துகொண்டிருந்தார்.

'உனக்கொரு செய்தி இருக்கிறது, கேள்' என்றார் ஜாப்ஸ். எதுவும் சொல்லாமல் ஆண்டி தனது வேலையில் மூழ்கிப்போயிருந்தார்.

'இப்போது முதல் நீ மேக் குழுவில் இருக்கிறாய். என்னுடன் வா' என்றழைத்தார் ஜாப்ஸ். ஆண்டிக்கு இதில் மகிழ்ச்சிதான். ஆனாலும் வெளிக்காட்டிக்கொள்ளவில்லை.

'எனக்கு இரண்டு நாள்கள் அவகாசம் வேண்டும்.' ஆண்டி ஜாப்ஸிடம் கேட்டார்.

'ஏன்?'

'நான் செய்துகொண்டிருக்கும் பணியை முடிக்க இரண்டு நாள்கள் ஆகும்.'

'மேக் குழுவில் வேலை செய்வதைவிட வேறென்ன முக்கியமான பணி உனக்கு?'

'இல்லை. என்னால் அப்படியே விட்டு வரமுடியாது. ஆப்பிள் *II* கம்ப்யூட்டரில் சில புரொகிராம்களை அப்டேட் செய்யவேண்டியுள்ளது. அதை மட்டும் முடித்துவிட்டு வந்துவிடுகிறேன்.' ஆண்டி தனது நிலைமையை விளக்கினார்.

'அதென்ன அவ்வளவு சிக்கலான காரியமா? வேறு எவரிடமாவது ஒப்படைத்துவிட்டு வா. நிறைய வேலை இருக்கிறது. ஆப்பிளின் எதிர்காலமே மேக்தான். உடனே கிளம்பு.' ஜாப்ஸ் அவசரப்படுத்தினார்.

ஆண்டி கிளம்புவதாகத் தெரியவில்லை. ஜாப்ஸ் வழிதான் தனிவழி ஆயிற்றே? ஆண்டி வேலை செய்துகொண்டிருந்த கம்ப்யூட்டரின் பவர் சப்ளை கேபிளை படக்கெனப் பிடுங்கினார். ஆண்டியின் கைகளைப் பிடித்தார். 'வா, நமது இடத்துக்குப் போகலாம்' என்று ஆண்டியின் கைத்தலம் பற்றி அழைத்துச் சென்றார்.

மேக் குழு தனியாக இருந்தது. ஆண்டியை அங்கு அழைத்துச்சென்றார் ஜாப்ஸ். ஓரிடத்தைக் காட்டினார். 'இனிமேல் இதுதான் உனது அலுவலகம்' என்றார். அது ரஸ்கின் இருந்த இடம்.

ரஸ்கினின் பொருள்கள் கூட இன்னமும் அங்கேயே இருந்தன. 'இவற்றை எல்லாம் எடுத்துவை. உனது வேலைகளைத் தொடங்கு.' சொல்லிவிட்டு ஜாப்ஸ் கிளம்பினார்.

ஆண்டியை ஜாப்ஸ் அழைத்து வந்ததை இவ்வளவு விரிவாகச் சொல்வதற்கு ஒரு காரணம் இருக்கிறது. ஜாப்ஸ் மேக் குழுவுக்கு ஆளெடுக்கும் விதமே அலாதியானது. சில நேரங்களில் கடல் கொள்ளையர்கள் பொருள்களைக் கவர்வது போல ஆள்களைச் சேர்த்தார்.

அலுவலகம், விதிகள், நிர்வாகம். இதற்கெல்லாம் ஜாப்ஸின் அகராதியில் இடமில்லை. அவருக்கு வேண்டுமென்றால் வேண்டும். அவ்வளவுதான்.

இப்படியாகத் தேடித்தேடித் தனது மேக் படையைக் கட்டி எழுப்பிக்கொண்டிருந்தார். விநோதமான அளவுகோல் ஒன்றை ஜாப்ஸ் வைத்திருந்தார். பொறியாளர்களின் திறமையை விடவும் அவர் மதித்தது ஆர்வம்.

இன்டர்வியூ நடக்கும் அறையில் மேக் கணினியின் புரோட்டோடைப் ஒன்று வைக்கப்பட்டிருக்கும். அது பளபளப்பான துணியால் மூடிவைக்கப்பட்டிருக்கும்.

இன்டர்வியூ நடந்துகொண்டிருக்கும்போதே ஜாப்ஸ் அத்துணியை விலக்குவார். வந்திருப்பவருக்கு கம்ப்யூட்டரின் தரிசனம் கிட்டும். அவரது கண்களை ஜாப்ஸ் உற்று நோக்குவார். அதிலோர் ஒளி தெரியவேண்டும். அவ்வாறு தெரிந்துவிட்டால் வேறெந்தக் கேள்விகளும் இல்லை. வந்திருப்பவருக்கு வேலை நிச்சயம்.

அங்கிருக்கும் கம்ப்யூட்டர் முழுமையானது கூட இல்லை. அதற்கே வந்திருப்பவர் எக்ஸைட் ஆகவேண்டும் என்று ஜாப்ஸ் எதிர்பார்ப்பார்.

இன்டர்வியூவுக்கு வந்திருப்பவர் அந்தக் கம்ப்யூட்டருக்கு அருகில் சென்று மவுஸை நகர்த்திப் பார்த்துவிட்டால் அவ்வளவுதான். ஜாப்ஸைப் பிடிக்கமுடியாது. அவ்வாறான நபர்களைக் கூடுதல் சம்பளத்துடன் சேர்த்துக்கொள்வார்.

அவரைப் பொறுத்தவரை புதியனவற்றை ஒரு குழந்தையின் ஆர்வத்துடன் அணுகுவது அவசியம். அத்தகைய பேரார்வம் இல்லையென்றால் அவர் என்னதான் வில்லாதி வில்லனாக இருந்தாலும் மேக் டீமில் இடமில்லை.

ஜாப்ஸ் ஒன்றை மட்டும் தீவிரமாக நம்பினார். தாம் செய்யவிருக்கும் கம்ப்யூட்டர் ஒரு கருவி மட்டுமேயல்ல. அது ஒரு புதிய உலகைப் படைக்கும் செயல்.

அவர் சேர்த்த நபர்கள் காசு கொடுத்து வாங்கப்பட்டவர்கள் அல்ல. வெறுமனே சம்பளத்துக்காக வேலை செய்தவர்கள் அல்ல.

இன்னும் ஓர் உதாரணம். புரூஸ் ஹார்ன் என்றொரு பொறியாளர். ஜெராக்ஸ் பார்க்கில் வேலை செய்தவர். அங்கிருந்த பலரும் ஆப்பிளுக்கு வந்ததால் அவரும் வர எண்ணினார். இன்டர்வியூவுக்கு வந்தார். மேக் குழு அவரைத் தேர்ந்தெடுத்தது.

அதேசமயத்தில் புரூஸுக்கு வேறொரு வேலை கிடைத்தது. ஆப்பிள் தருவதாகச் சொன்னதை விட அதிகச் சம்பளம். வேலையில் சேர்வதற்கே பதினைந்தாயிரம் டாலர் போனஸ். இப்படி அவருக்காக அள்ளி இறைத்திருந்தது ஒரு நிறுவனம்.

அங்கு சேர்ந்துவிடலாம் என்று முடிவுசெய்தார் புரூஸ். மேக் குழுவிடம் தெரிவித்தார். அக்குழுவில் இருந்த டெஸ்லர் இச்செய்தியை ஜாப்ஸிடம் சொன்னார். அவர் சொன்னது ஒரு வெள்ளிக்கிழமை இரவு.

ஜாப்ஸ் கொஞ்சமும் யோசிக்கவில்லை. அந்த இரவு வேளையிலேயே புரூஸைத் தொலைபேசியில் அழைத்தார். 'நாளை காலை ஆப்பிளுக்கு வந்துவிடுங்கள்' என்று ஆரம்பித்தார்.

புரூஸ் தயங்கினார். ஜாப்ஸ் விட்டுவிடுவாரா என்ன? மேக் கம்ப்யூட்டரை எவ்வாறு பார்த்துப் பார்த்துச் செய்துகொண்டிருக்கிறோம் என்று விளக்கினார். கேபினெட்டின் வடிவத்தைக் கூட ஒரு சிற்பம் போல வர்ணித்தார்.

ஜாப்ஸ் சொல்லின் செல்வர். அவர் சொல்லை மீறிச் செல்பவர் யார்? மேக் குழுவில் சேர புரூஸ் ஒப்புக்கொண்டார். ஆப்பிள் முதலில் சொல்லியிருந்த அதே சம்பளம்தான். லாஜிக்காகப் பார்த்தால் புரூஸ் சேர்ந்திருக்கக்கூடாது.

ஜாப்ஸின் பேச்சுத் திறனும், மேக் மீது அவர் வைத்திருந்த நம்பிக்கையும் தன்னை அவ்வாறு செய்யவைத்தது என்கிறார் புரூஸ்.

இப்படி ஒவ்வொருவராகச் சேர்த்துக்கொண்டிருந்தார் ஜாப்ஸ். தொடர்ந்து வாசிக்கும் உங்களுக்கு இந்த நேரத்தில் ஒரு கேள்வி எழ வேண்டும்.

யார் யாரையோ சேர்க்கிறாரே. வாஸுக்கு என்னவாயிற்று? ஏன் ஜாப்ஸ் அவரை மேக் குழுவில் சேர்க்கவில்லை?

வாஸின் திறமை மீது ஜாப்ஸுக்குத் துளியளவும் சந்தேகம் இருந்ததில்லை. அவரையும் மேக் குழுவுக்கு அழைத்தார் ஜாப்ஸ்.

அந்த நேரத்தில் ஜாப்ஸ் எதிர்பாராத ஒன்று நிகழ்ந்தது. வாஸ் ஒரு விபத்தில் சிக்கினார். தீவிரக் காயங்களுடன் உயிர்தப்பினார்.

வாஸுக்கு விபத்து என்றவுடன் ஜாப்ஸ் உடனே பார்க்கச்சென்றார். வாஸுக்குத் துணையாக மருத்துவமனையிலேயே தங்கினார்.

வாஸ் கொஞ்சம் கொஞ்சமாகத் தேறிவந்தார். மேக் குழுவுக்கு வந்துவிடு என்று வாஸை அழைத்தார் ஜாப்ஸ். ஆனால் சிறிதுகாலம் ஓய்வெடுக்க விரும்புவதாக வாஸ் பதிலளித்தார்.

இதனை மறுத்து ஜாப்ஸால் வேறெதுவும் சொல்ல முடியவில்லை. வாஸைத் தொந்தரவு செய்ய அவர் விரும்பவும் இல்லை.

மேக் குழுவில் வாஸ் இல்லை. அவர் தொடர்ந்திருந்தால் மேக்கின் பயணம் வேறுவிதமாக இருந்திருக்கக்கூடும். வாஸ் ஒரு சராசரிப் பொறியாளர் அல்ல. அவர் ஒரு ஜீனியஸ். அவர் இல்லாமல் போனது மேக் குழுவுக்கு இழப்புதான்.

மேக் குழு சீராக வளர்ந்துகொண்டிருந்தது. இப்போது அதில் இருபது பொறியாளர்கள் இருந்தனர். தனது குழுவுக்கென வசதியான இடமொன்றைப் பார்த்தார் ஜாப்ஸ். அவர்களுக்கு என்ன வேண்டுமோ அவற்றையெல்லாம் பார்த்துப் பார்த்துச் செய்தார்.

ஆப்பிளின் அடையாளமாக மாறவிருக்கும் மேக் என்னும் புயல் மையம் கொள்ளத் தொடங்கியது. ஆப்பிள் நிறுவனத்துக்கு உள்ளும் புறமும் அது செய்யப்போகும் அற்புதங்கள் ஆயிரம்.

19. காந்தி, ஐன்ஸ்டைன், ஜாப்ஸ்

மேக்கிண்டோஸ் குழு அதிவிரைவாக ஓடிக்கொண்டிருந்தது. தினமொரு சவால். எண்ணற்ற தொழில்நுட்பச் சிக்கல்கள். இவையனைத்துக்கும் மேல் ஒன்றிருந்தது. அது ஜாப்ஸ் பணியாற்றும் விதம்.

சென்ற அத்தியாயத்தில் மேக் குழுவுக்கு ஆண்டி வந்த கதையைப் பார்த்தோம். ஜாப்ஸ் குறித்த அவரது பயம் நிஜமாகிக் கொண்டிருந்தது.

குழுவில் இருந்த சக பொறியாளர்கள் அவரது பயத்தைப் பன்மடங்கு பெருக்கினர். அதிலொருவர் டிரிபிள்.

வழக்கம் போலவே பணி அழுத்தம் மிகுந்த ஒரு நாள். சிறு இடைவேளையில் டிரிபிளும் ஆண்டியும் பேசிக்கொண்டிருந்தனர். அப்போது ஜாப்ஸ் குறித்து விநோதமான ஒரு கருத்தைத் தெரிவித்தார் டிரிபிள்.

ஜாப்ஸிடம் ஒரு பேராற்றல் இருக்கிறது. அது உண்மையை மாயையாக மாற்றும் வல்லமை. அதற்கொரு பெயரும் சூட்டியிருந்தது மேக் குழு. ரியாலிட்டி டிஸ்டார்ஷன் ஃபீல்ட் *(Reality Distortion Field)*. ஒரு தேர்ந்த மந்திரவாதியைப் போல

உண்மையைத் திரிக்கும் திறன். அவர் கட்டி எழுப்பும் ஒரு மாயையை, உண்மையைவிட நெருக்கமாக உணர வைக்கும் ஆற்றல்.

ஜாப்ஸ் நடத்தும் குழுக் கூட்டங்களில் இது தெள்ளெனத் தெரியும். எது சாத்தியமே இல்லையோ அதை மிக எளிது என்று கூறுவார். சில நிமிடங்கள் அதற்கான காரணங்களை விளக்குவார்.

மந்திரத்துக்குக் கட்டுப்பட்டது போலக் குழு அதைக் கேட்கும். அவர் பேசி முடிக்கும்போது ஒட்டுமொத்தக் குழுவுமே அவர் சொன்னதை நம்பத் தொடங்கும்.

கிட்டத்தட்ட இது ஒரு வசியக்கலை. உண்மையை வளைக்கும் ஆற்றல். அவர் இஷ்டத்துக்கு இதைச் செய்யமுடிந்தது.

கூட்டம் முடிந்து ஜாப்ஸ் சென்றபின் வசியத்தின் வீரியம் குறையும். மீண்டும் உண்மை உறைக்கத் தொடங்கும். ஆயினும் அவர்கள் ஜாப்ஸ் சொன்னதை 'இயலும்' என்று நம்புவார்கள். அதாவது அவர்களது மூளை அது இயலாது என்று எச்சரிக்கும். ஆனால் ஜாப்ஸ் வைத்திருக்கும் வசியம் இவ்வுண்மையை நம்பவிடாது.

ஜாப்ஸின் இந்த ரியாலிட்டி டிஸ்டார்ஷன் ஃபீல்ட் பலராலும் ஆராயப்பட்டுள்ளது. இது வெறுமனே விளம்பரங்களில் வரும் மார்க்கெட்டிங் உத்தி அல்ல. ஏதோ சில உளவியல் தத்துவங்களைக் கொண்டு ஆடும் விளையாட்டும் அல்ல. இவை அனைத்தையும் தாண்டி ஏதோ ஒரு தனித்தன்மை இருந்தது.

இயலாத ஒன்றை இயலும் என்று குழுவினரை ஜாப்ஸ் நம்பவைப்பார். இது குழுவுக்கான வசியம் மட்டுமே அல்ல. ஜாப்ஸ் செய்துகொண்ட சுய வசியம். தான் உருவாக்கியிருக்கும் மாயையை அவரேகூட நம்புவார்.

இந்த நம்பிக்கைதான் மேக் குழுவை உந்தித் தள்ளிய இன்ஜின். அதன் வேகம் அடுத்தடுத்து அதிகரித்துக்கொண்டே வந்தது.

ஒருகட்டத்தில் மேக்கிண்டோஸ் குழு தொண்ணூறு மணிநேரம் வேலை செய்தது. வாரமொன்றுக்கு ஐந்து நாள்கள் பணி என்று வைத்துக்கொண்டால் நாளொன்றுக்குப் பதினெட்டு மணிநேரம். ஆறு நாள்கள் என்றால் கூடப் பதினைந்து மணிநேரம்.

சற்று விலகி நின்று பார்த்தால் இது ஒரு கொடுமைபோலத் தோன்றும். ஆனால் விருப்பம் இல்லாமல் ஒரு குழுவைத் தொடர்ந்து இவ்வாறு வேலை செய்ய வைக்க இயலாது. அவ்வாறு செய்தால் வேலையின் தரம் அதலபாதாளத்துக்குச் செல்லும். ஆனால் தரம் என்று வந்துவிட்டால் ஜாப்ஸ் உண்மையிலேயே ஒரு கொடுங்கோலர்தான். அதில் துளியளவும் கருணையின் சுவடுகூடக் கிடையாது.

ஜாப்ஸ் விசித்திரமான சில விஷயங்களை நம்பினார். தானொரு தேர்ந்தெடுக்கப்பட்ட நபர். தன்னைப் போன்று சிலர் மட்டுமே இருப்பதாக எண்ணினார். அப்படியொரு சிறு பட்டியலும் வைத்திருந்தார்.

ஐன்ஸ்டைன், காந்தி என்று தொடங்கியது அப்பட்டியல். இதுபோக அவர் இந்தியாவில் சந்தித்த சில யோகிகளின் பெயர்களும் அதில் இருந்தன. உலகின் போக்கை மாற்றுவதற்கென்றே வந்திருக்கும் அற்புத மனிதர்கள் இவர்கள் என்று நம்பினார் ஜாப்ஸ். இவர்களின் தானும் ஒருவர் என்பதில் அவருக்குக் கொஞ்சம் கூட ஐயமில்லை.

பெரிய தொழில்நுட்பச் சிக்கல்கள்தான் என்றில்லை. அன்றாட வாழ்வின் அற்பச் செயல்களில்கூட தான் ஸ்பெஷல் என்று கருதினார் ஜாப்ஸ்.

அவரது காருக்கு லைசன்ஸ் பிளேட் இடுவதில்கூட அவரது தனித்தன்மை வெளிப்பட வேண்டும் என்று எண்ணினார். தன்னைப் போன்றவர்களுக்கு விதிமுறை என்ற ஒன்று கிடையாது. சட்டங்கள் சராசரி மனிதர்களுக்கானது. தான் அதைப் பின்பற்ற வேண்டியதில்லை என்று திடமாக நம்பினார் ஜாப்ஸ்.

அவரைப் பொறுத்தவரை இவ்வுலகில் இரண்டு விதமான மனிதர்கள் மட்டுமே. ஒருசாரார் ஒளிவட்டம் கொண்ட பேராற்றல்காரர்கள். மற்றவர்கள் அற்ப பூச்சிகள் போன்ற வாழ்க்கை வாழ்பவர்கள்.

மேக்கின்டோஸ் குழுவிலும் இந்த விதமான எல்லைக்கோட்டினை வைத்திருந்தார் ஜாப்ஸ். அட்கின்ஸன் என்றொரு பொறியாளரைப்

பற்றிப் பார்த்திருந்தோம். ஜாப்ஸின் அகராதியில் அவர் ஓர் ஒளிவட்டக்காரர்.

அட்கின்ஸன் அளித்த நேர்காணல்களில் ஜாப்ஸின் இந்த நடவடிக்கைகளைப் பற்றி விரிவாகக் கூறியுள்ளார்.

ஜாப்ஸின் இந்த எல்லைக்கோட்டில் ஒரு சிறப்பு இருந்தது. அது என்றுமே மாறாத எல்லைக்கோடு அல்ல. ஒருவரின் செயல்பாட்டைப் பொறுத்தே அவர் கோட்டுக்கு எந்தப் பக்கம் என்று முடிவாகும்.

மேக்கிண்டோஸ் குழுக் கூட்டங்கள் எல்லாம் கடுமையான விவாதங்கள் நிறைந்ததாகவே இருந்தன. ஜாப்ஸின் சிந்தனை எப்போதும் ஒரே நேர்கோட்டில் இருக்காது.

கூட்டத்தின் தொடக்கத்தில் அவர் ஒரு கருத்தினைத் தெரிவிப்பார். அதைக் குழு மறுக்கும். அதை ஜாப்ஸ் தன் 'வசிய' ஆற்றலால் மாற்றுவார். ஆனால் திடீரென தான் தொடக்கத்தில் சொன்ன கருத்தை அவரே எதிர்த்துப்பேசுவார். அது ஒத்துவராது என்று நிரூபிப்பார்.

அக்குழுவில் இருந்தவர்களின் மனநிலையைக் கொஞ்சம் யோசித்துப்பாருங்கள். தொடக்கத்தில் ஜாப்ஸை எவ்வாறு கையாள்வது என்று தெரியாமல் குழு திக்குமுக்காடிப் போனது.

ஜாப்ஸ் தனித்தன்மை வாய்ந்தவர் என்பதில் அவர்களில் ஒருவருக்குக் கூட சந்தேகமில்லை. ஆனால் நடைமுறைச் சிக்கல் என்று ஒன்று இருக்கிறதல்லவா? அச்சூழலில் சிக்கி அல்லாடினர்.

கொஞ்சம் கொஞ்சமாக மேக்கிண்டோஸ் குழு ஒரு நிலைக்கு வந்தது. ஜாப்ஸின் பேச்சை மொழிபெயர்ப்பதற்கென்றே ஓர் அகராதியை உருவாக்கினர். அவர் சொல்லின் நேரடிப் பொருள் இது. ஆனால் நாம் புரிந்துகொள்ளவேண்டியது இவ்வாறு என்று ஒரு பட்டியலே தயார் செய்தது குழு.

ஓர் உதாரணம். திடீரென்று ஓர் அறைக்கு வருவார் ஜாப்ஸ். அங்கொரு டீம் முனைப்பாக எதையோ செய்துகொண்டிருக்கும். என்ன செய்கிறீர்கள் என்று கேட்பார் ஜாப்ஸ். டீமும் விளக்கும்.

கொஞ்சமும் யோசிக்காமல் 'இது மிகவும் மோசமான யோசனையாக இருக்கிறது. எந்தப் பலனும் இல்லை' என்பார். ஜாப்ஸ் சொற்களுக்கு நேரடிப் பொருள் இதைக் கைவிட்டுவிடுங்கள் என்பது. ஆனால் அவர் உண்மையில் எதிர்பார்ப்பது, 'இதைவிடப் பன்மடங்கு சிறப்பாகச் செய்யலாம்' என்பதுதான்.

இந்த உண்மையை விளங்கிக்கொண்ட பின் சற்று எளிதாக இருந்தது.

பெரும்பாலான நேரங்களில் ஜாப்ஸின் இந்தக் கடுமையான நடவடிக்கைகள் தரக்கட்டுப்பாட்டை உறுதி செய்தன.

இதனை மெய்ப்பிக்கும் ஓர் உதாரணம்.

லேரி கென்யான் என்றொரு பொறியாளர், மேக்கிண்டோஸ் கணினியின் பூட்டிங் புரோகிராமை உருவாக்கும் டீமில் இருப்பவர் இவர். ஒரு கம்ப்யூட்டர் ஓடத் தயாராவதையே பூட்டிங் என்கிறார்கள். ஜாப்ஸைச் சந்திப்பதற்காக வந்தார்.

மேக்கிண்டோஸ் பூட் ஆவதற்குச் சற்றே தாமதமாகிறது. அதற்கான காரணங்களை அடுக்கினார் லேரி.

இந்தத் தாமதம் பயனாளர்களை அவ்வளவாகப் பாதிக்காது. தங்களது குழுவால் முடிந்த அனைத்தையுமே செய்துவிட்டோம். இதைவிடக் குறைப்பது சாத்தியமில்லை. எனவே அப்படியே விட்டுவிடலாம் என்றார்.

ஜாப்ஸிடம் நடக்குமா?

லேரியின் கண்களை உற்றுப் பார்த்து ஒரு கேள்வியினைக் கேட்டார் ஜாப்ஸ். 'சில விநாடிகள் பூட்டிங் விரைவாவதால் ஒருவரது உயிரைக் காப்பாற்ற முடியும் என்றால் அதைச் செய்யாமல் இருப்பீர்களா?'

திகைத்துப்போனார் லேரி. 'இல்லை. நிச்சயம் செய்வோம்' என்றார்.

அத்துடன் நிறுத்தியிருந்தால் ஜாப்ஸ் ஒரு சராசரி நிர்வாகி. ஆனால் அவர் அவ்வாறு செய்யவில்லை. அருகிலிருக்கும் வொய்ட் போர்டுக்குச் சென்றார். அதில் எழுதத் தொடங்கினார்.

'பூட்டிங் ஆவதற்குப் பத்து விநாடிகள் அதிகம் ஆகிறது. ஒரு பயனாளருக்கு இது நாளொன்று பத்து விநாடிகள்தான். பெரிய தாக்கம் எதுவும் இருக்காது.

ஆனால் நமது மேக்கிண்டோஸ் கணினி ஒருவர் பயன்படுத்துவதற்காகச் செய்யப்படவில்லை. ஐந்து மில்லியன் கணினிகள் இருக்கிறது என்று வைத்துக்கொள்ளுங்கள். ஒவ்வொரு கணினியிலும் பத்து விநாடிகள். ஆண்டொன்றுக்கு ஏறத்தாழ முந்நூறு மில்லியன் மணிநேரங்கள். இது சில நூறு மனிதர்களின் ஒட்டுமொத்த வாழ்நாள் நேரம்.

இத்தனை நேரத்தை வீணடிப்பீர்களா?' என்று நிறுத்தினார் ஜாப்ஸ்.

தான் ஏதோ பெருங்குற்றம் புரிய இருந்ததாக எண்ணினார் லேரி. தனது குழுவுக்கு விரைந்தார். ஜாப்ஸுடன் நிகழ்ந்த உரையாடலை விளக்கினார்.

சில வாரங்களுக்குப் பின் மீண்டும் ஜாப்ஸைப் பார்க்க வந்தார் லேரி. அவரது முகத்தில் ஏதோ ஒன்றைச் சாதித்துவிட்ட பெருமிதம் இருந்தது.

'எத்தனை விநாடிகளைக் குறைத்தீர்கள்?' என்றார் ஜாப்ஸ்.

'இருபத்தெட்டு' என்று லேரி உற்சாகமாகக் கூறினார்.

20. காசு மேல... காசு வந்து...

மார்க்குலா ஆப்பிளுக்கு வந்த வருடம் 1977. அப்போது ஆப்பிளின் மதிப்பு சில ஆயிரம் டாலர் மட்டுமே.

நான்கு ஆண்டுகளில் ஆப்பிளில் நடந்த மாற்றம் அற்புதம். முன்னெப்போதும் நிகழ்ந்திராதது. எண்பதாம் ஆண்டு முடியும் தருணத்தில் ஆப்பிளின் மதிப்பு கிட்டத்தட்ட இரண்டு பில்லியன் டாலர்.

மில்லியன் அல்ல. பில்லியன். நான்கே ஆண்டுகளில் நிகழ்ந்திருந்தது இந்த மாயம். காரணங்கள் பல. வாஸ்நியாக்கின் நிகரற்ற பொறியியல் வல்லமை. ஜாப்ஸின் மயக்கும் பேச்சாற்றல். மார்க்குலாவின் வியாபார நுணுக்கங்கள். திறன் வாய்ந்த பொறியாளர்களின் தியாகம்.

இவையனைத்தும் சேர்ந்து ஆப்பிளின் கஜானாவை வேகமாக நிரப்பிக்கொண்டிருந்தது.

செல்வம் எப்போதும் தனியாக வருவதில்லை. அது அழைத்து வரும் சிக்கல்கள் வலி மிகுந்தவை. ஆப்பிளும் இதற்கு விதிவிலக்கல்ல.

டேனியல் கோட்கே. ஜாப்ஸின் கல்லூரித் தோழர். இந்தியாவுக்கு அவருடன் வந்திருந்த நண்பர். எப்போதெல்லாம் ஜாப்ஸுக்கு

சிக்கல் வருமோ அப்போதெல்லாம் தடுத்தாட்கொள்ள கோட்கே வந்துவிடுவார்.

தனது தோட்டத்தை ஜாப்ஸ் பயன்படுத்த அனுமதித்திருந்தார் டேனியல். அவரும் ஜாப்ஸும் சிலகாலம் ஒரே வாடகை வீட்டில் தங்கியிருந்தனர்.

சுருக்கமாக, ஜாப்ஸின் பிரிய சகா கோட்கே. அப்படித்தான் கோட்கே நினைத்துக்கொண்டிருந்தார். ஆனால் உண்மை வேறாக இருந்தது.

கோட்கேயும் ஆப்பிளில் வேலை செய்தார். ஜாப்ஸின் கராஜில் ஆப்பிள் இருந்தபோதே சேர்ந்துவிட்டார். ஆனால் தொடர்ச்சியாக வேலை செய்யவில்லை.

அவர் ஆப்பிளின் நிரந்தரப் பணியாளர் அல்ல. வேலை செய்யும் நேரத்திற்கேற்பச் சம்பளம். ஒருமணி நேரத்துக்கு இத்தனை டாலர் என்று ஒப்பந்தம். அவ்வாறு பலர் இருந்தனர். அதிலொருவராக கோட்கேயும்.

தொடக்கத்தில் இதைப் பற்றியெல்லாம் கோட்கே கண்டுகொள்ள வில்லை. அவரைப் பொறுத்தவரை ஆப்பிள் தனது சகா ஜாப்ஸுடையது.

ஆப்பிள், ஸ்டாக் மார்க்கெட்டுக்குள் நுழைய இருந்த தருணம். நிறுவனத்தில் பணியாற்றுபவர்களுக்கு இத்தனை ஸ்டாக் என்று பிரித்துக் கொடுத்துக்கொண்டிருந்தனர்.

பலருக்கும் கிடைத்தது. உண்மையில் அது ஒரு லாட்டரி. சில மில்லியன் டாலர் வரை வந்தது. இங்குதான் கோட்கேயின் சிக்கல் தொடங்கியது. அவருக்குப் பங்கு எதுவும் தரப்படவில்லை. இது கோட்கே கொஞ்சமும் எதிர்பார்த்திராத ஒன்று.

ஜாப்ஸின் அறைக்குச் சென்றார். எனக்கு ஏன் பங்கு இல்லையென நேரடியாகக் கேட்டார். ஜாப்ஸ் எந்தக் கூச்சமும் இல்லாமல் பதில் சொன்னார். 'நீயொரு பகுதிநேர ஊழியன் மட்டுமே. ஆப்பிளின் பணியாளர் அல்ல. எனவே உனக்குக் கிடையாது' என்றார்.

கோட்கே உடைந்துவிட்டார். கண்ணீர் வழிய ஜாப்ஸின் முன் நின்றுகொண்டிருந்தார்.

'நான் உன் நண்பனில்லையா', தழுதழுத்த குரலில் கேட்டார் கோட்கே.

'அதற்கும் இந்த விஷயத்திற்கும் தொடர்பில்லை' என்று பதிலளித்தார் ஜாப்ஸ்.

இறுதியாக இன்னும் ஒருமுறை கேட்டார். 'எனக்குக் கிடையாதா?'

ஜாப்ஸ் 'இல்லை' என்று நேரடியாகச் சொல்லவில்லை. 'எனது மேனேஜரிடம் பேசிவிட்டுச் சொல்கிறேன்' என்று கார்ப்பரேட்தனமான பதில் ஒன்றைச் சொன்னர். தயங்கித் தயங்கி நின்றிருந்த கோட்கேயைக் கண்டுகொள்ளாமல் அங்கிருந்து கிளம்பிச் சென்றுவிட்டார்.

கோட்கே விவகாரம் ஆப்பிள் பணியாளர்கள் வட்டத்தில் பரபரப்பாகப் பேசப்பட்டது. கோட்கே இதற்கு உரியவர்தான். எனவே அவருக்குக் கட்டாயம் கொடுக்க வேண்டும். ஜாப்ஸ் ஏன் இவ்வாறு நடந்துகொள்கிறார் என்று புலம்பிக்கொண்டிருந்தனர்.

பூனைக்கு மணி கட்டுவது என்று முடிவானது. எத்தனை முறைதான் அவர்களும் மணி கட்டுவார்கள்? இம்முறை மணி கட்டும் பொறுப்பை ஏற்றுக்கொண்டவர் ராட் ஹோல்ட்.

இவரை நினைவிருக்கிறதா? ஆப்பிள் கம்ப்யூட்டர்களுக்கான பவர் சப்ளை யூனிட்டைத் தயார் செய்தாரே, அவரேதான். சத்தம் போடாத பவர் சப்ளை யூனிட்டைச் செய்தவர். ஜாப்ஸிடம் சத்தம் போடுவது என்று முடிவு செய்தார்.

'கோட்கே உங்கள் நண்பர் தானே? அவரது உரிமையை ஏன் மறுக்கிறீர்கள்?' சுற்றிவளைக்காமல் நேரடியாகக் கேட்டார் ராட்.

ஜாப்ஸ் பதிலெதுவும் சொல்லவில்லை.

ராட் ஒரு திட்டத்துடன்தான் வந்திருந்தார்.

ஜாப்ஸிடம் ஒரு டீல் பேசினார்.

'நீங்கள் கோட்கேவுக்குக் கொஞ்சம் பங்குகளைக் கொடுங்கள். நீங்கள் எவ்வளவு தருகிறீர்களோ அதே அளவுக்கு நான் எனது பங்கிலிருந்து கொடுக்கிறேன். இன்னும் சிலரும் கொடுப்பார்கள்.'

இது சிறப்பான திட்டம், வேலை செய்யும் என்று நம்பினார் ராட். பாவம். அவருக்கு மின்சாரத்தைப் பற்றித் தெரிந்திருந்த அளவுக்கு ஜாப்ஸைப் பற்றித் தெரியவில்லை.

ஜாப்ஸ் கொஞ்சமும் தயங்காமல் ஒரு பதில் சொன்னார்.

'நான் கோட்கேவுக்கு ஜீரோ பங்குகள் தருகிறேன்.'

மௌனமாகத் திரும்பினார் ராட். அவர் செய்திருந்த பவர் சப்ளை யூனிட் போலவே. ஜாப்ஸ் மேற்கு என்றால் வாஸ் கிழக்கு. அவருக்கு எப்போதும் பிள்ளை மனம்தான். தொடக்கத்திலிருந்தே பணம் அவரைக் கவரவில்லை. கோட்கேவுக்கு அவர் பங்குகள் தந்தார். கேட்காமலேயே. அவருக்கு மட்டுமல்ல. நாற்பது பேருக்குப் பிரித்துக்கொடுத்தார் வாஸ்நியாக்.

தனக்கென்ன தேவையோ அதை மட்டும் வைத்துக்கொண்டார். வீடு ஒன்றை வாங்கினார். அவருக்கும் அவரது மனைவிக்கும். அப்போதுதான் திருமணமாகியிருந்தது.

வாஸுக்குச் செல்வத்தின் மீது ஈர்ப்பு இல்லை. அவரைச் சார்ந்தவர்களும் அப்படியே இருப்பார்கள் என்று சொல்ல முடியாதல்லவா?

வாஸுக்கும் அவரது மனைவிக்கும் இதனால் இடைவெளி வந்தது. வீடு மட்டும் போதும். நீ வேண்டாம் என்று அந்த 'பேரன்பு' நிறைந்த பெண்மணி முடிவெடுத்தார். விவாகரத்தானது.

வாஸ்நியாக்கை அனைவருக்கும் பிடிக்கும். ஆனால் அவருக்கு உலகை எதிர்கொள்ளும் ஆற்றல் இல்லை என்று கூறிவந்தனர் ஆப்பிளின் ஒருசாரார். அவர் ஒரு குழந்தை போல. சாமர்த்தியம் போதாது. ஏமாளி. இவ்வாறெல்லாம் புரளி பேசி மகிழ்ந்தனர்.

வாஸுக்கு இது குறித்தெல்லாம் கவலையில்லை. அவரது உலகம் சர்க்யூட்களால் ஆனது. அவை அவரை என்றுமே ஏமாற்றியதில்லை. உலகின் பார்வையில் வாஸ் ஏமாளி. ஜாப்ஸ் அதற்கு முற்றிலும்

எதிரானவர். அவரை ஏமாற்றுவது என்பதையெல்லாம் நினைத்துக் கூடப் பார்க்க முடியாது. எண்பதாம் வருடம். அந்த நாளும் வந்தது. டிசம்பர் பன்னிரண்டு. ஆப்பிள் பங்குகள் வெளியாகின.

அப்போது ஜாப்ஸின் வயது இருபத்தாறு. அவர் வசமிருந்த பங்குகளின் மதிப்பு மட்டுமே கிட்டத்தட்ட முந்நூறு மில்லியன் டாலர். பெருந்தனவந்தரானார் ஜாப்ஸ்.

அவர் பணத்தைக் கையாண்டவிதம் அலாதியானது. இன்னபிற விஷயங்களைப் போலவே. அவருக்குத் தேவை என்று நம்பியவற்றைத் தேர்ந்தெடுத்து வாங்கிவிடுவார். தேவையற்றது என்றால் சீண்டுவது கூட இல்லை.

மர்க்குலா ஜாப்ஸிடம் விமானம் ஒன்று வாங்கச் சொன்னார். அதிலெல்லாம் கொஞ்சம் கூட ஆர்வம் காட்டவில்லை ஜாப்ஸ்.

தனக்கெனச் சிறப்பான கார் ஒன்றை வாங்கிக்கொண்டார். அதற்கும் ஓட்டுநர் வைக்கவில்லை. அவரேதான் ஓட்டினார்.

ஆப்பிளின் வளர்ச்சி பெரும் சாதனை ஒன்றினைச் செய்திருந்தது. மில்லியன் டாலருக்கும் மேல் சொத்து வைத்திருக்கும் முந்நூறு நபர்களை உருவாக்கியது.

பணம் ஆப்பிள் பணியாளர்களை என்ன செய்கிறது என்று உற்றுநோக்கினார் ஜாப்ஸ். சிலருடைய நடவடிக்கைகள் விசித்திரமாக இருந்தன. ரோல்ஸ் ராய்ஸ் கார்கள். மாளிகைகள். மனைவிக்கு பிளாஸ்டிக் சர்ஜரி என விதவிதமாக என்னென்னமோ செய்துகொண்டிருந்தனர் புதுப் பணக்காரர்கள்.

தனது நேர்காணல் ஒன்றில் ஜாப்ஸ் இது குறித்து இவ்வாறு தெரிவிக்கிறார்.

'இளம் வயது முதலே எனக்குப் பணம் பற்றிய கவலை இல்லை. நடுத்தரக் குடும்பம். சராசரி வருமானத்துக்குச் சிக்கலில்லை. எனக்கு வேண்டியதைக் கடன் வாங்கியாவது செய்துவிடுவார்கள் தாயும் தந்தையும்.'

'வறுமையை நான் வேண்டுமென்றே வரித்துக்கொண்ட நாள்கள் உண்டு. கல்லூரிப் பருவத்தில். இந்தியப் பயணத்தில். பணம் எதுவும்

இல்லாத வாழ்க்கை எவ்வாறிருக்கும் என்று உணர்ந்திருக்கிறேன். அது என்னைப் பெரிதளவில் கவலை கொள்ளச்செய்தது என்று சொல்ல முடியாது.'

ஜாப்ஸ் நன்கொடை கொடுத்தவிதம் கூட அலாதியானது. சேவா பவுண்டேஷன் என்றொரு அமைப்பு. நேபாளத்தை ஒட்டியுள்ள பகுதிகளில் சேவை செய்யும் அமைப்பு இது. முன்பொரு முறை அவர்களுக்கு ஐந்தாயிரம் டாலர் நன்கொடை வழங்கியிருந்தார். இது அவரிடம் பெருஞ்செல்வம் வந்து சேரும் முன்னர். பணம் வந்த பின்னர் மீண்டும் அவரை நாடி வந்தது சேவா.

இம்முறை பணம் தரவில்லை. அவர்களுக்கு என்ன வேண்டுமென்று ஆராய்ந்தார். சில ஆப்பிள் கம்ப்யூட்டர்கள், விஷிகால்க் என்னும் ஸ்பெரட்ஷீட் (எக்ஸெல் போன்றது) ஆகியவற்றைக் கொடுத்தனுப்பினார். 'உங்களது அமைப்பை இவற்றால் நன்றாக நிர்வகிக்க முடியும்' என்று புன்முறுவலோடு சொல்லி அனுப்பினார்.

பணம் வந்தவுடன் ஜாப்ஸ் செய்த முதல் செயல், தாய் தந்தையரைப் பார்க்கச் சென்றதுதான். ஏழரை மில்லியன் டாலர்களை அவர்களுக்கு வழங்கினார். வாழ்வில் முதன்முறையாக க்ளாராவும் பால் ஜாப்ஸூம் கடனில்லாமல் இருந்தனர்.

எந்தப் பிள்ளைக்காகத் தங்களது வாழ்வின் பெரும்பகுதி நேரம் ஓடிக்கொண்டே இருந்தனரோ அப்பிள்ளையின் வெற்றி அவர்களை நெகிழச்செய்தது. அவர்களைப் போல ஜாப்ஸை நேசித்தவர் எவரும் கிடையாது. அது உண்மையில் ஜாப்ஸ் வாங்கி வந்த வரம்.

ஒருபுறம் தனது சகா கோட்கேவுக்கு பைசா கிடையாது என்கிறார். சேவாவுக்கு என்ன வேண்டுமென்று பார்த்துப் பார்த்துச் செய்கிறார். தாய், தந்தை உளம் மகிழ அள்ளிக்கொடுக்கிறார்.

ஜாப்ஸின் ஓவியத்தை ஒரே வண்ணத்தால் தீட்டிவிட முடியாது. துறவிகளோடு பழகும் இந்தியப் பயணம். வாஸ் போன்று பணத்தை ஒரு பொருட்டாக மதிக்காத நண்பன். மறுபுறம் பெருஞ்செல்வம் சேர்க்கும் நிறுவனம். எந்தவொரு வட்டத்துக்குள்ளும் குறுக்கிவிட முடியாதது ஜாப்ஸின் பயணம்.

21. சிற்பி

செவ்வகத்துக்கு ஒரு சிக்கல். ஜாப்ஸுக்கு அவற்றைப் பிடிக்கவில்லை. செவ்வகம் நல்ல வடிவம்தான். ஆனால் ஜாப்ஸின் பார்வையில் அவை செயற்கையானவை.

முதல் முறையாக வாசிக்கும்போது 'இதென்ன குழப்பம்' என்றுதான் தோன்றும். முன்கதைச் சுருக்கத்தைத் தெரிந்துகொண்டால் 'அட... ஆமாம்' என்று வியக்கவைக்கும்.

ஜாப்ஸின் அறை. கதவை வேகமாகத் திறந்து உள்ளே வருகிறார் ஒருவர். அவர் அறைக்குள் வேறு யார் இவ்வாறு வர முடியும்? அட்கின்ஸன்தான்.

'இனி நம்மால் வட்டத்தை எளிதாக வரைய முடியும்.' அட்கின்ஸனின் உற்சாகம் அவரது குரலில் எதிரொலித்தது. வட்டம் வரைவதில் என்ன பிரச்சினை? எந்தவொரு ஜ்யோமெட்ரிக் வடிவமும் ஓர் ஒழுங்குக்கு உட்பட்டது. வட்டமும் இதற்கு விதிவிலக்கல்ல.

வட்டம் வரைவதற்குச் சிக்கலான கணிதச் சமன்பாடுகள் உள்ளன. அவற்றில் 'ஸ்கொயர் ரூட்' என்னும் செயல்பாடும் உண்டு. ஸ்கொயர் ரூட் என்றால் வர்க்கமூலம்.

அப்படியென்றால்?

இருபத்தைந்து என்னும் எண்ணை எடுத்துக்கொள்ளுங்கள். இதன் வர்க்கமூலம் ஐந்து. பதினாறு என்றால் நான்கு. முப்பத்தாறு என்றால் ஆறு. 25 = 5 x 5. 16 = 4 x 4. 36 = 6 x 6.

இவ்வாறான வர்க்கமூலங்களைக் கணக்கிடுவது கடினம். இங்கு எழுதியிருப்பவை சின்னஞ்சிறு எண்கள். எனவே வர்க்கமூலம் எளிதாகத் தோன்றலாம். பெரிய எண்கள் என்றால் கூடுதலாக நேரமெடுக்கும்.

வர்க்கமூலம் இல்லாமல் வட்டம் வரையும் ஒரு வித்தையை வடிவமைத்திருந்தார் அட்கின்ஸன். இதனால் கனகச்சிதமான வட்டங்களை மிகவேகமாக வரைய முடியும்.

சரி. வட்டம் எதற்கு வரைய வேண்டும்?

கிராஃபிக்கல் யூஸர் இண்டர்ஃபேஸ் முழுவதும் இவ்வகையான வடிவங்களால் நிறைந்ததே. சதுரம். செவ்வகம். வட்டம். இவையாவும் அடிப்படை வடிவங்கள்.

அட்கின்ஸன் சொன்னதன் மகத்துவத்தை ஜாப்ஸ் புரிந்து கொண்டார். ‘வாவ் சூப்பர்’ என்றுதானே சொல்லியிருக்க வேண்டும்? ஆனால் அவர் அவ்வாறு சொல்லவில்லை.

அட்கின்ஸனிடம் கேள்வியொன்றைக் கேட்டார். ‘உனது அல்காரிதத்தால் முனை மழுங்கிய செவ்வகங்களை வரைய முடியுமா?’

அட்கின்ஸன் இந்தக் கேள்வியை எதிர்பார்த்து வரவில்லை. அவர்களுக்குள் நடந்ததைச் சொல்வதற்கு முன், ‘முனை மழுங்கிய செவ்வகம்’ என்றால் என்னவென்று ஒரு சிறுகுறிப்பு.

செவ்வகம் நேரான கோடுகளால் ஆனது. அவை சந்திக்கும் நான்கு கோணங்களும் மிகச்சரியாகத் தொண்ணூறு டிகிரி. கூரிய ஊசி போன்ற முனை. இவ்வாறு இல்லாமல் கொஞ்சம் முனைகள் மழுங்கி இருப்பவைதான் ஜாப்ஸ் சொன்ன வடிவம். *Rounded Rectangles*. சுருக்கமாக ஆர்.ஆர்.

இப்போது மீண்டும் ஜாப்ஸின் அறைக்குச் செல்வோம்.

நமக்கெதற்கு ஆர்.ஆர்? ஜாப்ஸிடம் அட்கின்ஸன் கேட்கிறார்.

அவை அடிப்படையான ஜியோமெட்ரிக் வடிவங்கள் கிடையாது. எனவே தேவையில்லை என்னும் தொனியில் பதில் சொல்கிறார் அட்கின்ஸன்.

ஏன் ஆர்.ஆர் அடிப்படையான வடிவமில்லை?

நம் உலகெங்கும் இந்த வடிவம் நிறைந்துள்ளது. ஜாப்ஸ் தனது வாதத்தைத் தொடர்கிறார்.

இந்தப் பதிலில் அட்கின்ஸன் திருப்தி அடைந்ததாகத் தெரியவில்லை. அட்கின்ஸனிடம் தனது அறையை உற்றுப் பார்க்கச் சொல்கிறார் ஜாப்ஸ். அங்கிருக்கும் 'ஒயிட் போர்டைச்' சுட்டிக்காட்டுகிறார். இது என்ன வடிவம் என்று கேட்கிறார்.

தனது மேசையைக் காட்டி இங்கு என்ன வடிவம் தெரிகிறது என்கிறார். இன்னும் சில வடிவங்களைக் காட்டி இவை அனைத்துமே ஆர்.ஆர் தான் என்று தனது தரப்பை நியாயப்படுத்துகிறார் ஜாப்ஸ்.

அப்போதும் அட்கின்ஸன் ஒப்புக்கொள்ளவில்லை.

வேறொருவர் என்றால் ஜாப்ஸின் பதில் இவ்வாறெல்லாம் சாந்தமாக இருந்திருக்காது. நான் சொல்வதைச் செய் என்று முடித்திருப்பார். கேட்பது அட்கின்ஸன் என்பதால் விரிவாக விளக்குகிறார் ஜாப்ஸ்.

அட்கின்ஸனை ஆப்பிள் அலுவலகத்திலிருந்து வெளியே அழைத்துச் செல்கிறார் ஜாப்ஸ். கார்களின் ஜன்னல்கள், விளம்பரப் பலகைகள் என எங்கெங்கும் இந்த அழகிய வடிவமே நிறைந்திருப்பதைக் காட்டுகிறார்.

இருவரும் வெளியே தொடர்ந்து நடந்துகொண்டே இருக்கின்றனர். ஜாப்ஸ் காட்டும் அனைத்தும் ஆர்.ஆர் வடிவிலேயே இருக்கின்றன.

அட்கின்ஸனுக்கு ஒப்புக்கொள்வதைத் தவிர வேறுவழியில்லை. முனை மழுங்கிய செவ்வகங்களும் அடிப்படை வடிவம்தான் என்கிறார்.

அத்துடன் நிறுத்தவில்லை. சில நாள்கள் கழித்து மீண்டும் ஜாப்ஸின் அறைக்கு வருகிறார் அட்கின்ஸன்.

அழகிய செவ்வகங்கள் தயார். நம்மால் அவற்றை எளிதாக வரைய முடியும் என்று உற்சாகமாக அறிவிக்கிறார் அட்கின்ஸன்.

ஜாப்ஸ் ஏன் அவ்வளவு விளக்கமாக அட்கின்ஸனுக்குப் பதில் சொல்கிறார் என்பதை இதிலிருந்தே நாம் புரிந்துகொள்ளலாம். அட்கின்ஸன் கேட்கும் கேள்விகள் விதண்டாவாதம் அல்ல. அவரது புரிதலுக்காகக் கேட்கப்படும் கேள்விகள் அவை.

அவருக்கு ஜாப்ஸ் சொல்வதன் நியாயம் விளங்கிவிட்டால் போதும். அதன் பின் எப்பாடுபட்டாவது அதைச் செய்து முடித்துவிடுவார் அட்கின்ஸன். இன்று நாம் ஆப்பிள் இண்டர்ஃபேஸில் பார்க்கும் வடிவங்கள் பலவும் ஆர்.ஆர்தான். முனை மழுங்கிய அழகிய செவ்வகங்கள். டயலாக் பாக்ஸ்கள், விண்டோக்கள் எனப் பலவும் இந்த வடிவிலானவை.

அழகியல் என்பது சின்னஞ்சிறு கூறுகளால் ஆனது. ஆப்பிள் இண்டர்ஃபேஸின் திருத்தமான அழகுக்கு அட்கின்ஸன் செய்து கொடுத்த அந்த அழகிய செவ்வக அல்காரிதங்களும் காரணம்.

இண்டர்ஃபேஸ் அழகாக இருக்க வேண்டும், ஆனால் லோட் ஆவதற்கு நேரமெடுக்கக் கூடாது. இவை இரண்டும் எதிரெதிர்த் திசையில் பயணிப்பவை. வேகமும் வேண்டும். அழகும் அவசியம். இதைச் செய்து காட்டியிருப்பது அட்கின்ஸன் போன்ற பொறியாளர்களின் அயராத உழைப்பு.

ஒரு சின்ன செவ்வகத்துக்கு இத்தனை அக்கப்போரா? அவ்வாறில்லை. திரையில் வைக்கப்படும் ஒவ்வொரு புள்ளியும் ஒரு காரணம் கருதியே இருக்க வேண்டும். இதுதான் ஜாப்ஸின் அடிப்படையான டிசைன் தத்துவம்.

ஜாப்ஸைப் பொறுத்தவரை கணினியும் ஒரு கலைப் படைப்பு. இங்கு ஒரு சிக்கல். கலைப் படைப்பு என்பது ஒன்றே ஒன்று. மிஞ்சிப்போனால் இரண்டு பிரதிகள். ஆனால் ஆப்பிள் கம்ப்யூட்டர்களை லட்சக்கணக்கில் செய்ய வேண்டும்.

கலை என்பதற்காக ஒவ்வொன்றாகச் செதுக்க முடியாது. மெஷின்கள் மூலம் விரைவாகச் செய்ய வேண்டும். ஆனால் கலைநயமும் குறையக் கூடாது. இதில் மிக உறுதியாக இருந்தார் ஜாப்ஸ். சாஃப்ட்வேர், புரொகிராம்களால் ஆனது. எனவே இதில் எண்ணிக்கை குறித்த சிக்கலில்லை. எத்தனை பிரதிகள் வேண்டுமென்றாலும் எடுக்கலாம். ஆனால் ஹார்ட்வேர் அவ்வாறல்ல. ஒவ்வொன்றாகச் செய்ய வேண்டும்.

இதைச் சிறப்பாகச் செய்து முடிப்பதற்கு ஜாப்ஸ் எந்த எல்லைக்கும் செல்லத் தயாராக இருந்தார்.

அவரைப் பொறுத்தவரை டிசைன் என்பது ஒரு மொழி. அது ஓர் அடையாளம். தொடக்க காலத்தில் ஆப்பிள் அலுவலகத்தின் அருகில்தான் சோனி நிறுவனமும் இருந்தது.

ஜாப்ஸ் அவ்வப்போது அங்கு செல்வது வழக்கம். அவர்களது புராடெக்ட்களின் டிசைன்களை உற்றுநோக்குவார். பொருள்கள் மட்டுமல்ல. அவர்கள் செய்யும் போஸ்டர்கள், விளம்பரங்கள் என அனைத்திலுமே அவர்களது அடையாளம் இருக்கும்.

ஆப்பிள் டிசைன் குறித்த கூட்டங்களில் ஜாப்ஸ் இதுகுறித்துப் பேசியிருக்கிறார். ஆப்பிளுக்கும் இதுபோன்றதொரு அடையாளத்தை உருவாக்க வேண்டும் என்பதில் உறுதியாக இருந்தார்.

சோனியின் டிசைன் மொழியிலேயே ஜாப்ஸுக்கு இருவேறு கருத்துகள் இருந்தன. ஆப்பிளுக்கு அவர் உருவாக்க நினைத்த அடையாளம் மாசற்ற வெள்ளை நிறம். அதை அமைதியின் பிரதிபலிப்புப் போலவே வடிவமைத்தனர்.

சோனி மட்டுமல்ல. கார் நிறுவனங்களின் டிசைன்களும் அவருக்கு மிகவும் பிடிக்கும். ஒரு கோடு வரைந்திருந்தால் கூட அதன் நுணுக்கத்தை அட்கின்ஸன் போன்றோரிடம் விளக்கிக் கூறுவார்.

இதன் உச்சக்கட்டமாக ஒன்று நிகழ்ந்தது. ஜாப்ஸ் ஒருநாள் சமையல் உபகரணங்கள் விற்கும் கடைக்குச் சென்றார். அது *Cuisinart* என்றொரு பிரபல நிறுவனம். அங்கிருக்கும் பொருள்களின் டிசைன் மொழியைக் கூர்ந்து கவனித்தார். நீண்டநேரம் அங்கு

செலவிட்டார், ஆனால் எதுவும் வாங்கவில்லை. அடுத்த நாள் ஆப்பிளில் ஒரு டிசைன் மீட்டிங் இருந்தது. அதற்கு முன், ஒருவரை அனுப்பி அந்தச் சமையல் உபகரணக் கடையிலிருந்து சில பொருள்களை வாங்கிவரச் செய்தார். அன்றைய கூட்டத்தில் அப்பொருள்களைத் தமது டிசைனர்களிடம் கொடுத்தார். 'இவை மக்கள் தினமும் புழங்கும் கருவிகள். இவற்றின் டிசைன் மிக எளிதாக இருக்க வேண்டும். உறுதியாகவும். அழகாகவும். இது நம்முடைய கருவிகளுக்கும் பொருந்தும்.'

ஜாப்ஸ் சொல்லிமுடித்த பின் அக்கருவிகளை டிசைனர்கள் விதவிதமாகத் திருப்பிப் பார்த்துக்கொண்டிருந்தனர்.

மேலோட்டமாகப் பார்த்தால் இது வேடிக்கையாகத் தெரியும். 'இதென்ன கூத்து?' என்றுகூடத் தோன்றலாம். ஆனால் ஜாப்ஸ், ஆப்பிள் கருவிகள் குறித்து என்ன நினைத்துக்கொண்டிருந்தார் என்பதற்கு இச்செயல் ஒரு சிறந்த உதாரணம்.

ஜாப்ஸுக்கு கம்ப்யூட்டர் என்பது அறையின் ஓரத்தில் வைக்கப் பட்டிருக்கும் ஒரு கருவியல்ல. அது மனிதர்களின் கைகளில் தினமும் புழங்கும் ஒன்று.

அவ்வாறு நிகழவேண்டுமென்றால் அவை அழகாக இருக்க வேண்டும். இந்தவொரு காரணத்திற்காகத்தான் ஜாப்ஸ் டிசைன் விஷயத்தில் எந்தச் சமாதானமும் செய்துகொள்ளவில்லை.

வெர்ஷன் ஒன்று, இரண்டு, மூன்று என்று பல்வேறு சுற்றுகளாக டிசைன்கள் வளர்ந்துவரும். அவ்வாறு செய்த டிசைன்களை வரிசையாகக் காட்சிப்படுத்துவது ஜாப்ஸின் வழக்கம்.

சில நேரங்களில் பல்வேறு டிசைன்களும் ஒன்றுபோலவே தோன்றும். ஆனால் ஜாப்ஸால் அவை ஒவ்வொன்றையும் அடையாளம் காட்ட முடிந்தது.

அவர் திரும்பத் திரும்பச் சொன்ன ஒரு விஷயம், 'நமது டிசைன் ஃப்ரண்ட்லியாக இருக்க வேண்டும்' என்பதே. அங்கிருந்த டிசைனர்களில் பலருக்கும் 'ஃப்ரண்ட்லி' என்று ஜாப்ஸ் எதைச் சொல்கிறார் என்றே புரிந்துகொள்ள முடியவில்லை.

டிசைன் என்று வந்துவிட்டால் ஜாப்ஸை அடித்துக்கொள்ள முடியாது. அப்போதிருந்த ஹார்ட்வேர்களின் வடிவமும் அளவும் அவருக்குப் பெரிய தடைகளாக இருந்தன. தடைகள் பல கடந்து அவர் செய்த ஜாலம்தான் இன்று நம் கைகளில் இருக்கும் ஆப்பிள் கருவிகள். திருத்தம். கலைப்படைப்புகள்.

22. அழகு

ரீட் கல்லூரியில் சில காலம் ஜாப்ஸ் படித்தார். கல்லூரி சொன்ன பாடத்திட்டம் அல்ல. அவராகவே தேர்ந்தெடுத்த பாடங்கள். எந்த வகுப்பு பிடிக்கிறதோ அதில் சென்று அமர்ந்துகொள்வது. அப்படி ஜாப்ஸ் படித்த ஒரு பாடம்தான் காலிகிராஃபி. எழுத்துகளைச் சித்திரம்போல அழகாக எழுதும் கலை.

எப்போதோ ஜாப்ஸ் படித்திருந்த காலிகிராஃபி, ஆப்பிள் டிசைனர்களைச் சோதித்தது. ஃபாண்ட் மீட்டிங் என்றாலே அலறினர். தொடக்கத்தில் அவர் என்ன சொல்கிறார் என்றே பலருக்கும் புரியவில்லை.

சூஸன் கேர் என்றொரு டிசைனர். ஃபாண்ட் வடிவமைப்பதில் ஆர்வம் காட்டினார். ஜாப்ஸ் அவரைப் பிடித்துக்கொண்டார். விதவிதமாக ஃபாண்ட்கள் செய்தனர். பெரும்பாலானவற்றை ஜாப்ஸ் ரிஜெக்ட் செய்துவிடுவார். சூஸனும் விடுவதாக இல்லை.

ஒரு ஃபாண்ட் கலெக்‌ஷனை உருவாக்கினார். அவற்றுக்கு ஃபிலடெல்ஃபியாவில் இருந்த ரயில் நிலையங்களின் பெயர்களைச் சூட்டியிருந்தார் சூஸன். ஓவர்ப்ரூக், ரோஸ்மெண்ட் இப்படி உலகம் அறிந்திராத பெயர்கள்.

ஜாப்ஸ் ஃபாண்ட்களைக் கூடச் சரியாகப் பார்க்கவில்லை. எடுத்தவுடன் அவர் சொன்னது, இப்பெயர்கள் செட்டாகாது. ஃபிலடெல்ஃபியாவுக்கு வெளியே எவருக்குமே இப்பெயர்கள் புரியாது. நினைவில் வைத்திருப்பதும் கடினம். இவற்றிற்குப் பதிலாகப் பிரபல நகரங்களின் பெயரை வைத்துவிடலாம் என்றார். அவ்வாறே செய்தனர். சிகாகோ, லண்டன், வெனிஸ் என்று மாற்றப்பட்டது.

மர்க்குலாவுக்கு ஜாப்ஸின் நடவடிக்கைகள் எரிச்சலூட்டின. இவையெல்லாம் தேவையே இல்லாத ஒன்று. நாம் செய்ய வேண்டிய பணிகள் இன்னும் நிறையவே இருக்கின்றன. நமது டிசைனர்களை எந்நேரமும் ஃபாண்ட்களிலேயே முடக்கிவைத்திருப்பது சரியல்ல. இப்படியெல்லாம் ஜாப்ஸிடம் சொல்லிப்பார்த்தார்.

மர்க்குலா சொன்னதைக் கேட்பது போல பாவனை செய்தார் ஜாப்ஸ். தனது திட்டப்படியே வேலையைத் தொடர்ந்தார். ஜாப்ஸின் குழு வடிவமைத்த இந்த ஃபாண்ட் கூட்டம்தான் டெக்ஸ்டாப் பப்ளிஷிங் என்றொரு துறை பெருகிவளரக் காரணமாக அமைந்தது. லேசர் பிரிண்டர்களும், அழகழகாக வடிவமைக்கப்பட்ட இந்த ஃபாண்ட்களும் இணைந்து பெரும் புரட்சி செய்தன.

மிக நீண்ட காலத்துக்குப் பின் மர்க்குலா அளித்த நேர்காணல் ஒன்றில் இதைப் பற்றிப் பெருமிதத்துடன் கூறியுள்ளார். அன்று ஜாப்ஸ் என்ன செய்தார் என்று இப்போது எனக்குப் புரிகிறது என்று ஆனந்தமாய்ச் சொன்னார்.

ஒருவழியாக ஃபாண்ட் பூக்கள் பூத்தன. அடுத்ததாக ஐகான்கள். இங்கும் சூஸன்தான். ட்ராஷ் கேன் என்னும் குப்பைத்தொட்டி ஐகானை வைத்துக்கொண்டு அவரும் ஜாப்ஸூம் செய்த அலப்பறைகள் அதிகம். ஒருவழியாகக் குப்பைத்தொட்டியைக் கண்டடைந்தனர்.

நாள்கள் செல்லச் செல்ல ஜாப்ஸ் என்ன விரும்புகிறார் என்பது சூஸனுக்குப் புரிந்தது. எளிமையாக இருக்க வேண்டும். பார்த்தவுடன் புரிய வேண்டும். அழகாகவும் இருத்தல் அவசியம்.

ஜாப்ஸால் எவ்வாறு இத்தனை கூர்மையாக உற்றுநோக்க முடிகிறது என்று சூஸனுக்கு ஆச்சரியமாக இருந்தது. அவர் கண்ணிலிருந்து ஒரே ஒரு பிக்ஸல் கூடத் தப்பாது.

சனி, ஞாயிறு என்பவையெல்லாம் சூஸன் மற்றும் ஜாப்ஸின் காலண்டரில் கிடையாது. ஞாயிறு காலை ஜாப்ஸ் வரக்கூடும் என்னும் எதிர்பார்ப்பில் சூஸன் எப்போதும் சில டிசைன்களைக் கைவசம் வைத்திருந்தார்.

மவுஸ் கர்சரின் வேகத்தைக் கூட்ட முயல் ஐகான் ஒன்றை வடிவமைத்தார் சூஸன். எப்படியிருக்கிறது ஜாப்ஸிடம் கேட்டார். அவர் சற்றும் எதிர்பார்த்திராத பதிலொன்றைச் சொன்னார் ஜாப்ஸ். இது பொதுவான முயல்கள்போல இயற்கையாக இல்லையே என்றார். பொதுவான முயல் என்றால் என்னவென்று சில மணிநேரம் தேடி அலைந்தார் சூஸன்.

அட்கின்ஸன், டைட்டில் பார்களுக்குப் பொறுப்பு. ஒவ்வொரு விண்டோவின் தலையிலும் வருமே. இதற்காக இருபதுக்கும் மேற்பட்ட டிசைன்களை வடிவமைத்தார் அட்கின்ஸன். இது வெறுமனே இமேஜ் எடிட்டிங் சாஃப்ட்வேரில் வடிவமைப்பது அல்ல. அவை எவ்வாறு வேலை செய்யும் என்று கோட் எழுதி வடிவமைப்பது. அன்றைய காலகட்டத்தில் மிகச் சிக்கலான ஒன்று. அட்கின்ஸனும் சளைக்காமல் செய்துகொண்டிருந்தார். ஜாப்ஸும் சளைக்காமல் குறையொன்று உண்டு மறைமூர்த்தி கண்ணா என்று திரும்பத் திரும்பப் பாடிக்கொண்டிருந்தார்.

ஒருகட்டத்தில் இதில் சூஸனும் இணைந்தார். இன்னும் சில டிசைன்கள் பிறந்தன. ஜாப்ஸுக்கு அவற்றையும் பிடிக்கவில்லை.

ஒரு கட்டத்துக்கு மேல் அவர்களாலும் முடியவில்லை. இவ்வளவு நுணுக்கமாக யார் பார்க்கப்போகிறார்கள், போதுமே என்று ஜாப்ஸிடம் கெஞ்சிப் பார்த்தனர்.

'மேக் கணினியில் பயனாளர்கள் ஒவ்வொரு நாளும் இவற்றைத்தான் பார்க்கப்போகிறார்கள். மோசமான டைட்டில் பார்களை உங்களால் எவ்வளவு நேரம் பார்க்க முடியும். எனவே வேறெதையும் விட இது மிகவும் அவசியம்' என்று குணமாகச் சொல்லிப்

புரிய வைத்தார். வாஸ்நியாக்கின் கூட்டாளி ஒருவர். கிரிஸ் எஸ்பினோஸா. பெர்க்லி பல்கலையில் படித்துக்கொண்டிருந்தார். படிப்பைப் பாதியில் நிறுத்தினார். காரணம் ஜாப்ஸ்.

அவரிடம் அசாத்தியமான திறமையிருப்பதாக ஜாப்ஸ் நம்பினார். அவரை அழைத்தார். ஆப்பிளுக்கு வந்துவிடு என்றார். படிப்பு முடியட்டுமே என்று கிரிஸ் தயங்கினார். ஜாப்ஸ், ‘எப்போது வேண்டுமானாலும் படித்துக்கொள்ளலாம். மேக்கை வடிவமைக்கும் வாய்ப்பு வாழ்வில் இனியொரு முறை வராது.’

இதற்கு கிரிஸ்ஸால் எந்தப் பதிலும் சொல்ல முடியவில்லை. மேக் குழுவில் இணைந்தார். இவர் கால்குலேட்டர் செய்த கதை சுவாரசியமானது. ஜாப்ஸ் அவரிடம் கால்குலேட்டர் செய்யச் சொல்லவேயில்லை. அவராகவே தன்முனைப்புடன் கால்குலேட்டர் சாஃப்ட்வேர் ஒன்றை வடிவமைத்தார்.

‘இது நன்றாகத்தான் உள்ளது. ஆனால் இது ஒரு தொடக்கம்.’ கால்குலேட்டரின் ஒவ்வொரு அம்சத்தையும் விமர்சனம் செய்தார் ஜாப்ஸ். பட்டன் அளவுகள், அவற்றின் நிறம், இடைவெளி, கோடுகளின் தடிமன். எதையுமே விட்டுவைக்கவில்லை.

கிரிஸ் ஒவ்வொரு நாளும் ஒரு கால்குலேட்டர் டிசைனுடன் வருவார். ஜாப்ஸ் புதிய திருத்தப் பட்டியல் ஒன்றை வாசிப்பார்.

ஒருகட்டத்தில் கிரிஸ், இது சரிப்பட்டுவராது என்று முடிவுசெய்தார். ‘ஜாப்ஸே கால்குலேட்டரை வடிவமைக்கலாம்’ என்றொரு புரொகிராமை எழுதினார். அதாவது இது கால்குலேட்டர் கஸ்டமைசேஷன் சாஃப்ட்வேர். மேற்சொன்ன ஐட்டங்களை எல்லாம் ஜாப்ஸே தன் இஷ்டத்திற்கு வடிவமைக்கலாம்.

உண்மையில் கிரிஸ் இதைச் செய்தது ஜாப்ஸை பகடி செய்வதற்காக. அவரிடம் காட்டினார். ஜாப்ஸ் சில விநாடிகளில் அது என்னவென்று புரிந்துகொண்டார். சில நிமிடங்கள் என்னைத் தொந்தரவு செய்யக் கூடாது என்று கிரிஸ்ஸிடம் கூறினார்.

அந்தக் கால்குலேட்டர் டிசைன் கஸ்டமைசேஷன் சாஃப்ட்வேரில் அதிதீவிரமாக வேலை செய்தார் ஜாப்ஸ். தனக்கு என்னவெல்லாம்

செட்டிங் வேண்டுமோ அவற்றையெல்லாம் பார்த்துப் பார்த்து செலக்ட் செய்தார். பத்து நிமிடங்களில் ஒரு டிசைன் தயாரானது.

இதை ஃபிக்ஸ் செய்துகொள்ளுங்கள் என்று கிரிஸ்ஸிடம் கூறினார். பிற டிசைனர்களும் ஜாப்ஸ் என்ன செய்திருக்கிறார் என்று பார்ப்பதில் ஆர்வமாக இருந்தனர். சாஃப்ட்வேர் இன்டர்ஃபேஸ் களுக்கென்று ஒரு சாமுத்ரிகா லட்சணம் இருந்திருந்தால் அத்தனை பொருத்தங்களும் சரியாக இருந்திருக்கும்.

ஜாப்ஸ் வடிவமைத்த கால்குலேட்டரே அடுத்த பதினைந்து ஆண்டு களுக்கு மேக் கம்ப்யூட்டர்களின் ஆஸ்தான கால்குலேட்டராக இருந்தது. கால்குலேட்டர்களுக்கும் ஆப்பிளுக்கும் ஏதோ விசேஷத் தொடர்பிருக்கிறது. சமீபகாலம் வரை ஐபேட்களில் காலண்டர்கள் கிடையாது. அதற்கொரு தனிக்கதை இருக்கிறது. இப்போதைக்கு மேக் புராணம். ஐபேடுகளுக்கு அடுத்து வருவோம்.

தனித்தனியாக ஒவ்வொரு டிசைனும் தயாராகிக்கொண்டிருந்தது. ஒட்டுமொத்தமாக ஒரு டிசைன் மொழி வேண்டும் என்று ஜாப்ஸ் விரும்பினார். அந்த டிசைனில் அமெரிக்க *DNA* இருக்க வேண்டும் என்று விரும்பினார். ஹாலிவுட், பிரத்தியேகமான இசை, புரட்சி மனோபாவம் இப்படி எல்லாமும் கலந்து செய்த ஒரு கலவை. இத்தனையும் வேண்டும். ஆனாலும் டிசைனின் மினிமலிசத்திற்கு எந்தப் பாதிப்பும் வந்துவிடக் கூடாது.

இதற்கென்று போட்டியொன்றை நடத்தினர். அதில் வென்றவர் ஹார்ட்மட் எஸ்லிங்கர். இவர் ஒரு ஜெர்மானியர். ஸ்நோ ஒயிட் என்றொரு பெயருடன் திட்டத்தை வடிவமைத்தனர். எஸ்லிங்கரிடம் இந்த அமெரிக்க டி.என்.ஏ விஷயத்தைத் தெளிவாக விளக்கினார் ஜாப்ஸ். எஸ்லிங்கருக்கு சோனி டிவி வடிவமைப்பில் பணியாற்றிய அனுபவம் இருந்தது.

வெண்மையை அடிப்படையாகக் கொண்ட டிசைன் மொழி ஒன்றை உருவாக்கினர். ஸ்நோ ஒயிட் என்னும் பெயரால் அல்ல. ஃபோல்டர் ஐகான்கள், கூர்மையான முனைகள் இல்லாத டிசைன் இப்படிப் பார்த்துப் பார்த்துச் செய்தனர். ஜாப்ஸுக்கும் எஸ்லிங்கருக்கும் டிசைன் விஷயத்தில் ஒத்துப்போனது.

இவை எல்லாவற்றுக்கும் மகுடம் வைத்தது போல ஒரு சம்பவம். ஐகான், திரை, ஃபாண்ட் இவற்றிலெல்லாம் அழகுணர்ச்சி என்பது புரிந்துகொள்ளக்கூடியது. ஆனால் இதன் உச்சமாக, பிரிண்டட் சர்க்யூட் போர்ட்கள் கூட அழகாக இருக்க வேண்டும் என்று அடம்பிடித்தார் ஜாப்ஸ்.

'ஏன் இந்த சர்க்யூட் லைன்கள் நெருக்கமாக இருக்கின்றன. பார்ப்பதற்கு அழகாக இல்லையே' என்று ஹார்ட்வேர் பொறியாளர் களால் புரிந்துகொள்ளவே முடியாத சில கேள்விகளைக் கேட்டுக்கொண்டிருந்தார்.

சர்க்யூட் பயனாளர்களின் பார்வைக்கு வராது. அதிலென்ன டிசைன்? எவராலும் புரிந்துகொள்ள முடியவில்லை. ஆனாலும் ஜாப்ஸ் விடுவதாக இல்லை. அழகு என்பது நமது கணினிகளின் இயல்பு. அது பிறர் பார்வைக்கு வருவதும் வராமல் போவதும் நமது பிரச்சினை அல்ல.

தன் தந்தையிடம் ஜாப்ஸ் கற்றிருந்த பாலபாடம் இது. டிசைன் செய்வது உனது வேலை. அதில் ஒரு குறையும் இல்லாதிருப்பது உனது பொறுப்பு. இப்படிச் சொல்லிச் சொல்லி வளர்த்திருந்தார் பால் ஜாப்ஸ்.

மேற்சொன்ன சில சம்பவங்கள் ஜாப்ஸை ஒரு கொடுமைக்காரர் போலக் காட்டக்கூடும். ஆனால் அவர் முற்றிலும் அவ்வாறானவர் அல்ல. இதனை உறுதிப்படுத்தும் விதமாக ஒரு சம்பவம் நிகழ்ந்தது.

ஓவியர்களின் கையெழுத்து அவர்களின் ஓவியத்தில் இருக்கும். மேக் கணினியும் ஜாப்ஸைப் பொறுத்தவரை ஓர் ஓவியம்தான். அதை வரைந்த ஓவியர்கள் அதன் டிசைனர்கள். அவர்களின் கையெழுத்து மேக்கில் இருக்க வேண்டும் என முடிவு செய்தார் ஜாப்ஸ்.

ஒரு பெரிய டிராஃப்ட் பேப்பரை எடுத்து மேஜையின் மீது வைத்தார். ஒவ்வொரு டிசைனராக அழைத்து அதில் கையெழுத்திடச் செய்தார். அதற்கெனப் பார்த்துப் பார்த்து ஒரு பேனா வாங்கி வைத்திருந்தார் ஜாப்ஸ்.

பேப்பரின் மையத்தில் ஜாப்ஸூம் கையெழுத்திட்டார். இக்கையெழுத்துகளை மேக் கணினிகளின் உள்ளே பொறிக்கச் செய்தார். வெறுமனே ஸ்டிக்கர்கள் அல்ல. என்கிரேவிங் என்னும் முறையில் அழிக்கவே முடியாத முத்திரை. இது பயனாளர்களின் பார்வைக்கு வராது. உள்புறமாக இருக்கும். ஆனால் மேக் கணினிகள் ஒவ்வொன்றிலும் அவற்றின் பிரம்மாக்களின் கையெழுத்துகள் இருக்கும்படி பார்த்துக்கொண்டார்.

தாங்கள் செய்வது கணினி அல்ல, கலை என்று டிசைனர்களுக்குப் புரிந்தது.

23. கட்டுப்பாடு

ஜாப்ஸின் முன்பு ஒரு பார்சல். ஃபெட்-எக்ஸ் கொரியர் மூலம் வந்திருந்தது. அதையே சில நொடிகள் பெருமிதத்துடன் பார்த்துக்கொண்டிருந்தார். பின்னர் அதைக் கவனமாகத் திறந்தார்.

அதனுள்ளே டைம் பத்திரிகையின் சில பிரதிகள். ஜாப்ஸின் கண்கள் அப்பத்திரிகையின் அட்டையில் எதையோ தேடின.

அவர் தேடியது அங்கில்லை. ஆனால் அங்கிருந்ததும் ஜாப்ஸுக்கு நெருக்கமானதுதான். 1982ஆம் ஆண்டின் இறுதி. டைம் பத்திரிகை நிருபர் ஒருவர் ஜாப்ஸை நேர்காணல் செய்ய வந்தார். அவரது பெயர் மைக்கேல் மோரிட்ஸ். அவருக்கும் ஜாப்ஸுக்கும் ஒரே வயது. சகஜமாகப் பேசினார்.

தன் சகாக்களிடம் மோரிட்ஸை ஜாப்ஸ் அறிமுகப்படுத்தினார். அவர் கேட்கும் தகவல்களை வழங்குமாறு அறிவுறுத்தினார். அவரும் ஒவ்வொருவராகப் பார்த்துப் பேசிக்கொண்டிருந்தார்.

நேர்காணல்கள் சுமுகமாக முடிந்தன. இந்த ஆண்டின் நாயகன் என்று தன்னை டைம் பத்திரிகை அறிவிக்கும் என்று திடமாக நம்பினார் ஜாப்ஸ். அவரது முகம் பத்திரிகையின் அட்டைப்படமாக வருமென்று காத்திருந்தார். இருபத்தேழு வயதே ஆன ஜாப்ஸுக்கு இது ஒரு முக்கியமான மைல்கல் என்றே தோன்றியது.

பத்திரிகை வந்தது. நேர்காணலும் வந்தது. ஆனால் அவர் முகம் அட்டையில் இல்லை. அதற்குப் பதிலாக ஜம்மென்று ஒரு கம்ப்யூட்டர் அங்கு அமர்ந்திருந்தது.

இதை ஜாப்ஸால் எளிதாகக் கடந்துசெல்ல முடியவில்லை. தன்னை நேர்காணல் செய்த மோரிட்ஸைக் கடிந்துகொண்டார்.

உள்ளபடியே, மோரிட்ஸ் அவ்வாறான எந்த ஓர் உறுதிமொழியையும் ஜாப்ஸுக்கு வழங்கவில்லை. இது அவராகவே கற்பனை செய்துகொண்டது.

ஆண்டின் நாயகனாகத் தேர்ந்தெடுக்கப்படுவதற்கான அனைத்துத் தகுதிகளும் தனக்கிருப்பதாக உறுதியாக நம்பினார் ஜாப்ஸ்.

அவரது விரிவான நேர்காணல் வந்திருந்தது. அதிலும் சில கருத்து வேறுபாடுகள். அவரது மகளைக் குறித்தும் எழுதியிருந்தது பத்திரிகை. ஜாப்ஸுக்கு இது கொஞ்சமும் பிடிக்கவில்லை.

தனது மகளைக் குறித்து யார் சொல்லியிருப்பார்கள்? ஜாப்ஸுக்கு கோட்கேயின் நினைவு வந்தது. அவரது நண்பர். பங்குகள் தர முடியாது என ஜாப்ஸ் மறுத்தாரே, அதே நண்பர்.

கோட்கேயை அழைத்துச் சத்தம் போட்டார் ஜாப்ஸ். நீ ஏன் எனது மகளைப் பற்றி அவர்களிடம் கூறினாய் என்று கோபமாகக் கேட்டார் ஜாப்ஸ்.

கோட்கே எளிதான பதிலொன்றைச் சொன்னார். ஜாப்ஸுக்கு ஒரு மகள் இருப்பது உண்மையா என்று அந்த நிருபர் என்னிடம் கேட்டார். உனது மகள் லிசாவைப் பற்றி எனக்குத் தெரியும். அவ்வாறிருக்கும்போது நான் எவ்வாறு மறுக்கமுடியும்? தான் ஒரு தந்தை என்பதை மறைக்க நினைக்கும் கோழை எனது நண்பனாக இருக்கமுடியாது.

ஜாப்ஸ் இதற்கு எந்தப் பதிலும் சொல்லவில்லை. அவரது கோபம் லிசா குறித்தெல்லாம் இல்லை. தன்னை ஆண்டு நாயகனாக அறிவிக்காமல் விட்டுவிட்டார்களே என்னும் ஏமாற்றம். அதனால் விளைந்த கோபம்.

அவரது மகள் லிசாவின் கதை ஒருபுறமிருக்கட்டும். ஆண்டின் தொடக்கத்திலிருந்தே இன்னொரு லிசாவுக்கும் ஜாப்ஸுக்கும் இடையே பூசல்.

இந்த லிசா கம்ப்யூட்டர். முன்பே பார்த்திருக்கிறோம். ஜாப்ஸை இந்தக் குழுவிலிருந்தே வெளியேற்றினார்கள். அதற்குப் போட்டியாகத்தான் மேக் பயணத்தைத் தொடங்கினார்.

லிசா குழுவுக்கும் மேக் குழுவுக்கும் எப்போதும் தகராறுதான். இரண்டுமே ஆப்பிள் நிறுவனத்தில் கம்ப்யூட்டர்கள். ஆனால் ஜாப்ஸ் தனது மேக் கம்ப்யூட்டர் அதி உன்னதமானது என்று நம்பினார்.

அவரது கம்ப்யூட்டர் மட்டுமல்ல. அதைச் செய்யும் குழுவும் ஈடு இணையற்றது. லிசாவின் குழுவில் இருப்பவர்கள் சராசரியான பொறியாளர்கள். தன்னிடம் இருப்பவர்கள் உன்னதத்தை நோக்கிப் பயணிப்பவர்கள். இதில் அவருக்குக் கொஞ்சமும் சந்தேகமில்லை.

லிசா வருவதற்கு முன்னரே மேக் வந்துவிடும். இல்லையென்றால் நான் ஐந்தாயிரம் டாலர் தருகிறேன் என்று பந்தயம் கட்டியிருந்தார் ஜாப்ஸ். இரண்டு கம்ப்யூட்டர்களுக்கான வேலைகளும் மும்முரமாக நடந்துகொண்டிருந்தன. இவ்விரு கம்ப்யூட்டர்களுக்கும் பொதுவான அம்சங்கள் எனச் சில இருந்தன. சில சாஃப்ட்வேர்கள் இரண்டிலும் இயங்கும். இவ்வாறு டிசைன் செய்வதுதான் எளிது. இதை நோக்கி லேரி டெஸ்லரின் குழு வேலை செய்துகொண்டிருந்தது.

இங்கும் ஜாப்ஸ் தனது தனிவழித் தத்துவத்தைப் புகுத்தினார். மேக் தனித்துவமான கம்ப்யூட்டர். அதன் ஒட்டுமொத்தக் கட்டுப்பாடும் எங்கள் குழுவிடம் இருக்கும். அதன் சாஃப்ட்வேர் மற்றும் ஹார்ட்வேரை வேறெந்தக் கணினியுடனும் பகிர்ந்துகொள்ள மாட்டோம்.

லிசா டீமில் ரிச் பேஜ் என்றொருவர் இருந்தார். கோபத்தில் ஜாப்ஸுக்கு இணையானவர். இருகுழுவினரும் கலந்துகொண்ட கூட்டம் ஒன்று நடந்தது. அக்கூட்டத்தில் ஜாப்ஸ் மீது பேஜ் குற்றஞ்சாட்டினார். 'ஜாப்ஸ் ஆப்பிளை அழித்துவிடுவார்.

லிசாவையும் வளரவிட மாட்டார். ஆப்பிளையும் முன்னேறவிட மாட்டார்.'

அவ்விடத்தில் ஜாப்ஸ் இல்லை. மேக் சார்பாக ஸ்மித் என்றொருவர் இருந்தார். பேஜ் சொல்வதைப் பொறுமையாகக் கேட்டுக்கொண்டார்.

சில நிமிடங்களில் தான் என்ன செய்கிறோம் என்று பேஜுக்குப் புரிந்தது. 'உங்கள் மேல் எனக்கு எந்தக் கோபமும் இல்லை. என்னுடைய கோபமெல்லாம் ஜாப்ஸ் மீதுதான்' என்று சொல்லிவிட்டு அங்கிருந்து சென்றுவிட்டார்.

என்ன நடந்தது என்று ஜாப்ஸ் கேட்டறிந்துகொண்டார். மேக் கம்ப்யூட்டர் கட்டுப்பாடான ஒன்றாக இருக்கவேண்டும் என்பதில் துளியளவும் சமரசமில்லை என்று குழுவினரிடம் கூறினார்.

பிக்காசோவின் ஓவியம் ஒன்று. பார்க்கும் நபருக்கு அது பிடிக்கலாம். பிடிக்காமலும் போகலாம். அதற்காக அவரிடம் தூரிகையைக் கொடுத்து நீங்களும் ஒரு கோடு போடுங்கள் என்று சொல்லமுடியாதல்லவா? ஜாப்ஸைப் பொறுத்தவரை அவரது மேக் ஓர் ஓவியம். அது முழுவதுமே தனது குழுவின் படைப்பு.

இதற்கு மேல் ஒரு சிறு மாற்றத்தைக் கூட வெளியாள்களால் செய்யமுடியாது.

அவர் இதற்கு '*whole widgets*' என்னும் பெயர் வைத்திருந்தார். அதாவது மொத்தமும் நமதே. அப்படியே பயன்படுத்த வேண்டும்.

இத்தனை கட்டுப்பாடு அவசியமா? ஜாப்ஸின் பார்வையில் இது தேவை என்றே நம்பினார்.

தொடக்கத்திலேயே வாஸுக்கும் அவருக்கும் இந்தப் பஞ்சாயத்து இருந்தது. ஆப்பிளின் முதல் வெர்ஷன் வரும்போதே இதைச் சொன்னார். ஆனால் வாஸ்நியாக் இதற்கு மறுப்புத் தெரிவித்துவிட்டார். எட்டு ஸ்லாட்களுடன் வந்தது அந்த கம்ப்யூட்டர். ஒவ்வொரு ஸ்லாட்டிலும் நீங்கள் விரும்பும் கருவியை இணைக்கலாம்.

வாஸ் என்பதால் அப்போது விட்டுக்கொடுத்தார் ஜாப்ஸ். அதுபோக வேறுவழியும் இல்லை. இம்முறை உறுதியாக இருந்துவிட்டார்.

கட்டுப்பாட்டின் உச்சமாக ஒரு முடிவு. மேக் கணினிகளுக்கென பிரத்தியேகமான ஸ்க்ரூக்களை டிசைன் செய்தனர். இவற்றை உங்களிடம் இருக்கும் சராசரி ஸ்க்ரூ டிரைவரால் கழட்ட முடியாது.

எதையாவது சேர்ப்பதெல்லாம் இருக்கட்டும். முதலில் கேபினெட்டைத் திறக்க வேண்டுமே. அதுவே முடியாது.

இது கிட்டத்தட்ட சர்வாதிகாரம். எனது பொருளை வாங்கினால் நான் சொல்வதைக் கேள். நான் எப்படிக் கொடுக்கிறேனோ அப்படியே பயன்படுத்து. இதை மீறி எதுவுமே செய்ய முயன்றால் சிக்கல்.

விசேஷமான கீபோர்ட்களை வடிவமைத்தனர். தொடக்கக் கால மேக் கீபோர்ட்களில் ஏரோ கீகளே இல்லை. நாற்புறமும் அம்புக்குறி போட்டிருக்குமே அதுதான் ஏரோ கீ. கர்சரை நகர்த்த உதவுவது.

இதை எதற்கு வேண்டாம் என்றார் ஜாப்ஸ்? அதற்கும் ஒரு காரணம் வைத்திருந்தார். நமது கணினிகள் கிராஃபிக்கல் யூஸர் இண்டர்ஃபேஸை மையமாகக் கொண்டவை. எனவே பயனாளர்கள் மவுஸ் பயன்படுத்துவதை நாம் ஊக்குவிக்கவேண்டும். எனவே இந்த ஏரோ கீகள் வேண்டாம் என்றார். அப்படியே நிகழ்ந்தது. பின்னாளில் கீபோர்ட் ஷார்ட்கட் என்றெல்லாம் வந்தன.

இதுபோக, மேக் கணினிகளுக்கான சாஃப்ட்வேர் அவற்றுக்கென்றே எழுதப்பட வேண்டும். பொதுவான ஏரோ கீகளின் பயன்பாட்டை இங்கு கொண்டுவரக்கூடாது.

ஜாப்ஸ் அறிவித்த கட்டுப்பாடுகள் கொஞ்சம் விநோதமானவை. பல பத்தாண்டுகளில் கழித்து இப்போது கூட நமக்கிவை விசித்திரமாக இருக்கின்றன. அக்காலப் பொறியாளர்களுக்கு உண்மையிலேயே தலை சுற்றியிருக்கும்.

பொறியாளர்கள் ஒருபுறமிருக்கட்டும். மார்க்கெட்டிங் விற்பன்னர்கள் விடுவார்களா? மார்க்கெட்டிங் துறையின்

தலைவராக இருந்தவர் மைக் முர்ரே. இவர் வேறொரு கோணத்தில் இத்தனை கட்டுப்பாடுகள் வேண்டாம் என்று ஜாப்ஸிடம் சொல்லிப்பார்த்தார்.

நமது கிராஃபிக்கல் இண்டர்ஃபேஸ்களைப் பொதுவானதாக அமைக்கலாம். இதனைப் பயன்படுத்தும் உரிமத்தை நாம் விற்பனை செய்யலாம். இதன் மூலம் நமக்கு நல்ல லாபம் வரும். ஆப்பிளின் தரம் உலகத்தரம் என்றாகும் என்னும் வாதத்தை வைத்தார் மைக்.

ஜாப்ஸ் முடியவே முடியாது என்று மறுத்துவிட்டார். எனது கம்ப்யூட்டர். எனது சாஃப்ட்வேர். அவ்வளவுதான். இதை வெளியில் எவருக்கும் தர இயலாது. இவ்வாறு செய்தால் ஆப்பிளின் தனித்தன்மை போய்விடும். இதற்கு நான் சம்மதிக்க இயலாது. இதனால் நாம் எவ்வளவு பணத்தை இழந்தாலும் பரவாயில்லை. நாம் வேறுவிதங்களில் ஈடுகட்டிவிடலாம். இது ஜாப்ஸ் கொடுத்த ரிப்ளை. மைக் வேறென்ன சொல்ல முடியும்? கேட்டுக்கொண்டார்.

1983 ஜனவரி மாதத்தில் லிசா வெளியானது. மேக் கம்ப்யூட்டர் இன்னும் தயாராகவில்லை. இன்னும் ஒரு வருடமாவது ஆகும் என்றனர் பொறியாளர்கள். ஐந்தாயிரம் ரூபாய் பந்தயப் பணத்தை ஜாப்ஸ் இழந்தார். ஆனால் அதற்கடுத்த அவர் செய்த செயல்கள் சுவாரசியமானவை.

24. ஜப்பானில் ஜாப்ஸ்

லிசா அறிமுக விழா. ஜாப்ஸை அழைக்காமல் இருக்க முடியுமா? அவர்தான் நிறுவனத்தின் தலைவர். லிசா குழுவுக்கும் அவருக்கும் இருந்த பஞ்சாயத்துகள் ஒருபுறம். ஆனாலும் ஜாப்ஸைத் தவிர வேறெவரால் சிறப்பாக அறிமுகப்படுத்த முடியும்?

பல்வேறு பத்திரிகை நிறுவனங்களையும் அழைத்திருந்தனர். அழகிய மலர்களுக்கு நடுவே லிசா. லிசா கம்ப்யூட்டர் என்னவெல்லாம் செய்யும் என்று தனக்கே உரிய ஸ்டைலில் சொல்லிக்கொண்டிருந்தார் ஜாப்ஸ்.

இந்த அறிமுகத்துக்கு அவரை அழைத்து வருவதற்கு முன் ஒரு கோரிக்கை விடுத்திருந்தனர். மேக் கம்ப்யூட்டர்கள் குறித்துப் பேசக் கூடாது. அவ்வாறு செய்தால் லிசாவின் மீதான கவனம் சிதறும். மேக் ஜாப்ஸின் கனவு. அதெப்படிப் பேசாமல் இருப்பார்? அடுத்த நாள் வெளிவந்த அனைத்துப் பத்திரிகைகளும் மேக் பற்றி எழுதியிருந்தன.

'இன்னும் ஒரு வருடத்தில் சிறப்பான மேக் கம்ப்யூட்டர் வந்துவிடும். விலையும் குறைவு' என்று ஃபார்ச்சூன் செய்தி வெளியிட்டிருந்தது.

லிசாவின் விலை அதிகம். இதைவிட நல்ல கம்ப்யூட்டர் வருகிறது என்று ஜாப்ஸே சொல்கிறார். பிறகெப்படி பயனர்கள் லிசாவுக்கு ஆதரவு தருவார்கள்? தரவில்லை.

இரண்டு வருடங்களுக்குள்ளாகவே லிசா கைவிடப்பட்டது. ஜாப்ஸ் செய்தது சரியா தவறா என்றெல்லாம் இப்போது பட்டி மன்றம் நடத்திப் பலனில்லை.

லிசாவின் தோல்வி ஒட்டுமொத்த ஆப்பிளின் கவனத்தையும் மேக்கின் மீது குவியச் செய்தது. இனி அதைச் சிறப்பாகச் செய்யத் தவறினால் ஆப்பிளுக்கு மிகப் பெரிய நஷ்டம்.

மேக் குழு முன்பைவிட வேகமெடுத்தது. பவர் பிளே மோடில் இயங்கத் தொடங்கினர். தனது குழுவினரை ஜாப்ஸ் விரட்டி வேலை வாங்குவார். ஆனாலும் அவர்களைப் பார்த்துக்கொள்ளவும் செய்தார்.

மேக் வெளியாவதற்கென்று ஒரு ஷெட்யூல் இருந்தது. எவ்வளவு வேகமாக ஓடியும் குறித்த நேரத்தில் கொண்டுவர இயலவில்லை.

வேறு மேனேஜராக இருந்தால், 'இதுதான் வெளியீட்டுத் தேதி' என்று நாள் குறித்திருப்பார்கள். ஜாப்ஸ் அவ்வாறு செய்யவில்லை.

நாம் திட்டமிட்டிருக்கும் தரத்தை அடையும் வரை மேக் வராது என்பதில் உறுதியாக இருந்தார். உங்கள் வேலையைச் சிறப்பாகச் செய்யுங்கள். மற்றவற்றை நான் பார்த்துக்கொள்கிறேன் என்று ஊக்கம் அளித்தார்.

நாம் ஐம்பது பேர். நமது செயல்கள் இந்த உலகை மாற்றவிருக்கின்றன. மேக் குழுவினரிடம் அடிக்கடி இதைச் சொல்லிவந்தார்.

மேக் குழுவுக்கு விதவிதமான சோதனைகள் வந்தன. பலவற்றில் ஜாப்ஸ் சொன்னதைக் கேட்டனர். சிலவற்றில் ஜாப்ஸ் சொல்வதைக் கேட்பது போல நடித்தனர். அப்படியொரு சுவாரசியமான சம்பவம். டிஸ்க் டிரைவ் விஷயத்தில் ஒரு நாடகத்தையே நடத்திக்காட்டியது மேக் குழு. ஜாப்ஸுக்குத் தெரியாமலேயே.

லிசா கணினியில் ஒரு டிஸ்க் டிரைவ் இருந்தது. அதன் பெயர் டிவிக்கி. இது ஃப்ளாப்பி டிஸ்க்குகளில் படிப்பதற்கும் எழுதுவதற்கும்.

இந்த டிவிக்கி சொதப்பியது. அதன் தோல்வி விகிதம் தொடர்ந்து அதிகரித்தது. லிசா கணினியிலாவது ஒரு ஹார்ட் டிஸ்க் இருந்தது. எனவே தப்பித்துப்போக ஒரு வழி.

முதல் மேக் கணினியில் ஹார்ட் டிஸ்க் கிடையாது. ஃப்ளாப்பி மட்டும்தான். அதுவும் ஐந்தே கால் இன்ச் சைஸ். உங்கள் வயது நாற்பதுக்கும் குறைவு என்றால் இதை நீங்கள் பார்த்திருக்க வாய்ப்பில்லை. கூகுளில் தேடிப்பார்த்துக்கொள்ளுங்கள்.

இனி டிவிக்கியை நம்ப முடியாது. ஏதாவது செய்ய வேண்டும் என்று ஜாப்ஸ் பரபரப்பாக இருந்தார். பாப் பெலிவில், பொறியியல் குழுவுக்குத் தலைவர். இவரையும் ராட் ஹோல்ட்டையும் ஓர் அவசரக் கூட்டத்துக்கு அழைத்தார். ராட் ஹோல்ட் ஆப்பிளுக்கான பவர் சப்ளை யூனிட்டைச் செய்துகொடுத்தவர்.

பாப் ஒரு யோசனை சொன்னார். ஐந்தே கால் இன்ச் டிஸ்க் வேண்டாம். இப்போது மூன்றரை இன்ச் அளவில் ஒரு டிரைவ் வந்துள்ளது. சோனி நிறுவனத்தினுடையது. அதைப் பயன்படுத்தலாம். இது சிறிய அளவு. பயனாளர்கள் பாக்கெட்டிலேயே வைத்துக்கொள்ளலாம் என்றார்.

ஜாப்ஸுக்கும் அந்த யோசனை பிடித்திருந்தது. பாப் தொடர்ந்தார். இப்போது நமக்கு இரண்டு வழிகள் உள்ளன. ஒன்று, சோனியிடம் வாங்குவது. மற்றொன்று, ஆல்ப்ஸ் என்னும் நிறுவனம். அவர்கள் சோனியிடம் லைசன்ஸ் பெற்றுள்ளனர். அவர்களுடைய வெர்ஷன் சோனியைவிட விலை குறைவு.

ஜாப்ஸ் நேராகச் சென்று பார்த்துவிடலாம் என்றார். அந்நிறுவனம் இருப்பது ஜப்பானில்.

டோக்கியோ நகரம் வழக்கமான சுறுசுறுப்புடன் இயங்கிக்கொண் டிருந்தது. புல்லட் ரயிலில் ஜாப்ஸ், பாப் மற்றும் ரோட் ஹால்ட்.

ஆல்ப்ஸ் நிறுவனத்தை அடைந்தனர். ஜப்பானியப் பொறியாளர்கள் திருத்தமான உடையணிந்திருந்தனர். ஜாப்ஸ் வழக்கம்போல கன்னாபின்னாவென ஏதோ ஒரு சட்டையை எடுத்துப் போர்த்தியிருந்தார்.

அந்த நிறுவனப் பொறியாளர்கள் ஜப்பானிய முறைப்படி வணக்கம் வைத்தனர். மரியாதை செய்தனர். ஜாப்ஸ் எதையுமே கண்டுகொள்ளவில்லை. அவர்கள் பரிசுப் பொருள்களெல்லாம்

கொடுத்தனர். அவற்றை ஜாப்ஸ் ஏறெடுத்தும் பார்க்கவில்லை. அங்கேயே வைத்துவிட்டுச் சென்றார்.

உடன் சென்றவர்களுக்கு ஜாப்ஸைப் பற்றித் தெரியும். ஆனால் ஜப்பானியர்களுக்கு இது புதிது. 'யாரு சாமி இவரு...?' என்னும் ரேஞ்சுக்குக் குழம்பிப் போயிருந்தனர்.

பல்வேறு இடங்களைப் பார்வையிட்டனர். சோனி நிறுவனத்துக்கும் சென்றனர். அங்கும் பொறியாளர்கள் சிறப்பாக டெமோ செய்தனர். இவர்கள் வேலை செய்யும் விதம் எனக்குப் பிடிக்கவில்லை என்று சொல்லிவிட்டு வந்துவிட்டார்.

ஆல்ப்ஸ் குழுவிடம் வாங்கலாம் என்று ஜாப்ஸ் முடிவெடுத்தார். பால் பெலிவிலுக்கு இது தவறான யோசனை என்று தோன்றியது. அவர்களால் உரிய நேரத்திற்குள் தர முடியாது என்று அவர் எண்ணினார். சொன்னால் கேட்பாரா ஜாப்ஸ்? இல்லை, ஆல்ப்ஸ்தான் வேண்டும் என்று சொல்லிவிட்டு ஜப்பானிலிருந்து திரும்பினர்.

இங்குதான் குழுவினரின் நாடகம் தொடங்கியது. சோனிதான் சரி வரும் என்று முடிவெடுத்தனர். ஜாப்ஸிடம் சொல்லிப் புரியவைக்க முடியாது.

சோனி நிறுவனத்திலிருந்து ஒரு பொறியாளரை வரவழைத்தனர். ஹிடேடோஷி கொமோடோ *(Hidetoshi Komoto)*அவரது பெயர். ஆப்பிள் தலைமையகத்துக்கு வந்தார் கொமோடோ.

கொமோடோ பொறியாளர்தான். ஆனாலும் நகைச்சுவை உணர்வு மிக்கவர். எதையுமே 'டேக் இட் ஈஸி' என்று எடுத்துக்கொள்பவர்.

கொமோடோவிடம் ஒரே ஒரு நிபந்தனை விதித்தது மேக் குழு. ஜாப்ஸ் கண்ணில் பட்டுவிடக் கூடாது. எக்காரணத்துக்கும் அவரிடம் பேச்சுக்கொடுத்துவிடக் கூடாது.

மேக் கணினியில் வரவிருக்கும் டிரைவ் எவ்வாறிருக்க வேண்டும் என்று கொமோடோ டிசைன் செய்துகொண்டிருந்தார்.

இவர் ஜாப்ஸை ஜப்பானில் சந்தித்திருக்கிறார். ஜப்பானில் எக்கச்சக்கமான நபர்களைப் பார்த்துப் பேசியிருக்கிறார் ஜாப்ஸ்.

அதில் ஒவ்வொரு ஜப்பானிய முகத்தையும் தனித்தனியாக நினைவில் வைத்துக்கொள்வது கடினம். எனவே தன்னைப் பார்த்தாலும் ஜாப்ஸுக்கு நினைவிருக்காது. இப்படித்தான் நம்பினார் கொமோடோ.

ஒரு நாள் ஜாப்ஸை நேருக்கு நேர் சந்தித்துவிடுகிறார் கொமோடோ. இவரும் மிக அருகில். எங்கோ பார்த்த முகம் என்று ஜாப்ஸுக்குத் தோன்றுகிறது. ஆனாலும் அவர் எதுவும் பேசவில்லை. இது நிகழ்ந்தது அலுவலகத்தின் வெளிப்புறப் பகுதியில்.

மேக் பொறியாளர்கள் மட்டுமே வேலை செய்யும் ஓர்க்ஸ்பேஸ் ஒன்று இருக்கிறது. அங்கு கொமொடோவும் குழுவும் பேசிக் கொண்டிருந்தனர். திடீரென தூரத்தில் ஜாப்ஸ் வருவதைப் பார்த்துவிட்டார் ஒரு பொறியாளர்.

கொமோடைவை மறைத்துவையுங்கள் என்று உரக்கச் சொல்கிறார் அந்தப் பொறியாளர். அவர் இருந்த இடத்திற்கு அருகிலேயே ஒரு சிறிய அறை. சுத்தம் செய்யும் பொருள்களை வைக்குமிடம். கொமோடோவை அதற்குள் அனுப்பிக் கதவைச் சாத்துகின்றனர். ஜாப்ஸ் பார்வையில் படாமல் எஸ்கேப் ஆகிறார் கொமோடோ.

மேக் ரிலீஸ் தள்ளிப்போய்க்கொண்டே இருக்கிறது. சொன்ன நேரத்தில் ஆல்ப்ஸ் குழுவால் டிஸ்க் டிரைவ்களை டிசைன் செய்து தரமுடியவில்லை. இன்னும் ஒரு வருடமாவது ஆகும் என்கிறது ஆல்ப்ஸ். ஜாப்ஸுக்கு என்ன செய்வது என்றே தெரியவில்லை. மர்க்குலாவும் பிறரும் ஜாப்ஸைக் கடிந்துகொள்கின்றனர்.

அப்போது பாப், கொமோடோ நாடகத்தை விளக்குகிறார். சோனியுடன் சேர்ந்து அவர்கள் செய்து வரும் டிஸ்க் டிரைவ்களைப் பற்றித் தெரியப்படுத்துகிறார் பாப்.

'என்னிடம் சொல்லாமல் ஏன் செய்தீர்கள்?' என்று கொதித்தெழ வில்லை ஜாப்ஸ். தனது குழுவின் அபாரமான ஆற்றலைக் கண்டு பெருமைப்படுகிறார்.

உங்கள் இடத்தில் நான் இருந்தாலும் இதைத்தான் செய்திருப்பேன் என்று பாப் மற்றும் ராட் ஹோல்ட் குழுவைப் பாராட்டுகிறார்.

நடந்தவற்றுக்கு கொமோடோவிடம் மேக் குழு மன்னிப்பு கேட்கிறது. உங்களை இவ்வாறு நடத்தியது தவறுதான். எங்களுக்கு வேறு வழியில்லை என்று கொமோடோவிடம் சொல்லிப் புரியவைக்கிறார் பாப்.

அவர் எதையுமே சீரியஸாக எடுத்துக்கொள்ளவில்லை. 'நோ ப்ராப்ளம்... அமெரிக்கர்கள் நிறுவனத்தை நடத்தும் விதம் வேடிக்கையாக இருக்கிறது.' என்று புன்னகையுடன் சொல்லிவிட்டு தன் வேலையைத் தொடர்கிறார் அவர்.

மேக் ரிலீஸ் ஆவதற்கு முன் இன்னும் ஒரு முக்கியமான கேரக்டர் வர வேண்டும். ஆப்பிளின் பாதையை, ஜாப்ஸின் பாதையைப் பலவிதங்களில் பாதித்த ஒரு நபர்.

யார் அவர்?

25. திருவிழா

ஜனவரி 24, 1984.

அரங்கம் நிறைந்திருந்தது. இரண்டாயிரத்து அறுநூறு பேர் தாங்கொணா ஆர்வத்துடன் அமர்ந்திருந்தனர். மேக் அறிமுக விழா. இது ஓர் ஆப்பிள் திருவிழா.

அறிமுக விழாவுக்கு முன்னரே ஆப்பிள் சில சித்து வேலைகளைச் செய்திருந்தது. ஒரு டிவி விளம்பரம். சில பத்திரிகைப் பேட்டிகள்.

திரைப்படம் வருவதற்கு முன்பே பாடல்கள் வந்து எதிர்பார்ப்பைக் கூட்டுவது போல, மேக் கணினியைக் காண ஆப்பிள் ஆர்வலர்கள் ஒன்றுகூடியிருந்தனர்.

இந்த இடத்துக்கு வந்து சேர்வதற்கு ஆப்பிள் என்னும் தேரைப் பலரும் வடம்பிடித்து இழுத்துள்ளனர். ஜாப்ஸ் தொடங்கி கடைநிலை ஊழியர் வரை இதில் பங்கு உண்டு.

ஆனபோதும், ஒருவர் மட்டும் ஸ்பெஷல். ஜான் ஸ்கெல்லி. ஜாப்ஸ் வேண்டி விரும்பி ஆப்பிளுக்கு அழைத்து வந்த நபர்.

ஸ்கெல்லி, பெப்ஸி கோலாவின் பிரசிடெண்ட். பெப்சியின் விளம்பரங்கள் கோலோச்சிய காலமது. அதில் ஸ்கெல்லியின் பங்கு மிக அதிகம்.

பெப்சி ஜெனரேஷன் என்றொரு விளம்பர உத்தியை வடிவமைத்திருந்தார் இவர். ஒரு தலைமுறையே தங்களை பெப்சி தலைமுறை என்று சொல்லிக்கொள்ளும்படி மாறியது. அதன்பின் பெப்சி சேலஞ்ச் என்றொரு விளம்பரம். அதுவும் சகட்டுமேனிக்கு நிறுவனத்தின் புகழ் பரப்பியது.

ஜாப்ஸின் கண்ணில் இவர் பட்டதும் ஒரு சுவாரசியமான சம்பவம். ஸ்டான்ஃபோர்ட் பல்கலைக்கழகம் ஒருமுறை ஜாப்ஸை அழைத்திருந்தது. மாணவர்களுடன் ஓர் உரையாடல் நிகழ்வு.

வழக்கம்போல ஜாப்ஸ் தனக்கே உரிய வினாக்களுடன் மாணவர்களை மயக்கிக்கொண்டிருந்தார். அவரிடம் உரையாடிய மாணவர்கள் பலரும் ஸ்கெல்லியைப் பற்றிக் குறிப்பிட்டனர்.

சில வாரங்கள் முன்பு ஸ்கெல்லியும் அவர்களுடன் பேச ஸ்டான்ஃபோர்ட் வந்திருந்தார். அவரது லெக்சர் மாணவர்களுக்கு மிகவும் பிடித்துப்போயிருந்தது. அதனால் ஜாப்ஸிடம் ஸ்கெல்லியின் புகழ்பாடினர் மாணவர்கள்.

யார் இவர் என்று தேடத் தொடங்கினார் ஜாப்ஸ். மர்க்குலா எல்லாப் பொறுப்புகளையும் தொடர்ந்து ஏற்கத் தயாராக இல்லை. எனவே அந்த இடத்துக்கு உரிய ஒருவரைத் தேடிக்கொண்டிருந்தார் ஜாப்ஸ். ஸ்கெல்லிதான் நமக்குச் சரியான ஆள் என்று முடிவு செய்தார்.

அவரை ஆப்பிள் தலைமையகத்துக்கு வரவழைத்தார். ஸ்கெல்லிக்கு ஆப்பிள்காரர்கள் வேலைசெய்யும் விதம் வினோதமாக இருந்தது. அவர்கள் உடையணிந்திருந்த விதம், ஒருவருக்கொருவர் பேசிக் கொள்ளும் விதம் என எல்லாமே அவருக்குப் புதிதாக இருந்தன.

பெப்சி நிறுவனம் அமெரிக்கத் தரத்திலான கார்ப்பரேட். உடை, பேச்சு, படிநிலைகள் என்று ஒரு ராணுவ ஒழுங்குடன் இருந்தது. ஆப்பிளில் எல்லாமே தலைகீழ். ஒரு புரொகிராமர் கூட ஜாப்ஸை மறுத்துப் பேச முடிந்தது. இது ஸ்கெல்லிக்கு அதிர்ச்சியாக இருந்தது.

ஆப்பிளோடு இணைந்துகொள்ளுமாறு ஸ்கெல்லியை வற்புறுத்தினார் ஜாப்ஸ். அவர் பிடிகொடுக்காமலேயே பேசி வந்தார்.

ஜாப்ஸும் அவரை விடாது துரத்தினார். வீட்டுக்கெல்லாம் சென்று பார்த்தார். ஸ்கெல்லி புதிதாக வீடு கட்டியிருந்தார். அங்கு அவர் அமைத்திருந்த ஜன்னல்கள், வாசல் கதவுகள் அனைத்துமே ஜாப்ஸைக் கவர்ந்தன. இவரும் நம்மைப் போலத்தான் என்று முடிவு செய்தார்.

பேசிப் பேசி ஸ்கெல்லியைச் சம்மதிக்கவைத்தார். எத்தனை நாள்தான் குளிர்பானம் விற்கும் வேலையைச் செய்வீர்கள், என்னோடு வாருங்கள். எதிர்காலத்தை உருவாக்குவோம் என்று பேசி ஒருவழியாக அவரைச் சம்மதிக்க வைத்துவிட்டார்.

தான் இப்படிச் செய்ததற்காக ஜாப்ஸ் வருத்தப்படும் காலமொன்றும் வரும். அது வரும்போது பார்ப்போம். இப்போதைக்குக் கதையைத் தொடர்வோம்.

ஸ்கெல்லிக்கு ஆப்பிளில் முதல் நாள். ஒரு மீட்டிங் ஹால். தரையில் பத்மாசனமிட்டு அமர்ந்திருந்தார் ஜாப்ஸ். ஸ்கெல்லியைத் தனது சகாக்களுக்கு அறிமுகப்படுத்தினார்.

தன்னிடம் என்ன எதிர்பார்க்கிறார்கள் என்று ஸ்கெல்லிக்கு புரிந்துவிட்டது. பெப்ஸி ஜெனரேஷன் போலவே ஆப்பிள் ஜெனரேஷன் ஒன்றை உருவாக்குவதுதான் சிறந்த வழி என்று அவருக்குத் தோன்றியது.

எட்டுப் பக்கங்கள் நீளும் திட்டமொன்றை வரையறுத்தார் ஸ்கெல்லி. அதில் அவர் குறிப்பிட்டிருந்த சில அணுகுமுறைகள் ஆப்பிளின் எதிர்காலத்தைச் சிறப்பாக மாற்றியமைப்பதாக இருந்தன. ஆப்பிளுக்கெனத் தனித்துவமான கடைகளை அமைப்பது அதில் ஒன்று. அக்கடைக்குள் காலெடுத்துவைக்கும் எவருக்கும் ஆப்பிள் விற்கும் பொருள்கள் தரமானவை என்னும் எண்ணம் வர வேண்டும். இப்பொருள்கள் தங்கள் வாழ்வைச் சிறப்பானதாக மாற்றும் என்னும் எண்ணம் வரவேண்டும்.

சுருக்கமாக, ஆப்பிள்மீது காதல் கொள்ளச் செய்ய வேண்டும். இவ்வாறெல்லாம் நிகழும்போது ஆப்பிள் தலைமுறை தானாகவே வளரும். அதன்பின் பொருள்கள் தானாக விற்கத்தொடங்கும்.

ஆப்பிள் பொருள்களை வாங்குபவர்களுக்கு அதன் மீது காதல் வருவது ஒருபுறமிருக்கட்டும். ஸ்கெல்லி சேர்ந்த புதிதில் அவருக்கும் ஜாப்ஸுக்கும் இடையே இருந்த காதல் அலாதியானது. மனிதர் உணர்ந்துகொள்ள... என்று பாடும் அளவுக்கு எல்லை மீறி இருந்தது.

எனக்கு வாஸ் எப்படியோ அப்படித்தான் ஸ்கெல்லியும் என்று சொல்லிவந்தார் ஜாப்ஸ். நான் பேச நினைப்பதெல்லாம் அவர் பேசுகிறார் என்றார்.

ஆப்பிளிலேயே ஒருசாராருக்கு இதுகுறித்து மாற்றுக்கருத்துகள் இருந்தன. ஜாப்ஸ் வேண்டுமென்றே இவ்வாறு செய்கிறார். ஸ்கெல்லியை நம்ப வைப்பதற்காகத் தன்னிடம் இல்லாத குணங்களெல்லாம் இருப்பதாகக் காட்டிக்கொள்கிறார் என்று புரளி பேசினர். யாராக வேண்டுமானாலும் இருக்கட்டும், மொத்தமாக ஜாப்ஸுடன் ஒத்துப்போக முடியுமா? ஹனிமூன் காலம் முடிந்தது. சில உரசல்கள் தொடங்கின.

பலவற்றையும் பொருட்படுத்தாமல் ஜாப்ஸ் பொறுத்துப்போனார். ஆனால் அவரால் ஏற்கமுடியாத சம்பவம் ஒன்று நிகழ்ந்தது.

மேக் கணினிகள் ஆயிரம் டாலருக்குள் கிடைக்க வேண்டும் என்று தொடக்கத்தில் எண்ணினார் ஜாப்ஸ். ஆனால் டிசைன் வளரவளர இந்த விலை கட்டுப்படியாகாது என்று புரிந்தது. ஒருவழியாக இது 1,995 டாலர் வரை வந்து நின்றது.

இந்த விலையே அதிகம் என்று எண்ணினார் ஜாப்ஸ். அதற்கு மேல் ஸ்கெல்லியின் விளையாட்டு தொடங்கியது. ஒவ்வொரு கணினிக்கும் ஐந்நூறு டாலர் சேர்த்துக்கொள்ளுங்கள் என்றார்.

ஏன் என்று கேட்டதற்கு மார்க்கெட்டிங் காஸ்ட் என்று சாதாரணமாகச் சொன்னார். அவரைப் பொறுத்தவரை அது சரிதான். கம்ப்யூட்டருக்கு ஹார்ட்வேர், சாஃப்ட்வேர் மட்டுமே உள்ளடக்கம் அல்ல. அவற்றை விற்கவேண்டுமானால் நன்றாக விளம்பரமும் செய்ய வேண்டும். அது இலவசமாக நடக்காது.

எனவே விளம்பரச் செலவையும் சேர்த்து 2,495 டாலர் என்று வைத்துக்கொள்வோம் என்றார் ஸ்கெல்லி. ஜாப்ஸைப்

பொறுத்தவரை மேக் அனைவருக்குமான கணினி. லிசா போல ஏதோ சில எக்ஸிக்யூட்டிவ்கள் மட்டுமே பயன்படுத்தும் கணினி அல்ல.

இதுபோல நிகழ வேண்டுமானால் இவ்வளவு விலைக்கு விற்க முடியாது என்றார் ஜாப்ஸ். ஆனால் ஸ்கெல்லி ஒரு மார்க்கெட்டிங் ஜாம்பவான். இவ்வாறு செய்யாவிட்டால் நம்மால் நீண்ட காலம் நிலைத்திருக்க முடியாது என்றார். அவர் சொன்னதே நடந்தது.

முதன்முறையாக ஜாப்ஸின் விருப்பத்துக்கு மாறாக மேக் விஷயத்தில் ஒன்று நடந்ததென்றால் அது விலை.

ஸ்கெல்லி தனது மார்க்கெட்டிங் நுட்பங்களைக் காட்டத் தொடங்கினார். *1984* என்னும் தலைப்பில் ஒரு விளம்பரம் வந்தது. ஜார்ஜ் ஆர்வெலின் அதே பேர் கொண்ட நாவலை மையமாகக் கொண்டிருந்தது இந்த விளம்பரம்.

ஓடிக்கொண்டிருக்கும் ஒரு நபர் நின்று பார்க்கும்படி இருக்க வேண்டும் என்று கட்டளையிட்டார் ஜாப்ஸ். மேக் அறிமுக விழாவில் அனைவருமே கைதட்டும் வண்ணம் இருக்க வேண்டும் என்பது அவரது விருப்பம்.

மேக் திருவிழாவுக்கு ஜாப்ஸ் ஒவ்வொன்றையும் பார்த்துப் பார்த்துச் செய்தார். கடைசிவரை பொறியாளர்கள் வேலை செய்துகொண்டே இருந்தனர். டெமோ வீடியோ ஒன்றையும் தயார் செய்தனர்.

தன்னைத் தானே அறிமுகச் செய்துகொள்ளும் ஒரு கம்ப்யூட்டர். இதுதான் மேக் விழாவின் மையப்புள்ளி. பலமுறை டெமோ செய்து பார்த்தனர். சிலமுறை வேலை செய்யாமலும் போனது. ஒருவேளை லாஞ்ச் அன்று இவ்வாறு நிகழ்ந்துவிட்டால் என்னும் பயம் அனைவருக்குமே இருந்தது. ஜாப்ஸ் உள்பட.

மேடையில் அமைக்கப்பட்டிருந்த லைட்டிங் எவ்வாறு இருக்க வேண்டும் என்று ஜாப்ஸ் குறிப்புகள் வைத்திருந்தார். ஸ்கெல்லியை அரங்கின் பல்வேறு இடங்களில் இருந்த சேர்களில் அமரச் செய்து அங்கிருந்து பார்க்கும்போது வெளிச்சம் எவ்வாறிருக்கிறது எனக் கேட்டார்.

ஸ்கெல்லி ஒரு மார்க்கெட்டிங் வித்தகர். ஆனால் அவருக்கு ஜாப்ஸ் செய்வது கொஞ்சம் அதிகம் என்றுபட்டது.

அந்த நாளும் வந்தது.

1984 விளம்பரம் ஓடியது. அரங்கிலிருந்தோர் ஆர்ப்பரித்தனர்.

கணினிகள் கடந்துவந்த பாதையை ஜாப்ஸ் தனக்கே உரிய பாணியில் சிறப்பாக விவரித்தார். இறுதியாக மேக் கணினியின் டெமோ.

ஒரு சிறிய டேபிள். அதன் மீது ஓர் அழகிய பையில் வைக்கப் பட்டிருந்தது மேக். கம்ப்யூட்டர், கீபோர்ட், மவுஸ் என அனைத்துமே தனித்தனியாக இருந்தன. சில விநாடிகளில் அவற்றை அனாயாசமாக ஒன்றிணைத்தார் ஜாப்ஸ்.

தனது சட்டைப் பையிலிருந்து மூன்றரை இன்ச் ஃப்ளாப்பி ஒன்றை வெளியே எடுத்தார் ஜாப்ஸ். அதை உள்செலுத்தி டெமோவைத் தொடங்கினார்.

MACINTOSH என்று திரையில் அழகாக ஸ்க்ரோல் ஆனது. அதன் கீழே "*Insanely Great*" என்று இரண்டு சொற்கள் வந்தன. அவை யாரோ ஒருவர் அழகாகக் கையால் எழுதியது போன்ற தோற்றத்தில் இருந்தன.

இவையெல்லாம் அக்காலத்தில் புதிது. கூட்டம் மீண்டும் ஒரு முறை ஆர்ப்பரித்தது. ஒவ்வொரு ஸ்க்ரீன்ஷாட்டாக வரத் தொடங்கியது.

அட்கின்ஸன் எழுதியிருந்த *QuickDraw* என்றொரு கிராஃபிக்ஸ் சாஃப்ட்வேர் பலரையும் கவர்ந்தது. விதவிதமான ஃபாண்ட்கள், சார்ட்கள், ஸ்ப்ரெட்ஷீட்கள், செஸ் விளையாட்டு என வரிசைகட்டி வந்தன.

நான் மேக் குறித்துப் பேசியது போதும். இனி அதுவே பேசும். மவுஸ் பட்டனை கிளிக் செய்தார். மேக் பேசத் தொடங்கியது.

'நான் மேக்' என்று தன்னைத் தானே அறிமுகப்படுத்திக்கொண்டது. 'இந்தப் பையை விட்டு வெளியே வந்ததில் எனக்கு மிகவும் மகிழ்ச்சி' என்றது.

கூட்டம் பரவசத்தின் உச்சத்தில் இருந்தது. *IBM* குறித்தெல்லாம் பகடி செய்து பேசியது.

'இதோ இவர்தான் என் தந்தை' என்று ஜாப்ஸைக் குறிப்பிட்டது. அடுத்த ஐந்து நிமிடங்களுக்குத் தொடர்ந்து பார்வையாளர்கள் கைதட்டிக்கொண்டே இருந்தனர்.

அழகிய புன்முறுவலுடன் ஜாப்ஸ் அவற்றை ஏற்றுக்கொண்டார்.

அறிமுக விழா இனிதே நிறைவடைந்தது.

தனது குழுவில் பணியாற்றிய ஒவ்வொருவரிடமும் கைகுலுக்கினார் ஜாப்ஸ். அவர்களுக்கு மேக் கணினிகளைப் பரிசாக வழங்கினார்.

ஜாப்ஸ் கண்ட கனவின் முதல் பாகம் நனவானது.

பாப்புலர் சயின்ஸ் என்றொரு பத்திரிகை. இந்தக் கம்ப்யூட்டர்களை விற்பதற்கு என்னவிதமான மார்க்கெட் ரிசர்ச் செய்தீர்கள் என்று ஜாப்ஸிடம் கேட்டது. ஸ்கெல்லியிடம் கேட்டிருந்தால் வேறு என்னவோ சொல்லியிருப்பார்.

ஆனால் ஜாப்ஸ் சொன்ன பதில் எவருமே எதிர்பார்க்காதது. 'அலெக்ஸாண்டர் கிரஹாம்பெல் தொலைபேசியைக் கண்டறிவதற்கு முன் என்ன மார்க்கெட் ரிசர்ச் செய்தாரோ அதையேதான் நானும் செய்தேன்' என்றார்.

ஜாப்ஸின் உலகில் மேக் தன்னிகரற்றது. மேக் அவரது குழந்தை.

26. ஆப்பிளும் பில் கேட்ஸும்

பில் கேட்ஸ் பிறந்த ஆண்டு 1955. ஜாப்ஸ் பிறந்ததும் அதே வருடம்தான். இருவருக்கும் பொதுவான ஒன்று 'ஆர்வம்'. எதையாவது செய்யத் துடிக்கும் ஆற்றல்.

ஜாப்ஸின் இளமைக் காலத்தைப் பற்றி விரிவாகப் பார்த்திருக்கிறோம். கேட்ஸின் இளமைக் காலம் இதற்கு முற்றிலும் மாறானது.

கேட்ஸின் தந்தை புகழ்மிக்க வழக்கறிஞர். தாயும் பல்வேறு சமூகப் பணிகள் ஆற்றிப் பிரபலமாக இருந்தவர்.

ஜாப்ஸூம் வாஸூம் சேர்ந்து டெலிஃபோன் நெட்வொர்க்கை ஹேக் செய்த கதையைப் பார்த்தோம். புளூ பாக்ஸ்தான் அவர்களது முதல் புராஜெக்ட்.

கேட்ஸூக்குக் கம்ப்யூட்டர்கள் அறிமுகமானது பள்ளியில். அவர் படித்தது ஒரு வசதியான தனியார் பள்ளி. அங்கிருந்த கம்ப்யூட்டரில் வகுப்புகளுக்கான டைம்டேபிள் போடும் நிரலொன்றை எழுதினார். ஆசிரியர்களுக்குப் பிடித்த சமத்துப் பிள்ளை.

அதற்குப் பின் ஹார்வேர்ட் பல்கலைக்கழகத்துக்குச் செல்கிறார். அங்கிருந்து பாதியிலேயே வெளியேறுகிறார். ஆனால் இந்தியாவில்

இருக்கும் ஏதோ ஒரு மடத்தையும் துறவிகளையும் தேடிச் செல்லவில்லை. அவருக்கென்று ஒரு திட்டம் இருந்தது.

நிற்க. இப்போது ஏன் இந்த ஒப்பீடு? ஜாப்ஸும் கேட்ஸும் இணைந்து பணியாற்றிய தருணங்களும் உண்டு. அவற்றைப் பற்றி இந்த அத்தியாயத்தில் பார்க்கலாம்.

கேட்ஸுக்கு நன்கு புரொகிராம் எழுதத் தெரியும். அவர் எழுதிய பேசிக் மொழியின் ஒரு வெர்ஷன் மிகவும் புகழ்பெற்றது.

ஜாப்ஸுக்கு கோடிங் வராது. ஆனால் கோடிங் எழுதுபவர்களை என்ன சொல்லி வேலை வாங்குவது என்று தெரியும்.

கேட்ஸின் கோபம் ஜாப்ஸை ஒப்பிடும்போது வீரியம் குறைந்தது. ஜாப்ஸ் தன் முன் நிற்பவரைப் பார்வையிலேயே சுட்டெரிக்கும் கொங்கணவர் (இவர் யாரென்று தெரியாதவர்கள் இணையத்தில் தேடிக் கண்டடையவும்).

இருவருமே புத்திசாலிகள்தான். ஜாப்ஸைப் பொறுத்தவரை கேட்ஸ் தன்னளவுக்கு அறிவாளி இல்லை. அவரால் புத்தம்புதியதாக எதையும் சிந்திக்க முடியாது என்று ஜாப்ஸ் நம்பினார்.

கேட்ஸிடம் கேட்டால், ஜாப்ஸ் ஒரு தொழில்நுட்ப வல்லுநர் இல்லை என்றே சொல்வார். ஜாப்ஸால் ஒரு வரி கூட புரொகிராம் எழுத முடியாது. எனவே கேட்ஸ் அவரைத் தன்னைவிடக் குறைவானவர் என்றே எண்ணினார்.

மேக் உருவாகிக்கொண்டிருந்த காலத்திலேயே கேட்ஸைச் சென்று பார்த்திருக்கிறார் ஜாப்ஸ். அப்போது ஆப்பிள் *II* கம்ப்யூட்டர்களுக்கான சில புரொகிராம்களை மைக்ரோசாஃப்ட் எழுதிக்கொண்டிருந்தது. அதில் மிகவும் முக்கியமான ஒன்று ஸ்ப்ரெட்ஷீட். எக்ஸெல் போன்றது.

ஜாப்ஸுக்கு இந்த ஸ்ப்ரெட்ஷீட் பிடித்திருந்தது. கேட்ஸை அழைத்துப் பேசினார். தங்களது கம்ப்யூட்டர் எவ்வாறு உலகை மாற்றவிருக்கிறது என்று விளக்கினார். அதில் உங்கள் புரொகிராமும் செயல்பட ஒரு வாய்ப்புத் தருகிறேன் என்கிறார்.

இதையே கேட்ஸின் பார்வையில் வேறுவிதமாகச் சொல்லலாம். ஜாப்ஸ் எப்போதும் ஒரு சேல்ஸ்மேன் தொனியிலேயே பேசுவார். அவரது குரலில் ஓர் ஏளனம் இருக்கும். நீ எனக்கு அத்தியாவசியம் இல்லை. இருந்தாலும் உனக்கொரு வாய்ப்புத் தருகிறேன் என்பது போலப் பேசுவார்.

சரி, இப்படியெல்லாம் பேச கேட்ஸ் எப்படி ஒப்புக்கொள்வார்? இது நிகழ்ந்த காலம் அவ்வாறானது. 1982. அப்போது ஆப்பிளின் ஆண்டு வியாபாரம் ஒரு பில்லியன் டாலர். மைக்ரோசாஃப்ட் இதில் மூன்றில் ஒரு பங்குதான்.

ஸ்ப்ரெட்ஷீட் புரொகிராம் வளர்ந்து எக்ஸெல் என்றானது. அதிலிருந்த வசதிகள் ஜாப்ஸுக்குப் பிடித்திருந்தன. கேட்ஸின் குழுவிடம் ஒரு டீல் பேசினார் ஜாப்ஸ்.

இந்த எக்ஸெல் புரொகிராமை நீங்கள் மேக்கிண்டோஸ் கணினிகளுக்கு மட்டுமே இப்போது செய்யவேண்டும். அடுத்த இரண்டு ஆண்டுகளுக்கு வேறு கணினிகளில் இது ஓடும்படி செய்யக்கூடாது.

வேறு கணினி என்று ஜாப்ஸ் குறிப்பிடுவது IBM PC.

இந்த டீலுக்கு கேட்ஸ் ஒப்புக்கொண்டால் அவரது பேசிக் புரொகிராமையே மேக்கில் பயன்படுத்துவோம். இல்லையென்றால் எங்களது குழு தனியாக ஒரு வெர்ஷனை ரிலீஸ் செய்யும்.

முன்னமே வாஸ் ஒரு பேசிக் வெர்ஷன் செய்திருந்தார். அது தொடர்ந்து அப்டேட் செய்யப்படவில்லை. எனவே அதற்காக ஒரு குழுவை ஆப்பிள் அமைத்திருந்தது.

கேட்ஸ் இந்த டீலுக்கு ஒப்புக்கொண்டதால் அந்தக் குழு கலைக்கப்பட்டது. இதில் சில ஆப்பிள் பணியாளர்களுக்கு உடன்பாடில்லை.

பொதுவாக கேட்ஸ் மீது சில ஆப்பிள் பணியாளர்களுக்கு நம்பிக்கை குறைவு. மேக்கின் டெமோ ஒன்றை கேட்ஸுக்குக் காட்டியது ஒரு ஆப்பிள் குழு. இதற்குத் தலைமை வகித்தவர் ஹெர்ட்ஸ்ஃபெல்ட்.

மேக்கின் திரையில் கர்சர் அனாயாசமாக நகர்ந்தது. கேட்ஸ் இதை உற்று நோக்கினார். அவர் மனத்தில் ஒரு கேள்வி எழுந்தது. ஆப்பிள் ஹெர்ட்ஸிடம் கேட்டார்.

'இதற்காக என்ன ஹார்ட்வேரைப் பயன்படுத்துகிறீர்கள்?'

இது முழுவதுமே சாஃப்ட்வேர்தான். சிறப்பான ஹார்ட்வேர் எதுவும் கிடையாது என்று பதிலளித்தார் ஹெர்ட்ஸ்.

கேட்ஸ் இந்தப் பதிலில் திருப்தி அடையவில்லை. இவர்கள் தன்னிடமிருந்து எதையோ மறைக்கிறார்கள் என்றெண்ணினார்.

மொத்தத்தில் இரு குழுக்களுக்கும் இடையில் நம்பிக்கை குறைபாடு இருந்தது.

இந்த எக்ஸெல் மட்டுமின்றி வேறுசில மைக்ரோசாஃப்ட் புரொகிராம்களும் மேக்கிண்டோஸுக்குத் தேவை என்று முடிவானது. அதற்கான வேலைகள் தொடர்ந்தன.

ஜாப்ஸுடன் அவ்வப்போது சந்தித்துப் பேசும் வாய்ப்பு கேட்ஸுக்குக் கிடைத்தது. அந்தச் சந்திப்புகளில் ஜாப்ஸ் கூறிய சில செய்திகளை எப்படி எடுத்துக்கொள்வது என்றே கேட்ஸுக்குப் புரியவில்லை.

ஓர் உதாரணம். மேக் கணினியில் இயங்கும் எந்த புரொகிராமுக்கும் மேனுவல் என்பதே வராது என்றார் ஜாப்ஸ். சாஃப்ட்வேரில் எவ்வாறு வேலை செய்யவேண்டும் என்று விளக்குவதே மேனுவல்.

இதை ஜாப்ஸ் நிஜமாகத்தான் கூறுகிறாரா என்னும் ஐயம் கேட்ஸுக்கு எழுந்தது. மேனுவல் இல்லாமல் எப்படி சாஃப்ட்வேர்? அவரது குழுவில் இதற்கெனவே சிலர் இருந்தனர்.

கொஞ்சம் கொஞ்சமாக இரு குழுக்களுக்கு இடையே இருந்த முரண் அதிகரித்தது. மைக்ரோசாஃப்ட், ஆப்பிளுக்காக மூன்று புரொகிராம்களை உருவாக்கிக்கொண்டிருந்தது. அவை எக்ஸெல், சார்ட் மற்றும் ஃபைல். இந்தச் சாஃப்ட்வேர்களில் ஆப்பிளின் லோகோ வரவேண்டும் என்று ஒப்பந்தமாகியிருந்தது. ஒவ்வொரு புரொகிராமுக்கும் பத்து டாலர்கள். அதாவது ஒவ்வொரு புதிய

இன்ஸ்டாலேஷனிலும் மைக்ரோசாஃப்ட்டுக்கு முப்பது டாலர் கிடைக்கும்.

மேக் திட்டமிட்ட நேரத்துக்கு வெளிவரவில்லை. கால தாமதம் ஆனது. இந்த இடைவெளியில் மைக்ரோசாஃப்ட் தன் புரொகிராம்களைப் பிற கணினிகளுக்கும் விற்பது என்று முடிவெடுத்தது.

ஜாப்ஸ் இதிலும் தலையிட்டார். அப்படி நீங்கள் விற்பது என்றால் மொத்தமாக ஒரே பேக்கேஜாக விற்கக்கூடாது. தனித்தனியாக ஒவ்வொரு புரொகிராமாக விற்றுக்கொள்ளுங்கள் என்றனர்.

இது ஒருவிதத்தில் மைக்ரோசாஃப்ட்டுக்குப் பலன் தரும் ஒன்றாக மாறியது. கொஞ்சம் கொஞ்சமாகப் பிற கணினிகளுக்கான வெர்ஷன்களில் மைக்ரோசாஃப்ட் ஆர்வம் காட்டத்தொடங்கியது. ஆப்பிளுக்கு அவர்கள் செய்து கொண்டிருந்த வெர்ஷன்கள் பின்னுக்குத் தள்ளப்பட்டன.

இதைவிடப் பெரிய சிக்கல் ஒன்று வந்தது. மைக்ரோசாஃப்ட்டிடம் அப்போது *DOS* என்றொரு ஆப்பரேட்டிங் சிஸ்டம்தான் இருந்தது. இதில் எழுத்துகள் மட்டுமே வரும். படம் காட்டாது.

மைக்ரோசாஃப்ட், கிராஃபிக்கல் ஆப்பரேட்டிங் சிஸ்டம் ஒன்றைச் செய்யத் திட்டமிட்டது. ஆப்பிள் குழுவில் இருந்தவர்களுக்கு இது பிடிக்கவில்லை.

ஹெர்ட்ஸ்ஃபெல்ட் உள்ளிட்டோர் மைக்ரோசாஃப்ட் செய்வது சரியல்ல என்று கோபப்பட்டனர். அவர்கள் மேக் கணினியின் பிரதியொன்றைச் செய்யப்போகிறார்கள் என்று ஜாப்ஸிடம் தெரிவிக்கப்பட்டது.

தன்னை வந்து பார்க்கும்படி கேட்ஸுக்கு அழைப்புவிடுத்தார் ஜாப்ஸ். அவரது அறையில்தான் அந்தப் புகழ்மிக்க சந்திப்பு நிகழ்ந்தது.

தனது இருக்கையில் கோபத்துடன் அமர்ந்திருந்தார் ஜாப்ஸ். கேட்ஸ் வந்தார். அந்த அறையில் ஜாப்ஸையும் கேட்ஸையும் தவிரப் பத்து ஆப்பிள் பணியாளர்கள் இருந்தனர்.

'ஏன் இப்படிச் செய்கிறீர்கள்?' என்று கேட்டார் ஜாப்ஸ். நாங்கள் உங்களை நம்பினோம். இது தவறு என்றார்.

ஜாப்ஸின் கண்களை நேருக்கு நேர் பார்த்தார் கேட்ஸ். தனக்கே உரிய சன்னமான குரலில் பதிலளித்தார்.

'எந்தவொரு விஷயத்தையும் ஒன்றுக்கும் மேற்பட்ட விதங்களில் அணுகலாம். நீங்கள் சொல்வது உங்களது பார்வை.'

ஜாப்ஸ், 'இல்லை. நீங்கள் இவ்வாறு செய்வது பிழை' என்றார்.

அதன் பின் கேட்ஸ் சொன்ன வசனம் பிரபலமானது. 'நம் இருவருக்குமே ஜெராக்ஸ் நிறுவனம் வசதியான அண்டை வீட்டுக்காரர். டிவியைத் திருடுவதற்காக நான் அந்த வீட்டின் ஜன்னலை உடைத்து உள்ளே சென்றால் நீங்கள் அதை ஏற்கெனவே திருடிவிட்டீர்கள்.'

கிராஃபிக்கல் யூஸர் இண்டர்ஃபேஸ் என்பது ஆப்பிள் கண்டறிந்தது அல்ல. அவர்கள் ஜெராக்ஸ் நிறுவனக் கணினிகளில் பார்த்ததை விதையாகக் கொண்டு வளர்த்த மரம்தான் மேக்.

அடுத்தடுத்தும் இருவருக்கும் இடையே சில சந்திப்புகள் நடந்தன. விண்டோஸின் உருவாக்கமும் தாமதமானது. எண்பத்தைந்தாம் ஆண்டுதான் தயாரானது விண்டோஸ். ரிலீஸ் ஆவதற்கு முன்பே ஜாப்ஸுக்குத் தனியாக ஒரு டெமோ காட்டப்பட்டது.

ஜாப்ஸின் பார்வையில் விண்டோஸில் இருந்தது மிகச் சுமாரான ஓர் இண்டர்ஃபேஸ். இதனால் மேக்குக்கு எந்தப் பாதிப்பும் வராது என்றே எண்ணினார் ஜாப்ஸ்.

காலப்போக்கில் பல்வேறு விண்டோஸ் வெர்ஷன்கள் வந்தன. இன்றும்கூட கமர்ஷியல் ஆப்பரேட்டிங் சிஸ்டம் என்று எடுத்துக் கொண்டால் மேக்கும் விண்டோஸும்தான். இரண்டுக்குமே பெரும் அடியார் கூட்டம் உண்டு. அவர்களில் பலருக்கும் இவை வெறுமனே ஆப்பரேட்டிங் சிஸ்டங்கள் அல்ல. டிஜிட்டல் மதங்கள்.

27. B டீம்

*1984*இல் மேக் வந்தது. ஜாப்ஸின் புகழ் புதிய உச்சத்தைத் தொட இது காரணமாக இருந்தது. அவர் செல்லும் இடங்களிலெல்லாம் மேக் குறித்த உரையாடல்கள், பேட்டிகள். தன்னாலான அனைத்தையுமே ஜாப்ஸ் செய்தார்.

மேக்கில் வரையும் சாஃப்ட்வேர் ஒன்று இருந்தது. மேக் பெயிண்ட். இன்றைய கிராஃபிக்ஸ் சாஃப்ட்வேர்களுடன் ஒப்பிட்டால் அது ஒன்றுமில்லைதான். ஆனால் அன்றைக்கு அது ஒரு புதிய முயற்சி.

ஓவியர்கள் சிலரை அழைத்து இந்த மேக் பெயிண்ட்டை ஜாப்ஸ் விளக்கிக்கொண்டிருந்தார். அதிலொருவர் ஆண்டி வார்ஹால். சில நிமிடங்கள் இதைப் பயன்படுத்தினார்.

இது வரையும் நுட்பத்தில் ஒரு புதிய திருப்பம். ஓவியத்தின் எதிர்காலத்தை மேக் பெயிண்ட் மாற்றியமைக்கும் எனப் புகழ்ந்தார். எவரேனும் மேக் கணினிகளை ஜாப்ஸ் முன்பு புகழ்ந்தால் போதும். அவர்களுக்காக என்ன வேண்டுமானாலும் செய்வார்.

குழந்தைகளிடமும் இந்த சாஃப்ட்வேர் பிரபலமானது. ஜாப்ஸின் நோக்கத்தில் குழந்தைகளைச் சென்றடைவதும் ஒன்று. அவர்கள்தானே எதிர்காலம்? சிறு குழந்தைகளை ஒன்று கவர்ந்துவிட்டால் வெற்றி நிச்சயம்.

ஸ்கெல்லி-ஜாப்ஸ் இணை மேக்கின் வெற்றிக்கு எல்லாமும் செய்தது. ஸ்கெல்லி செய்த ஒரு செயல் ஜாப்ஸை மிகவும் கவர்ந்தது.

ஆப்பிளில் இரு குழுக்கள் இருந்தன. ஒன்று மேக். மற்றொன்று லிசா. ஸ்கெல்லி, லிசா குழுவை மேக்குடன் இணைத்தார்.

லிசாவைக் கைவிடுவது என முடிவானது. இனி வருங்காலம் மேக் காலம் என்று ஜாப்ஸ் அனைவரின் மனத்திலும் பதிய வைத்திருந்தார். இனி லிசா குழுவினரும் மேக் டீமும் ஒரு தாய் பிள்ளைகள் போல இணைந்து செயல்பட வேண்டும் என்று ஸ்கெல்லி அறிவித்தார்.

ஜாப்ஸ் தனது வழக்கமான குறும்புத்தனத்தை இதிலும் காட்டினார். இரண்டு குழுவினரும் ஒன்றாகக் கூடியிருக்கும்போது கிண்டல் செய்தார். 'நீங்கள் *B* டீம்' என்று அவர்களை இழிவாகப் பேசினார்.

'வெற்றிக்கு அவசியம் முதல் தரமான நபர்களைக் கொண்டிருப்பது. எனது குழுவில் இருப்பவர்கள் அனைவருமே *A* கிரேட். நீங்கள் அவ்வாறல்ல. இரண்டாம் தரம்' என்றார். 'நீங்கள் தோல்வியடைந்த வர்கள். எங்களோடு உங்கள் அனைவரையும் சேர்த்துக்கொள்வதில் எனக்கு விருப்பமில்லை.'

மேக் குழுவில் இருக்கும் சிலருக்கே ஜாப்ஸ் செய்வது மிகை எனத் தோன்றியது. ஆனால் அவரிடம் என்னவென்று சொல்லமுடியும்? சொன்னால் மட்டும் கேட்டுவிடுவாரா?

இருந்தாலும் பில் அட்கின்ஸன் சொல்லியும் பார்த்தார். அவர்களும் சிறப்பாக வேலை செய்துள்ளனர். அவர்களை இணைப்பது நமது சக்தியைக் கூட்டும் என்றார்.

ஜாப்ஸ் அசைந்துகொடுக்கவில்லை. சிலரைச் சேர்த்துக்கொள்ளலாம். யாரெல்லாம் நமது தரத்தில் இல்லையென்று நான் நினைக்கிறேனோ அவர்களெல்லாம் கிடையாது என்று திட்டவட்டமாகச் சொல்லிவிட்டார் ஜாப்ஸ்.

இந்த நிபந்தனைக்கு ஸ்கெல்லியும் ஒப்புக்கொண்டார். ஸ்கெல்லி ஆப்பிளுக்கு வந்த முதலாண்டு விழாவை ஜாப்ஸ் சிறப்பாகக் கொண்டாடினார். என் வாழ்விலேயே சிறப்பான வருடம்

இதுதான். அதற்கு முக்கியக் காரணம் ஸ்கெல்லி. அவரிடமிருந்து நான் கற்றுக்கொண்டவை அதிகம்.

ஸ்கெல்லிக்கும் ஜாப்ஸின் அங்கீகாரம் தேவையாக இருந்தது. அவருடன் நட்பாக இருப்பது அவசியம் என்று நம்பினார்.

ஆப்பிளுக்கு 'ஒரே' தலைவர். அது 'ஜாப்ஸும் நானும்' என்றார். ஜாப்ஸும் ஸ்கெல்லியும் டீன் ஏஜ் காதலர்கள் போல ஒருவரை ஒருவர் வர்ணித்துக்கொண்டிருந்தனர்.

அங்கிருந்த சில மூத்த உறுப்பினர்களுக்கு இதில் ஏதோ சரியில்லை என்று தோன்றியது. ஆர்த்தர் ராக் என்பவரும் இதில் ஒருவர். அவர் இது ஜாப்ஸ் செய்யும் தந்திரம் என்று எண்ணினார்.

ஜாப்ஸின் மிதமிஞ்சிய நடவடிக்கைகளைக் கட்டுப்படுத்த ஸ்கெல்லி உதவுவார் என அவர் நினைத்திருந்தார். ஆனால் ஜாப்ஸ் தனது உத்திகளால் ஸ்கெல்லியை எவ்வாறு தனது கட்டுப்பாட்டில் வைத்திருப்பது எனக் கண்டறிந்துவிட்டார். இது ஆப்பிளுக்கு நல்லதல்ல என அவருக்குத் தோன்றியது.

ஆப்பிளுக்கென ஒரு நவீனத் தொழிற்சாலை அமைப்பது என்று முடிவானது. ஃப்ரிமாண்ட் என்னுமிடத்தில். இதன் நோக்கங்கள் இரண்டு. மேக் கணினிகளை அதிகமான எண்ணிக்கையில் உற்பத்தி செய்வது. எக்காரணத்துக்காகவும் தரம் குறையாமல் பார்த்துக்கொள்வது.

இத்தொழிற்சாலையின் வடிவமைப்பில் ஜாப்ஸின் தலையீடு மிக அதிகமாக இருந்தது. பெரிய மெஷின்களுக்கு என்ன வண்ணத்தில் பெயிண்ட் அடிக்கவேண்டும் என்பதில் கூட சில நிபந்தனைகள் விதித்தார்.

ஆப்பிளின் உற்பத்திக் குழுவுக்குத் தலைமை வகித்தவர் மேட் கார்ட்டர். அவர் ஜாப்ஸ் சொல்வதையெல்லாம் புறந்தள்ளினார். இயல்பாக என்ன வண்ணம் அடிப்பார்களோ அதையே செய்தார்.

சில வாரங்களுக்குப் பின்னர் ஜாப்ஸ் தொழிற்சாலையைப் பார்வையிட்டார். அவர் சொன்னபடி எதுவுமே இல்லை. மீண்டும் அனைத்தையுமே ரீபெயிண்ட் செய்யச் சொன்னார்.

சில பாகங்களுக்கு அவ்வாறு வண்ணம் தீட்டினால் அவற்றின் செயல்பாடுகள் பாதிக்கப்படும், எனவே இப்படியே இருக்கட்டும் என்று பார்க்கர் விளக்கினார். ஆனால் ஜாப்ஸ் தான் சொன்ன வண்ணமே வேண்டும் என்றார்.

அவ்வாறே ஆனது. சில வாரங்கள் சென்றன. பார்க்கர் சொன்னபடி சில விலை உயர்ந்த மெஷின்கள் பழுதடைந்தன. அவரும் கோபக்காரரர் போல. இவை ஜாப்ஸின் பிடிவாதத்தால் பழுதடைந்தவை என்று அந்த மெஷின்களின் மேலேயே எழுதிவைத்தார்.

இது குறித்தெல்லாம் ஜாப்ஸ் கண்டுகொள்ளவில்லை. அவருடைய நிபந்தனைகள் அதிகரிக்கவே செய்தன. திடீரென ஒருநாள், 'வெள்ளை வண்ணம் பூசுங்கள்' என்றார்.

'எங்கே?' என பார்க்கரின் டீம் கேட்டது. 'இந்தத் தொழிற்சாலையின் ஒட்டுமொத்தச் சுவர்களுக்கும்' என்றார்.

இதை அவர்கள் கொஞ்சம்கூட எதிர்பார்க்கவில்லை. ஒரு தொழிற்சாலையின் சுவர்களை எப்படி வெள்ளையாக வைத்திருக்க முடியும் என்பது அவர்களது வாதம்.

ஆனாலும் 'சரி' என்று தலையசைத்தனர். ஜாப்ஸ் அப்போதும் நிறுத்தவில்லை. அடுத்த கியர் போட்டு வேகத்தைக் கூட்டினார்.

'நான் நினைத்தது இந்த வெள்ளை இல்லை' என்றார். இன்னும் சுத்தமான வெள்ளை. பல்வேறு வெள்ளைகளை அவரிடம் காட்டி அனுமதி பெறுவதற்குள் போதும் போதும் என்றாகிவிட்டது.

இறுதியில் ஒரு வெள்ளையைச் சரணடைந்தனர். சுவர்கள் வெண்மையாயின. பளிச்சிடும் வண்ணத்தில் மெஷின்கள். வெள்ளை நிறத்தில் சுவர்கள். அந்தத் தொழிற்சாலையே ஓர் ஓவியம் போலத் தோற்றமளித்தது.

இவற்றையெல்லாம் செய்வதற்கு ஜாப்ஸ் தனக்குள் ஒரு நியாயம் வைத்திருந்தார். பணிபுரியும் இடம் திருத்தமாக இருக்கவேண்டும். குறைந்தபட்சத் தவறுகூட நேர்வதைத் தவிர்ப்பதற்கு இதுவே சரியான வழி.

அந்தத் தொழிற்சாலை தான் விரும்பிய வண்ணம் அமைந்தது ஜாப்ஸுக்கு மனநிறைவாக இருந்தது. தனது தந்தை பால் ஜாப்ஸை அழைத்துவந்து காட்டினார். ஒவ்வொரு கருவியாக நின்று நிதானமாக விளக்கினார். சுவர்களையும் அவை சுத்தமாக வைக்கப்பட்டிருக்கும் விதத்தையும் பெருமிதத்துடன் தனது தந்தையிடம் காட்டினார்.

குழந்தைப் பருவத்தில் தனது தந்தையின் தொழில் நேர்த்தியைக் கண்டு பலமுறை வியந்துள்ளார் ஜாப்ஸ். இன்று தானும் அவரது கொள்கைகளைக் கடைப்பிடிப்பதைப் பெருமையாகச் சொன்னார்.

சராசரி நிர்வாகிகளிடம் கேட்டால் ஜாப்ஸ் செய்வது தவறு என்றே கூறுவார்கள். இப்படிச் சுத்தமாகப் பேணுவதற்கு ஆகும் செலவு அவசியமற்றது என்பார்கள்.

ஆனால் ஜாப்ஸின் உலகம் வேறுவிதமானது. அவரது கற்பனையில் என்ன உதிக்கிறதோ அதை எப்பாடுபட்டாவது எட்டிவிடவேண்டும். விதிகளை மதிப்பது என்பதெல்லாம் அவரைப் பொறுத்தவரை அநாவசியமானது.

ஜாப்ஸ் மேக்குக்காக எதையும் செய்யத் தயாராக இருந்தார். ஆனால் ஒரு சிக்கல் எழுந்தது. மேக் விற்பனை குறையத் தொடங்கியது. இதற்குச் சில பிரத்தியேகக் காரணங்கள் இருந்தன. மேக்கின் வேகம் போதவில்லை. பிற கம்ப்யூட்டர்கள் திரையில் எழுத்துகளை வரைந்த விதமும் மேக் வரைந்த விதமும் வெவ்வேறாக இருந்தன.

மேக்கின் எழுத்துகள் அழகு. ஆனால் அழகுக்கு ஒரு விலை இருந்தது. அதிக மெமரி தேவைப்பட்டது. அத்தனை மெமரி மேக்கில் இல்லை. மொத்தமே 128K தான். லிசாவில் இதுவே 1000K என்னும் அளவில் இருந்தது. விலை குறைப்புக்கான நடவடிக்கை.

பயனாளர்களை எரிச்சல்படுத்திய இன்னும் ஒரு விஷயம் சூடு. மேக் ஓர் அனல் கக்கும் கருவியாக இருந்தது. இதற்கான காரணம் ஃபேன்கள் இல்லை.

ஃபேன் இருந்தால் ஓசை. ஓசை என்றால் கவனச்சிதறல். எனவே நிசப்தமான கம்ப்யூட்டர் செய்யவேண்டும் என்று எடுத்த முடிவு.

சிலர் மேக்கை ‘ஹைடெக் டோஸ்டர்’ என்றெல்லாம் கிண்டல் செய்யத்தொடங்கினர்.

விசாவும் இல்லை. மேக்கின் விற்பனையிலும் மந்தம். ஆப்பிள் எதிர்கொண்ட முக்கியமான சிக்கல் இது. தொழில்நுட்பம் சார்ந்த பிரச்சினைதான். ஆனால் இது ஆப்பிளுக்குள் ஏற்படுத்திய அதிர்வலைகள் மிக அதிகம்.

எல்லாம் சரியாக இருந்தவரை ஜாப்ஸின் அதீத நடவடிக்கைகளைப் பலரும் பொறுத்துக்கொண்டனர். ஆனால் அவர் எடுத்த முடிவுகளால் இப்போது சிக்கல். ஒவ்வொருவராகத் தங்கள் பங்குக்குப் புதுப்புதுப் பிரச்சினைகளை உருவாக்கினர்.

ஜாப்ஸும் ஸ்கெல்லியும் அடுத்தடுத்து எடுத்த முடிவுகள் எதிர்பாராதவையாக இருந்தன.

28. பிரிவு

ஜாப்ஸின் முப்பதாவது பிறந்த நாள். முன்னெப்போதும் இல்லாத அளவுக்கு விமரிசையாகக் கொண்டாடினார். அவரைச் சுற்றி இருந்தவர்களுக்கே இது வியப்பு.

பிறந்தநாளுக்கான அழைப்பிதழிலேயே ஜாப்ஸின் முத்திரை இருந்தது. அதில் இவ்வாறு எழுதியிருந்தார். 'இந்து தர்மத்தில் ஒரு தத்துவம். வாழ்வின் முதல் முப்பது வருடங்களில் நீங்கள் சில பழக்கங்களை உருவாக்குகிறீர்கள். அடுத்த முப்பது வருடங்களுக்கு அப்பழக்கங்கள் உங்கள் வாழ்வை உருவாக்குகின்றன.'

சான் ஃபிரான்சிஸ்கோவின் செயின்ட் ஃபிரான்சிஸ் ஹோட்டலில் நடந்தது பிறந்த நாள் விழா. ஆயிரம் பேர் வந்திருந்தனர்.

விழாவுக்கு வராத பெருந்தலைகளே இல்லை. பில் கேட்ஸூம் வந்திருந்தார். வாஸ்நியாக் உள்ளிட்ட அனைவருமே கலந்து கொண்டனர்.

ஆப்பிள் கருவிகளின் டிசைனில் செலுத்தும் அளவுக்கான அக்கறையை இந்த விழாவின் ஏற்பாடுகளிலும் காட்டியிருந்தார் ஜாப்ஸ். பார்த்துப் பார்த்து உணவுவகைகளைத் தேர்ந்தெடுத்தார்.

ஸ்கெல்லி தன் பங்குக்கு விதவிதமான பரிசுகளை வழங்கி அசத்தினார். வாஸ்நியாக் ஆப்பிளின் தொடக்கக் கால நினைவுகளைத் தாங்கியிருக்கும் படம் ஒன்றை வழங்கினார்.

ஆப்பிள் *II* வெளியீட்டுடன் தொடர்புடையதாக இருந்தது அந்தப் பரிசு. இதற்கும் ஒரு காரணம் உள்ளது.

எண்ணற்ற பரிசுகள் வந்தன. இதிலென்ன சிறப்பு? பிறந்த நாள் என்றால் பரிசுகள் வரத்தானே செய்யும்? உண்மைதான். ஆனால் ஜாப்ஸ் சராசரியல்லவே? வந்த பரிசுகள் எதையுமே அவர் தம்முடன் எடுத்துச்செல்லவில்லை. அந்த ஹோட்டலின் அறையிலேயே விட்டுச் சென்றார்.

இது சரியா? பரிசுகள் தந்தவர்களை அவமதிப்பது போலாகாதா என்றெல்லாம் கேட்கமுடியாது. ஏனெனில் நாம் பேசிக்கொண்டிருப்பது ஸ்டீவ் ஜாப்ஸ் குறித்து. அவரது உலகம் வேறு.

அந்த மாத 'பிளேபாய்' பத்திரிகையில் ஜாப்ஸின் நேர்காணல் ஒன்று வெளிவந்தது. அதில் ஜாப்ஸ் குறிப்பிட்டிருந்த சில விஷயங்கள் சுவாரசியமானவை.

'சில மனிதர்களின் ஆர்வம் என்றைக்குமே குறைவதில்லை. அவர்கள் வாழ்க்கை தரும் எல்லாத் தொல்லைகளுக்கிடையேயும் குழந்தை மனதுடன் வாழப் பழகிவிடுகின்றனர். ஆனால் இது போன்ற மனிதர்களைக் காண்பது அரிது.'

'நீங்கள் ஒரு சிறந்த படைப்பாளியாகத் தொடர, இறந்தகாலத்திலேயே வாழ்ந்துகொண்டிருக்கக் கூடாது. நீங்கள் செய்துமுடித்துவிட்ட செயல்களிலேயே திளைத்திருக்கக்கூடாது. அவை முடிந்துபோன செயல்கள். அவற்றை அங்கேயே இறக்கிவைத்துவிடவேண்டும்.'

'நீங்கள் யார் என்பதை வெளியுலகம் தீர்மானிக்க அனுமதிக்கக் கூடாது. கலைஞர்களின் உலகம் அலாதியானது. புறச் சூழல் தங்களைத் தொடர்ந்து பாதிக்க அவர்கள் அனுமதிக்கக்கூடாது.'

அந்த நேர்காணலில் ஜாப்ஸ் தன் வாழ்வு குறித்த முன்னோட்டம் ஒன்றை வழங்கியிருந்தார். 'இறுதிக்காலம் வரை ஆப்பிள்தான் என் உலகம். சில வருடங்கள் நான் ஆப்பிளில் இல்லாமல் போகும் நிலை வரலாம். ஆனால் மீண்டும் வந்துவிடுவேன்.'

ஜாப்ஸ் ஆப்பிளைவிட்டு வெளியேறும் நிகழ்வு பின்னாளில் நிகழப்போகிறது. ஆனால் இந்த நேர்காணல் வந்தபோது அதற்கான

எந்த அறிகுறியும் இல்லை. அவர்தான் ஆப்பிள், ஆப்பிள்தான் அவர் என்றிருந்தது. நிலைமை அவ்வாறிருக்க ஜாப்ஸ் ஏன் இதையெல்லாம் குறிப்பிட்டார் என்று அவருக்கு மட்டுமே தெரியும்.

அவரைப் புரிந்துகொள்வது கடினம்தான். ஆப்பிளில் பணிபுரிந்தவர்களுக்கு எப்போதும் இந்தச் சிக்கல் இருந்தது. எப்போது என்ன செய்வார் என்றே கணிக்க முடியாத ஒரு மனிதராகவே இருந்துள்ளார் ஜாப்ஸ்.

இதன் காரணமாகவே ஆப்பிளை விட்டு வெளியேறியவர்களும் உண்டு. ஆண்டி என்றொரு பொறியாளர் குறித்துப் பார்த்திருந்தோம். இவர் மேக் குழுவில் ஒருவர். சிறப்பாகப் பங்காற்றியவர்.

மேக் வெளியான பின்னர் சில மாதங்கள் விடுமுறையில் இருந்தார் ஆண்டி. அப்போது மேக் குழுவினருக்கு போனஸ் ஒன்று அறிவிக்கப்பட்டது. ஐம்பதாயிரம் டாலர் வரை வழங்கப்பட்டது.

ஆண்டி தனக்கும் போனஸ் கிடைக்கும் என்று எண்ணியிருந்தார். ஆனால் அவருக்குக் கிடைக்கவில்லை. நேரடியாக ஜாப்ஸிடமே சென்று காரணத்தைக் கேட்டார் ஆண்டி.

'விடுமுறையில் இருப்பவர்களுக்கு போனஸ் கிடையாது என்று நிர்வாகம் முடிவெடுத்துள்ளது. நீ விடுமுறையில் இருக்கிறாய். எனவே உனக்கு வரவில்லை' ஜாப்ஸ் சொன்ன இந்தப் பதிலை ஆண்டி எதிர்பார்க்கவில்லை. ஏற்றுக்கொள்ளவும் இல்லை.

ஜாப்ஸ் ஏதோ கோபத்தில் சொல்கிறார் என்று அங்கிருந்து சென்றுவிட்டார் ஆண்டி. சில நாள்கள் இடைவெளியில் மீண்டும் சந்திக்கிறார். அப்போதும் ஜாப்ஸ் இதையே சொல்கிறார்.

மேக் குழுவில் பலரும் திருப்தியாக இல்லை. எப்போதும் வேண்டுமானாலும் அவர்கள் விலகிச் செல்லலாம் என்று ஜாப்ஸிடம் ஆண்டி கூறுகிறார். இது ஜாப்ஸின் கோபத்தை இன்னமும் அதிகரித்துவிடுகிறது.

'மேக் குழுவைப் பற்றி எனக்கு நன்றாகத் தெரியும். உற்சாகமாக வேலைகள் நடந்துகொண்டிருக்கின்றன' என்று பதிலளிக்கிறார்.

ஆண்டி ஆப்பிளை விட்டு விலகுவது என்று முடிவுசெய்கிறார். அவரைத் தொடர்ந்து ஸ்மித், புரூஸ் ஹார்ன் போன்ற பல்வேறு முக்கியமான பொறியாளர்கள் அடுத்தடுத்து விலகுகின்றனர்.

இவ்வாறு விலகிய பலரிடமும் ஜாப்ஸ் நடந்துகொண்டவிதம் புதிரானது. ஓர் உதாரணம். புரூஸ் ஹார்ன் ஜாப்ஸிடம் தன் விலகல் குறித்து ஜாப்ஸிடம் தெரிவிக்கிறார்.

'மேக்கில் உள்ள மோசமான அனைத்து விஷயங்களுக்கும் நீதான் காரணம்' என்று புரூஸைக் கடிந்துகொள்கிறார் ஜாப்ஸ்.

'மேக்கில் பல்வேறு நல்ல விஷயங்கள் இருப்பதற்கும் நானொரு காரணம்' என்கிறார் புரூஸ்.

'அப்படியென்றால் ஏன் விட்டுச்செல்கிறாய்? இங்கேயே இரு. பதினைந்தாயிரம் ஷேர்களை வழங்குகிறேன்.'

'இல்லை, நான் செல்கிறேன்' என்று மறுத்துவிடுகிறார் புரூஸ்.

ஜாப்ஸ் அவரைக் கட்டியணைத்து, சென்று வா என்று வாழ்த்தியனுப்புகிறார்.

இப்படி ஒவ்வொரு நபராக வெளியேறிக்கொண்டிருந்தனர். இவை அனைத்துக்கும் மேலாக ஒரு சம்பவம் நிகழ்ந்தது. அதை எவரும் எதிர்பார்த்திருக்கவில்லை.

வாஸ்நியாக் ஆப்பிளை விட்டுவிலகுவது என்று முடிவு செய்கிறார். பிறரைப் போலக் கூச்சல் போடாமல் அமைதியாக விலகிட வேண்டும் என நினைக்கிறார்.

வாஸ்நியாக் அமைதியானவர். அவர் உண்டு, அவர் வேலை உண்டு என்றிருப்பவர். அவர் ஆப்பிள் நிறுவனர்களில் ஒருவர்தான். இருந்தாலும் உயர்மட்ட நிர்வாகங்களில் அவர் பங்கெடுப்பதில்லை.

இந்த விலகல் முடிவெடுத்தபோது கூட அவர் ஒரு பொறியாளராகவே இருந்தார். ஏன் இந்த முடிவுக்கு வந்தார்?

வாஸ் உருவாக்கியதுதான் ஆப்பிள் *II*. மேக் வந்தபின்னர் அதை எவருமே கண்டுகொள்வதில்லை என்னும் குறை அவருக்கு இருந்தது.

ஜாப்ஸின் மொத்தக் கவனமும் மேக் மீதே இருந்தது. இனி ஆப்பிளின் எதிர்காலம் மேக்தான் என அவர் தீர்மானித்திருந்தார்.

அப்போதுவரை வருவாயில் கணிசமான பங்கு ஆப்பிள் *II* கணினிகள் மூலமாக வந்தது. இருந்தபோதும் அதற்கான முக்கியத்துவம் வழங்கப்படவில்லை.

தன்னைப் பிறர் கொண்டாட வேண்டும் என்று வாஸ் என்றுமே நினைத்ததில்லை. அவரது வருத்தம் ஆப்பிள் *II* குழுவினர் இரண்டாம்தரமாக நடத்தப்படுவதுதான்.

ஸ்கெல்லியிடம் இதுகுறித்து பேசினார். தன் குணத்துக்கு மாறாக அவரிடம் கடிந்துகொள்கிறார் வாஸ். ஆப்பிள் தவறான பாதையில் சென்றுகொண்டிருப்பதாக எச்சரிக்கிறார்.

ஆனாலும் எதுவுமே மாறவில்லை. வாஸ்நியாக் அமைதியாக விலக முடிவெடுக்கிறார். மர்க்குலாவிடம் கூடத் தெரிவிக்கவில்லை.

ஜாப்ஸிடமும் சொல்லவில்லை. வால் ஸ்ட்ரீட் பத்திரிகையில் வந்த செய்தியிலிருந்துதான் அவருக்கு இது தெரியவருகிறது. அந்தப் பத்திரிகைக்கு வாஸ் அளித்திருந்த நேர்காணலில், 'ஆப்பிள் கடந்த ஐந்தாண்டுகளாகத் தவறான பாதையில் செல்கிறது' என்று சொல்கிறார்.

இது நிகழ்ந்து இரண்டே வாரங்கள்தான் ஆகியிருந்தன. ஜாப்ஸும் வாஸும் சேர்ந்து பயணம் செய்ய வேண்டிய கட்டாயம் வருகிறது. வெள்ளை மாளிகையிலிருந்து அழைப்பு. அதிபர் ரொனால்ட் ரீகனிடமிருந்து விருது பெறும் விழா. National Medal of Technology என்னும் உயரிய விருதை ஜாப்ஸ், வாஸ் இணைக்கு வழங்கிக் கவுரவிக்கிறார் ரீகன்.

பிறந்த நாளையே திருவிழா போலக் கொண்டாடியவர் ஜாப்ஸ். இதற்கு என்னவெல்லாம் செய்திருப்பார்? எதுவுமே செய்யவில்லை. வாஸ்நியாக் விலகும் சூழலில் ஆப்பிள் எந்தவொரு கொண்டாட்ட அறிவிப்பினையும் வெளியிடவில்லை.

ஜாப்ஸும் வாஸும் மட்டுமே தனியாகச் சந்திக்கின்றனர். பிரம்மாண்டமான ஹோட்டலில் அல்ல. ஒரு சாண்ட்விச்

கடையில். தனக்கே உரிய பண்புடன் வாஸ்நியாக் தன் விலகலுக்கான காரணத்தை ஜாப்ஸிடம் கூறுகிறார்.

வாஸுக்கு ஜாப்ஸ் எப்போதும் அணுக்கத் தோழன்தான். தொடர்ந்து அங்கேயே இருந்து அவருக்குச் சங்கடங்களை ஏற்படுத்த வாஸ் விரும்பவில்லை.

ஜாப்ஸுக்கும் வாஸை மிகவும் பிடிக்கும். இருவரும் மனம்விட்டுப் பேசுகின்றனர். சுமுகமான ஒரு முடிவுக்கு வருகின்றனர். அதன்படி இனி வாஸ் ஆப்பிளின் பகுதிநேரப் பணியாளர். இருபதாயிரம் டாலர் சம்பளம். பல்வேறு முக்கியத் தொழில்நுட்ப நிகழ்வுகளில் ஆப்பிள் சார்பாகப் பேசுவது அவரது பணி.

வாஸ்நியாக் போல வேறெவரும் நடந்துகொண்டிருப்பார்களா எனத் தெரியவில்லை. தான் உருவாக்கிய நிறுவனத்திலிருந்து இத்தனை சுமுகமாக வெளியேறுவது ஓர் உயர் பண்பு. ஆப்பிளின் வளர்ச்சியில் ஜாப்ஸுக்குச் சற்றும் குறைந்ததல்ல வாஸின் பங்கு. தன் பங்களிப்புக்கான உரிமையைக் கூட உரக்கக் கேட்டு வாங்காதவர்.

மேன் மக்கள் மேன் மக்களே.

29. நீயா? நானா?

வாஸ் அமைதியாக விலகிக்கொண்டார். ஜாப்ஸின் சிக்கல்கள் அதிகரித்தன. தினமொரு பிரச்சினை. சில தொழில்நுட்பம் சார்ந்தவை. பலவும் வியாபாரம் சார்ந்தவை.

எந்தவொரு நிறுவனத்திலும் இது நிகழக்கூடிய ஒன்றுதான். ஆனால் ஆப்பிளின் பிரச்சினைகள் ஜாப்ஸை மையமாகக் கொண்டவை.

ஆப்பிள் *II* கணினிகள் விற்ற அளவுக்குத் தொடக்கத்தில் மேக் விற்கவில்லை. நிறுவனத்தின் வருமானத்தில் பெரும்பங்கு ஆப்பிள் *II* கணினிகள் மூலமாகவே வந்தது.

மேக் கணினிகளின் குறைகளைத் தீர்க்கத் தனது குழுவினருடன் அயராது உழைத்துக்கொண்டிருந்தார் ஜாப்ஸ்.

ஜாப்ஸின் குறிக்கோள், பயனாளர்களை மகிழ்ச்சியாக வைத்திருப்பது. ஸ்கெல்லி உள்ளிட்டோரின் குறிக்கோள், நிறுவனத்தை மகிழ்ச்சியாக வைத்திருப்பது. அதாவது லாபத்தை அதிகரிப்பது.

மேக் தொடர்பான இந்த விஷயத்தில் ஜாப்ஸுக்கும் ஸ்கெல்லிக்கும் உரசல்கள் தொடர்ந்தன. விலையை அதிகரிக்க வேண்டும் என்றார் ஸ்கெல்லி. ஜாப்ஸ் மறுத்தார்.

இவர்களின் உறவு விசித்திரமானது. ஜாப்ஸ் மனத்தில் ஸ்கெல்லி உயர்ந்த இடத்தில் இருந்தார். அவரது நிறைந்த அனுபவமும் திறனும் ஆப்பிளை உச்சத்துக்கு இட்டுச் செல்லும் என்று ஜாப்ஸ் நம்பினார்.

ஸ்கெல்லியைக் கவர்ந்த விஷயம் ஜாப்ஸின் தணியாத ஆர்வம். புதிதாக எதையாவது செய்யத் துடிக்கும் அவரது தொடர் உழைப்பு.

இப்படித்தான் தொடங்கியது அவர்களின் உறவு. மிகவும் முயன்று ஸ்கெல்லியை ஆப்பிளுக்கு அழைத்து வந்தார் ஜாப்ஸ். முந்தைய அத்தியாயங்களில் இது குறித்து விரிவாகப் பார்த்தோம்.

நாள்கள் செல்லச் செல்ல இந்நிலை மாறியது. ஜாப்ஸின் அதீத ஆர்வமும், நிறுவனச் சூழலைப் புரிந்து கொள்ளாத தன்மையும் ஆப்பிளுக்குக் கேடு என்று நம்பத் தொடங்கினார் ஸ்கெல்லி.

ஸ்கெல்லி ஒரு கோலா கம்பெனியில் பணியாற்றியவர். அவரது வேலை மார்க்கெட்டிங். கோலாவின் தயாரிப்பு முறை குறித்து அவர் என்றைக்குமே கவலை கொண்டது கிடையாது. அது தேவையுமில்லை. ஆனால் கம்ப்யூட்டர்கள் செய்யும் நிறுவனத்தில் அவ்வாறு இருக்க முடியாது. ஜாப்ஸ் ஸ்கெல்லியின் மீது வைத்த முதல் குற்றச்சாட்டு இதுதான்.

ஜாப்ஸ் தான் செய்யும் கம்ப்யூட்டர்களைக் கலைப் பொருளாகவே நினைப்பவர். அதன் தயாரிப்பைத் துச்சமாக மதிப்பதை அவரால் ஏற்றுக்கொள்ள முடியவில்லை.

தொடங்கும் போது அதிதீவிரமாக இருக்கும் உறவுகள் பின்னாளில் சாரமற்றுப் போய்விடுகின்றன. அதற்கு அந்தத் தொடக்ககால அதீதப் பற்றும் ஒரு காரணமாக அமைந்துவிடுகிறது. ஜாப்ஸ்-ஸ்கெல்லி விஷயத்திலும் இதுவே நடந்தது.

ஆப்பிளின் நிர்வாகக் குழு *(Board of Directors)* இருவர் மீதும் அதிருப்தியுடன் இருந்தது. நிறுவனத்தைச் சிறப்பாக நடத்துவதுதான் ஸ்கெல்லியின் வேலை. அவரோ ஜாப்ஸைத் திருப்திப்படுத்துவதில் ஆர்வமாக இருக்கிறார். இது தவறு என்று எண்ணியது நிர்வாகக் குழு.

ஜாப்ஸ் அனைத்து விஷயங்களிலும் தலையிட்டுச் சிக்கல்களைப் பெரிதுபடுத்துவதைக் குழு விரும்பவில்லை. உடனடியாக ஏதேனும் ஒரு முடிவுக்கு வரச் சொல்லி வற்புறுத்தியது குழு.

மேக்கிண்டோஸ் குறித்து மட்டும் ஜாப்ஸ் சிந்தித்தால் போதும் என்று அவருக்கு அறிவுறுத்தினர். அவரும் சில வாரங்கள் அதன்படியே நடந்து கொண்டார். தன் பார்வைக்கு வரும் விஷயங்களில் கருத்துச் சொல்லாமல் இருப்பது ஜாப்ஸின் அடிப்படை குணத்துக்கு எதிரானது. எனவே மீண்டும் சிக்கல்கள் எழத் தொடங்கின.

என்ன செய்வதென்று தெரியாமல் ஸ்கெல்லி குழுவினர் குழம்பினர். இதற்கிடையில் ஜாப்ஸின் மனதைக் கவரும் செயல் ஒன்று நடந்தது.

அதுவரையில் கம்ப்யூட்டர் மானிட்டர்களில் ஃப்ளாட் ஸ்கிரீன் என்னும் தொழில்நுட்பம் இல்லை. கணினித் திரைகள் திருவிழாக்களின்போது அலறும் கூம்பு வடிவ ஸ்பீக்கர்கள் போல இருந்தன.

அந்த வடிவத்தில் இருக்கும் கம்ப்யூட்டர் திரைகளை ஓரிடத்திலிருந்து மற்றொரு இடத்திற்கு எளிதாகக் கொண்டு செல்ல முடியாது. அவை அதிக மின்சாரத்தை விழுங்கும். வெப்பத்தை ஏப்பமாக வெளியிடும்.

பாலோ ஆல்ட்டோவில் உட்சைட் *(woodside)* டிசைன் என்றொரு நிறுவனம். அங்கு ஸ்டீவ் கிச்சன் என்றொரு பொறியாளர். அவரது தலைமையில் தட்டை ஸ்கிரீன் ஒன்றை வடிவமைத்திருந்தனர்.

இத்துடன் இன்னுமொரு சம்பவமும் நிகழ்ந்தது. தொடுதிரை என்னும் டச் ஸ்கிரீன் தொழில்நுட்பத்தை ஒரு ஸ்டார்ட் அப் நிறுவனம் செய்திருந்தது. இவ்விரண்டும் ஜாப்ஸை மிகவும் கவர்ந்தன.

ஜாப்ஸின் நீண்டகாலத் திட்டம் புத்தக வடிவிலான கம்ப்யூட்டர். அவர் சொற்களில் *'Mac in a Book'*.

மேற்சொன்ன இரண்டு தொழில்நுட்பங்களும் இதற்கு அவசியம். அவர்களை அழைத்துப் பேசினார்.

'ஆப்பிள் லேப்ஸ் என்று ஒன்றைத் தொடங்குவோம். இது குறித்து ஆராய்ச்சிகள் மேற்கொள்வோம். தனியாக நமக்கென்று ஓர் அலுவலகம். இத்தொழில்நுட்பத்தை மையமாகக் கொண்டு செயல்படுவோம்' என்றார்.

ஸ்கெல்லியிடம் தனது திட்டத்தைக் கூறினார். அவருக்கு இது மிகவும் பிடித்திருந்தது. அதற்குக் காரணம் புத்தக வடிவிலான மேக் அல்ல. ஜாப்ஸை முதன்மை அலுவலகத்திலிருந்து வேறொரு இடத்திற்கு 'கடத்திவிட' முடியும் என்னும் சாத்தியம். அவ்வாறு நிகழ்ந்துவிட்டால் ஜாப்ஸ் தானுண்டு, தன் புதிய புராடெக்ட் உண்டு என்று சமத்தாக இருந்துகொள்வார் என்று நம்பினார் ஸ்கெல்லி.

உடனடியாக ஜாப்ஸின் திட்டத்திற்கு அனுமதி தருவதாகக் கூறினார். 'உங்களது வலிமை புதியனவற்றைச் செய்வதுதான். எனவே நீங்கள் அதிலேயே கவனம் செலுத்துங்கள்' என்றார்.

சரி என்று ஏற்றுக்கொள்ளவேண்டியதுதானே? ஆனால் ஜாப்ஸ் அவ்வாறு செய்யவில்லை. சில நாள்கள் யோசித்துச் சொல்வதாகக் கூறினார்.

ஆப்பிளின் மைய நீரோட்டத்திலிருந்து அவர் விலக விரும்பவில்லை. தற்சமயத்துக்கு ஆப்பிள் லேப்ஸ் வேண்டாம் என்று முடிவுசெய்தார்.

இதெல்லாம் நடந்துகொண்டிருக்கும்போது, ஆப்பிளின் விற்பனை குறைந்துகொண்டே இருந்தது. சில அதிரடி நடவடிக்கைகளை எடுக்க வேண்டிய காலம் வந்துவிட்டது என நம்பினார் ஸ்கெல்லி.

நேரடியாக ஜாப்ஸிடம் பேசுவது என்று தீர்மானித்தார். அவரது கேபினுக்குச் சென்றார். சில புகழாரங்களுடன் தொடங்கினார். இறுதியாக, தான் சொல்லவந்ததைச் சொன்னார் ஸ்கெல்லி. 'இனி மேக்கிண்டோஸ் குழு உங்கள் தலைமையில் செயல்படாது'.

ஜாப்ஸ் ஸ்கெல்லியிடமிருந்து இதைக் கொஞ்சமும் எதிர்பார்க்க வில்லை. மறுத்தார்.

ஸ்கெல்லியும் விடுவதாக இல்லை. இந்த விஷயத்தை நிர்வாகக் குழுக் கூட்டத்தில் எழுப்பவிருப்பதாகக் கூறினார்.

தன்னால் இதை வெற்றிகரமாக எதிர்கொள்ளமுடியும் என்று நம்பினார் ஜாப்ஸ்.

நிர்வாகக் குழு கூடும் நாளும் வந்தது.

ஸ்கெல்லி தொடங்கினார். மேக் குழுவின் அன்றாட மேலாண்மையிலிருந்து ஜாப்ஸ் விலகிக்கொள்ள வேண்டும். அவர் புதிய தயாரிப்புகள் குறித்து மட்டும் சிந்தித்தால் போதும்.

தன்னால் இதை ஏற்க முடியாது என்று குழுவினரிடம் விளக்கினார் ஜாப்ஸ்.

தற்போதிருக்கும் பிரச்சினைகளுக்கு ஸ்கெல்லியின் செயல்பாடுகளே காரணம். அவருக்குக் கம்ப்யூட்டர்கள் குறித்து எதுவுமே தெரியவில்லை. கோலா கம்பெனி போல இங்கு செயல்பட முடியாது. தனது தரப்பை விளக்கினார் ஜாப்ஸ்.

ஸ்கெல்லியின் வாதத்தை ஏற்றது குழு. கூட்டம் முடிந்ததும் ஸ்கெல்லியைத் தனியாகச் சந்தித்தார் ஜாப்ஸ். தன்னால் உடனடியாக அவ்வாறு விலகிட முடியாது. கொஞ்சம் கொஞ்சமாகச் செய்யலாம் என்றார். ஸ்கெல்லி அதனை மறுக்கவில்லை.

குழுவில் நிகழ்ந்தவற்றை ஜாப்ஸால் ஏற்றுக்கொள்ள முடியவில்லை. தனது நிறுவனத்துக்குள்ளேயே தனித்துவிடப்பட்டதாக உணர்ந்தார்.

ஸ்கெல்லிக்கு எதிரான சில நடவடிக்கைகளில் இறங்கினார்.

ஆப்பிள் கம்ப்யூட்டர்களைச் சீனாவுக்கு ஏற்றுமதி செய்ய அனுமதி கிடைத்திருந்தது. இதற்கான விழா ஒன்றும் சீனாவில் ஏற்பாடாகியிருந்தது.

ஸ்கெல்லி இதற்காகச் சீனாவுக்குச் செல்ல முடிவெடுத்தார். இது நிகழ்ந்தது ஒரு மே மாதத்தில். அந்த மாதத்தின் ஏழு நாள்கள் ஆப்பிள் வரலாற்றில் மிக முக்கியமானவையாக மாறிப்போயின.

ஸ்கெல்லி இல்லாதபோது அவருக்கு எதிராக அணி சேர்ப்பது என்று முடிவெடுத்தார் ஜாப்ஸ். ஆப்பிளின் நிர்வாகக் குழுவில் இருந்த பலரிடமும் பேசினார். ஸ்கெல்லியே பல்வேறு பிரச்சினைகளுக்கும் காரணம் என்று விளக்கினார்.

ஸ்கெல்லி உறவுகளை நன்றாகப் பேணக் கூடியவர். ஜாப்ஸ் இந்த விஷயத்தில் எப்படி என்று தனியாகச் சொல்லத் தேவையில்லை.

ஸ்கெல்லிக்கு ஜாப்ஸ் மீதிருந்த அதிருப்திகளுள் முதன்மையானது இதுதான். ஒரு முறை ஜெராக்ஸ் நிறுவனத்தின் துணைத் தலைவருடன் சந்திப்பு நிகழ்ந்தது. ஸ்கெல்லி அதற்கான ஏற்பாடுகளைச் செய்திருந்தார்.

சந்திப்புக்கு முன்னரே ஜாப்ஸிடம் தெளிவாக ஒன்றை மட்டும் சொல்லியிருந்தார். எக்காரணம் கொண்டும் அவமரியாதையாக அவரிடம் பேசிவிடக் கூடாது என்பதே அது.

தொடக்கத்திலேயே ஜாப்ஸ் இந்த விதியை மீறினார். அவரிடம், 'ஜெராக்ஸ் நிறுவனம் இதுவரை உருப்படியாக எதுவுமே செய்ததில்லை' என்றார்.

இது ஸ்கெல்லிக்குச் சற்றும் பிடிக்கவில்லை. இதுபோலப் பல்வேறு சம்பவங்கள் நிகழ்ந்தன.

ஸ்கெல்லி ஆப்பிளுக்கு வந்த நாள் முதலே பல நண்பர்களைச் சேர்த்திருந்தார். எனவே ஸ்கெல்லிக்கு எதிரான ஜாப்ஸின் இந்த ரகசிய நடவடிக்கைகள் எளிதாக அவர் காதுகளுக்கு எட்டிவிட்டன.

சீனா செல்லும் தனது திட்டத்தைக் கைவிட்டார். மீண்டும் ஒரு நிர்வாகக் குழுக் கூட்டம்.

அதில் நேரடியான ஒரு கேள்வியை வைத்தார் ஸ்கெல்லி. 'ஜாப்ஸா? ஸ்கெல்லியா? என்று நீங்களே முடிவுசெய்யுங்கள்.'

குழுவினர் பலரும் ஜாப்ஸை மெச்சினர். ஆனால் ஸ்கெல்லியை ஆதரித்தனர். ஓரிருவர் தவிர அனைவரும் ஸ்கெல்லிக்கே ஓட்டளித்தனர்.

முடிவானது. இனி மேக் குழு ஜாப்ஸ் தலைமையில் செயல்படாது. அவருக்கென புதியதொரு பதவி உருவாக்கப்பட்டது. அதற்கு *Global Visionary* எனப் பெயரிட்டனர்.

பெயர்தான் பிரம்மாண்டம். ஆனால் பெரிய முடிவுகள் எதையுமே எடுக்க முடியாத பதவி.

மார்க்குலா, ஸ்கெல்லி போன்றவர்களை ஜாப்ஸ் மிகவும் மதித்தார். ஜாப்ஸைவிட இவர்கள் வயதில் மூத்தவர்கள். தனக்கு என்றைக்குமே உறுதுணையாக இருப்பார்கள் என்று நம்பியவர்கள் தனக்கெதிராகச் செயல்பட்டதை ஜாப்ஸால் ஏற்றுக்கொள்ள முடியவில்லை.

அடுத்த சில நாள்கள் வீட்டிலேயே இருந்தார். எவருடனும் பேசவில்லை. தொலைபேசியைக் கூட ஆட்டோ ரிப்ளை மோடில் வைத்திருந்தார்.

ஜன்னல்கள் சாத்தப்பட்டுத் திரைச்சீலைகள் போடப்பட்டிருந்தன. அவருக்குத் துணையாக இருந்தது இசை. பாப் டிலனின் பாடலொன்றைத் திரும்பத் திரும்பக் கேட்டுக்கொண்டிருந்தார். '*The Times They Are A-Changin*' என்றது அப்பாடல்.

30. அடுத்து...

கட்டுண்டோம் பொறுத்திருப்போம் என்று வாழ்பவரல்ல ஜாப்ஸ். மேக் குழுவின் தலைமைப் பொறுப்பிலிருந்து தாம் விலக்கப்பட்டதை அவரால் ஏற்றுக்கொள்ள முடியவில்லை.

அலங்காரமான பதவி ஒன்றை அவருக்குக் கொடுத்திருந்தனர். உலகெங்கும் சுற்றலாம். ஆப்பிள் சார்பாக ரஷ்யாவுக்குச் சென்றார் ஜாப்ஸ். அங்கும் சில பிரச்சினைகள். சிலர் குறித்துப் பேசக்கூடாது என்று அவருக்கு அறிவுறுத்தப்பட்டது. கேட்பவரா அவர்? தான் சென்ற பல்கலைக்கழகங்களில் எல்லாம் விருப்பம் போலப் பேசினார்.

எவருடைய அதிகாரமும் அவரைக் கட்டுப்படுத்தவில்லை.

திரும்பி வந்த பின் வெறுமையாக இருப்பதாக உணர்ந்தார். ஸ்டான்ஃபோர்ட் பல்கலையில் அவருக்கொரு நண்பர். பால் பெர்க். உயிரி வேதியியல் நிபுணர்.

அவரிடம் பேசினார். அப்போது ஜாப்ஸுக்கு ஒரு புதிய யோசனை தோன்றியது. உயிரி வேதியியல் சோதனைகள் கடினமானவை என்றார் பால்.

'இதை ஏன் நீங்கள் ஒரு கம்ப்யூட்டரில் ஸிமுலேட் செய்யக்கூடாது?', ஜாப்ஸ் கேட்டார்.

‘அவ்வாறான கணினிகள் விலை அதிகம். எங்களால் வாங்க இயலாது.’ பெர்க்கின் கவலை ஜாப்ஸுக்குப் புரிந்தது.

அதுவே அவரது ‘அடுத்த’ யோசனையானது.

‘உங்களுக்கு ஏற்றாற்போல என்னால் ஒரு கம்ப்யூட்டர் செய்து தர முடியும்.’ பெர்க்கிடம் ஜாப்ஸ் உறுதியளித்தார்.

ஆப்பிளிடம் ஒரு திட்டம் இருந்தது. அதுவும் ஜாப்ஸின் கனவுத் திட்டங்களுள் ஒன்று. அதன் பெயர் ‘*Big Mac*’. மேக்தான். ஆனால் கூடுதல் சக்தி வாய்ந்த மேக்.

ஜாப்ஸ் மேக் குழுவிலிருந்து விலகிய (விலக்கப்பட்ட) பின் இத்திட்டம் கிடப்பில் போடப்பட்டது. இவ்வகைக் கணினிகள் விற்காது என்று மார்க்கெட்டிங் பண்டிதர்கள் சிலர் ஆருடம் சொன்னதால் வந்த வினை.

ஜாப்ஸின் சிந்தனை வேறுவிதமாக இருந்தது. இவ்வகைக் கணினிகளை ஆர்வமாக வாங்கும் கூட்டம் ஒன்று இருக்கிறதென்று நம்பினார் அவர்.

அதைத் தன்னகப்படுத்த விரும்பினார். ஆப்பிளில் இருந்தால் தான் விரும்பிய வண்ணம் செய்யமுடியாது என்று அவருக்குப் புரிந்தது. தனிக்கடை போடுவது என முடிவு செய்தார்.

சில நாள்களில் மீண்டும் ஓர் உயர்மட்டக் குழுக் கூட்டம் வந்தது. தானும் அதில் பேச வேண்டும் என்று ஸ்கெல்லியிடம் கூறினார். ஜாப்ஸுக்கு கடைசி ஸ்லாட் ஒதுக்கப்பட்டது.

ஆப்பிள் நிர்வாகத்தைத் தாக்கிக் குற்றப்பட்டியல் வாசிக்கப் போகிறார் என்றே அவர்கள் எண்ணியிருந்தனர். ஆனால், ஜாப்ஸ் பேசப் பேச அவர்கள் அதிர்ச்சியடைந்தனர்.

‘நான் தனியாக நிறுவனம் ஒன்றைத் தொடங்கவிருக்கிறேன். அது ஆப்பிளுக்குப் போட்டியாக வராது. எனது நோக்கம் பல்கலைக்கழகங்கள் விரும்பும் கணினியைச் செய்வது. சக்தி வாய்ந்த கணினி. அவர்களின் ஆய்வுகளுக்கு இது பயன் தரும்’ என்று நேரடியாகத் தனது திட்டத்தை விளக்கினார்.

'ஆப்பிளிலிருந்து பெருந்தலைகள் எவரையும் நான் என்னுடன் அழைத்துச் செல்லப் போவதில்லை. உங்களுக்குத் தேவையற்றவர்கள் சிலர் என்னுடன் வரக்கூடும்.'

'எனது திட்டத்தைத் தொடர நான் ஆப்பிளிலிருந்து விலகிக் கொள்கிறேன்' என்று முடித்தார்.

உடனடியாக என்ன பதில் சொல்வது என்று அவர்களுக்குத் தெரியவில்லை. ஜாப்ஸ் கிளம்புவது நல்லது என்று சிலர் நினைத்தனர். ஜாப்ஸ் நம்மிடம் இருந்து எதையோ மறைக்கிறார் என்று வேறு சிலர் நம்பினர்.

ஸ்கெல்லி குழுவினர் ஜாப்ஸுக்கு ஒரு வாய்ப்பு தந்தனர். 'உங்களது புதிய நிறுவனத்தில் ஆப்பிள் பத்து சதவீதம் முதலீடு செய்யத் தயார்' என்றனர். ஜாப்ஸுக்கு இது நல்ல யோசனை போலத்தான் தோன்றியது. ஆனாலும் உடனடியாகப் பதிலேதும் கூறவில்லை. யோசித்துச் சொல்கிறேன் என்று கூட்டத்திலிருந்து கிளம்பிவிட்டார்.

இக்கூட்டத்துக்கு வருவதற்கு முன்னரே ஜாப்ஸ் தனது ஆப்பிள் சகாக்கள் சிலரிடம் பேசியிருந்தார். அதில் ஐந்து முக்கிய நபர்கள் ஜாப்ஸுடன் வருவதாகச் சொல்லியிருந்தனர். அதில் லெவின் என்பவரும் ஒருவர்.

இவர் பல்கலைக்கழகங்களுக்கு மேக் கணினிகளை விற்பனை செய்யும் குழுவில் இருப்பவர். யூனிவர்சிட்டி கன்ஸார்ட்டியம் என்று ஒன்றிருந்தது. மேக்கிண்டோஸ் கணினிகளை அதிக எண்ணிக்கையில் பல்கலைக்கழகங்களுக்குக் கொண்டு சேர்ப்பது இதன் வேலை.

ஜாப்ஸ் இருந்தவரை இதைப் போற்றிப் பாதுகாத்து வந்தார். அவருக்குப் பின் வந்தவர்கள் அதுவும் ஒரு விற்பனைக் குழு என்று சாதாரணமாக நடத்தினர்.

இது லெவினுக்குப் பிடிக்கவில்லை. எனவே அவர் ஜாப்ஸுடன் வந்துவிடுவதாகத் தெரிவித்தார். இதுபோலவே ஹார்ட்வேர் மற்றும் சாஃப்ட்வேர் குழுக்களில் இருந்த நான்கு பொறியாளர்களும் ஜாப்ஸுடன் இணைவதாக ஒப்புக்கொண்டனர்.

இவர்கள் ஐவரையும் ஜாப்ஸ் வலுக்கட்டாயமாகத் தன்னுடன் வரவேண்டும் என்று அழைக்கவில்லை. அவர்களாகவே வந்தனர்.

இவர்கள் ஐவருமே குழுத்தலைவர்கள் அல்ல. எனவே இவர்களைக் குறித்து உயர்மட்டக் கூட்டத்தில் ஜாப்ஸ் குறிப்பிடவில்லை.

கூட்டம் முடிந்தபின் ஸ்கெல்லி யாரெல்லாம் ஜாப்ஸுடன் செல்லவிருக்கின்றனர் என்று விசாரித்தார். இந்த ஐவரின் பெயர்களும் அவருக்குத் தெரிய வந்தன. ஜாப்ஸ் தங்களைத் திட்டமிட்டு ஏமாற்றிவிட்டதாக அவர் நினைத்தார்.

ஆப்பிளின் மிக முக்கிய உறுப்பினர்களை ஜாப்ஸ் 'கடத்திச்' செல்வதாக நினைத்தார் ஸ்கெல்லி. இதை உயர்மட்டக் குழுவிலிருந்த பிறரிடமும் தெரிவித்தார்.

அவர்களும் ஜாப்ஸ் தங்களிடமிருந்து உண்மைகளை மறைத்து விட்டதாகவே நினைத்தனர். ஜாப்ஸின் பார்வையில் அவர் செய்தது தவறல்ல. எவரையும் வலிந்து அழைக்கவில்லை. வந்தவர்களும் பெருந்தலைகள் அல்ல.

சில தினங்களுக்குப் பின் பத்திரிகைச் செய்திகள் மூலமாகவே ஆப்பிள் குழுவினர் தன் மீது கோபமாக இருப்பதை ஜாப்ஸ் அறிந்துகொண்டார். ஜாப்ஸ் ஆப்பிளை ஏமாற்றிவிட்டதாக அவர்கள் பேட்டியளித்திருந்தனர்.

ஜாப்ஸுக்கு எதிராகச் சட்டபூர்வமான நடவடிக்கைகள் எடுக்கப்படும் என்றும் கூறியிருந்தனர். அவர்கள் ஜாப்ஸ் மீது வைத்த குற்றச்சாட்டுகள் மூன்று.

ரகசியமாகத் திட்டமிட்டு ஆப்பிளுக்கு எதிராக ஒரு நிறுவனத்தைத் தொடங்குவது முதலாவது குற்றம். ஆப்பிளின் டிசைன் டாக்குமெண்ட்களைத் தவறாகப் பயன்படுத்துவது இரண்டாவது குற்றம். மூன்றாவது, ஆப்பிள் பணியாளர்களை ஆப்பிளுக்கு எதிராகவே பணிசெய்யத் தூண்டுவது.

ஜாப்ஸ் இதையெல்லாம் கூட கண்டுகொள்ளவில்லை. ஆனால் இத்துடன் அவர்கள் இன்னொன்றையும் சொல்லியிருந்தனர். அதுதான் அவரைச் சினங்கொள்ளச் செய்தது.

'இக்குற்றங்களுக்காக ஜாப்ஸை ஆப்பிளிலிருந்து வெளியேற்றுகிறோம்.'

குழுக்கூட்டத்தில் ஜாப்ஸ் தானாகவே விலக்கிக்கொள்வதாக அறிவித்திருந்தார். எனவே விலக்குவது என்னும் பேச்சுக்கே இடமில்லை.

இதற்கெதிராக தனது நிலைப்பாட்டை விளக்குவது என முடிவு செய்தார். சில பத்திரிகைகளை அழைத்தார். அவருடைய ஃபேவரைட் என்று சில பத்திரிகைகள் இருந்தன. அவர்களிடம் நடந்தவற்றைக் கூறினார்.

அத்துடன் தனது பதவி விலகல் கடிதம் ஒன்றையும் வெளியிட்டார். அவரே மேக் கணினியில் டிசைன் செய்து அச்சிட்ட கடிதம். இதைப் பிறிதொரு முறை ஜாப்ஸ் பெருமையாக நினைவுகூர்ந்துள்ளார்.

இச்சிக்கல்கள் ஒருபுறம் இருக்க, கணினி செய்யும் வேலைகள் தொடங்கின. *Big Mac* என்னும் பெயரை ஜாப்ஸ் பயன்படுத்த முடியாது. அது ஆப்பிளுடையது.

எனவே அவரே ஒரு புதிய பெயரைச் சூட்டினார். அது *NeXT*. அடுத்து என்ன என்பது தான் ஜாப்ஸின் மனத்தில் எப்போதும் எழும் கேள்வி. அதை மையப்படுத்தும் பெயர்.

தொடக்கக் காலத்தில் இருந்தே ஜாப்ஸுக்கு டிசைனில் ஆர்வம் அதிகம். ஆப்பிளில் இருந்தவரை அவரைக் கட்டுப்படுத்த சில நடைமுறைகள் இருந்தன. இப்போது ஜாப்ஸ் சங்கிலிகள் நீக்கப்பட்ட யானை.

நெக்ஸ்ட் கணினியின் டிசைன் அதற்கொரு உதாரணம். இந்தக் கணினி ஒரு க்யூப் வடிவத்தில் இருக்கவேண்டும் என்றார். கனச் சதுரம். ஓர் அடி நீள, அகல, உயரத்தில். ஒரு பெர்ஃபெக்ட் க்யூப்.

அக்காலத்திய கம்ப்யூட்டர்கள் பீட்சா பெட்டி போலச் செவ்வக வடிவிலேயே இருந்தன. அதை க்யூபாக மாற்ற விரும்பினார் ஜாப்ஸ்.

இது தொழில்நுட்பச் சவால்களை அதிகப்படுத்தியது. சர்க்யூட்களின் வடிவம், அவை அடுக்கப்படும் விதம் என அனைத்தையுமே புதிதாகச் செய்யவேண்டியிருந்தது.

இதுகுறித்தெல்லாம் அவருக்குக் கவலையில்லை. கனச் சதுரம் என்றால் கனச் சதுரம்தான். எங்கிருந்து வேண்டுமானாலும் வல்லுநர்களை வரவழையுங்கள். நாம் எண்ணியதை முடிக்க வேண்டும் என்று குழுவுக்குக் கட்டளையிட்டார்.

நெக்ஸ்ட் கணினிகளில் *NeXTSTEP* என்றொரு ஆபரேட்டிங் சிஸ்டம் இருந்தது. ஜாப்ஸின் இத்திட்டம் பில்கேட்ஸின் காதுகளுக்கும் எட்டியது. 'ஜாப்ஸ் செய்யும் எல்லாவற்றிலும் ஒரு சிறப்பம்சம் உண்டு. அவை வேறு எதனுடன் ஒருங்கிணைந்து வேலை செய்யாது' எனக் கிண்டல் செய்தார்.

பல்வேறு தடங்கல்களுக்குப் பின் நெக்ஸ்ட் கணினியின் அறிமுக விழா வந்தது. ஜாப்ஸ் தனது வழக்கமான துள்ளலுடன் புதிய கணினியை அறிமுகப்படுத்தினார்.

விலையை அவர் குறிப்பிடும்வரை ஆரவாரம் அதிகமிருந்தது. இக்கணினியின் விலை ஆறாயிரத்து ஐநூறு டாலர் மட்டுமே என்று தனது பாணியில் அறிவித்தார் ஜாப்ஸ்.

இந்த விலை பல்கலைக்கழகங்களுக்கு ஒத்துவராது. இதைத்தான் பெர்க் முதலிலேயே குறிப்பிட்டிருந்தார். நெக்ஸ்ட் கணினிகளின் விலை இவ்வளவு அதிகமானதற்கு ஜாப்ஸின் சில பிடிவாதமான முடிவுகளும் காரணம். இந்த டிசைனில்தான் வேண்டும், இந்த வண்ணம்தான் என்று ஒவ்வொன்றையும் காஸ்ட்லியாக மாற்றினார் ஜாப்ஸ்.

அறிமுக விழா முடிந்தது. ஆனால் உடனடியாக விற்பனைக்கு வரவில்லை நெக்ஸ்ட். அதையும் ஜாப்ஸ் குறிப்பிட்டிருந்தார். சில மாதங்கள் ஆகும் என்றார்.

நெக்ஸ்ட் வந்தபோது அது ஜாப்ஸ் எதிர்பார்த்த வரவேற்பைப் பெறவில்லை. ஆயிரக்கணக்கான கணினிகளைச் செய்வதற்கு அவர் ஏற்பாடு செய்திருந்தார். ஆனால் அடுத்து என்னவென்று தெரியாமல் *NeXT* கணினிகள் காத்திருந்தன.

ஜாப்ஸ் 'அடுத்து' என்ன செய்தார்?

31. ஜாப்ஸ் 2.0

நெக்ஸ்ட் கணினிகளின் விற்பனை தொடங்கியது. ஜாப்ஸின் சொல்வன்மை நெக்ஸ்ட் குறித்த எதிர்பார்ப்பை அதிகரித்திருந்தது. ஆனால் நாள்கள் செல்லச் செல்ல நிலைமை வேறுவிதமாக மாறியது.

ஜாப்ஸைப் பொறுத்தவரை தனது கணினிகளுக்குப் போட்டியே இல்லை. அவை தனிப்பிறவிகள். சக்தி வாய்ந்த வொர்க் ஸ்டேஷனாக ஒருபுறம், அணுக்கமான பெர்சனல் கம்ப்யூட்டராக மறுபுறம். இப்படியாக இன்னொரு கணினி கிடையாது என்று ஜாப்ஸ் சொல்லி வந்தார்.

இது பொய்யல்ல. சக்தியும் எளிமையும் கலந்த கலவையாக இருந்தன நெக்ஸ்ட் கணினிகள். ஆனாலும் ஒரு பெரிய சிக்கல். அது பயனாளர்களை நெக்ஸ்ட் கணினிகளிலிருந்து தூர அழைத்துச் சென்றது.

நெக்ஸ்ட் கணினிகளில் இயங்கும் சாஃப்ட்வேர்களின் எண்ணிக்கை மிகவும் குறைவு. இதற்குக் காரணம் அவை வடிவமைக்கப்பட்டிருந்த விதம். வேறு எந்த சாஃப்ட்வேரும் அவற்றில் இயங்காது என்று ஜாப்ஸ் அறிவித்திருந்தார். சாஃப்ட்வேர், ஹார்ட்வேர் இரண்டுமே எங்கள் வசம். இவ்வாறிருந்தால்தான் பயனாளர்களுக்குச் சிறப்பான கணினி அனுபவத்தை வழங்க முடியும் என்று நம்பினார் ஜாப்ஸ்.

பெர்சனல் கம்ப்யூட்டர்களின் யுகம் வேறுவிதமாக இருந்தது. என்ன வேண்டுமோ அதை இன்ஸ்டால் செய்து கொள்ள முடியும் என்றிருப்பதுதான் சிறப்பு. இது ஜாப்ஸின் நெக்ஸ்ட் கணினியில் சாத்தியமில்லை.

இதுபோக இன்னும் ஒரு பெரிய சிக்கல், விலை. சன் மைக்ரோ சிஸ்டத்தின் கணினிகள் பயனாளர்களின் விலைச் சிக்கலைத் தீர்த்தன. எனவே அவர்களது நிறுவனம் அதிவேகமாக வளர்ந்தது.

தொண்ணூறுகளின் தொடக்கத்தில் நெக்ஸ்ட்டின் வர்த்தகம் ஏறத்தாழ முப்பது மில்லியன் டாலர். அதே காலக்கட்டத்தில் சன் நிறுவனத்தின் வணிகம் இரண்டரை 'பில்லியன்' டாலர்.

ஜாப்ஸுக்கும் நிலவரம் புரிந்தது. அவர் தனது குணத்துக்கு எதிரான ஒன்றைச் செய்வதற்கு ஒப்புக்கொண்டார். அது *NEXTSTEP* ஆபரேட்டிங் சிஸ்டத்தை பிறரும் பயன்படுத்த அனுமதிப்பது.

விண்டோஸ் போன்ற ஒரு லைசன்ஸிங் மாடல். இது தொடக்கத்திலிருந்து ஜாப்ஸ் கூறி வந்ததற்கு எதிரானது. ஆனால் வர்த்தகச் சூழல் அவரை இந்த நிலைக்குத் தள்ளியது.

ஜாப்ஸின் அகராதியில் இது பெரிய முடிவு. ஆனால் இம்முடிவும் கூட அவர் எதிர்பார்த்த பலனைத் தரவில்லை. ஓராண்டு இடைவெளியில், இனி ஹார்ட்வேர் செய்வதில்லையென முடிவெடுத்தார். ஆபரேட்டிங் சிஸ்டத்தில் மட்டும் கவனம் செலுத்தி அதை வளர்த்தெடுப்பது.

நெக்ஸ்ட் கணினிகளுக்கான தொழிற்சாலையை ஜாப்ஸ் மிகுந்த சிரத்தையுடன் வடிவமைத்திருந்தார். அதை விற்க வேண்டிய சூழல் வந்தது. விற்றார். நிறுவனத்தில் பணியாற்றியவர்களில் பாதிக்கும் மேற்பட்டவர்களை வேலையை விட்டு அனுப்பினார். இவையாவும் அவர் விரும்பி எடுத்த முடிவுகள் அல்ல. வணிகச் சூழலின் கட்டாயம்.

இதுவரை நாம் பார்த்தது ஜாப்ஸ் புதிதாகத் தொடங்கிய நெக்ஸ்ட் நிறுவனத்தின் நிலை. ஜாப்ஸ் இல்லாத ஆப்பிளின் நிலையும் சொல்லிக்கொள்வது போலில்லை.

ஜாப்ஸ் விலகியபின் ஸ்கெல்லி தான் நினைத்ததையெல்லாம் செய்தார். ஜாப்ஸின் திட்டங்கள் தவறானவை என்று வாய்ப்புக் கிடைக்கும் போதெல்லாம் சொல்லிவந்தார்.

ஜாப்ஸ் மேக் கணினிகளை அன்றாடம் பயன்படுத்தும் ஒரு பொருள்போல மாற்ற விரும்பினார். ஆனால் ஸ்கெல்லி இது சாத்தியமில்லை என்று நம்பினார். கம்ப்யூட்டர்கள் ஹைடெக். அவற்றைப் பிற பொருள்கள்போல விற்க முடியாது என்பது அவருடைய வாதம்.

ஜாப்ஸ் இதை ஏற்கவில்லை. அவரது பார்வையில் ஸ்கெல்லியின் முதன்மை நோக்கம் லாபம். பணம் பண்ணுவது. பயனாளர்கள் இரண்டாம் பட்சம்தான். இது ஆப்பிளைத் தான் விரும்பும் நிலைக்கு இட்டுச் செல்லாது என்று நம்பினார்.

நெக்ஸ்ட் ஒருபுறம் திணறிக்கொண்டிருந்தது. ஆப்பிளின் வேகமும் குறைந்திருந்தது. இச்சூழலில் மைக்ரோசாஃப்ட் அடித்து ஆடத் தொடங்கியிருந்தது. விண்டோஸ் 3.0 வந்தது. பெரும்பாலான பயனர்களின் கவனம் அவர்கள் பக்கம் திரும்பியது.

இதைத் தொடர்ந்து விண்டோஸ் 95. இது மைக்ரோசாஃப்ட்டின் வரலாற்றில் ஒரு மைல்கல். அவர்கள் டெஸ்க்டாப் கணினி மார்க்கெட்டைக் கைப்பற்ற 95 உதவியது.

விண்டோஸ் 95 பரபரப்பாகப் பேசப்பட்டது. மேக்கின் விற்பனை வெகு வேகமாகக் குறைந்தது. போட்டியின் இந்தச் சுற்றில் வெற்றி பெற்றது மைக்ரோசாஃப்ட். சாதாரண வெற்றியல்ல. விஸ்வரூப வெற்றி. ஜாப்ஸ் இவையனைத்தையும் வெளியிலிருந்து பார்த்துக் கொண்டிருந்தார். தான் உருவாக்கிய நிறுவனம் இப்படிச் சீர்குலைந்து போவது அவருக்கு வருத்தமாக இருந்தது.

தனது வருத்தத்தை அவர் ஆதங்கமாக வெளிப்படுத்தினார். ஓர் உதாரணம் பார்ப்போம்.

ஸ்டான்ஃபோர்ட் பல்கலையின் மாணவர் அமைப்பு அவரைப் பேச அழைத்திருந்தது. அவருடைய பேச்சு குறித்துச் சொல்லவும் வேண்டுமா? கேளாரும் வேட்ப மொழியும் பாணி அவருடையது.

பேசி முடித்தபின்னர் அவரிடம் ஆட்டோகிராஃப் வேண்டுமென்றார் ஒரு மாணவர். எதில் கையெழுத்திடுவது என ஜாப்ஸ் கேட்டார். அதில் வந்தது வினை.

ஏதேனும் ஒரு நோட்டையோ காகிதத்தையோ கொடுத்திருக்கலாம் அந்த மாணவர். ஆனால் அவ்வாறு செய்யவில்லை அவர். தன்னிடம் இருந்த மேக்கிண்டோஸ் கீபோர்ட் ஒன்றை நீட்டினார்.

ஜாப்ஸ் ஆப்பிளை விட்டுப் போன பிறகு கீபோர்டை மாற்றியமைத் திருந்தனர். அவர் நீட்டியது அந்த கீபோர்ட்தான். சில புதிய 'கீ'கள் அதிலிருந்தன. பேசாமல் ஓர் ஓரத்தில் கையெழுத்திட்டிருக்கலாம். செய்யக் கூடியவரா ஜாப்ஸ்?

இதில் நான் கையெழுத்திட ஒரு நிபந்தனை. ஆப்பிள் அறிமுகம் செய்திருக்கும் இந்தப் புதிய கீகளை நீக்க வேண்டும் என்றார். தனது கார் சாவியைக் கையில் எடுத்தார்.

புதிய கீகளை ஒவ்வொன்றாக நெம்பி வெளியே எடுத்தார். நான்கு ஏரோ கீகள். மேல் வரிசையில் *F1, F2* என்று வரிசையாக இருக்கும் கீகளைக் கழட்டினார்.

அதன் பின்னர் கையெழுத்திட்டார். ஜாப்ஸின் இந்த நடவடிக்கை அதீதம் என்று தோன்றலாம். பிறர் நினைப்பதைப் பற்றி அவர் என்றைக்குமே கவலைப்பட்டதில்லை.

ஜாப்ஸின் இந்த ஆதங்கத்துக்கு ஒரு காரணம் இருந்தது. இப்போது ஆப்பிள் புதிதாக எதையுமே செய்வதில்லை. அவர்கள் செய்வதும் பயனற்றதாக இருக்கிறது. எனவே ஆப்பிள் விண்டோஸிடம் தோற்றுவிட்டது. இது அவர்களுக்குத் தேவைதான். இவ்வாறு தனது நேர்காணல்களில் சொல்லிவந்தார்.

ஆப்பிளின் வர்த்தகம் குறையக் குறைய ஸ்கெல்லியின் மீது அழுத்தம் அதிகரித்தது. அவர் தலைமைப் பொறுப்பிருப்பிலிருந்து நீக்கப்பட்டார்.

அவருக்குப் பின் வந்தவர் 'கில் அமிலியோ' என்பவர். இவர் நீண்ட அனுபவம் வாய்ந்தவர். நேஷனல் செமிகண்டெக்டர் என்னும் புகழ்மிக்க நிறுவனத்தின் தலைவராக இருந்தவர்.

அமிலியோவை ஜாப்ஸ் சந்திக்க விரும்பினார். நேஷனல் செமிகண்டெக்டர் நிறுவனத்துக்கு ஜாப்ஸை அழைத்தார் அமிலியோ. அவர்களது சந்திப்பு அத்தனை சுமுகமாக இல்லை. ஆப்பிளைக் காப்பாற்ற என்னை விட்டால் ஆளில்லை என்னும் வகையில் பேசினார் ஜாப்ஸ். அமிலியோ ஜாப்ஸின் ரியாலிட்டி டிஸ்டார்ஷனில் விழவில்லை.

என்னால் சரிசெய்ய முடியும். நீங்கள் கிளம்பலாம் என்று துரத்தாத குறையாக அனுப்பிவைத்தார்.

காலங்கள் செல்லச்செல்ல ஆப்பிளின் முழுப் பிரச்சினையும் அமிலியோவுக்குப் புரிந்தது. அப்போது ஆப்பிள், *Copland* என்றொரு ஆபரேட்டிங் சிஸ்டத்தைச் செய்துகொண்டிருந்தது. அதை அமிலியோ ஆராய்ந்தார். இது வெளிவந்தாலும் ஆப்பிளின் சிக்கல்கள் தீராது என்று அவருக்குப் புரிந்தது. கோப்லேண்ட் வெளிவருவதும் தொடர்ந்து தாமதமாகிக்கொண்டிருந்தது.

இச்சூழலில் ஆப்பிளுக்கு ஒரு பார்ட்னர் வேண்டுமென்று அவருக்குப் புரிந்தது. ஒரு புத்தம்புதிய ஆப்பரேட்டிங் சிஸ்டம். யூனிக்ஸ் போல ஸ்திரமாக இயங்கும் ஓர் ஆபரேட்டிங் சிஸ்டம்.

அவர்களது தேவையைப் பூர்த்தி செய்யும் நிலையில் இருந்தது *NEXTSTEP*. இது ஜாப்ஸிடம் இருந்தது.

ஆப்பிளில் அந்தக் காலகட்டத்தில் பல்வேறு குழுக்கள் இருந்தன. தொழில்நுட்பக் குழுவின் தலைவராக இருந்தவர் எல்லன் ஹான்காக். இவர் சன் நிறுவனத்திடம் இருந்த சோலாரிஸ் என்னும் ஆபரேட்டிங் சிஸ்டத்தைப் பயன்படுத்தலாம் என்றார். அது ஸ்திரமான ஓ.எஸ் தான். ஆனால் அவர்கள் விரும்பிய அளவுக்கு அதன் இண்டர்ஃபேஸ் கவர்ச்சிகரமானதாக இல்லை.

அமிலியோ, *Windows NT* பக்கம் போய்விடலாம் என்றார். இவ்வாறு செய்தால் பல்வேறு சாஃப்ட்வேர்களையும் அப்படியே பயன்படுத்திக்கொள்ளலாம். இது பயனாளர்களைக் கவரும். பில் கேட்ஸுக்கும் இதில் ஆர்வம் இருந்தது. இவையெல்லாம் நடந்துகொண்டிருக்கும்போது, ஜாப்ஸ் மீண்டும் ஒரு முறை

அமிலியோவை அழைத்தார். அப்போது அமிலியோ ஜப்பான் பயணத்தில் இருந்தார். திரும்பி வந்தபின்னர் நாம் நிச்சயம் சந்திக்கலாம்.

இந்த முறை அமிலியோவின் பேச்சில் மாற்றம் இருப்பதை ஜாப்ஸ் உணர்ந்தார். அவர் திரும்பி வந்தபின்னர் பேச்சுவார்த்தைகள் தொடங்கின. ஜாப்ஸின் வீட்டுக்கு வந்தார் அமிலியோ.

ஆப்பிள் கணினிகளில் தனது ஆபரேட்டிங் சிஸ்டம் வருவதை ஜாப்ஸ் மிகவும் விரும்பினார். எனவே இந்த டீலில் தனது முழு ஆற்றலையும் பயன்படுத்தினார் ஜாப்ஸ்.

வியாபாரம் என்னும் நோக்கில் மட்டுமே பேசவில்லை ஜாப்ஸ். ஆப்பிள் எனது குழந்தை. அதன் வளர்ச்சி பாதிக்கப்படுவதை என்னால் பொறுத்துக் கொள்ளமுடியவில்லை என்றார்.

பல கட்டப் பேச்சுகளுக்குப் பின்னர் நெக்ஸ்ட்டை வாங்குவது என்று முடிவெடுத்தது ஆப்பிள். நெக்ஸ்ட் வருகிறது என்றால் ஜாப்ஸும் வருகிறார் என்று பொருள்.

பண விஷயத்தில் கூட ஜாப்ஸ் அதிக அக்கறை காட்டவில்லை. ஆப்பிளின் உயர்நிலைக் குழுவில் தனக்கொரு இடம் வேண்டும் என்றார். முதலில் மறுத்த அமிலியோ பின்னர் ஒப்புக்கொண்டார்.

'ஆலோசகர்' என்னும் பொறுப்பு வழங்கப்பட்டது ஜாப்ஸுக்கு. ஆப்பிளில் மீண்டும் ஜாப்ஸ்.

ஜாப்ஸ் 2.0. இனி அதிரடிதான்.

32. நியூட்டன்: தரையில் விழுந்த ஆப்பிள்

கையடக்க கம்ப்யூட்டர். டைப் செய்யத் தேவையில்லை. எழுதினாலே போதும். இப்படித்தான் அறிமுகமானது நியூட்டன்.

பெர்சனல் டிஜிட்டல் அசிஸ்டென்ட் என்று இதை வரையறுத்திருந்தது ஆப்பிள். சுருக்கமாக PDA.

ஒரு டிஜிட்டல் நோட்டுப் புத்தகம் போலப் பயன்படுத்தலாம். இதில் எழுதுவதற்கென ஒரு டிஜிட்டல் பேனா (ஸ்டைலஸ்). பார்ப்பதற்கு அழகாக இருந்தது.

எழுத்துகள்தான் என்றில்லை. சின்னச் சின்ன உருவங்களைக் கூட இதனால் புரிந்துகொள்ள முடிந்தது.

இக்கருவியில் நியூட்டன் என்றொரு ஓ.எஸ் இருந்தது. இது மேக்கிண்டோஸ். அல்ல. முற்றிலும் வேறொரு ஓ.எஸ். ஆப்பிள் இதை லைசன்ஸிங் செய்தது. அதாவது விண்டோஸ் போல இதைப் பிற நிறுவனங்களும் தங்கள் கருவிகளில் பயன்படுத்தலாம். தாங்கள் செய்யும் டிஜிட்டல் அசிஸ்டென்ட்களில் இந்த ஆபரேட்டிங் சிஸ்டத்தை அவர்கள் இன்ஸ்டால் செய்யமுடியும். அப்படியும் சில கருவிகள் வந்தன.

நியூட்டன் வெளியான காலத்தில் அது ஒரு மேஜிக் போலத் தெரிந்தது. ஆனால் அதன் தொடக்ககாலக் கவர்ச்சி நீடிக்கவில்லை.

இந்த நியூட்டன் சம்பவம் ஜாப்ஸ் ஆப்பிளில் இல்லாதபோது நிகழ்ந்த ஒன்று.

ஒருவகையில் ஆப்பிள் செய்த புதுமையான கருவி. ஆனால் அடிப்படையான சில சிக்கல்கள் இருந்தன. கையெழுத்தைப் புரிந்துகொள்ளத் திணறியது நியூட்டன்.

உள்ளபடியே, இது மிகச் சவாலான ஒரு செயல். இன்றிருக்கும் தொழில்நுட்பம் இதைச் சாத்தியப்படுத்தியிருக்கிறது. ஆனால் நியூட்டன் வெளிவந்த சமயத்தில் மேம்பட்ட ஏஐ தொழில்நுட்பங்கள் இல்லை. எனவே இது மிகச் சுமாராக வேலை செய்தது.

ஒருகட்டத்தில் தொலைக்காட்சிகளில் வரும் கார்ட்டூன்கள் எல்லாம் இதைக் கிண்டல் செய்யத் தொடங்கின. எங்கு பார்த்தாலும் இதைக் கேலி செய்து செய்திகள் வரத்தொடங்கின.

எப்படியெல்லாம் நியூட்டன் தப்புத்தப்பாகக் கையெழுத்துகளைப் புரிந்துகொள்கிறது என்று பல்வேறு பத்திரிகைகளும் செய்திகள் வெளியிட்டன.

இது ஆப்பிளின் இமேஜை வெகுவாகப் பாதித்தது. நியூட்டன் இவற்றையெல்லாம் செய்யும் என்று ஆப்பிள் தந்த வாக்குறுதிகள் பயனற்றுப் போயின.

இங்குதான் ஜாப்ஸின் தனித்துவம் இருந்தது. அவர் இருந்திருந்தால் இதை நிச்சயம் அனுமதித்திருக்க மாட்டார்.

ஜாப்ஸ் ஆப்பிளின் ஆலோசகராக மீண்டும் வந்த பின்னர் எடுத்த முதல் முடிவு, நியூட்டனைக் கொல்வது.

அமிலியோவை ஒருநாள் தொலைபேசியில் அழைத்தார். நேரடி யாக விஷயத்துக்கு வந்தார். 'இனி நியூட்டன் வேண்டாம்' என்றார்.

அமிலியோவும் நியூட்டனில் பிரச்சினைகள் இருப்பதை ஒப்புக்கொண்டார். ஆனால் அதைக் கைவிட அவருக்கு மனமில்லை. ஸ்கெல்லி இருந்தபோது வந்த கருவி நியூட்டன். ஒருவேளை, ஸ்கெல்லி மீதிருந்த கோபத்தில் ஜாப்ஸ் இதைச் செய்கிறாரோ என்னும் ஐயம்.

நியூட்டன் வேண்டாம் என்பதில் ஜாப்ஸ் உறுதியாக இருந்தார். அதற்கான காரணம் ஸ்கெல்லி மீதான கோபம் அல்ல.

பயனாளர்களுக்கு ஆப்பிள் தரும் வாக்குறுதிகள் பொய்த்துப் போவதை அவரால் ஏற்றுக்கொள்ள முடியவில்லை.

அமிலியோவுக்குப் புரியவைத்தார். இதைத் தொடர்ந்தால் ஆப்பிளின் நற்பெயருக்குக் களங்கம் ஏற்படும். எனவே நிறுத்துங்கள் என்றார். அவ்வாறே செய்தார் அமிலியோ.

அமிலியோதான் அப்போது ஆப்பிளின் தலைமைச் செயல் அதிகாரி. ஜாப்ஸ் ஆலோசகர் என்னும் பொறுப்பில்தான் இருந்தார்.

அமிலியோவுக்கு நீண்ட அனுபவம் இருந்தது. ஆனாலும் ஜாப்ஸிடம் இருந்த வசீகரம் இல்லை. இதை மெய்ப்பிக்கும் வகையில் ஒரு சம்பவம்.

மேக்வேர்ல்ட் என்றொரு நிகழ்வு. சான் ஃபிரான்சிஸ்கோவில் நிகழ்ந்தது. மிகப் பெரிய அரங்கம். நான்காயிரம் ஆப்பிள் ரசிகர்கள் கலந்துகொண்டனர்.

ஜாப்ஸ் ஆப்பிளுக்கு வந்தபின்னர் நடக்கும் மிகப்பெரிய நிகழ்ச்சி. அமிலியோதான் அந்நிகழ்வின் பெரும்பாலான நேரம் பேசவேண்டும்.

ஆனால் அதற்கான தயாரிப்புகளை அவர் தெளிவாகச் செய்யவில்லை. அவருடைய உரையை எழுதிக்கொடுத்தவர்களும் சொதப்பி இருந்தனர்.

அத்தனை ஆயிரம் நபர்களுக்கு முன்னர் ஏனோதானோ என்று எதையோ சொல்லிக்கொண்டிருந்தார் அமிலியோ.

எவற்றையெல்லாம் நிகழ்ச்சியில் சேர்க்கவேண்டும் என்று ஒரு பட்டியல் தயாரிக்கப்பட்டிருந்தது. ஆனால் அமிலியோ தன் போக்குக்கு அதை நடத்திக்கொண்டிருந்தார்.

ஓர் உதாரணம். பிரபலக் குத்துச்சண்டை வீரர் முகம்மது அலியும் அந்த அரங்கில் முதல் வரிசையில் அமர்ந்திருந்தார். பார்க்கின்ஸன் என்னும் நரம்பியல் நோய் குறித்த விழிப்புணர்வுக்காக வந்திருந்தார்.

நிகழ்ச்சி நிரலின்படி அமிலியோ பேசும்போது அவரை மேடைக்கு அழைக்கவேண்டும். ஆனால் அவர் வெறுமனே முகம்மது அலியின் பெயரை மட்டும் குறிப்பிட்டார். மேடைக்கு அழைக்கவில்லை.

அரங்கில் இருந்தவர்களுக்கு ஏன் முகம்மது அலி வந்திருக்கிறார் என்பதைக் கூடத் தெரியப்படுத்தவில்லை.

இப்படியாகத் தனது போக்கில் உரையை நிகழ்த்திக்கொண்டிருந்தார் அமிலியோ. பார்வையாளர்களும் பொறுமை இழந்து கொண்டிருந்தனர்.

இரண்டு மணிநேரம் இவ்வாறாகப் போனது. அதன் பின்னர் ஜாப்ஸை மேடைக்கு அழைத்தார் அமிலியோ. ஜாப்ஸ் வந்ததுதான் தாமதம். அரங்கலிருந்தோர் ஆர்ப்பரிக்கத் தொடங்கினர்.

உற்சாகமாகப் பேசினார் ஜாப்ஸ். அவருடைய ஒவ்வொரு அசைவும் பார்வையாளர்களால் ரசிக்கப்பட்டது. அரங்கை அமைதிப் படுத்திவிட்டு ஜாப்ஸ் இவ்வாறு சொன்னார்,

'ஆப்பிளின் பெருமையை மீட்டெடுக்க வேண்டும். இன்னும் நாம் செய்ய வேண்டிய பணிகள் நிறைய இருக்கின்றன. மேக்கிண்டோஸ் ஓ.எஸ் இப்போது பின்தங்கிவிட்டது. அதை மீண்டும் புதுப்பொலிவுடன் உங்களிடம் கொண்டுவருவோம்.'

அன்று அவர் புதிய புராடெக்ட் எதையும் அறிமுகப்படுத்தவில்லை. ஆனபோதும் அவருடைய வருகையே ஆப்பிள் ரசிகர்களுக்குப் போதுமானதாக இருந்தது.

ஜாப்ஸின் சிறிய உரையுடன் நிகழ்வு முடிந்திருக்கவேண்டும். ஆனால் அமிலியோ அவ்வாறு செய்யவில்லை. மீண்டும் அவர் பேசத் தொடங்கினார்.

இன்னும் ஒரு சர்ப்ரைஸ் என்று அறிவித்தார். மேடைக்கு வாஸ்நியாக்கை அழைத்தார். இது ஜாப்ஸ் சற்றும் எதிர்பாராதது.

தன்னிடம் சொல்லாமல் வாஸ்நியாக்கை அழைத்ததை ஜாப்ஸ் விரும்பவில்லை. வாஸ் வருவதை நீங்கள் என்னிடம் முதலிலேயே சொல்லியிருக்க வேண்டும் என்று அமிலியோவிடம் கூறினார்.

அமிலியோவுக்கு ஒன்று புரிந்தது. ஜாப்ஸைக் கட்டுப்படுத்துவது கடினம். அவருடன் தொடர்ந்து பணியாற்றுவதில் பல சிக்கல்கள் இருப்பதை உணர்ந்தார் அமிலியோ.

ஆப்பிளின் முக்கியப் பொறுப்புகளில் தன்னுடைய ஆதரவாளர்கள் இருக்கும்படி பார்த்துக்கொண்டார் ஜாப்ஸ். *NEXT* குழுவில் இருந்து வந்தவர்கள் இவர்கள்.

அந்நேரத்தில் சோலாரிஸ் ஆதரவாளர்கள் என்றொரு குழு ஆப்பிளில் இருந்தது. அவர்கள் இன்னமும் *NEXT* தேவையில்லை, சோலாரிஸ் கெர்னலையே பயன்படுத்தலாம் என்றொரு கருத்தை வலியுறுத்திக்கொண்டிருந்தனர். இதற்குத் தலைமை தாங்கியவர் எல்லென். அவரை நீக்கிவிட்டு தன்னுடைய நண்பர்கள் இருவரை அந்த இடத்துக்குக் கொண்டுவந்தார் ஜாப்ஸ்.

இப்படியாக ஆப்பிளில் ஜாப்ஸ் ராஜ்ஜியம் மீண்டும் உருவாகிக் கொண்டிருந்தது.

ஜாப்ஸின் ஆதரவாளர்கள் ஆப்பிளுக்கு வெளியிலும் இருந்தனர். அதில் முக்கியமானவர் லேரி எல்லிசன். இவர் ஜாப்ஸின் நீண்ட கால நண்பர். ஆரக்கிள் நிறுவனத்தின் தலைவர். பெரும் தனவந்தர்.

ஜாப்ஸ் மீண்டும் ஆப்பிளின் தலைமைப் பொறுப்புக்கு வரவேண்டும் என்பதில் உறுதியாக இருந்தார் எல்லிசன். அதற்காகச் செலவு செய்யவும் தயாராக இருந்தார்.

எல்லிசனுக்கு ஜாப்ஸைப் பிடித்திருக்க முக்கியமான காரணம் ஒன்றிருந்தது. அது பணம் என்பதை ஜாப்ஸ் ஒரு பொருட்டாகக் கருதாததுதான். ஜாப்ஸைப் பொறுத்தவரை ஆப்பிள் பயனாளர் களின் சிக்கல்களைப் போக்குவதே முதன்மையாக இருந்தது. ஜாப்ஸ் தனித்துவமானவர் என்பதை உணர்ந்திருந்தார் எல்லிசன்.

அமிலியோவின் தலைமையில் ஆப்பிள் வழக்கமான ஒரு நிறுவனமாக மாறிப்போயிருந்தது. பெருமையாகச் சொல்லிக்கொள்வதற்கு எதுவுமே இல்லை. வியாபாரம் என்னும் நோக்கிலும் சரிவுதான். எனவே அமிலியோவை தலைமைப் பொறுப்பிலிருந்து நீக்க வேண்டும் என்னும் குரல்கள் எழுந்தன.

இதற்கிடையே எல்லிசனும் தன் பங்குக்குச் சில செயல்களைச் செய்தார். *'savapple@us.oracle.com'* என்றொரு இமெயிலை உருவாக்கினார். பொதுமக்கள் எவரும் இந்த மெயிலுக்குத் தங்கள் கருத்துகளை அனுப்பலாம் என்றார். அவருடைய இச்செயல்பாடு ஆப்பிள் பங்குகளின் விலையைக் கணிசமாக அதிகரித்தது.

ஆப்பிளில் பெருந்தொகையை முதலீடு செய்ய ஒரு குழுவை உருவாக்கிக்கொண்டிருந்தார்.

ஆப்பிளின் உள்ளும் புறமும் அமிலியோவுக்கு எதிர்ப்புகள் அதிகமாயின. பல பத்திரிகைகளும் அவருக்கு எதிராக எழுதின. ஆப்பிளின் தலைமைப் பொறுப்புக்கு ஜாப்ஸ் மீண்டும் வரவேண்டும் என்று பலரும் விரும்பினர்.

அமிலியோ தலைமைப் பொறுப்பிலிருந்து நீக்கப்பட்டார். இடைக்காலத் தலைவராக *(Interim CEO)* ஜாப்ஸ் நியமிக்கப்பட்டார்.

அவருடைய முதல் குறிக்கோள், ஆப்பிள் ஈக்கோ சிஸ்டத்தை வலிமைப்படுத்துவது. அதற்கான பல்வேறு நடவடிக்கைகளை மேற்கொண்டார்.

அவர் எடுத்த சில முடிவுகள் பலரையும் திகைப்பூட்டின. அவற்றுள் ஒன்று மைக்ரோசாப்ட்டுடனான ஒப்பந்தம். அவரே கேட்ஸிடம் பேசினார். மேக்கிண்டோஸில் இன்டர்நெட் எக்ஸ்ப்ளோரர் பிரவுசர் செயல்படும் என்று அறிவித்தார். அதுவே டீபால்ட் பிரவுசர். பிற ஆப்ஷன்களும் இருக்கும். பயனாளர்களின் விருப்பத்திற்கேற்ப மாற்றிக்கொள்ளலாம் என்றார்.

ஆப்பிள் நிறுவனத்தில் மைக்ரோசாப்ட் நூற்றைம்பது மில்லியன் டாலர் முதலீடு செய்தது. மேக்கிண்டோஸில் இயங்கும் மைக்ரோசாப்ட் ஆஃபீஸ் குறித்த அறிவிப்பு வந்தது.

ஆப்பிளின் வெற்றி என்பது மைக்ரோசாப்ட்டின் தோல்வியல்ல. இருவருமே வளர இடமுள்ளது. ஜாப்ஸின் இப்படியான பேச்சு பலரும் எதிர்பாராதது.

தொடக்ககால ஜாப்ஸ் இவ்வாறெல்லாம் பேசியிருப்பாரா என்பது சந்தேகமே. இது ஜாப்ஸின் புதிய அவதாரம்.

33. மாற்றி யோசி

'இதைவிட நல்ல காந்தி படம் இல்லையா?' ஜாப்ஸின் குரலில் கோபம். அவர் முன் நின்றிருந்த அந்த டிசைனருக்குச் சில நொடிகள் என்ன சொல்வதென்றே தெரியவில்லை.

'காந்தி ராட்டையில் நூல் நூற்பது போன்றதொரு படம் இருக்கிறது. ஆனால் அதற்கான காப்பிரைட் வேறொரு நிறுவனத்திடம் உள்ளது', தயங்கித் தயங்கிச் சொல்லி முடித்தார் அந்த டிசைனர்.

காந்தி படம் ஜாப்ஸுக்கு எதற்கு? குறிப்பிட்ட ஒரு படம்தான் வேண்டுமென அவர் அடம் பிடிக்க என்ன காரணம்?

அமிலியோ சென்றபின்னர் ஆப்பிளின் பொறுப்பு ஜாப்ஸிடம். அவர் *CEO* பதவியில் இல்லை. ஆனாலும் அன்றாட முடிவுகளை அவர்தான் எடுத்து வந்தார்.

ஜாப்ஸ் ஆப்பிளில் இல்லாதபோது வரிசையான சொதப்பல்கள். நியூட்டன் அதற்கோர் உதாரணம். ஆப்பிளின் இமேஜ் வெகுவாகப் பாதிக்கப்பட்டிருந்தது.

தனது முதல் கடமை என்று ஜாப்ஸ் நினைத்தது இழந்த இமேஜை மீட்டெடுப்பதுதான். அதற்கு ஜாப்ஸ் தேர்ந்தெடுத்த வழி சிறப்பான ஒரு விளம்பர நிறுவனத்தை அணுகுவது. அவர்கள்மூலம் பயனாளர்களைக் கவரும் விளம்பரங்களைத் தொடர்ந்து வெளியிடுவது.

இத்தேடலில் அவர் பார்வைக்கு வந்தவர் லீ க்ளோ. இவர் முன்னமே ஆப்பிளுக்குச் சில விளம்பரங்களைச் செய்துகொடுத்திருந்தார். அமிலியோ வந்த பின்னர் இவ்வாறான நபர்களைச் சரியாகப் பயன்படுத்தத் தவறிவிட்டார்.

மீண்டும் இவரை அழைத்து வருவது என முடிவு செய்தார் ஜாப்ஸ். அவரைத் தொடர்புகொண்டார். முதலில் அவர் ஒப்புக் கொள்ளவில்லை. மிகமுயன்று ஜாப்ஸ் அவரைச் சம்மதிக்க வைத்தார்.

பார்ப்பவர்கள் மனத்தில் நீங்காமல் நிற்கும் விளம்பரங்களைச் செய்வதில் லீ க்ளோ வல்லவர். அவரும் ஜாப்ஸும் சேர்ந்து ஒரு ஸ்லோகனை வடிவமைத்தனர். அது, *Think Different*. 'மாற்றி யோசி'.

பார்ப்பதற்குச் சாதாரணமான ஒன்றாகத் தெரியும் இவ்விரண்டு சொற்கள் மூலம் ஆப்பிளின் இழந்த பெருமையை மீட்டெடுக்க முடியும் என்று நம்பினார் ஜாப்ஸ்.

Think Different என்பது தவறு. *Think Differently* என்றிருக்க வேண்டும் என்றனர் பண்டிதர்கள். அதற்கு அவர்கள் பல்வேறு விதிகளை உதாரணமாகக் காட்டினர்.

ஜாப்ஸுக்கேது விதிகள்? அவற்றை மீறுவதுதானே *Think Different?* எல்லா விதிகளையும் கடைப்பிடித்தால் எவ்வாறு மாற்றி யோசிக்க முடியும் என்பது ஜாப்ஸின் கருத்து. நியாயம்தானே?

'*Think Different*' என்பதுதான் கேட்பதற்குச் சிறப்பாக இருக்கிறது. பேச்சு வழக்கிலும் உள்ளது. எனவே, இதையே வைத்துக்கொள்வோம் என்று முடிவானது.

சரி. இதற்கும் காந்திக்கும் என்ன தொடர்பு என்றொரு கேள்வி எழலாம். தொடர்பு இருக்கிறது.

பத்திரிகை விளம்பரம் ஒன்றை வடிவமைத்தனர். கருப்பு வெள்ளை விளம்பரம். அதன் நடுநாயகமாக ஓர் ஆளுமை. அத்துடன் ஆப்பிள் லோகோவும் *Think Different* என்னும் சொற்களும்.

அடுத்தடுத்து இவ்விளம்பரங்கள் வந்தன. ஒவ்வோர் விளம்பரத்திலும் ஓர் ஆளுமை. இதற்கென ஜாப்ஸ் ஒரு பட்டியல் தயார் செய்தார். அப்பட்டியல் மிகச் சுவாரசியமான நபர்களைக் கொண்டிருந்தது.

காந்தி, பிக்காஸோ, எடிசன், சாப்ளின் என்றொரு வரிசை வைத்திருந்தார் ஜாப்ஸ். இவ்விளம்பத்துக்கு அவர் தேர்ந்தெடுக்கும் படங்களில் மிக அதிக முனைப்பு காட்டினார்.

காந்தி படம் என்று டிசைனர் கொண்டுவந்திருந்தது ஜாப்ஸுக்குப் பிடிக்கவில்லை. அதுதான் இந்த அத்தியாயத்தின் தொடக்கத்தில் நாம் பார்த்த உரையாடல். அவர் விரும்பும் காந்தி படத்தின் உரிமம் வேறொரு நிறுவனத்திடம் இருந்தது என்றும் பார்த்தோம். அந்நிறுவனத்தை ஜாப்ஸ் தொலைபேசியில் அழைத்தார்.

தனக்கு அந்தப் படம் வேண்டுமென்று வற்புறுத்தினார். ஒருமுறை மட்டும்தான் அதைப் பயன்படுத்துவேன் என்று உறுதியளித்தார். ஜாப்ஸின் சொல்வன்மையில் மயங்காதவர் எவர்? அவர்களும் ஒப்புக்கொண்டனர்.

காந்தி படம்தான் என்றில்லை, ஒவ்வொரு படத்துக்கும் இதே பஞ்சாயத்துதான். அவர்களின் மிகச் சிறந்த படம்தான் வேண்டும் என்பதில் உறுதியாக இருந்தார் ஜாப்ஸ். அதற்கான அனைத்து முயற்சிகளையும் எடுத்தார். ஒன்றிரண்டு படங்களைத் தவிர மற்றனைத்தும் அவர் விரும்பியபடியே கிடைத்தன.

பட்டியலில் இருந்த சில ஆளுமைகளின் பெயர்களை மேலே குறிப்பிட்டிருந்தோம். இவர்களை உலகம் அறியும். ஆனால் மொத்தப் பட்டியலுமே அவ்வாறல்ல. சிலர் ஒரு குறிப்பிட்ட வட்டத்துக்கு மட்டுமே தெரிந்த நபர்களாக இருந்தனர்.

'இவர் யார்?' என்று அறிந்துகொள்ளும் ஆர்வமிகுதி, அவ்விளம்பரங்களின் கூடுதல் சிறப்பாக அமைந்தது.

பொதுவாக விளம்பரங்கள் வண்ணமயமானவை. ஜாப்ஸ் இவ்விதியை மீறினார். கறுப்பு வெள்ளை போதும் என்றார். பின்னர் ஆளுமைகள். அவர்களுக்கும் கணினித் துறைக்கும் சம்பந்தமில்லை. ஆனாலும் அவர்களின் படங்களையே பிரதானமாகக் காட்டினார்.

சராசரியான விளம்பர உத்திகளின்படி இவை அனைத்துமே தவறான செயல்கள். ஜாப்ஸ் இவ்வாறு செய்ததற்கு ஒரு காரணம் இருந்தது.

அப்பட்டியலில் இருந்தவர்கள் அனைவருமே தங்கள் வாழ்நாளில் பெரும் போராட்டங்களைச் சந்தித்தவர்கள். தடைகள் அனைத்தை யுமே தகர்த்தெறிந்து வெற்றி கண்டவர்கள்.

ஆப்பிள் நிறுவனமும் இப்போது அப்படியான ஒரு சூழலில்தான் இருக்கிறது என்பதை உணர்த்துவதே நோக்கம். இறுதியில் ஆப்பிளுக்கு வெற்றி நிச்சயம் என்பதைப் பயனாளர்களுக்கு உணர்த்த ஜாப்ஸ் கைக்கொண்ட உத்தி இது.

பத்திரிகை விளம்பரங்கள் மட்டுமல்ல. வீடியோ வடிவிலும் விளம்பரங்கள் வந்தன. அதற்கான ஒவ்வொரு படிநிலையிலும் ஜாப்ஸ் மிகுந்த ஆர்வம் காட்டினார்.

அவ்விளம்பரங்களில் வரும் பின்னணிக் குரல் யாருடையதாக இருக்க வேண்டும் என்று ஒரு நீண்ட விவாதம் நடந்தது.

ஹாலிவுட் நாயகனான டாம் ஹேங்க்ஸ் குரலில் வந்தால் நன்றாக இருக்கும் என்று பலரும் கூறினர். அப்போது அமெரிக்க அதிபராக பில் கிளிண்டன் இருந்தார். அவரைச் சந்திக்கும் ஒரு வாய்ப்பு ஜாப்ஸுக்குக் கிடைத்தது.

கொஞ்சமும் யோசிக்காமல், நீங்கள் டாம் ஹேங்க்ஸை அழைத்துப் பேச முடியுமா என்று அதிபரிடம் கேட்டார். அவர் இதைச் சற்றும் எதிர்பார்த்திருக்க மாட்டார். ஆனாலும் தன்னால் அவ்வாறு செய்ய முடியாது என்று புன்முறுவலுடன் மறுத்துவிட்டார் கிளிண்டன்.

அதன் பின்னர் வேறொரு ஹாலிவுட் பிரபலத்தைத் தேர்ந்தெடுத்தனர். அவர் ரிச்சர்ட் ட்ரேஃபஸ் *(Richard Dreyfuss)*. அவரும் பிரமாதமாகக் குரல் கொடுத்தார்.

அந்த விளம்பரம் நன்றாக வந்திருந்தது. இந்நிலையில் லீ க்ளோ வேறொரு யோசனையுடன் வந்தார்.

‘உங்கள் குரலில் விளம்பரம் வந்தால் மிகச் சிறப்பாக இருக்கும்’ என்றார்.

ஜாப்ஸூம் ஒப்புக்கொண்டார். ஜாப்ஸின் திருத்தமான குரலில் விளம்பரம் தயாரானது. குழுவில் இருந்த பலரும் ஜாப்ஸின் வெர்ஷனே நன்றாக இருக்கிறது என்றனர்.

இப்போது ஆப்பிளிடம் ஒரே விளம்பரத்தின் இரண்டு வெர்ஷன்கள் இருந்தன. அவை இன்னும் ஒளிபரப்பாகத் தொடங்கவில்லை.

நாளை முதல் விளம்பரங்கள் ஒளிபரப்பாகும் என முடிவெடுத்தனர். ஜாப்ஸ் மீண்டும் மீண்டும் இரண்டு வெர்ஷன்களையும் கேட்டுக் கொண்டிருந்தார். இறுதியாக ஒளிபரப்பு தொடங்கச் சில மணிநேரங்கள் இருந்தபோது லீ க்ளோவை அழைத்தார்.

‘எனது குரலில் வந்த விளம்பரங்கள் வேண்டாம், ரிச்சர்டினின் வெர்ஷனையே பயன்படுத்தலாம்’ என்றார். இது க்ளோவுக்கு அதிர்ச்சியாக இருந்தது.

ஜாப்ஸ் தனது முடிவுக்கான காரணத்தைச் சொன்னார். இப்போது நமது நோக்கம் ஆப்பிளின் இமேஜை மேம்படுத்துவது. இது எனது விளம்பரம் அல்ல. முழுக்க முழுக்க ஆப்பிளைப் பற்றியது. தனது குரலில் வந்தால் அது பார்வையாளர்களின் கவனத்தைச் சிதறடிப்பதாக அமையும்.

லீ க்ளோவும் ஒப்புக்கொண்டார். அந்த விளம்பரமும் பரபரப்பாகப் பேசப்பட்டது. முன்னமே சொன்னதைப் போல ஜாப்ஸ் ஆப்பிளின் இடைக்காலத் தலைவர். அதற்கொரு பெயரும் வைக்கப்பட்டது. *iCEO. Interim CEO.*

ஆப்பிள் நிறுவனத்துக்கு முழுநேரத் தலைமைச் செயல் அதிகாரி ஒருவர் வேண்டும் என்று முடிவெடுத்தார் ஜாப்ஸ். அதற்கெனப் பல்வேறு நபர்களை நேர்காணல் செய்தனர்.

கோடாக் நிறுவனத்தின் ஜார்ஜ் பிஸ்ஷர், ஐபிஎம் நிறுவனத்தின் சாம் பால்மிசானோ, சன் மைக்ரோசிஸ்டத்தின் எட் சாண்டர் என்று புகழ்மிக்க பலரையும் அழைத்தனர்.

இதில் பலருக்கும் ஜாப்ஸின் மேற்பார்வையில் வேலைசெய்வதில் தயக்கம் இருந்தது. தாங்கள் எடுக்கும் ஒவ்வொரு முடிவிலும் ஜாப்ஸ் தலையிடுவார் என்று எண்ணினர். எனவே அவர்கள் இப்பொறுப்பினை ஏற்றுக்கொள்ளவில்லை.

*iCEO*வில் இருக்கும் *'i'* யின் பொருள் *interim* என்பதிலிருந்து *indefinite* என்றானது.

தான் எடுத்துக்கொள்ளும் செயலில் அதிதீவிர முனைப்பு காட்டுபவர் ஜாப்ஸ். இது ஜாப்ஸின் உடல்நலனுக்கு எதிராக மாறத்தொடங்கியது.

தொடர்ச்சியான வேலை, பயணம், குடும்பம் என அலைந்து கொண்டே இருந்தார். பின்னாளில் ஒரு நேர்காணலில் ஜாப்ஸ் தனது அந்தச் சூழலை மிகவும் வலி மிகுந்தது என்று விவரிக்கிறார்.

ஒரு கட்டத்தில் அவருக்குச் சிறுநீரகக் கற்கள் பெரும் பிரச்சினையாக வந்தன. அதிதீவிர வலி. அதற்கென அவர் எடுத்துக்கொண்ட ஊசி மருந்துகள் அவரைப் பாடாய்ப் படுத்தின.

தனது வேலையில் ஜாப்ஸால் சற்றும் சமரசம் செய்துகொள்ள முடியவில்லை. அதே நேரத்தில் கடுமையான உடல் வலி என்னும் தவிர்க்க இயலாத சிக்கல்.

இவையனைத்தையும் மீறி அவர் ஆப்பிளில் செய்த சாதனைகள் நிகரற்றவை.

34. குவியம்

‘என்னவெல்லாம் செய்யக் கூடாது என்று முதலில் தெரிந்து கொள்ளுங்கள். அதுவே சிறப்பான கருவிகளைச் செய்யும் உபாயம்’. தன் முன்னிருந்த ஆப்பிள் குழுவிடம் இவ்வாறு சொல்லிக்கொண்டிருந்தார் ஜாப்ஸ்.

இதற்கொரு காரணம் இருந்தது. ஜாப்ஸ் ஆப்பிளில் இல்லாதபோது ஏகப்பட்ட மாடல்கள் வந்திருந்தன. மேக்கிண்டோஸ் கம்ப்யூட்டர்கள்தான். ஆனால் அதிலேயே பல்வேறு மாடல்கள். ஒவ்வொன்றுக்கும் ஓர் எண். ஆயிரத்து நானூறிலிருந்து ஒன்பதாயிரத்து அறுநூறு வரை.

இத்தனை மாடல்கள் எதற்கு? ஒரு சராசரிப் பயனாளரால் இவற்றையெல்லாம் எவ்வாறு புரிந்துகொள்ள முடியும்? எனவே, தேவையற்ற அனைத்து மாடல்களையும் கைவிடுவதே சிறந்த வழி.

ஜாப்ஸின் யோசனை விபரீதமானது என்று அங்கிருந்த சிலருக்குத் தோன்றியது. தங்களது கருத்துகளைச் சொல்லவும் செய்தனர். ஆனால் தன் முடிவில் உறுதியாக இருந்தார்.

அவர்களுக்கு இன்னும் கொஞ்சம் எளிமையாக விளக்கினார். அங்கிருந்த மார்க்கர் ஒன்றைக் கையில் எடுத்தார். ஒயிட் போர்டில் எழுதத் தொடங்கினார்.

நான்கு கட்டங்கள், இரண்டு வரிசைகளில் வரைந்தார். முதல் வரிசையில் இரண்டு. அடுத்த வரிசையில் இரண்டு. ஓர் அட்டவணை போல.

முதல் வரிசைக்குக் 'கன்ஸ்யூமர்' என்று தலைப்பிட்டார். அடுத்த வரிசை 'புரோ'.

அடுத்ததாக 'டெக்ஸ்டாப்', 'போர்ட்டபிள்' என்று அக்கட்டங்களின் மேல் எழுதினார். அதாவது மொத்தமே நான்கு வகைக் கம்ப்யூட்டர்கள் மட்டுமே. கன்ஸ்யூமர்-டெக்ஸ்டாப். கன்ஸ்யூமர்-போர்ட்டபிள். புரோ-டெக்ஸ்டாப். புரோ-போர்ட்டபிள்.

நாம் செய்யவிருக்கும் அனைத்துமே இந்நான்குக்குள் அடங்க வேண்டும். தனக்கு எந்த கம்ப்யூட்டர் சரியாக இருக்கும் என்று பயனாளர்கள் குழம்பக்கூடாது.

இவற்றில் அடங்காத எதுவும் பயனற்றது. அவற்றின் தயாரிப்புகள் நிறுத்தப்படும்.

இது ஆப்பிளின் வியாபாரத்தைக் கடுமையாகப் பாதிக்கும் என்று சிலர் கருதினர். 'நிச்சயம் பாதிக்காது. நான் பார்த்துக்கொள்கிறேன். என்னை நம்பி இதைச் சிரத்தையுடன் செய்யுங்கள்' என்றார் ஜாப்ஸ். ஆப்பிளின் பயணத்தைத் தீர்மானிக்கும் மிக முக்கிய முடிவாக இது அமைந்தது.

ஜாப்ஸ் நடத்தும் ஆலோசனைக் கூட்டங்கள் வித்தியாசமானவை. பொதுவாக இவ்வாறான கூட்டங்களுக்கு வருபவர்கள் பிரசன்டேஷன் ஒன்றைத் தயாரித்து வருவது வழக்கம்.

'இனி பவர்பாயிண்ட் பிரசன்டேஷன் கிடையாது' என்று அறிவித்தார். நீங்கள் சொல்லவரும் விஷயங்களில் உங்களுக்குத் தெளிவிருந்தால் பிரசன்டேஷன் எதற்கு? இனி என்னைப் பார்க்கவரும்போது கட்டாயம் ஸ்லைடுகள் கூடாது' எனத் திட்டவட்டமாக அறிவித்தார் ஜாப்ஸ்.

கம்ப்யூட்டர்கள் தவிர, ஆப்பிள் அப்போது பிரிண்டர் போன்றவற்றையும் விற்றுவந்தது. ஸ்டைல் ரைட்டர் என்றொரு பிரிண்டர். அது *HP* நிறுவனத்தின் பிரிண்டரைப் போலவே

இருந்தது. இனி பிரிண்டர் செய்ய வேண்டாம். அதனால் நமக்குப் பெரிய லாபம் இல்லை. அத்துடன் அதில் ஆப்பிளின் தனித்தன்மையும் வெளிப்படவில்லை. அவரே *HP* நிறுவனத்திடம் பேசினார். இனி நாங்கள் பிரிண்டர் செய்யப் போவதில்லை என்று உறுதியளித்தார்.

முன்பே நியூட்டன் என்றொரு டேப்லெட் கணினியைப் பற்றிப் பார்த்தோம். அமிலியோவிடம் அதைக் கைவிடச் சொல்லியிருந்தார் ஜாப்ஸ். அது முழுமையாக நிறைவேற்றப்படவில்லை. நியூட்டனையும் மொத்தமாக நிறுத்திவிடுவது என முடிவெடுத்தார்.

ஜாப்ஸின் நோக்கம் ஒன்றுதான். செய்வதைச் சிறப்பாகச் செய்வது. தேவையற்றதைச் செய்யாமல் இருப்பது.

புத்தம்புதிய மாடல் கணினியொன்றைச் செய்வதென்று முடிவானது. அதற்கெனப் பிரத்தியேகமான டிசைனர் குழுவொன்றை அமைக்க எண்ணினார் ஜாப்ஸ்.

ஆப்பிளின் கதையில் மிக முக்கியக் கதாபாத்திரம் ஒன்று இங்குதான் அறிமுகமாகிறது. ஜான் ஐவ் *(John Ive)*. சுருக்கமாக ஜானி.

இவர் ஆப்பிளின் டிசைன் டீமில் இருந்தார். ஜாப்ஸ் இல்லாத ஆப்பிள், தடம் மாறிச் செல்வதாக வருந்திக்கொண்டிருந்தார் ஜானி. எனவே வேலையை விட்டுவிட்டுச் சென்றுவிடலாம் என்னும் முடிவில் இருந்தார்.

ஜாப்ஸின் வருகை அவருடைய முடிவை மாற்றியது. டிசைனர்களுக்கான ஒரு கூட்டத்தில் ஜாப்ஸ் பேசியது ஜானியைப் பெரிதும் கவர்ந்தது. 'நமது நோக்கம் பெரும் பணம் ஈட்டுவது அல்ல. ஆகச்சிறந்த கருவிகளைச் செய்வது.'

ஆப்பிளின் டிசைன் மொழி என்று ஒன்றிருக்கிறது. ஒரு கருவியைப் பார்த்தவுடன், 'இது ஆப்பிளுடையது' என்று பளிச்சென்று தெரியும். அத்தகைய சிறப்பை ஆப்பிள் பெற மிக முக்கியக் காரணமாக இருந்தவர் ஜானி.

ஜாப்ஸ் போலவே தனது தந்தை மீது அலாதி அன்பு கொண்டவராக இருந்தார் ஜானி. அவர் வெள்ளி கலைப்பொருள்கள் செய்வதில்

விற்பன்னர். தனது தந்தை செய்யும் பொருள்களின் நேர்த்தி ஜானியைப் பெரிதும் கவர்ந்தது. பால் ஜாப்ஸிடம் ஸ்டீவ் கற்றதைப் போலவே.

'செய்யும் எதிலும் உன்னதம்' என்பதே ஜானியின் கொள்கையும். இதை ஜாப்ஸ் கண்டுகொண்டார். வரவிருக்கும் புதிய மாடல் கணினியின் டிசைன் பொறுப்பை ஜானியிடம் ஒப்படைத்தார்.

வாஸ்நியாக் தவிர இன்னொருவர் குறித்து ஜாப்ஸ் உயர்வாகச் சொல்லியிருக்கிறார் என்றால் அது ஜானிதான். தன் மனத்தில் நினைப்பதை ஜானியால் புரிந்துகொள்ள முடியும் என்று புகழ்ந்துள்ளார். ஆப்பிளின் நோக்கம் என்னவென்று தெளிவாகப் புரிந்துகொண்ட சிலருள் ஜானியும் ஒருவர் என்று நம்பினார் ஜாப்ஸ். பிற நிறுவனங்களுக்கும் ஆப்பிளுக்கும் அடிப்படையான ஒரு வேறுபாடு இருந்தது. பொதுவாக, கம்ப்யூட்டர் செய்யும் நிறுவனங்களில் பொறியாளர்களின் குரல்தான் ஓங்கி ஒலிக்கும். அவர்களின் வசதிக்கேற்ப டிசைனர்கள் வடிவமைத்துத் தரவேண்டும். இதுவே பொது விதி.

ஆப்பிள் விதிவிலக்கு. ஜாப்ஸின் பார்வையில் டிசைன்தான் முக்கியம். ஒரு கருவியின் ஜீவன் அதன் டிசைனில் இருக்கிறது. எனவே அதில் சிறிதளவு கூட சமரசம் கிடையாது. இது ஜானிக்குக் கிடைத்த வரம். ஆகச் சிறந்த டிசைனை முன்மொழிவதற்கு அவருக்கு எந்தத் தடையும் இல்லை.

டிசைன் என்று வந்துவிட்டால் ஜாப்ஸுக்கும் ஜானிக்கும் ஆனந்தம்தான். ஒருமுறை இருவரும் ஃபிரான்ஸில் இருந்தனர். கடையொன்றுக்குச் சென்றிருந்தனர். அது சமையல் உபகரணங்கள் விற்பனை செய்யும் கடை. அங்கிருந்த ஒரு கத்தி முதல் பார்வையில் இருவரையுமே கவர்ந்தது. ஜானி அதைக் கையில் எடுத்தார். அதை உற்று நோக்கினார். ஏமாற்றத்துடன் அதைத் திருப்பி வைத்துவிட்டார்.

ஜாப்ஸும் இதையே செய்தார். அருகிலிருந்த ஒருவர் என்ன காரணம் எனக் கேட்டார். அந்தக் கத்தியின் பிளேடு கைப்பிடியுடன் ஒட்டப்பட்டிருந்தது. அவ்விடத்தில் ஒட்டும் பசையின் எச்சங்கள்

மிச்சமிருந்தன. இது திருத்தமான டிசைன் இல்லை. எனவே எங்களுக்கு இது வேண்டாம் என்று இருவருமே கூறினர்.

ஒரு சாதாரணக் கத்திக்கே இப்படியென்றால் கணினியின் நிலையை யோசித்துப் பாருங்கள். ஒரு சிற்பம் போலச் செதுக்கிக் கொண்டிருந்தனர்.

ஜாப்ஸ் எதிர்பார்த்தது ஒரு முழுமையான கம்ப்யூட்டர். மானிட்டர், கீபோர்ட் என அனைத்தும் அடங்கிய ஒரு முழுமையான பேக்கேஜ். இது போன்ற கணினிகள் அப்போது மார்க்கெட்டில் இருக்கவே செய்தன. ஆனால் ஆப்பிள் கணினியின் தனித்துவம் அதன் டிசைனில் இருந்தது.

அப்போதிருந்த கம்ப்யூட்டர்கள் பார்ப்பதற்குப் பெட்டி போலச் சுவாரசியமற்ற டிசைனில் இருந்தன. ஆப்பிள் செய்யும் கணினியின் டிசைன் முன்னெப்போதும் இல்லாத அளவுக்குச் சிறப்பானதாக இருக்கவேண்டும் என்று ஜாப்ஸ் விரும்பினார்.

அதற்கேற்ப ஜானியின் குழுவும் விதவிதமான டிசைன்களுடன் வந்தனர். ஒரு டஜன் டிசைன்கள். ஒவ்வொன்றையும் ஒவ்வொரு காரணத்துக்காக வேண்டாம் என்றார் ஜாப்ஸ்.

இறுதியாக ஒரு டிசைன் முடிவானது. அது பார்ப்பதற்கு சயின்ஸ் ஃபிக்ஷன் படங்களில் வரும் கணினிபோல இருந்தது. அதற்கு *iMac* எனப் பெயரிட்டனர்.

கணினிகளின் அறிமுகத்தை ஒரு திருவிழாவாக மாற்றியவர் ஜாப்ஸ். ஒவ்வொரு அசைவும் பலமுறை ஒத்திகை செய்யப்பட்டது. எங்கிருந்து வெளிச்சம் வரும், எவ்வளவு நேரம் நீடிக்கும் என ஒவ்வொரு நொடியும் திட்டமிடப்பட்டது.

iMac அறிமுகத்துக்கான ஒத்திகைகள் நடந்துகொண்டிருந்தன. அப்போது ஜாப்ஸின் விரல் பட்டு *CD* டிரைவின் ட்ரே வெளியே வந்தது. இது அவரைக் கடுமையாகக் கோபப்படுத்தியது.

இது ஏன் இவ்வாறு வருகிறது எனக் கத்தினார் ஜாப்ஸ். எனக்கு இது மாதிரியான டிரைவ்கள் வேண்டாம். உயர்தர மியூசிக் பிளேயர்களில் இருப்பதைப் போன்ற டிரைவ்கள் வேண்டும்.

அவற்றில் வெளியே வரும் ட்ரே இருக்காது. ஏடிஎம் கருவியில் கார்டு போடுவது போல *CD*ஐ உள்ளே செலுத்திவிடலாம்.

இந்த ட்ரே வேண்டாம் என அடம்பிடித்தார் ஜாப்ஸ். சில நாள்களில் இதை மாற்ற முடியாது என்றது குழு. அடுத்த வெர்ஷனில் நிச்சயம் செய்துவிடுவோம் என்று ஜாப்ஸைச் சம்மதிக்க வைத்தனர்.

அறிமுக விழா நாள். ஜாப்ஸ் மீண்டும் வந்த பின்னர் நடக்கும் மிகப் பெரிய நிகழ்ச்சி. மூன்று முக்கியமான நபர்களை அழைத்திருந்தார் ஜாப்ஸ். வாஸ்நியாக், மெர்க்குலா, மைக் ஸ்காட். இவர்கள் மூவரும் இல்லாமல் ஆப்பிள் இல்லை என்று மேடையில் அறிவித்தார். ஜாப்ஸின் கண்களில் சிறு துளிக் கண்ணீர். இது திட்டமிட்டதல்ல. அவருடைய அடிப்படை குணாதிசயம். உணர்வுமயமானவர் அவர். திட்டமிட்டபடி கணினியை அறிமுகப்படுத்தினார். கூடியிருந்த ஆர்வலர்கள் உற்சாகமாக ஒலியெழுப்பினர். ஜாப்ஸின் திட்டம், அனைவரையுமே சென்றடையும் ஒரு கணினியை வடிவமைப்பது. விலையையும் அதற்கேற்பவே தீர்மானித்தார். ஆயிரத்து முந்நூறு டாலர். ஆப்பிளின் பிற கணினிகள் இரண்டாயிரம் டாலர் என்னும் மதிப்பில் விற்றன.

பத்திரிகைகள் இக்கணினியை வெகுவாகப் பாராட்டி எழுதியிருந்தன. முதல் ஆறு வாரங்களிலேயே மூன்று லட்சம் கணினிகள் விற்றன. அவ்வாண்டு இறுதிக்குள் எட்டு லட்சம்.

ஆப்பிளின் வருவாயில் *iMAC* பெரும் பங்கு வகித்தது. அவர் சொன்னதுபோலவே பயனாளர்களைக் கவரும் கணினி.

விதவிதமான வண்ணங்களில் *iMac* வரும் என்றார் ஜாப்ஸ். இதற்கெனக் கூடுதல் செலவாகும். இது தேவையற்றது என்று மறுப்பு தெரிவித்தனர் சிலர். பல்வேறு வண்ணங்களில் நிச்சயம் இந்தக் கணினி வரும். இதுவே எனது முடிவு என்றார் ஜாப்ஸ்.

வண்ண வண்ணக் கம்ப்யூட்டர்களைக் கொண்டு வந்து கணினி மார்க்கெட்டில் புரட்சி செய்தது ஜானி, ஜாப்ஸ் இணை.

iMAC சூப்பர் ஹிட். ஆனால் அத்துடன் நின்றுவிடவில்லை ஜாப்ஸ்.

35. டிம் குக்

ஜாப்ஸின் இரண்டாவது இன்னிங்ஸ் அதிரடியாக இருந்தது. திரும்பி வந்த முதல் வருடத்திலேயே *iMAC*. இதுபோக, அவருடைய மேற்பார்வையில் புத்தம்புதிய விளம்பரங்கள். இவை ஆப்பிளின் இமேஜை மீட்டெடுக்க உதவின.

ஆப்பிள் நிறுவனத்தைத் தொடங்கிய புதிதில் ஜாப்ஸ் மிகவும் உக்கிரமாக இருந்தார். நிஜ உலகுடன் தொடர்பற்ற ஒரு மனிதர் போலக் காணப்பட்டார். தன் கனவுகளை நனவாக்குவது ஒன்றே குறிக்கோள்.

அதன் காரணமாக அவர் எதிர்கொண்ட சிக்கல்கள் ஏராளம். அவர் ஆப்பிளை விட்டு வெளியே செல்லும் அளவுக்குப் போனது. காலம் அவரைக் கொஞ்சம் கனிய வைத்திருந்தது.

அத்தனைக்கும் ஆசைப்படாமல் 'இவை எனது நோக்கங்கள்' என்று வரையறுத்துக்கொண்டார். முதல் இன்னிங்ஸில் அவர் வாஸ்நியாக்கைத் தவிர ஒருவரையும் நம்பியது கிடையாது.

இதிலும் மாற்றம் வந்திருந்தது. அனைத்தையும் தானே செய்யத் தேவையில்லை. மிகச் சரியான நபர்களைத் தேர்ந்தெடுத்து வேலைகளை அவர்களிடம் ஒப்படைப்பது சிறப்பு என்னும் புரிதலுக்கு வந்திருந்தார்.

அவ்வாறு உள்ளே வந்தவர்தான் ஜானி. டிசைன் மொழியில் வல்லுநர். தான் எண்ணிய பலவற்றை இவர் மூலமாக நிறைவேற்றினார் ஜாப்ஸ். சென்ற அத்தியாயத்தில் அது குறித்துப் பார்த்தோம்.

இதுபோலவே ஜாப்ஸ் ஆப்பிளுக்கு அழைத்து வந்த மிக முக்கிய நபர் டிம் குக் *(Tim Cook)*. அவர் உள்ளே வந்த கதையைப் பார்ப்போம்.

தொடக்க காலத்தில் ஆப்பிள் கணினிகளின் ஒட்டுமொத்த உற்பத்தியும் சொந்தத் தொழிற்சாலைகளிலேயே நடந்தது. ஜாப்ஸ் எவ்வாறெல்லாம் தனது தொழிற்சாலைகளை அலங்கரித்தார் என்று முன்போர் அத்தியாயத்தில் பார்த்துள்ளோம்.

அனைத்தையும் ஆப்பிளே செய்வதில் பெரும் சிக்கல்கள் எழுந்தன. எனவே சில பாகங்களின் உற்பத்தியைப் பிற நிறுவனங்களிடம் கொடுப்பது என்று முடிவுசெய்தார் ஜாப்ஸ்.

தனது கட்டுப்பாட்டைக் கொஞ்சம் விட்டுத்தர ஜாப்ஸ் தயாராகியிருந்தார். இதன் பொருள், தரத்தில் சமரசம் என்பதல்ல. தரத்தில் எக்குறையும் வரக்கூடாது என்பதில் உறுதியாக இருந்தார்.

ஆப்பிளுக்கு உதிரிபாகங்கள் செய்து தருவதற்கென சில நிறுவனங்கள் தேர்ந்தெடுக்கப்பட்டன. இவர்களிடம் தங்களுடைய தரக்கட்டுப்பாடு குறித்து அதிதீவிரமாக விளக்கினார் ஜாப்ஸ்.

தான் எதிர்பார்க்கும் தரத்தில் செய்துதர வேண்டும். இயலவில்லை என்றால் உடனடியாக ஒப்பந்தம் ரத்துசெய்யப்படும். இதில் சில சிக்கல்கள் எழத் தொடங்கின.

சப்ளையர்கள் தந்த தொல்லைகளைச் சமாளிப்பதிலேயே ஜாப்ஸின் பெரும்பாலான நேரம் கரைந்தது. தான் இதைத் தொடர்ந்து செய்துகொண்டிருந்தால் ஆப்பிளின் வளர்ச்சி பாதிக்கப்படும் என்று உணர்ந்தார் ஜாப்ஸ்.

இவற்றைச் சமாளிப்பதில் கைதேர்ந்த ஒருவரைத் தேடுவது என்று முடிவு செய்தார். அத்தேடலில் ஜாப்ஸ் கண்டெடுத்தவர்தான் டிம் குக்.

டிம் அலபாமாவைச் சேர்ந்தவர். அவருடைய தந்தை கப்பல் கட்டும் தொழிலாளி. தாயார் மருந்துக் கடை ஒன்றில் வேலை செய்தார். டிம் குக், இண்டஸ்ட்ரியல் இன்ஜினியரிங் பட்டதாரி. அதன் பின்னர் பிசினஸ் மேனேஜ்மெண்ட்டும் படித்திருந்தார்.

ஆப்பிளுக்கு வருவதற்கு முன்னரே அவருக்கு நீண்ட அனுபவம் இருந்தது. *IBM* நிறுவனத்தின் முக்கியப் பொறுப்பில் இருந்தார்.

அவர் ஆப்பிளில் சேர்ந்த கதை சுவாரசியமானது.

வேலைக்கான நேர்முகத் தேர்வுக்கு வந்திருந்தார் டிம். அதற்குச் சில வாரங்கள் முன்புதான் காம்பேக் *(Compaq)* நிறுவனத்தில் சேர்ந்திருந்தார். நல்ல வேலை. சிறப்பான சம்பளம்.

டிம்மிடம் ஒரு பழக்கம் இருந்தது. எந்தவொரு முடிவெடுக்கும் முன்னரும் அதன் சாதக பாதகங்களைத் தீவிரமாக ஆராய்வது அவரது வழக்கம்.

அப்படி அவர் அலசிப் பார்த்ததில் ஆப்பிள் நிறுவன வேலையில் சில ஆபத்துகள் இருப்பது தெரிந்தது. தர்க்க ரீதியில் பார்த்தால் காம்பேக் வேலையில் தொடர்வதுதான் சிறப்பு என அவருக்குத் தோன்றியது.

ஆப்பிள் இண்டர்வியூ தொடங்கியது. ஜாப்ஸ் ஆப்பிள் குறித்து விளக்கினார். ஐந்து நிமிடங்களிலேயே அவருடைய தர்க்க ரீதியான முடிவு தகர்ந்தது. ஜாப்ஸின் வசீகரம் அவருடைய முடிவை மாற்றியது.

எப்போதும் அறிவுபூர்வமாக முடிவெடுக்கும் குக் அன்று உணர்வுப்பூர்வமாக முடிவெடுத்தார். அது தனது வாழ்வின் பாதையையே மாற்றியமைக்கப்போகிறது என்று அவருக்கு அப்போது தெரிந்திருக்கவில்லை.

பின்னாளில் நேர்காணல் ஒன்றில் இந்த அனுபவத்தை அவர் விளக்கியுள்ளார். உலகை மாற்றும் வாய்ப்பு இது என்று அவருக்குத் தோன்றியுள்ளது. அந்த எண்ணத்தை அவருக்குள் விதைத்தவர் ஜாப்ஸ்.

ஆப்பிளில் சேர்ந்தார் குக். ஜாப்ஸ் நினைப்பதை நிகழ்த்திக் காட்டும் வல்லுநர்கள் குழுவில் முதன்மையானவராக மாறினார்.

அதிகாலை நான்கரை மணிக்கே எழும் பழக்கம் கொண்டவர் குக். எழுந்தவுடன் இமெயில்கள். அதன் பின்னர் ஒரு மணிநேர உடற்பயிற்சி.

ஆறு மணிக்கெல்லாம் தனது அலுவலக அறையில் இருப்பார் குக். ஞாயிறு மாலையில் அடுத்த வாரத்துக்கான முழுத்திட்டத்தையும் தயார் செய்துவிடுவார்.

ஜாப்ஸும் வேலையில் மூழ்கிப் போய்விடுபவர்தான். ஆனால் அவரிடம் இது போன்ற ஒழுங்கமைவை எதிர்பார்க்க முடியாது.

ஜாப்ஸையும் கோபத்தையும் பிரிப்பது கடினம். டிம் அவ்வாறல்ல. சாந்தமானவர். ஆனால் வேலை விஷயத்தில் ஜாப்ஸ் போலவே எந்தச் சமரசமும் செய்துகொள்ளாதவர்.

ஆப்பிளுக்கு உதிரிபாகங்களை சப்ளை செய்பவர்களைக் கையாள்வதுதான் அவருடைய முதன்மையான பணியாக இருந்தது. அவர் பணியில் சேர்ந்தபோது நூற்றுக்கும் மேற்பட்ட சப்ளை நிறுவனங்கள் இருந்தன. அதை இருபத்தைந்தாகக் குறைத்தார்.

முட்டை, பால் போன்றவற்றை நீண்ட நாள் ஸ்டாக் வைத்திருப்பது கடினம். அவை எளிதில் கெட்டுவிடும். கம்ப்யூட்டர் பாகங்களும் அவ்வாறுதான். அவை கெடாது, ஆனால் பயனற்றுப் போய்விடும். புதிதுபுதிதாய் அடுத்தடுத்த வெர்ஷன்கள் வந்துவிடும்.

குக் செய்த ஒரு முக்கியமான மாற்றம் ஸ்டாக் மேனேஜ்மெண்ட். தேவையான அளவு மட்டுமே வாங்கி வைத்துக்கொள்வது.

இது சொல்வதற்கு மிக எளிதாகத் தெரியும். ஆனால் உண்மையில் மிகக் கடினமான ஒன்று.

ஜாப்ஸ் மீண்டும் வந்தபோது ஸ்டாக் வைப்பதன் கால அளவு இரண்டு மாதங்கள் என்றிருந்தது. அதாவது இரண்டு மாதங்களுக்குத் தேவையானவற்றை வாங்கிவைத்துக்கொள்வது. அதை மிகவும் முயன்று ஒரு மாதமாக மாற்றியிருந்தார் ஜாப்ஸ்.

இக்கால அளவை ஆறு நாள்கள் என்னும் அளவுக்குக் கொண்டு வந்தார் குக். பின்னர் இரண்டு நாள்கள் என்னும் நிலையை எட்டினார். இது நம்ப இயலாத அளவுக்கான சாமர்த்தியம்.

இதனை இத்தனை உயர்வாகச் சொல்வதற்குக் காரணம் இருக்கிறது. நாள்கள் கூடக்கூடச் செலவு அதிகம். அதுபோக பாகங்களும் பழையதாகிப்போகும். டிம் செலவையும் குறைத்தார், அதே வேளையில் ஆப்பிள் கணினிகளில் லேட்டஸ்ட் பாகங்கள் இருப்பதை உறுதிசெய்தார்.

இச்சம்பவம் டிம் குக்கின் அட்டகாசமான மேலாண்மைத் திறனை வெளிப்படுத்தும் ஒன்றாக அமைந்தது. திறமைசாலிகளை ஜாப்ஸுக்கு மிகவும் பிடித்துப்போகும். ஜாப்ஸ் எதிர்பார்த்ததைவிடத் திறமைசாலியாக இருந்தார் குக்.

ஆப்பிளை உச்சத்துக்கு இட்டுச் செல்ல ஜாப்ஸுக்குத் துணையாக நின்றனர் ஜானி, குக் போன்றவர்கள். இவர்களின் உறுதுணை இருந்ததால் ஜாப்ஸால் தொந்தரவுகள் இல்லாமல் சிந்திக்க முடிந்தது.

ஜாப்ஸ் சற்றே மாறியிருந்தார் என்று பார்த்தோம். ஆனால் அவருடைய குறும்புத்தனங்கள் மாறாமலேயே இருந்தன. ஓர் உதாரணம். அவருடைய காரில் இப்போதும் நம்பர் பிளேட் இல்லை.

மாற்றுத்திறனாளிகளுக்கென்று பிரத்தியேகமான கார் பார்க்கிங் இடங்கள் உண்டு. ஆப்பிள் அலுவலகத்திலும் அவ்வாறே. ஜாப்ஸ் தனது காரை எப்போதும் இந்த ரிசர்வ்டு பார்க்கிங்கில் விடுவதையே வழக்கமாகக் கொண்டிருந்தார்.

உடனிருந்தவர்கள் எவ்வளவோ சொல்லிப்பார்த்தனர். அவர் கேட்கவில்லை. வழக்கம்போலவே.

ஜாப்ஸின் கார் மெர்சிடிஸ். அவருடைய நண்பர் ஒருவர், பார்க்கிங்கில் வீல்சேர் படத்துக்கு அருகில் மெர்சிடிஸ் லோகோவையும் வரைந்து வைத்தார். ஜாப்ஸைக் கிண்டல் செய்யும் எண்ணம். இதனால் தனது முடிவை மாற்றிக்கொள்வார்

என்று அவர் எதிர்பார்த்தார். இதெல்லாம் ஜாப்ஸிடம் நடக்குமா? எப்போதும் போல அங்கேயே பார்க் செய்துவிட்டுச் சென்றார்.

இவையெல்லாம் சட்டப்படி தவறில்லையா என்றால் தவறுதான். ஆனால் ஜாப்ஸ் தன்னை இதற்கெல்லாம் அப்பாற்பட்டவராகக் கருதினார். அவருடைய நடவடிக்கைகளைச் சராசரி உலக விதிகள் மூலம் மதிப்பிட முடியாது.

இன்னும் ஓர் உதாரணம். ஜாப்ஸ் ஆப்பிளுக்கு மீண்டும் வந்த பின்னர் சம்பளமாகப் பெற்ற தொகை ஒரே ஒரு டாலர். மாதாமாதம் கூட அல்ல. ஆண்டொன்றுக்கு.

நிர்வாகம் அவருக்குப் பங்கு மதிப்பில் (ஷேர்) சம்பளம் தரத் தயாராக இருந்தது. அதையும் அவர் மறுத்துவிட்டார்.

இதென்ன பைத்தியக்காரத்தனம் என்றே தோன்றும். அவருடைய முடிவுகள் அவருடையது மட்டுமே.

‘நான் ஆப்பிளுக்கு மீண்டும் வந்தது பணத்தைத் தேடி இல்லை. இது எனது கனவு. உலகை மாற்றும் கனவு. இதில் பணம் ஒரு பொருட்டல்ல. பணக்காரனாக வாழ்வது எனது நோக்கமல்ல.’

ஜாப்ஸின் எண்ண ஓட்டத்தை இதன் மூலம் நாம் புரிந்துகொள்ளலாம். நானூறு மில்லியன் டாலர்களை அவர் ஈட்டியிருக்கலாம். ஆனால் ஒரு நொடியில் அதை வேண்டாம் என்று மறுத்திருக்கிறார்.

அவர் எதற்காக ஆப்பிளுக்கு வந்தாரோ அந்த நோக்கம் கொஞ்சம் கொஞ்சமாக நிறைவேறிக்கொண்டிருந்தது. இதன் அடுத்த கட்டப் பாய்ச்சல், மேம்படுத்தப்பட்ட ஆபரேட்டிங் சிஸ்டம். *Mac OS X.*

36. கடை விரித்தேன்

ஆபரேட்டிங் சிஸ்டத்தின் புதிய வெர்ஷன் தயாராகிக் கொண்டிருந்தது. யூஸர் இண்டர்ஃபேஸ் டிசைனை ஜாப்ஸ் மாற்றியமைக்கத் திட்டமிட்டார். அதற்கென அவரே இன்டர்வியூக்களை நடத்தினார். அதிலொரு சுவாரசியமான இன்டர்வியூ குறித்துப் பார்ப்போம்.

ஜாப்ஸ் நடத்தும் இன்டர்வியூக்கள் தனித்துவமானவை. வழக்கமான மனிதவள வல்லுநர்களைக் கேட்டால் இது தவறான முறை என்பார்கள். நாம் மீண்டும் மீண்டும் பார்த்துவருவது போல, ஜாப்ஸின் உலகில் சராசரி விதிகள் இல்லை.

திறமையான மனிதர்களைக் கண்டறியும் வல்லமை பெற்றவராக இருந்தார் ஜாப்ஸ்.

அன்றைக்கு நேர்காணலுக்கு வந்திருந்தவரின் வயது முப்பதுக்குள் இருக்கும். கொஞ்சம் பரபரப்பாக இருந்தார். அவர் குரலிலும் நடுக்கம் தெரிந்தது.

ஜாப்ஸ் அதிரடியாகச் சில கேள்விகளைக் கேட்டார். வந்திருந்த இளைஞரால் அக்கேள்விகளுக்குச் சரியாக விடையளிக்க இயலவில்லை.

பதில்கள் அவருக்குத் தெரிந்திருந்தன. ஜாப்ஸின் சொல்வன்மைக்கு முன் அவரால் பேசமுடியவில்லை. ஏமாற்றத்துடன் வெளியே வந்தார் அந்த இளைஞர்.

ஆப்பிள் அலுவலகத்திலிருந்து வெளியே செல்லவில்லை. ஓரிடத்தில் தனியாக அமர்ந்திருந்தார். ஆப்பிளில் சேரவேண்டும் என்பது அவரது கனவாக இருந்தது. மிக நன்றாகச் செய்ய வேண்டும் என்னும் பதற்றம். அதுவே அவரது குழப்பத்துக்குக் காரணமாக அமைந்துவிட்டது.

அவர் எதிர்பாராத ஒன்று அச்சமயம் நிகழ்ந்தது. அவ்வழியாக ஜாப்ஸ் நடந்து வந்தார். ஜாப்ஸைக் கண்டவுடன் அவரை நோக்கி ஓடினார். தன்னிடம் சில டெமோக்கள் உள்ளதாகக் கூறினார். ஜாப்ஸிடம் அவற்றைக் காட்டுவதற்கு அனுமதி கேட்டார். பிறிதொரு நாளென்றால் ஜாப்ஸ் மறுத்துவிட்டுச் சென்றிருப்பார். ஆனால் அன்று சரி என்றார்.

டெக்ஸ்டாப் திரையில் அப்ளிகேஷன் ஐகான்களை அடுக்க புதிய வழியொன்றை டிசைன் செய்திருந்தார். ஓர் ஐகான். அதன் மேல் மவுஸ் பாயிண்ட்டரை வைத்தால் அது தானாகவே ஜூம் ஆகிப் பெரியதாகத் தெரியும். மவுஸை அங்கிருந்து நீக்கினால் மீண்டும் சிறியதாகிவிடும்.

இதைக் கண்டவுடனேயே ஜாப்ஸ் அந்த இளைஞரைக் கட்டித்தழுவிக்கொண்டார். வேறு எதுவுமே சொல்லவில்லை. அவரை இண்டர்ஃபேஸ் டீமில் சேர்த்துக்கொண்டார்.

மேக்கிண்டோஸ் ஆபரேட்டிங் சிஸ்டங்களில் இருக்கும் டாக் *(Dock)* டிசைன் அந்த இளைஞர் காட்டிய டெமோவிலிருந்து வந்ததுதான். மேக் ஓஸ் எக்ஸ் வெளியானபோது பலரையும் கவர்ந்த அம்சமாக இது அமைந்தது.

மேக் ஓஎஸ் எக்ஸை வழக்கம் போல அதிரடியாக அறிமுகப்படுத்தினார் ஜாப்ஸ். மேக் வேர்ல்ட் என்னும் நிகழ்ச்சியில் தனது வசீகரமான பாணியில் அவர் செய்த அறிமுகம் ஆப்பிள் ஆர்வலர்களைப் பெரிதும் கவர்ந்தது.

இந்நிகழ்ச்சியில் இன்னும் ஒரு முக்கியமான மாற்றம் நிகழ்ந்தது. அதுவரை *iCEO* என்னும் பொறுப்பில் இருந்த ஜாப்ஸ், ஆப்பிளின் தலைமைச் செயல் அலுவலராக *(CEO)* மாறினார். இதுவும் பலரும் எதிர்பார்த்த ஒன்று.

முழு அதிகாரமும் அவர் கைக்கு வந்தபின்னர் ஜாப்ஸ் ஒரு முக்கிய முடிவெடுத்தார். அது ஆப்பிளுக்கென தனியாகக் கடைகள் தொடங்குவது. ஆப்பிள் ஸ்டோர்ஸ்.

இதற்குப் பல்வேறு காரணங்கள் இருந்தன. ஜாப்ஸ் மனத்தில் முதன்மையாக இருந்த காரணம் பயனர்களைத் திருப்திப்படுத்துவது.

அதுவரை ஆப்பிள் கம்ப்யூட்டர்கள் பிற கம்ப்யூட்டர்களுடன் சேர்த்தே விற்கப்பட்டு வந்தன. இது ஜாப்ஸுக்குப் பிடிக்கவில்லை. டெல் கம்ப்யூட்டர்கள் ஒருபுறம். காம்பேக் கம்ப்யூட்டர்கள் மறுபுறம். இரண்டுக்கும் இடையில் ஒரு மேக் கணினி. இவ்வாறு விற்பனையாவதை ஜாப்ஸால் ஏற்றுக்கொள்ள முடியவில்லை.

அக்கடையில் வேலை செய்யும் பணியாளர்களைப் பொறுத்தவரை ஆப்பிளும் ஒரு கம்ப்யூட்டர், அவ்வளவுதான். அதை விற்றால் தங்களுக்கொரு கமிஷன் கிடைக்கும். ஆப்பிள் விற்கவில்லை என்றாலும் பரவாயில்லை. பிற பிராண்டுகளை விற்றாலும் அதே கமிஷன்.

இந்நிலையை மாற்ற எண்ணினார் ஜாப்ஸ். அவரைப் பொறுத்தவரை ஆப்பிள் கணினி என்பது ஒரு கலைப்பொருள். அதை வாங்கும் பயனாளர்களுக்கு அது குறித்துச் சிறப்பான முறையில் விளக்குவது அவசியம். அவ்வாறு நிகழ்ந்தால் மட்டுமே ஆப்பிளின் தனித்தன்மை பயனாளர்கள் மனத்தில் பதியும்.

இதற்கென அவர் எடுத்த முடிவுதான் ஆப்பிள் ஸ்டோர்ஸ். ஆப்பிள் பொருள்கள் மட்டுமே விற்பதற்கென கடைகளைத் திறப்பது.

இந்த யோசனையை ஆப்பிள் நிர்வாகக் குழுவில் தெரிவித்தார். வழக்கம் போலவே மறுப்பு. பலருக்கும் அவருடைய யோசனை புரியவில்லை. கம்ப்யூட்டர்கள் செய்வதுதான் ஆப்பிள் நிறுவனத்தின் வேலை. விற்பதற்கெனத் தனியாக ஆள்கள் இருக்கின்றனர்.

அதற்கென ஒரு பெரிய நெட்வொர்க். இவ்வாறிருக்கும்போது தனியாகக் கடை தொடங்குவது அபத்தம் என்றே கருதினர். அத்துடன் இது சாதாரண முடிவல்ல. பெரும் பொருள் செலவை ஏற்படுத்தும் முடிவு.

இதனால் என்ன வருமானம் வந்துவிடப் போகிறது என்று கேலி பேசினர். ஜாப்ஸ் உறுதியாக இருந்தார். தனிக் கடை விரிப்பது என்னும் முடிவிலிருந்து அவர் மாறத் தயாராக இல்லை.

ஆப்பிள் நிர்வாகக் குழுக் கூட்டத்தில் எந்த முடிவும் எடுக்கப்படவில்லை. ஆனபோதும் ஜாப்ஸ் கடை தொடங்குவதற்கான ஆயத்தப் பணிகளில் இறங்கினார்.

ரான் ஜான்ஸன் இவ்வாறான விஷயங்களில் நிபுணத்துவம் பெற்றவர். டார்கெட் என்னும் பெருநிறுவனம் ஒன்றில் உயர்பதவியில் இருந்தார். அவரை ஆப்பிளுக்கு அழைத்து வந்தார் ஜாப்ஸ்.

அவரைக் கூட்டிக்கொண்டு ஒரு பிரபல ஷாப்பிங் மாலுக்குச் சென்றார். அங்கிருக்கும் கடைகளை இருவரும் கூர்ந்து கவனித்தனர். கடைகளின் நீள அகலம், அவற்றின் அமைப்பு, அங்கிருக்கும் கூட்டம், பணியாளர்கள் எண்ணிக்கை என ஒவ்வொன்றையும் உற்று நோக்கினர்.

சில கடைகளில் இரண்டு வாசல்கள் இருந்தன. ஆப்பிள் ஸ்டோர்ஸில் ஒரே ஒரு வாசல் மட்டுமே இருக்க வேண்டும் என்று முடிவு செய்தார் ஜாப்ஸ்.

ஆப்பிள் கடைகள் எப்போதும் நகரின் பரபரப்பான இடங்களில்தான் செயல்படவேண்டும் என்றார். ஊருக்கு வெளியே ஒதுக்குப்புறமாக என்னும் வேலையே கிடையாது.

இவ்வாறு செய்யும்போது அதிகச் செலவாகும் என்றார் ஜான்ஸன். செலவுகள் குறித்துக் கவலைப்படாதீர்கள். ஆகச்சிறந்த அனுபவத்தைப் பயனாளர்களுக்குக் கொடுப்பதே நமது நோக்கம்.

ஆப்பிள் கடைகள் பயனாளர்களுடன் நேரடித் தொடர்பில் இருப்பவை. ஆப்பிளின் திருத்தமான செயல்பாடு கம்ப்யூட்டர்களுக்கு

உள்ளே மட்டும் இருந்தால் போதாது. இக்கடையும் ஆப்பிள் இன்டர்ஃபேஸ்தான். எனவே எவ்விதக் குளறுபடியும் கூடாது என்பதில் உறுதியாக இருந்தார்.

மர்க்குலாவிடம் ஜாப்ஸ் கற்ற பாடம் இது. ஒரு நிறுவனத்தின் சிறிய செயல்பாடுகள் கூடப் பயனாளர்கள் மத்தியில் அதன் இமேஜை உறுதிசெய்யும். ஆப்பிளைத் தொடங்கும்போது மர்க்குலா சொன்ன கீதை இது. அதை இறுதிவரையிலும் கடைப்பிடித்தார் ஜாப்ஸ். கடை விஷயத்திலும் அவ்வாறே.

ஆப்பிள் கணினிகளை எவ்வாறு காட்சிப்படுத்த வேண்டும், மேஜைகள் எவ்வாறு வடிவமைக்கப்பட வேண்டும், மாடிப் படிக்கட்டுகள் இருந்தால் அவை எவ்வாறிருக்கவேண்டும் என்று ஒவ்வொன்றாகப் பார்த்துப் பார்த்துச் செய்தார் ஜாப்ஸ்.

கண்ணாடிப் படிக்கட்டுகள் அமைப்பதில் தனியாகக் காப்புரிமை பெறும் அளவுக்குச் சென்றது ஆப்பிள்.

ஆப்பிள் ஸ்டோர்ஸ் எவ்வாறு இருக்கப்போகிறது என்பதைக் காட்டும் வகையில் ஒரு சாம்பிள் கடையை வடிவமைத்தார் ஜாப்ஸ். இன்டர்ஃபேஸ் செய்வதில் காட்டிய அதே ஆர்வம்.

மீண்டும் ஓர் ஆப்பிள் நிர்வாகக் குழு கூட்டம். ஆப்பிள் ஸ்டோர்ஸ் அமைப்பதால் நிச்சயம் நட்டம் வராது. அதற்கு தானே பொறுப்பெடுத்துக்கொள்வதாக அறிவித்தார் ஜாப்ஸ்.

குழுவை அவர் அமைத்திருந்த சாம்பிள் ஸ்டோருக்குக் கூட்டிச் சென்றார். அதன் திருத்தம் முதல் பார்வையிலேயே குழுவினரைக் கவர்ந்தது. கடை திறக்கலாம் என்று ஒப்புக்கொண்டது குழு.

இதற்கான அறிவிப்புகள் வெளியாகின. சில பத்திரிகைகள் கிண்டல் செய்தன. ஜாப்ஸ் தனது தனித்துவமான யோசிக்கும் திறனை இழந்துவிட்டார் என்று செய்திகள் வெளியிட்டன. இரண்டாண்டுக்குள் மூடிவிடுவார்கள் என்று ஆருடம் கூறின.

எதிர்மறையான எந்தக் கருத்தையும் ஜாப்ஸ் பொருட்படுத்தவில்லை. துணிந்தபின் எண்ணுவம் என்பது இழுக்கு. இதுவே அவரது கொள்கை.

மே மாதம் இரண்டாயிரத்து ஒன்றாம் ஆண்டு. ஆப்பிள் தனது முதல் கடையைத் திறந்தது. விர்ஜீனியாவின் டைசன் கார்னர் என்னும் இடத்தில் இக்கடை திறக்கப்பட்டது.

'*Think Different*' என்னும் பேனருடன் கடை மிகப் பொலிவாக இருந்தது.

தொடக்கத்தில் வாரம் ஒன்றுக்கு இருநூற்று ஐம்பது பேர் கடைக்கு வந்தனர். மூன்றே ஆண்டுகளில் அது ஐந்தாயிரத்தைத் தாண்டியது.

ஆண்டொன்றுக்கு ஆப்பிள் ஸ்டோர்ஸில் நடந்த விற்பனை ஒரு பில்லியன் (நூறு கோடி) டாலர் என்னும் அளவை எட்டியது.

கம்யூட்டர்கள்தான் என்றில்லை. விற்பனை வரலாற்றிலேயே தனியொரு நிறுவனம் நடத்தும் கடைகளில் ஆண்டுக்கு நூறு கோடி டாலர் பரிவர்த்தனை என்பது முன்னெப்போதும் நிகழ்ந்திராதது.

அடுத்தடுத்து பல்வேறு இடங்களில் ஆப்பிள் ஸ்டோர்ஸ் திறக்கப்பட்டன. சில கடைகள் இருபத்து நான்கு மணிநேரமும் செயல்படும் என்று அறிவித்தார் ஜாப்ஸ்.

ஆப்பிள் ஸ்டோர்ஸ் என்பது வெறுமனே கடை மட்டுமேயல்ல. ஆப்பிள் ஆர்வலர்களைப் பொறுத்தவரை அது ஓர் அனுபவம். ஒவ்வொருமுறையும் புதிய ஆப்பிள் தயாரிப்புகள் வெளியாகும்போது கடை திறக்கக் காத்திருந்தது ஒரு பெருங்கூட்டம்.

மற்றும் ஒருமுறை ஜாப்ஸ் தனது தனித்தன்மையை நிரூபித்தார். ஒருகட்டத்தில் ஜாப்ஸ் புற்றுநோயுடன் போராடிக்கொண்டிருந்தார். அந்த வேளையில் கூட புதிய கடைகளின் வடிவமைப்பில் ஆர்வம் கொண்டவராக இருந்தார்.

ஜாப்ஸ் கடை விரித்தார். கொள்வார் பல்லாயிரம் உண்டு.

37. இசை

'டாப் 100' என்றொரு திட்டம். ஜாப்ஸ் ஆண்டுதோறும் இதை விமரிசையாக நடத்திவந்தார். ஆப்பிள் பணியாளர்களில் ஆகச் சிறந்த நூறு பேரைத் தேர்ந்தெடுப்பார்.

அவர்களை மட்டும் அழைத்துக்கொண்டு எங்கேனும் சென்றுவிடுவார். அவர்களிடம் ஒரே ஒரு கேள்வியை மட்டும் கேட்பார். 'அடுத்தாண்டு நாம் செய்ய வேண்டிய பத்து விஷயங்கள் யாவை?'

நீண்ட நெடிய விவாதங்கள் நடக்கும். எந்தவொரு பிரசன்டேஷனும் கிடையாது. ஒய்ட்போர்ட் மட்டும்தான். விதவிதமாகச் சிந்தித்துப் பத்து சங்கதிகளைப் பட்டியலிடுவார். இது அவர் அழைத்துச் சென்ற திறமைவாய்ந்த நூறு நபர்களின் யோசனைகளின் அடிப்படையில் தயாரான பட்டியல்.

பட்டியலில் முதல் மூன்றை மட்டும் தேர்ந்தெடுப்பார். இவையே நமது அடுத்த ஆண்டின் நோக்கங்கள் என்று அறிவிப்பார்.

இரண்டாயிரமாவது ஆண்டையொட்டிக் கணினி நிறுவனங்கள் பெரும் இழப்பைச் சந்தித்தன. டாட் காம் குமிழ் உடைந்தது. இணையமே இனி எல்லாம் எனத் தொடங்கிய நிறுவனங்கள் பலவற்றால் தாக்குப்பிடிக்க முடியவில்லை.

இணையம்தான் இன்றிருக்கும் டிஜிட்டல் உலகை நமக்குத் தந்தது. இதை நம்பியே இன்றைய பெருநிறுவனங்கள் பலவும் செயல்படுகின்றன. உதாரணங்களாக கூகுள், அமேசான்.

எந்த இணையம் பல்வேறு சிறு குறு நிறுவனங்களைக் காலி செய்ததோ அதுவே மீப்பெரு நிறுவனங்களை உருவாக்கித் தந்தது.

இந்தச் சிக்கலான சூழலிலும் ஆப்பிளின் செயல்பாடு நன்றாகவே இருந்தது. ஜாப்ஸின் தனித்துவம் வாய்ந்த தலைமையும் அதற்கு ஒரு காரணம்.

மிகவிரைவில் அவர் ஒன்றைக் கண்டுகொண்டார். பர்ஸனல் கம்ப்யூட்டர்கள் இனி டிஜிட்டல் உலகின் மையப் பொருளாக இருக்காது. அவற்றையும் தாண்டி வெவ்வேறு கருவிகள் வரும். அவற்றில் முதலீடு செய்வதே ஆகச் சிறந்தது என்று உணர்ந்து கொண்டது ஆப்பிள்.

ஜாப்ஸின் டாப் 100 திட்டம் இது போன்ற தொலைநோக்குப் பார்வையை ஏற்படுத்த உறுதுணையாக இருந்தது.

'டிஜிட்டல் லைஃப்ஸ்டைல்' என்றொரு சொல்லை ஜாப்ஸ் மீண்டும் மீண்டும் பயன்படுத்தினார். இனி டிஜிட்டல் கருவிகள் வாழ்வின் தவிர்க்க இயலாத அங்கங்களாக மாறும்.

பர்ஸனல் கம்ப்யூட்டர்கள் ஒரு மேஜையில் அமர்ந்துகொண்டன. அதன் உதவி தேவையென்றால் நாம்தான் அங்கு செல்ல வேண்டும். இனி, பயனாளர்களோடு எப்போதும் உடன் வரும் டிஜிட்டல் கருவிகளே உலகை ஆளும்.

நீங்கள் வைத்திருக்கும் பல்வேறு டிஜிட்டல் கருவிகளும் உங்களுடைய பர்ஸனல் கம்ப்யூட்டருடன் பேசும். அதன் மூலம் சில சேவைகளைப் பெற்றுக்கொள்ளும்.

இதைத்தான் டிஜிட்டல் வாழ்க்கைமுறை என்று வரையறுத்தார் ஜாப்ஸ்.

ஆப்பிளின் குறிக்கோள் இந்த ஈக்கோ சிஸ்டத்தை உருவாக்குவதில் இருக்கவேண்டும் என்று புரிந்துகொண்டார்.

இதை நிகழ்த்திக்காட்டப் பல்வேறு ஹார்ட்வேர்களை உருவாக்க வேண்டும். அவற்றை இயக்கும் சாஃப்ட்வேர்களைச் செய்யவேண்டும். இவையாவும் ஒரு ஆபரேட்டிங் சிஸ்டத்துடன் இயைந்து செயல்படவேண்டும்.

பிற நிறுவனங்களுக்கு இல்லாத ஒரு தகுதி ஆப்பிளிடம் இருந்தது. ஹார்ட்வேர், அப்ளிகேஷன் சாஃப்ட்வேர், ஆபரேட்டிங் சிஸ்டம் என அனைத்தையுமே ஆப்பிள் செய்தது. அவர்கள் ஒரு கம்ப்ளீட் பேக்கேஜாக இருந்தனர்.

ஜாப்ஸ் இதைக் கெட்டியாகப் பிடித்துக்கொண்டார். இனி வெவ்வேறு கருவிகளைச் செய்வது என்று முடிவானது.

டிஜிட்டல் கேமராக்கள் பரவலாக இருந்த காலம். அவற்றின் மூலம் ஃபோட்டோக்கள், வீடியோக்கள் எடுப்பது எளிதானது.

அவற்றை கம்ப்யூட்டர்களுடன் இணைக்க முடிந்தது. படங்களையும், வீடியோக்களையும் எடிட் செய்யும் சாஃப்ட்வேர்களுக்கான மார்க்கெட் வளர்ந்தது.

அப்போது ஆப்பிள் கருவிகளில் பையர்வயர் *(FireWire)* என்றொரு போர்ட் இருந்தது. இது அன்றிருந்த பிற இணைப்புகளை விட வேகமாகச் செயல்பட்டது. எனவே வீடியோக்களை வேகமாக மேக் கணினிகளில் காப்பி செய்ய முடிந்தது.

அடோப் நிறுவனத்திடம் பிரீமியர் போன்ற சாஃப்ட்வேர்கள் இருந்தன. ஒருகட்டத்தில் அவர்கள் மேக் கணினிக்கான சப்போர்ட்டை நிறுத்திவிட்டனர். ஜாப்ஸ் அவர்களிடம் பேசினார்.

மேக் கணினிகளில் இவற்றை வேலை செய்யும்படி மாற்றிக் கொடுங்கள் எனக் கேட்டார். ஆனால் பல்வேறு காரணங்களுக்காக அடோப் அந்தக் கோரிக்கையை அப்போது மறுத்தது.

இது தொடர்பான பல்வேறு அப்ளிகேஷன் சாஃப்ட்வேர்களை ஆப்பிளே செய்யத் தொடங்கியது. ஃபைனல் கட் ப்ரோ, ஐமூவி போன்றவை இந்த வரிசையில் வந்தன. டிஜிட்டல் ஃபோட்டோகிஃராபி துறை வளர வளர ஆப்பிள் கருவிகள் அதன் பயனாளர்களின் ஃபேவரைட்டாக மாறத்தொடங்கின.

ஜாப்ஸின் கவனம் அடுத்ததாக இசையின் பக்கம் திரும்பியது. சிடிக்கள் பரவலாகப் பயன்படுத்தப்பட்ட காலம் அது. ஆண்டொன்றுக்கு முப்பத்திரண்டு கோடி சிடிக்கள் விற்றன. இது அமெரிக்காவின் மக்கள்தொகையைக் காட்டிலும் அதிகம்.

சிடிக்களில் பாடல்களில் இருந்தன. அவற்றை இயக்குவதற்கென்றே சாஃப்ட்வேர் மியூசிக் பிளேயர்கள் வந்தன. ஆனால் அவ்வாறு வந்த சாஃப்ட்வேர்கள் எவையும் பயன்படுத்த எளிதாக இல்லை.

தேவையான பாடல்களைத் தேர்ந்தெடுக்க வேண்டும். என்ன வரிசை என்று சொல்லவேண்டும். இதுபோக சில ஆடியோ செட்டிங்குகள். அவ்வளவுதான். ஆனாலும் பல்வேறு சாஃப்ட்வேர்களின் இன்டர்ஃபேஸ்கள் பயமுறுத்துவதாக இருந்தன.

இது ஒரு முக்கியமான பிரச்சினை என்று ஜாப்ஸ் உணர்ந்தார். அவரே ஓர் இசைப்பிரியராக இருந்ததால் இதைக் கட்டாயம் சுலபமாக்க வேண்டும் என்று முடிவுசெய்தார்.

இம்முடிவின் பயன்தான் ஐட்யூன்ஸ். இசைத்துறையில் கொடிகட்டிப் பறக்கவிருக்கும் ஒரு சாஃப்ட்வேர். இது பயனாளர்களிடம் பெரும் வரவேற்பைப் பெற்றது.

இதனினும் சிறப்பாக இருந்தது அடுத்தகட்டம். ஐட்யூன்ஸ், சாஃப்ட்வேர் பிரச்சினையைத் தீர்த்தது. ஆனால் ஹார்ட்வேர் சிக்கல் நீடித்தது.

பயனாளர்களிடம் எப்போதும் இருக்கும் ஒரு மியூசிக் பிளேயர் கருவியைச் செய்வது என்று தீர்மானித்தனர்.

இதற்கான தேவைகளைப் பட்டியலிட்டனர். சிறிய சைஸில் ஒரு டிஸ்க். சைஸ் சிறிதென்றாலும் நிறைய பாடல்களைச் சேமிக்க முடியவேண்டும். சிறு திரை. பேட்டரி. சில கண்ட்ரோல் பட்டன்கள்.

இதில் முதல் சவால் டிஸ்க் டிரைவ். ஜாப்ஸ் எதிர்பார்த்த அளவில் அப்போது மார்க்கெட்டில் டிஸ்க்குகள் இல்லை. எனவே திட்டம் கொஞ்சம் தள்ளிப்போனது.

ஆனாலும் ஆப்பிள் விடுவதாக இல்லை. தொடர்ந்து தேடிக் கொண்டே இருந்தனர். அவர்களுடைய தேடலின் விடை ஜப்பானில் கிடைத்தது. தோஷிபா நிறுவனம் சின்னஞ்சிறு டிஸ்க் ஒன்றைச் செய்திருந்தது.

செய்தி கேட்டு உடனடியாகச் சென்றது ஆப்பிள் குழு. இரண்டு இன்ச்களுக்கும் குறைவான சைஸ். ஐந்து ஜிபி ஸ்டோரேஜ்.

அத்தனை டிஸ்குகளையும் நாங்களே வாங்கிக்கொள்கிறோம் என்று தோஷிபா நிறுவனத்துடன் ஒப்பந்தம் செய்துகொண்டது ஆப்பிள்.

மியூசிக் பிளேயர் செய்யும் குழுவில் ஜான் ரூபின்ஸ்டைன் என்பவர் முதன்மையானவர். இக்குழுவில் டோனி ஃபேடல் என்னும் பொறியாளரும் வந்துசேர்ந்தார். ஃபேடலும் ஓர் இசைப்பிரியர்.

இவர்கள் இருவரும் சேர்ந்து செய்ததுதான் ஐபாட் *(iPod)*. ஐபாடின் பல்வேறு மாடல்களைச் செய்து ஜாப்ஸிடம் காட்டினர்.

ஒரே ஒரு அளவுகோல்தான் வைத்திருந்தார் ஜாப்ஸ். பயனாளர்களுக்குத் தொல்லை தரக்கூடாது. இயக்குவதற்கு எளிதாக இருக்கவேண்டும்.

விரும்பும் பாடலுக்குச் சில கிளிக்குகளிலேயே போக முடிய வேண்டும்.

ஒவ்வொரு நாளும் இதுகுறித்துப் பேசினர். தினந்தோறும் ஜாப்ஸ் சில யோசனைகளைச் சொல்லிக்கொண்டிருந்தார்.

பல்வேறு கட்டத் திருத்தங்களுக்குப் பிறகு ஐபாட் தயாரானது.

பலரும் ஒரு விஷயத்தைச் சுட்டிக்காட்டினர். அவர்கள் வடிவமைத்திருந்த ஐபாடில் ஆன்/ஆஃப் சுவிட்ச் இல்லை. ஜாப்ஸ் இதில் உறுதியாக இருந்தார். அப்படியொரு சுவிட்ச் தேவையில்லை. பயனாளர் தொட்டால் இயங்கத் தொடங்கும். மற்ற நேரங்களில் தூங்கிவிடும்.

இசை கேட்கும் விதத்தை ஐட்யூன்ஸூம், ஐபாடும் இணைந்து மாற்றின. பல்வேறு இசை நிறுவனங்களுடன் ஒப்பந்தங்கள் செய்துகொண்டனர். பலருக்கும் இந்தப் புதிய முறை குறித்த

அச்சங்கள் இருந்தன. இங்கும் ஜாப்ஸின் சொல்வன்மை கைகொடுத்தது.

பரவிக்கிடந்த பல்வேறு இசை நிறுவனங்களைச் சம்மதிக்கவைப்பது என்பது எளிதானதல்ல. பிற நிறுவனங்களால் இதை நம்பக்கூட முடியவில்லை.

ஜாப்ஸ் எதிர்பார்த்தபடி இக்கருவி பெரும் வரவேற்பைப் பெற்றது. ஆப்பிள் நிறுவனத்தின் எல்லை பர்ஸனல் கம்ப்யூட்டர்களைத் தாண்டி விரியத் தொடங்கியது.

இனி அவர்கள் செய்யப்போகும் பல்வேறு கருவிகளுக்கும் ஐபாட் மாடல் ஓர் உதாரணமாக இருந்தது.

முதன்முதலில் வந்த ஐபாட் பளிச்சென்ற வெள்ளை நிறத்தில் இருந்தது. அதைப் பார்த்தவுடனேயே இது ஒரு சராசரிக் கருவியில்லை என்னும் உணர்வு வந்தது.

ஆப்பிள் செய்த விளம்பரங்கள் இந்த உணர்வை மேலும் அதிகரித்தன. ஐந்து ஜிபி என்றெல்லாம் அவர்கள் சொல்லவில்லை. ஆயிரம் பாடல்கள் உங்கள் கைகளில் என்றே அறிமுகப்படுத்தினர்.

ஒரு கருவிக்கென்று ஒரு நோக்கம். அதை மட்டுமே அக்கருவி செய்யும். மிகச் சிறப்பான தரத்தில் அச்சேவையை வழங்கும். இதுவே ஆப்பிளின் பாணி.

38. பாடம்

ஆப்பிள் செய்த அனைத்துமே வெற்றியா என்றால் இல்லை. அவர்கள் முனைந்து செய்து, எதிர்பார்த்த வெற்றி கிடைக்காத திட்டங்களும் உண்டு.

அவற்றுள் ஒன்றுதான் க்யூப். இது செல்லப் பெயர். ஆப்பிள் அதற்கு வைத்த முழுப்பெயர் 'பவர் மேக் ஜி4 க்யூப்'. இப்படியொரு நாமகரணம் செய்ய ஜாப்ஸ் எப்படிச் சம்மதித்தார் என்று தெரியவில்லை.

இரண்டாயிரமாவது ஆண்டில் இக்கணினி வெளிவந்தது. மேற்கொண்டு வாசிப்பதற்கு முன் இணையத்தில் இந்தப் பெயரைப் போட்டுத் தேடிப்பார்த்துவிடுங்கள்.

ஆப்பிளின் அழகான கருவிகள் என்று பட்டியலிட்டால் நிச்சயம் க்யூப் முதல் மூன்று இடங்களுக்குள் இருக்கும். முதல் பார்வையில் கணினி என்றே சொல்ல இயலாது.

எட்டு இன்ச் நீள, அகல, உயரத்தில் ஒரு கனச்சதுரம். ஒரு பெர்ஃபெக்ட் க்யூப். அதுவும் கண்ணாடி போன்று ஒளி ஊடுருவும் ட்ரான்ஸ்பாரண்ட் டிசைன்.

ஆப்பிள் தயாரிப்புகள் அனைத்திலுமே மினிமலிசம் உண்டு. ஆனால் இதில் வழக்கத்தை விட அதிகம்.

அதுவரை இதுபோன்ற வடிவத்தில் எந்தவொரு கணினியும் வந்ததில்லை. அத்தனை திருத்தம். அத்தனை அழகு.

இதனை பவர் ஆன் செய்தால் கொஞ்சம்கூடச் சத்தம் போடாது. முற்றும் முதலாய் மௌனம். சிறிய கணினி என்பதால் வெப்பத்தைக் கட்டுப்படுத்த ஃபேன் அவசியம். ஆனால் அதனை ஒரு ஸ்மார்ட் டிசைன் மூலம் தவிர்த்திருந்தது ஆப்பிள். இதனை ஜென் டிசைன் என்று ஆப்பிள் பெருமிதமாக அறிவித்தது.

வழக்கம்போலவே தனது வசீகரமான பாணியில் க்யூபை அறிமுகம் செய்தார் ஜாப்ஸ். நியூஸ் வீக் பத்திரிகைக்கு ஜாப்ஸ் ஒரு நேர்காணல் அளித்தார். அதில் க்யூப் குறித்து அவர் இவ்வாறு சொல்லியிருந்தார்.

‘எங்கள் கணினிகளை அழகாகச் செய்வதற்கு ஒரு காரணம் இருக் கிறது. வெளிப்புறம் அழகாக உள்ள ஒன்று, உள்ளேயும் திருத்தமாக இருக்கும் என்று பயனாளர்கள் நம்புவார்கள். எனவேதான் இத்தனை பெருமுயற்சி எடுத்து இதனைச் செய்கிறோம்.’

‘எவையெல்லாம் தேவையில்லையோ அவற்றையெல்லாம் நீக்கிவிடுவதுதான் நல்ல டிசைன். அந்த அடிப்படையிலேயே க்யூப் கணினியைச் செய்துள்ளோம்.’

இவ்வளவு சொன்னாலும் க்யூப் வெற்றிபெறவில்லை. ஜாப்ஸ் எதிர்பார்த்ததில் பாதியளவு கூட விற்கவில்லை. ஒரு வருடத்தில் எட்டு லட்சம் க்யூப் கணினிகளை விற்றுவிட வேண்டும் என்று திட்டமிட்டிருந்தது ஆப்பிள். ஆனால் இவ்வாறு நிகழவில்லை.

க்யூப் அழகானதுதான். எந்தச் சந்தேகமுமில்லை. ஆனால் அது யாருக்கான கணினி என்பதில்தான் குழப்பம். அதன் விலை ஆயிரத்து எண்ணூறு டாலர் என்னும் அளவில் இருந்தது.

இது சராசரிப் பயனாளர்களைக் கவரவில்லை. இத்தனை அதிக விலையில் அவர்கள் கணினியொன்றை வாங்க விரும்பவில்லை. அதே நேரத்தில் சக்தி மிக்க கணினிகளை வாங்குபவர்கள் டிசைன் குறித்து அவ்வளவாகக் கவலைப்படவில்லை. அவர்கள் விரும்பும் வேகமும் இதில் இல்லை.

ஜாப்ஸ் ஆப்பிளுக்குத் திரும்பி வந்தபின்னர் அறிமுகம் செய்த அனைத்தும் வெற்றிதான். க்யூப் கணினி இந்த வெற்றி வரிசைக்கு இடையில் வந்த பாடம்.

ஜாப்ஸும் குழுவும் பெருமுயற்சி செய்து க்யூப் கணினியை வடிவமைத்திருந்தது. எனவே அதன் தோல்வியை ஜாப்ஸால் எளிதாக ஏற்றுக்கொள்ள முடியவில்லை.

தனது குழுவினருடன் தொடர்ந்து ஆலோசித்தார். விலை ஒரு முக்கியக் காரணம். ஆப்பிளின் ஒவ்வொரு கருவியும் பயனாளர்களின் ஒரு குறிப்பிட்ட சிக்கலைத் தீர்க்கும் விதத்தில் இருந்தது. ஆனால் க்யூப் அப்படி எந்தவொரு விளைவையும் ஏற்படுத்தவில்லை.

க்யூப் வந்த சமயத்தில் கணினி என்றால் இப்படித்தான் இருக்கவேண்டும் என்று பயனாளர்கள் மத்தியில் ஓர் எதிர்பார்ப்பு இருந்தது. க்யூபின் வடிவமும் செயல்பாடும் அதனைப் பூர்த்தி செய்யவில்லை.

பிற நிறுவனங்கள் கணினிகளின் செயல்திறனில் மட்டுமே கவனம் செலுத்தின. டெல், காம்பேக் போன்ற நிறுவனங்கள் டிசைனால் ஏற்படும் விலை உயர்வைத் தவிர்க்கவே விரும்பின. எனவே செவ்வக வடிவில், ஏதோ ஒரு நிறத்தில் பெயிண்ட் பூசி விற்பனை செய்துவந்தன.

க்யூபின் தோல்வியால் ஜாப்ஸ் சோர்ந்துவிடவில்லை. இன்னும் கூடுதல் வேகத்துடன் ஓடுவது என்று முடிவெடுத்தது ஆப்பிள்.

கணினிகளின் வேகத்தை நிர்ணயிப்பவை பிராசஸர்கள். அந்தக் காலகட்டத்தில் ஆப்பிள் கணினிகளில் *PowerPC* என்றொரு பிராசஸர் இருந்தது. இது ஐபிஎம் மற்றும் மோட்டோரோலா நிறுவனங்களின் கூட்டுத்தயாரிப்பு.

தொடக்க காலத்தில் இவை இன்டெல் பிராசஸர்களைவிடக் கூடுதல் வேகத்தில் இயங்கின. ஆப்பிள் தனது விளம்பரங்களில் இதனைத் தவறாமல் குறிப்பிட்டது. ஒருகட்டத்தில் இன்டெல் பிராசஸர்களின் செயல்பாடு வெகு விரைவாக அதிகரித்தது.

அவற்றுடன் *PowerPC* பிராசஸர்களால் போட்டிபோட இயலவில்லை.

இது ஆப்பிள் கருவிகளின் வேகத்தைக் கட்டுப்படுத்துவதாக இருந்தது. தனது கணினிகளின் செயல்திறனில் கொஞ்சம்கூடச் சமரசம் செய்துகொள்ளாதவர் ஜாப்ஸ்.

அச்சமயத்தில் மோட்டோரோலாவின் தலைவராக இருந்தவர் கிரிஸ் கால்வின். ஜாப்ஸ் கால்வினை அழைத்தார்.

மோட்டோரோலாவுக்கு ஆப்பிள் சில சலுகைகளை அளித்திருந்தது. ஜாப்ஸ் அவற்றைக் குறிப்பிட்டுப் பேசினார்.

'எங்களுக்கு இந்த வேகம் போதாது. உங்களால் வேகத்தை அதிகரிக்க முடியுமா' என்று கண்டிப்புடன் கேட்டார் ஜாப்ஸ். தங்களுக்கிருக்கும் சிக்கல்களைப் பட்டியலிட்டார் கால்வின்.

ஜாப்ஸுக்குக் காரணங்கள் தேவையில்லை. அவர்களால் வேகத்தை அதிகரிக்க முடியாது என்று புரிந்துகொண்டார். மோட்டோரோலாவுக்கு அளித்திருந்த அத்தனை சலுகைகளையும் நிறுத்திக்கொள்வதாகச் சொன்னார்.

இனி இந்த பிராசஸர் ஒத்துவராது என்று முடிவு செய்தார் ஜாப்ஸ். வேறு பிராசஸர் நிறுவனத்துக்குச் செல்ல வேண்டும். இது அத்தனை எளிதானது இல்லை. ஆபரேட்டிங் சிஸ்டத்தை மாற்றுவதைவிடக் கடினமானது.

ஆனாலும் ஆப்பிளுக்கு வேறுவழியில்லை. அடுத்து அவர்கள் முன்பிருந்த சாய்ஸ் இன்டெல். இதுவரையிலும் இன்டெலைவிட எங்கள் வேகம் அதிகம் என்றே சொல்லிவந்துள்ளது ஆப்பிள். இப்போது அதிலிருந்து விலகி வேறொரு கூட்டணி அமைக்கவேண்டும். ஜாப்ஸ் இதற்குத் தயாரானார்.

அவர் மட்டுமே சரியென்று சொன்னால் நடக்கும் காரியம் அல்ல இது. ஒட்டுமொத்த ஆப்பிள் நிர்வாகக் குழுவையும் சம்மதிக்க வைக்கவேண்டும். அதற்கான சூழல்களை உருவாக்கத்தொடங்கினார் ஜாப்ஸ். பிராசஸர் மாற்றம் என்றால் கணினியின் உள்கட்டமைப்பை மொத்தமாக மாற்றவேண்டும்.

வழக்கம் போலவே இதைப் பலரும் எதிர்த்தனர். பேசிப்பேசி ஒருவிதமாகக் குழுவினரைச் சம்மதிக்க வைத்தார் ஜாப்ஸ்.

அப்போது இன்டெலின் தலைவராக இருந்தவர் பால் ஒட்டிலினி என்பவர். இவர் நெக்ஸ்ட் கணினிகள் வந்த காலத்திலிருந்தே ஆப்பிளைத் தொடர்ந்து கவனித்து வருபவர். இப்போது ஆப்பிள் ஒரு சிறிய வேகத்தடையைச் சந்தித்துள்ளது என்றும் அறிந்திருந்தார்.

மேலும் ஜாப்ஸ் வேலை செய்யும் விதம் குறித்தும் அவருக்குத் தெரியும். தங்கள் துறையில் ஆப்பிள் ஆகச் சிறந்த நிறுவனம். ஆனால் பிராசஸர் என்று வந்துவிட்டால் இன்டெல்தான் ராஜா.

ஆப்பிளுடன் ஒப்பந்தம் செய்துகொள்வதில் உள்ளூர விருப்பம் கொண்டிருந்தார் ஒட்டிலினி. ஆனால் அதை வெளிப்படையாகக் காட்டிக்கொள்ளவில்லை.

பேச்சுவார்த்தைக்கு இன்டெல் ஒரு குழுவை அமைத்தது. ஆப்பிள் தரப்பிலும் குழு அமைக்கப்பட்டது. ஆனால் முடிவுக்கு வருவதில் இழுபறி நீடித்தது.

பால் ஒட்டிலினியை ஜாப்ஸ் அழைத்தார். சென்ற அத்தியாயத்தில் ‘டாப் 100 கூட்டம்’ என்று ஒன்றைப் பார்த்தோம். அது போன்றதொரு டாப் 100 கூட்டத்துக்கு ஒட்டிலினியை அழைத்தார் ஜாப்ஸ்.

அவரும் வருவதாகச் சம்மதித்தார். ஜாப்ஸ் தலைமையில் ஆப்பிள் வேலை செய்யும் விதம் அவரை மிகவும் கவர்ந்தது. ஒப்பந்தத்துக்கு ஆப்பிளும் இன்டெலும் தயாராயின.

இரண்டாயிரத்து ஐந்தாம் ஆண்டில் முறையான அறிவிப்பு வெளியானது. ஆப்பிளும் இன்டெலும் இனி இணைந்து செயல்படும் என்று அறிவித்தனர்.

பொதுவாக பால் ஒட்டிலினி கூச்ச சுபாவம் கொண்டவராக இருந்தார். ஆனால் ஆப்பிள் கூட்டணி அறிவிப்பு மேடையில் மிகவும் உற்சாகமாக இருந்தார். ஆப்பிள்-இன்டெல் யுகம் தொடங்கியது.

அறிவிப்பு வெளிவரும்வரை இது மிகவும் ரகசியமாக வைக்கப்பட்டிருந்தது. இது நிகழும் என்று பில் கேட்ஸ் கொஞ்சமும் எதிர்பார்க்கவில்லை.

ஆப்பிள் ஏதோ கலர் கலராக பெயிண்ட் பூசி கணினிகளை விற்றுக்கொண்டிருக்கிறது. இதை மீறி அவர்கள் எதையும் செய்துவிடமாட்டார்கள் என்றே எண்ணியிருந்தார் அவர்.

ஒரு கணினி நிறுவனம் மைக்ரோபிராசஸரை முற்றிலும் மாற்றுவது என்பது மிகக் கடினமான செயல்பாடு. இதை ஆப்பிள் கொஞ்சமும் அலட்டிக்கொள்ளாமல் நிகழ்த்திக்காட்டியது பில் கேட்ஸை ஆச்சரியப்படுத்தியது. ஆப்பிள் குறித்த அவருடைய பார்வையில் சற்றே மாற்றம் ஏற்பட்டது.

ஆப்பிளின் இந்த முடிவுக்குப் பல்வேறு காரணங்கள் இருந்தன. அவற்றுள் முதன்மையானது க்யூப் தந்த பாடம். சிக்கலுக்கான அடிப்படையான காரணத்தைக் கண்டறிந்தது ஆப்பிள்.

ஜாப்ஸின் தலைமைப் பண்புகளில் இது மிகவும் முக்கியமான ஒன்று. தனது நிறுவனத்தின் வளர்ச்சியில் தொய்வு வருவதை அவர் ஒருபோதும் அனுமதித்ததில்லை.

ஆப்பிளை இவ்வளவு நன்றாகப் பார்த்துக்கொண்ட அவரைச் சோதிக்கக் காலம் வேறொரு திட்டம் வைத்திருந்தது. ஜாப்ஸ் என்னும் மாமனிதரை வலியின் உச்சத்துக்குக் கொண்டுசெல்லும் திட்டம்.

39. நோய்

ஜாப்ஸ் வினோதமான நம்பிக்கைகளால் ஆனவர். அதுவே அவருடைய பலம். பலவீனமும். தனது நம்பிக்கைகளால் ஜாப்ஸ் பெற்றவை அதிகம். இழந்தவை அதனினும் அதிகம்.

ஜாப்ஸ் சிறுநீரகக் கற்களால் அவதிப்பட்டு வந்தார். இதனை முன்பே ஓர் அத்தியாயத்தில் பார்த்திருக்கிறோம். அவை தரும் வலி அதீதமானது. ஒவ்வொரு முறை வலி மிகும் போதும் அதற்கான மருந்துகளை எடுத்துக்கொள்வார்.

ஓய்வெடுப்பதென்றால் இன்னதென்று அவர் அறிந்திருக்கவில்லை. வலி நிவாரணிகள் வேலை செய்யத் தொடங்கிய உடனேயே தனது வேலைகளில் மூழ்கிவிடுவார்.

ஆப்பிளின் பல்வேறு முக்கிய முடிவுகளை அவர் வலியுடனேயே எடுத்த தருணங்களும் உள்ளன. சாதாரணமாகவே கோபப் படுவார். வலியும் சேர்ந்துகொண்டால் என்னவாகும் என்று யோசித்துப்பாருங்கள்.

தொடர்ந்து யூராலஜிஸ்டை (சிறுநீரியல் மருத்துவர்) பார்த்துவந்தார். அன்றும் வழக்கமான பரிசோதனைகளுக்காகத்தான் மருத்துவ மனைக்குச் சென்றிருந்தார் ஜாப்ஸ். எப்போதும் ஜாப்ஸுடன் சகஜமாகப் பேசுவார் அம்மருத்துவர்.

பரிசோதனைகள் முடிந்தன. ஜாப்ஸிடம் ஒரு ஸ்கேன் எடுக்குமாறு பரிந்துரைத்தார் மருத்துவர். ஐந்து ஆண்டுகளுக்கு முன்பு இவ்வாறான ஸ்கேன் ஒன்றை எடுத்திருந்தார் ஜாப்ஸ். அதன் பின்னர் ஒருசில முறை மருத்துவர் சொன்னபோதும் அதைப் பெரிதாக எடுத்துக்கொள்ளவில்லை.

இம்முறை எப்படியோ ஒத்துக்கொண்டார். அவருடைய சிறுநீரகங்கள் வழக்கம் போலவே இருந்தன. குறையொன்றுமில்லை. ஆனால் கணையம் *(pancreas)* இருக்கும் பகுதியில் கருப்பாக எதையோ காட்டியது ஸ்கேன்.

பார்த்த நொடியிலேயே ஏதோ சிக்கல் என்று உணர்ந்துகொண்டார் அப்பெண் மருத்துவர். ஜாப்ஸிடம் இன்னும் சில பரிசோதனைகள் செய்யவேண்டும் என்றார். அவை கணையம் குறித்த தீவிரமான சோதனைகள்.

ஜாப்ஸ் வழக்கம்போல சிரித்தபடியே மழுப்பினார். தனக்கு அதீதமாக எதுவுமே நேராது என்பது அவருடைய நம்பிக்கை.

இம்முறை மருத்துவர் ஜாப்ஸின் மழுப்பலை ஏற்பதாக இல்லை. இது கட்டாயம் என்று அழுத்தமாகச் சொன்னார்.

முன்னெப்போதும் இத்தனை தீவிரமாக அவர் எதையும் ஜாப்ஸிடம் சொன்னதில்லை. அக்குரலில் இருந்த அக்கறையை ஜாப்ஸ் உணர்ந்துகொண்டார். அவர் பரிந்துரைத்த சோதனைகளுக்குச் சம்மதித்தார். ஓரிரு தினங்களுக்குள் வருவதாய்ச் சொன்னார்.

ஓர் அதிகாலைப் பொழுது. மருத்துவர்கள் ஜாப்ஸின் கணையத்தைச் சோதனை செய்தனர். அவர்கள் அனைவரின் முகத்திலும் இறுக்கம். அவருக்குப் புற்றுநோய் என்று அறிவித்தனர். செய்யவேண்டிய பணிகளைச் சீக்கிரம் முடித்துவிடுங்கள் என்றார் ஒரு மருத்துவர். இன்னும் சில மாதங்கள் மட்டும்தான் என்பது அதன் பொருள்.

அன்று மாலையே கேன்சர் திசுப்பரிசோதனை *(biopsy)* நடந்தது. வாய்வழியாக ஒரு நீண்ட குழலைச் செலுத்தினர். எண்டோஸ்கோப்பி முறை. சிறு ஊசியின் மூலம் அவரது கணையத்தில் வளர்ந்திருந்த கேன்சர் செல்களைச் சேகரித்தனர்.

அவற்றைத் தீவிரமாகச் சோதிக்கவேண்டும் என்றனர். ஜாப்ஸூம் ஒப்புக்கொண்டார். பாயாப்ஸி முடிவுகள் வந்தன. உற்சாகமாக ஜாப்ஸிடம் வந்தார் தலைமை மருத்துவர்.

கவலைப்பட வேண்டாம். இது ஆரம்பக் கட்டம்தான். கடவுள் உங்கள் பக்கம் இருக்கிறார். சிறுநீரகப் பரிசோதனைக்கு வந்ததில் இதனைத் தொடக்கத்திலேயே கண்டறிந்துவிட்டோம். அத்துடன் உங்களுக்கு வந்திருக்கும் கேன்சர் வளரும் வேகம் குறைவு. மிகவும் அரிதான ஒருவகை.

அறுவை சிகிச்சைகள் செய்தால் போதும். கேன்சரை முற்றிலும் நீக்கிவிடலாம். இப்படியெல்லாம் சொன்ன மருத்துவரின் குரலில் இருந்த உற்சாகம் ஜாப்ஸிடம் இல்லை.

தனக்கு அறுவை சிகிச்சை வேண்டாம் என்றார் ஜாப்ஸ். தன்னுடல் மேல் அவருக்கு அபாரமான நம்பிக்கை. தனது உணவுமுறைகளின் மீதும்.

வெஜிடேரியன் உணவுகளை மட்டுமே பார்த்துப் பார்த்து அளவாக உண்ணும் தனக்கு எதுவுமே ஆகாது என்று நம்பினார் ஜாப்ஸ். எல்லா நேரங்களிலும் நம்பிக்கை பலம் அல்ல.

மருத்துவர்கள் எவ்வளவோ சொல்லிப்பார்த்தனர். இது ஓர் அரிதான வாய்ப்பு. அறுவை சிகிச்சைக்கு ஒப்புக்கொள்ளுங்கள் என்று மன்றாடினர். பிறர் சொல்வதை என்றைக்குக் கேட்டிருக்கிறார் அவர்?

தன் மனத்துக்கு எது சரியென்று பட்டதோ அதுவே அவருடைய பாதை. இத்தனை ஆண்டுகளாக அதுவே அவரைக் காத்து வந்துள்ளது. இப்போதும் அதில் எந்த மாற்றமும் இல்லை என்பதில் தீர்க்கமாக இருந்தார்.

மருத்துவமனையிலிருந்து வீட்டுக்கு வந்தார். முதல் வேலையாகத் தன் நண்பர் ஒருவரை அழைத்தார். ஜாப்ஸின் இந்தியப் பயணம் குறித்து முதல் அத்தியாயத்தில் பார்த்தோம். நீம் கரோலி பாபாவின் ஆசிரமத்துக்கு ஜாப்ஸ் வந்திருந்தார். அங்கே அவர் லேரி பிரில்லியண்ட் என்பவரைச் சந்தித்திருந்தார்.

மருத்துவர்கள் தந்த அதிர்ச்சியை ஜாப்ஸ் வெளிக்காட்டிக்கொள்ள வில்லை. ஆயினும் அவர் மனத்தில் குழப்பம்.

'உங்களுக்கு இன்னமும் கடவுள் நம்பிக்கை இருக்கிறதா?' லேரி பிரில்லியண்ட்டிடம் இக்கேள்வியைத் தொலைபேசியில் கேட்டார் ஜாப்ஸ்.

ஆம் என்றார் லேரி. 'கடவுளை உணர்வதற்கான ஒன்றுக்கும் மேற்பட்ட வழிகளை பாபா எனக்குக் கற்றுக்கொடுத்திருக்கிறார். நீங்கள் இதை ஏன் இப்போது கேட்கிறீர்கள்?' என்று ஜாப்ஸிடம் கேட்டார் லேரி.

'எனக்குப் புற்றுநோய்' என்றார் ஜாப்ஸ். லேரியும் தன்னால் இயன்ற ஆறுதல்களையும் ஆலோசனைகளையும் ஜாப்ஸுக்கு வழங்கினார்.

ஆர்ட் லெவின்சன் என்றொருவர் ஆப்பிள் நிர்வாகக் குழுவில் இருந்தார். இவர் தனியாக ஆராய்ச்சி நிறுவனம் ஒன்றையும் நடத்தி வந்தார். கேன்சருக்கான மருந்துகளைக் கண்டறிவதில் முனைப்பாக இருந்தது அந்நிறுவனம். லெவின்சன் ஒரு கேன்சர் பயாலஜி நிபுணரும் கூட. இவருடன் தொடர்ந்து பேசிக்கொண்டிருந்தார்.

இன்டெல் நிறுவனத்தின் ஆண்டி குரூவை அழைத்துப் பேசினார். இவர் ஜாப்ஸின் நண்பர். கேன்சரிலிருந்து குணமாகி வந்தவர். ஜாப்ஸ் சொன்னவற்றையெல்லாம் பொறுமையாகக் கேட்டார் ஆண்டி. தொலைபேசியில் என்ன சொன்னாலும் ஜாப்ஸின் மனத்தை மாற்ற முடியாது என்று அவருக்குப் புரிந்தது. ஜாப்ஸை நேரில் சந்திக்க அவருடைய வீட்டுக்கே வந்தார். இரண்டு மணிநேரம் ஜாப்ஸுடன் உரையாடினார்.

எவர் சொல்லியும் ஜாப்ஸ் அறுவை சிகிச்சைக்குச் சம்மதிப்பதாக இல்லை. இத்தனை உரையாடல்களுக்குப் பிறகு ஒரே ஒரு படி இறங்கிவந்தார். கேன்சருக்கான மருந்துகளை உட்கொள்ளச் சம்மதித்தார்.

'என் உடலைத் திறந்து பார்ப்பதற்கான அனுமதியை எவருக்கும் வழங்க முடியாது' என்று உறுதியாகச் சொல்லிவிட்டார்.

முன்பிருந்ததை விட அதிதீவிர வெஜிட்டேரியன் உணவுக்கு மாறினார். பழச்சாறுகள், பசுமையான காய்கறிகள் உண்பதை அதிகரித்தார். அக்குபஞ்சர், மூலிகை மருந்துகள், நீர் சிகிச்சை, பத்தியம் என்று விதவிதமான சோதனைகளுக்குத் தன் உடலை உட்படுத்தினார்.

ஜாப்ஸ் தனது நம்பிக்கைகளில் உறுதியாக இருந்தார். ஆனால் அவரைச் சுற்றி இருந்த நண்பர்களின் பதற்றம் அதிகரித்துக் கொண்டே இருந்தது.

லெவின்சன் மீண்டும் மீண்டும் ஜாப்ஸைச் சந்தித்துப் பேசினார். கேன்சர் எவ்வாறு வேலை செய்யும் என்று தனக்குத் தெரியும். நீங்கள் செய்வது ஆபத்து என்று ஜாப்ஸிடம் சொல்லிக்கொண்டே இருந்தார்.

டீன் ஆர்னிஸ் என்பவர் ஒரு மாற்றுமுறை மருத்துவ நிபுணர். சத்தான உணவுகள் மூலம் நோய்களைத் தீர்ப்பதில் வல்லவர். ஜாப்ஸை வந்து சந்தித்தார். ஜாப்ஸுக்கும் அவர் மீது நிறைய மரியாதை இருந்தது.

தனது முயற்சிகளை ஆர்னிஸ் பாராட்டுவார் என்று எண்ணினார் ஜாப்ஸ். ஆனால் ஆர்னிஸ் அவ்வாறு செய்யவில்லை. உங்களைத் தாக்கியிருக்கும் நோய்க்கு அறுவை சிகிச்சை கட்டாயம் என்றார்.

ரியாலிட்டி டிஸ்டார்ஷன் ஃபீல்ட் என்ற ஒன்றை முன்பொரு முறை பார்த்திருக்கிறோம். தனது ஜாலத்தால் இருப்பதை இல்லாமல் ஆக்குதல், இல்லாததை இருப்பதாக நம்பச் செய்தல். இது பலமுறை ஜாப்ஸுக்குக் கைகொடுத்திருக்கிறது. தான் விரும்பிய வண்ணம் தனது குழுவினர் செயல்பட இந்த உத்தியை ஜாப்ஸ் பயன்படுத்தி வந்தார். இம்முறை இதில் தானே சிக்கிக்கொண்டார் ஜாப்ஸ்.

ஜாப்ஸுக்குக் கேன்சர் என்று கண்டறியப்பட்டது அக்டோபர் மாதம் 2003ஆம் ஆண்டு. ஒன்பது மாதங்கள் எவராலும் அவரை மாற்ற இயலவில்லை. ஜூலை 2004ல் மீண்டும் ஒரு ஸ்கேன் எடுத்தனர். கேன்சர் பெரிதாக வளர்ந்திருந்தது. கணையத்திலிருந்து பிற உறுப்புகளுக்கும் பரவத் தொடங்கியிருந்தது. பரிசோதனையின் முடிவுகளை ஜாப்ஸிடம் காட்டினர்.

அவரது நம்பிக்கை அவரைக் கைவிட்ட நாள் அது. ஜுலை மாதத்தின் இறுதி நாள். அது ஒரு சனிக்கிழமை. அவருக்கு கேன்சர் அறுவை சிகிச்சை நடந்தது.

மருத்துவர்கள் கணித்ததை விட விரைவாக வளர்ந்திருந்தது புற்று. பாதித்த பகுதிகளை அகற்றினர்.

ஒன்பது மாதங்களுக்கு முன் இதே அறுவை சிகிச்சையை மேற்கொண்டிருந்தால் நன்றாகக் குணமாகியிருக்கும். இந்த அத்தியாயத்தை எழுதிக்கொண்டிருக்கும் இந்த நாள் வரை அவர் நம்முடன் இருந்திருக்கக்கூடும். மனிதகுலத்தின் வாழ்வை எளிதாக்க இன்னும் சில அற்புதங்களைச் செய்திருப்பார்.

அறுவை சிகிச்சை முடிந்தது. மறுநாளே தனக்கு கம்ப்யூட்டர் வேண்டுமென்று அடம்பிடித்தார். கொடுத்தனர். அது ஓர் ஆப்பிள் தயாரிப்பான பவர்புக். அதிலிருந்து ஆப்பிள் ஊழியர்களுக்கு ஈமெயில் ஒன்றை அனுப்பினார் ஜாப்ஸ்.

தனது கணையத்தில் கேன்சர் இருந்ததை ஆப்பிள் பணியாளர்களுக்கு அறிவித்தார். அறுவை சிகிச்சை முடிந்துவிட்டது. நான் விரைவிலேயே குணமாகிவிடுவேன். நான் வரும்வரை டிம் குக் ஆப்பிளைப் பார்த்துக்கொள்வார். ஆப்பிளின் சேவையில் எக்குறையும் வராது. செப்டம்பரில் நான் வந்துவிடுவேன்.

கேன்சர் அறுவை சிகிச்சை முடிந்த மறுநாளே இத்தனை தெளிவான ஈமெயில். இது அவருடைய நம்பிக்கையின் விளைவு. ஒன்பது மாதங்கள் சிகிச்சையைத் தள்ளிப்போட்டதும் அதே நம்பிக்கைதான்.

மனத்தில் இருந்த திடம் உடலில் இல்லை. இதுகாறும் தனது உணவுமுறைகளில் மிகுந்த கட்டுப்பாட்டுடன் இருந்தவர். விரதம் அவர் வாழ்வின் ஓர் அங்கமாகவே மாறியிருந்தது. தொடர்ந்து பலமணிநேரங்கள் உணவில்லாமலேயே வேலை செய்வது அவருடைய வாடிக்கை.

இனி அப்படியெல்லாம் இருக்க முடியாது என்று கண்டிப்பாகக் கூறிவிட்டனர் மருத்துவர்கள். கணையத்தின் பெரும் பகுதி

நீக்கப்பட்டிருப்பதால் உணவில் கவனம் அவசியம் என்று அறிவுறுத்தினர்.

சிறு சிறு அளவில் அவ்வப்போது தொடர்ந்து சாப்பிடுமாறு கூறினர். மீன், பால் சார்ந்த உணவுகள் சிறந்தவை என்றனர். இவற்றையெல்லாம் ஜாப்ஸ் முன்னெப்போதும் செய்ததில்லை. இனியும் செய்யப் போவதில்லை.

இரண்டு வாரங்கள் மருத்துவமனையில் இருந்தார். மனத்தின் தைரியமும் உடலின் அதீத வலியும் அவரை இருவேறு திசைகளில் இழுத்தன.

பம்பரமாய்ச் சுற்றியவர் ஜாப்ஸ். படுக்கையிலிருந்து எழுந்து நாற்காலிவரைகூட நடந்து வரமுடியவில்லை. உடலின் ஒவ்வொரு அங்கத்திலும் வலி. நடுக்கம். ஜாப்ஸைப் புற்று அரித்திருந்தது. அறைக்குள்ளேயே முடங்கிக்கிடப்பது இன்னும் வலியைக் கூட்டியது.

அடுத்து என்ன... அடுத்து என்ன... என்று எப்போதும் ஓடிக்கொண்டிருந்தவர். புற்றின் பாதிப்பு அவரை முற்றிலும் ஆக்கிரமித்திருந்தது. ரணமாக இருந்த உடல். அதை மேலும் அதிகரித்தது கீமோதெரபி என்னும் கதிரியக்க மருத்துவம். இது நிலைமையை இன்னும் மோசமாக்கியது. அவரால் எதையுமே சாப்பிட முடியவில்லை.

தான் வந்த நோக்கம் இன்னமும் நிறைவடையவில்லை என்றது அவருடைய உள்ளுணர்வு. உடலை வாட்டிய நோய் மரணம் அருகில் என்று உணர்த்தியது.

வெளியுலகிற்கு ஜாப்ஸ் ஒரு மாமனிதர். நோய்க்கு அவ்வாறில்லை. அவர் மற்றுமோர் உடல். தன்னால் ஆனதைச் செய்தது.

வலியின் எந்த எல்லைக்குச் சென்றாலும் தோல்வியை ஒப்புக்கொள்ளத் தயாராக இல்லை ஜாப்ஸ். அடுத்தகட்டப் போராட்டத்துக்குத் தயாரானார்.

40. ஜீசஸ் ஃபோன்

கேன்சருக்கும் ஜாப்ஸுக்குமான போராட்டம் தொடர்ந்தது. கொஞ்சம் கொஞ்சமாகத் தேறினார். ஒருகட்டத்தில், தான் குணமாகிவிட்டதாக வெளியுலகுக்கு அறிவித்தார். ஆயினும் கேன்சர் அவரை விட்டு விலகவில்லை.

இரண்டாயிரத்து ஐந்தாம் ஆண்டு. ஜாப்ஸுக்கு வயது ஐம்பது. அவருடைய முப்பதாவது பிறந்தநாளை எத்தனை சிறப்பாகக் கொண்டாடினார் என்று பார்த்தோம். ஐம்பதில் அத்தனை ஆடம்பரம் இல்லை. அவருடைய நெருங்கிய நண்பர்களை மட்டுமே அழைத்திருந்தார்.

அவ்வாண்டில் ஜாப்ஸ் ஸ்டான்ஃபோர்ட் பல்கலைக்கழகத்தில் ஓர் உரையாற்றினார். ஜாப்ஸுன் ஆகச் சிறந்த பேச்சு இது.

ஒரு கதை சொல்கிறேன் என்று தொடங்கினார். ஆனால் ஒன்றல்ல, மூன்று கதைகளைச் சொன்னார். தன் வாழ்வை வரையறுத்த மூன்று நிகழ்வுகளைத்தான் கதை என்றார்.

முதலாவது, ரீட் கல்லூரியிலிருந்து பாதியிலேயே வெளிவந்த கதை. தான் விரும்பிய பாடங்களை மட்டுமே படித்த கதை. கல்லூரியின் சட்டதிட்டங்களுக்கும் தனக்கும் எந்தத் தொடர்பும் இல்லாத ஒருவராக வலம் வந்த இளம் வயது ஜாப்ஸின் கதை.

இரண்டாவது, தான் பெரிதும் முயன்று உருவாக்கிய ஆப்பிள் நிறுவனத்திலிருந்து வெளியேற்றப்பட்ட கதை. அது எவ்வாறு தன்னை மேம்படுத்தியது என்று விளக்கினார். வெற்றியின் பாரங்களிலிருந்து விடுபட்டு மீண்டும் முதலிலிருந்து தொடங்கிய கதை.

மூன்றாவது கதை, நோய் தந்த பாடம் பற்றியது. மரணம் அருகில் என்னும்போது வாழ்க்கை குறித்த பார்வை எப்படியெல்லாம் மாறிவிடுகிறது. நம்முடைய எதிர்பார்ப்புகள், பயங்கள், ஆசைகள் இப்படியான பலவும் பலம் இழந்து விடுகின்றன. மரணத்தின் முன் வேறெந்தவொரு இழப்பும் பொருளற்றுப் போகிறது.

கூடியிருந்தவர்களின் ஒட்டுமொத்தக் கவனத்தையும் தன்பால் ஈர்த்துவைத்திருந்தார் ஜாப்ஸ். புற்றுநோய் அவருடைய உடலைச் சீரழித்திருந்தது. ஆனால் ஜாப்ஸின் மனம் முன்பைவிட வேகமாக இயங்கியது. நேரம் குறைவு என்பதால் ஒரு நொடியைக் கூட அவர் விரயமாக்க விரும்பவில்லை.

சில மாத ஓய்வுக்குப் பின் மீண்டும் அலுவலகத்துக்கு வரத்தொடங்கினார். தன் நம்பிக்கைக்குரிய சகாவான டிம் குக்கை எப்போதும் உடன் வைத்திருந்தார். அவருக்கு *COO (Chief Operating Officer)* என்னும் உயரிய பதவியை வழங்கினார். ஆப்பிளின் அன்றாட அலுவல்களுக்கு அவரே பொறுப்பு. செயல் தலைவர் என்று புரிந்துகொள்ளலாம்.

இப்பதவியை வழங்குவது குறித்து அவர் குக்கிடம் எதுவுமே கேட்கவில்லை. இனி நீதான் செயல் தலைவர் என்று அவருக்குத் தெரிவித்தார்.

குக்கின் சில பண்புகள் ஜாப்ஸிடம் இருந்து முற்றிலும் மாறுபட்டவை. ஜாப்ஸ் எப்போதும் புகழ் வெளிச்சத்திலேயே இருப்பவர். குக் என்றைக்குமே அமைதியை விரும்புபவர். அவருக்கு வேலைதான் எல்லாமும். வெளிச்சம் தன் மீது படாமல் இருக்கவேண்டும் என்பதில் உறுதியாக இருந்தார்.

இப்பதவியை குக்கிற்குக் கொடுத்தது சிலருக்குப் பிடிக்கவில்லை. பல்வேறு புராஜெக்ட்களில் செயல்பட்டவர்கள் இது தங்களுக்கு

இழைக்கப்பட்ட அநீதி என்றே கருதினர். ஆனால் ஜாப்ஸ் இதையெல்லாம் ஒரு பொருட்டாகக்கூடக் கருதவில்லை.

இரண்டாயிரத்து ஐந்தாம் ஆண்டு ஐபாடின் விற்பனை உச்சத்தில் இருந்தது. ஆப்பிளின் வருவாயில் கிட்டத்தட்ட பாதியளவு ஐபாடிலிருந்து வந்தது. இது நல்ல விஷயம்தான். ஆனாலும் ஜாப்ஸின் மனத்தில் இது சில கேள்விகளை எழுப்பியது.

முற்றிலும் ஐபாடை மட்டுமே நம்பி இருப்பது ஆபத்து என்று அவருக்குத் தோன்றியது. தொழில்நுட்பம் வளரும் வேகத்தில் இதற்கொரு மாற்று வந்துவிட்டால் விற்பனை ஒட்டுமொத்தமாகச் சரிந்துவிடும். இதற்கு ஏதாவது செய்ய வேண்டும் என்று முடிவெடுத்தார்.

அப்போது மொபைல் ஃபோன்கள் பிரபலமடையத் தொடங்கியிருந்தன. ஏதேனும் ஒரு நிறுவனம் ஐபாட் தரும் வசதியைத் தங்கள் ஃபோனிலேயே கொண்டுவந்துவிட்டால் ஐபாட் தன் வசீகரத்தை இழந்துவிடும் அபாயம் இருந்தது.

அப்போது மோட்ரோலாவின் தலைவராக இருந்தவர் எட் சாண்டர். அவரை அழைத்துப் பேசினார் ஜாப்ஸ். அவர்களிடம் *RAZR* என்றொரு ஃபோன் இருந்தது. அதில் கேமராவும் இருந்தது. இதனுடன் ஐபாடை இணைத்தால் நன்றாக இருக்கும் என்று இருவரும் பேசினர்.

அப்படியாக வந்ததுதான் *ROKR* என்னும் மாடல். ஆனால் அது அத்தனை வசீகரமாக இல்லை. இண்டர்ஃபேஸில் பல்வேறு குளறுபடிகள் இருந்தன. ஆப்பிள் ஒருபுறம், மோட்ரோலா மறுபுறம், இவ்விரண்டுக்கும் இடையில் சிங்குலர் *(Cingular)* என்று மொபைல் நெட்வொர்க் கம்பெனி. இம்மூன்று நிறுவனங்களுமே வெவ்வேறு புறங்களில் இழுக்க, அந்தக் கருவி பயனற்றுப் போனது. பல்வேறு பத்திரிகைகளும் கேலி பேசின.

ஜாப்ஸ் வேறொரு முடிவெடுத்தார். இனி பிறரை நம்பிப் பலனில்லை. நாமே முற்றிலும் புதிதாக ஒரு போன் செய்வது என்று திட்டமிட்டார். தனது குழுவினரை அழைத்துப்பேசினார்.

வழக்கம்போல இதில் இருக்கும் சவால்களை அவர்கள் விளக்கினர். ஆனால் ஜாப்ஸ் உறுதியாக இருந்தார்.

பலகட்டப் பேச்சுகளுக்குப் பிறகு இரண்டு திட்டங்கள் தயாராயின. ஒன்று, ஐபாடை மேம்படுத்தி ஃபோனாக மாற்றுவது. அதில் இருந்த சுழலும் சக்கரம் போன்ற அமைப்பின் மூலம் ஃபோனை கட்டுப்படுத்துவது. இது முதல் திட்டம். இதற்கு *P1* என்று பெயரிட்டனர்.

இரண்டாவது, ஒரு புத்தம்புதிய ஃபோனை உருவாக்குவது. ஆப்பிளிடம் டேப்லெட் கம்ப்யூட்டர் உருவாக்கும் புராஜெக்ட் ஒன்றிருந்தது. அது ஒரு ரகசியத் திட்டம். மிகவும் ஆரம்ப நிலையில் இருந்தது. முற்றிலும் 'டச்' மூலமாக இயங்கும் கணினி. அதாவது இன்றிருக்கும் ஐபேட். அந்தத் திட்டத்தைக் கொஞ்சம் மாற்றி ஃபோன் செய்வது. இதை *P2* என்று அழைத்தனர்.

இரண்டு விதங்களிலும் முயன்று பார்க்கலாம் என்று ஜாப்ஸ் முடிவெடுத்தார். சில வாரங்களுக்குப் பின்னர் மீண்டும் ஒரு கூட்டம் நடந்தது. ஐபாடில் இருந்த டயல் அமைப்பு மூலம் ஃபோனைக் கட்டுப்படுத்துவது கடினமாக இருக்கும் என்னும் புரிதலுக்கு வந்தது ஆப்பிள் குழு.

P2 திட்டத்தைத் தொடர்வது என்று முடிவானது. இதில் மல்ட்டி டச் என்னும் ஓர் அம்சத்தை இணைப்பது என்று தீர்மானித்தனர். அதாவது ஒரே நேரத்தில் ஒன்றுக்கும் மேற்பட்ட தொடுதல்கள் மூலம் ஃபோனைக் கட்டுப்படுத்துவது.

இதில் திரைதான் பிரதானம். அதை மட்டும் சிறப்பாகச் செய்துவிட்டால் போதும். இந்த புராஜெக்ட் மிகப் பெரிய வெற்றியடைந்துவிடும் என்று நம்பினார் ஜாப்ஸ்.

ஃபிங்கர்வொர்க்ஸ் என்றொரு சிறு நிறுவனம். இவர்களிடம் மல்ட்டி டச் முறையில் செயல்படும் ட்ராக் பேடுகள் இருந்தன. டெலாவேர் பல்கலைக்கழகத்தைச் சேர்ந்த இரண்டு நிபுணர்கள் இதில் மிகவும் தீவிரமாக வேலை செய்துகொண்டிருந்தனர். அவர்கள் மல்ட்டி டச் தொடர்பாகப் பல்வேறு காப்புரிமைகளைப் பெற்றிருந்தனர்.

அந்நிறுவனத்தை ஆப்பிள் வாங்கியது. அவர்களிடம் இருந்த காப்புரிமைகளும் ஆப்பிள் வசமாயின.

அடுத்த சிக்கல் கீபோர்ட். பிளாக்பெர்ரி ஃபோன்களில் கீபோர்ட் இருந்தது. இதுபோலவே நாமும் செய்துவிடலாம் என்றது ஒரு தரப்பு. ஆனால் ஜாப்ஸ் அதனை ஒப்புக்கொள்ளவில்லை. திரையிலேயே அத்தனை வேலைகளும் முடிந்துவிடவேண்டும்.

ஃபோன் நம்பர் என்றால் எண்கள் மட்டும் இருக்கும் கீபோர்ட் வரவேண்டும். பெயரென்றால் எழுத்துகள் இருக்கும் கீபோர்ட். திரையிலே வந்தால்தான் இயக்குவதற்கு எளிதாக இருக்கும் என்னும் முடிவுக்கு வந்தனர்.

இந்த போனைப் பொறுத்தவரை டிஸ்ப்ளேதான் எல்லாமும். முதலில் பிளாஸ்டிக் திரையொன்றைக் கொண்டுவருவது என்றே எண்ணியிருந்தனர். ஆனால் அது பயனாளர்களைக் கவராது. வழுவழுவென்றிருக்கும் கண்ணாடித் திரைதான் வேண்டும் என்று முடிவு செய்தது ஆப்பிள் குழு.

கண்ணாடிகள் என்றாலே ஆசியாதானே? அங்கிருக்கும் ஒரு நிறுவனத்தை நாடவேண்டும் என்றிருந்தனர். ஜாப்ஸுக்கு ஜான் ஸீலி பிரவுன் என்றொரு நண்பர் இருந்தார். அவர் கார்னிங் என்றொரு நிறுவனத்தை அறிமுகப்படுத்தினார். அவர்களிடம் கொரில்லா கிளாஸ் என்றொரு கண்ணாடி இருந்தது. உறுதியான, எளிதில் கீறல்கள் விழாத சிறப்பான கண்ணாடி.

அவர்களை அழைத்துப்பேசினர். ஆப்பிள் கேட்குமளவுக்குத் தங்களால் கண்ணாடிகளைத் தயாரிக்க முடியாது என்றனர். அதற்கான உற்பத்தித் திறன் அவர்களிடம் இல்லை. ஜாப்ஸின் ரியாலிட்டி டிஸ்டார்ஷன் ஃபீல்ட் வேலைசெய்தது. தங்களால் முடியும் என்று அவர்களை நம்பச் செய்தார் ஜாப்ஸ். அவர்களும் செய்துமுடித்தனர்.

ஃபோன் பார்ப்பதற்கு இவ்வாறு இருக்கவேண்டும் என்று ஒரு டிசைனை முடிவு செய்திருந்தனர். அதன்படி, திரையைச் சுற்றி அகலமான பார்டர் இருந்தது. அது திரையிலிருந்து பயனாளர்களின் கவனத்தைச் சிதறச் செய்யும் என்றார் ஜாப்ஸ்.

திரையே பிரதானமாகத் தெரிவது போல டிசைனை மாற்றியமைத்தனர். இது வெறுமனே மேம்போக்கான மாற்றம் அல்ல. திரையின் அடியில் இருக்கும் சர்க்யூட் போர்டு, ஆண்டெனாக்களின் அமைவிடம் என அனைத்தையும் மாற்ற வேண்டியிருந்தது. செய்தனர்.

ஆப்பிள் ஃபோனில் பேட்டரியைக் கழற்றி மாற்ற இயலாது. வேண்டுமென்றே இவ்வாறு வடிவமைத்தனர். அதன் ஸ்க்ரூக்கள் கூடப் பிரத்தியேகமான வடிவில் இருந்தன. மார்க்கெட்டில் கிடைக்கும் ஸ்க்ரூ டிரைவர்களைக் கொண்டு அவற்றைக் கழற்ற இயலாது. பார்த்துப் பார்த்துச் செய்த ஆப்பிள் ஃபோன் தயாரானது. ஆப்பிள் ஐஃபோன்.

இரண்டாயிரத்து ஏழாம் ஆண்டு. ஜனவரி மாதம். மேக்வேர்ல்ட் நிகழ்வில் அறிமுகம் செய்தனர்.

‘இன்று நாங்கள் மூன்று கருவிகளை அறிமுகம் செய்கிறோம். முதலாவது, மேம்படுத்தப்பட்ட ஐபாட், இரண்டாவது ஃபோன், மூன்றாவது இணையத்தை அணுகும் வசதி கொண்டது. மூன்று பயன்பாடுகள், ஆனால் கருவி ஒன்றே.’

ரசிகர்களின் ஏகோபித்த வரவேற்புக்கிடையே ஐஃபோனை அறிமுகம் செய்தார் ஜாப்ஸ்.

இதை ‘ஜீசஸ் ஃபோன்’ என்று கொண்டாடியது ஒரு பெருங்கூட்டம். அதாவது ஃபோன்களின் கடவுள். ஆப்பிள் தயாரிப்புகளிலேயே மிகப் பெரிய வரவேற்பைப் பெற்றது ஐஃபோன்தான்.

அப்போதும் சிலர் கேலி பேசினர். ஐநூறு டாலர் கொடுத்து இந்த ஃபோனை யார் வாங்குவார்கள் என்றனர். ஆனால் அவர்களின் கணிப்பு தவறானது. இரண்டாயிரத்துப் பத்தாம் ஆண்டுக்குள் ஆப்பிள் தொண்ணூறு மில்லியன் ஐஃபோன்களை விற்றது.

ஆப்பிள் மேக் பர்ஸனல் கம்ப்யூட்டர்களின் திசையை மாற்றியது. ஐபாட் இசைப் பிரியர்களிடம் பெரும் புகழ் பெற்றது. ஐஃபோன் ஸ்மார்ட்ஃபோன் துறையில் ஒரு புதிய பாதை அமைத்தது. தோன்றின் புகழொடு தோன்றுக.

41. ஐபேட்

ஐஃபோன் அமோகமாக விற்றுக்கொண்டிருந்தது. ஆப்பிள் தயாரிப்புகளிலேயே நம்பர் ஒன் இதுதான் என்று பேசத்தொடங்கியிருந்தனர்.

பயனாளர்களின் தேவைகளை உணர்வதில் ஜாப்ஸுக்கு நிகரில்லை. ஐஃபோனின் பிரம்மாண்டமான வெற்றிக்கும் இதுவே அடிப்படையான காரணம்.

ஆனால் இவையெல்லாம் நோய்க்குத் தெரியாதல்லவா? இரண்டாயிரத்து எட்டாம் ஆண்டின் தொடக்கம். புற்று தனக்குள் வேகமாகப் பரவுகிறது என்று ஜாப்ஸ் உணர்ந்தார். அவருடைய மருத்துவர்களும் தொடர்ந்து எச்சரித்துக்கொண்டிருந்தனர்.

வலி மாத்திரைகள். அவை தரும் மயக்க நிலை. கேன்சரின் பாதிப்பு. எல்லாமும் சேர்ந்து ஜாப்ஸைப் பாடாய்ப் படுத்தின. அவருக்குப் பசிக்கவில்லை.

கணையத்தின் பெரும் பகுதியை அறுவைசிகிச்சை கொண்டு சென்றுவிட்டது. எனவே சாப்பிடுவது எதுவும் செரிக்கவில்லை. இதுபோக ஜாப்ஸின் பிடிவாதமான உணவுமுறைகள் வேறு.

அவருடைய எடை தொடர்ந்து குறைந்துகொண்டிருந்தது. அவருக்கான பிரத்தியேகமான உணவுகளுக்கென ஒரு சமையல்காரர் இருந்தார். ஜாப்ஸுக்குப் பிடித்த உணவுகளைப்

பார்த்துப்பார்த்துச் செய்பவர். ஆனால் அவரால் கூடப் பல சமயங்களில் ஜாப்ஸைச் சமாளிக்கமுடியவில்லை.

உணவின் சுவையை ஜாப்ஸ் தீர்மானிக்கும் விதம் புதிரானது. இரு வேறு வாழைப்பழங்கள். ஒரே சுவை என்றே நாம் அனைவருக்கும் தோன்றும். ஆனால் ஜாப்ஸ் ஒரு பழத்தை உலகின் ஆகச் சிறந்தது என்பார். மற்றதைச் சுத்த மோசம் என்று நிராகரிப்பார். ஏனென்று அவருக்கும் அவருக்கும் மட்டுமே வெளிச்சம்.

அடுத்தடுத்த வாரங்களில் அவருடைய எடை குறைந்துகொண்டிருந்தது. இது அவருக்கான தனிப்பட்ட உடல்நலப் பிரச்சினை மட்டுமேயல்ல. பத்திரிகைகள் இந்த விஷயத்தைப் பெரிதாக எழுதத் தொடங்கின. ஃபார்ச்சூன் பத்திரிகையில் வந்த ஒரு கட்டுரை பிரபலமானது.

ஜாப்ஸின் எடை குறையக் குறைய, ஆப்பிள் பங்குகளின் மதிப்பும் கணிசமாகக் குறைந்தது. பத்திரிகைகளைக் கடிந்துகொண்டார் ஜாப்ஸ். இது என் தனிப்பட்ட பிரச்சினை, பொதுவெளிக்குக் கொண்டுவராதீர்கள் என்றார். ஆனால் எவரும் கேட்பதாக இல்லை.

ஐஃபோனின் 3G மாடல் அறிமுகமானது. அந்நிகழ்வில் ஜாப்ஸ் கலந்துகொண்டார். மிகவும் மெலிந்துபோயிருந்த ஜாப்ஸ் பேசுபொருளானார். போனைவிட அவரைப் பற்றிப் பேசியவர்களே அதிகம்.

தன்னால் ஆப்பிள் இழப்பைச் சந்திப்பதை ஜாப்ஸ் விரும்பவில்லை. அறிக்கை ஒன்றை வெளியிட்டார். தனக்கு ஹார்மோன் பிரச்சினை. அதனால் தொடர்ந்து உடல் மெலிகிறது. இது ஒரு சிறிய பிரச்சினைதான். விரைவில் சரியாகிவிடும் என்றார்.

ஜாப்ஸின் இந்த அறிக்கை உண்மையல்ல. பத்திரிகைகள் இதை மேலும் துருவத் தொடங்கின. ஆப்பிள் பொய் சொல்கிறது. இனி அவர்களை நம்ப முடியாது என்று எழுதினர்.

சிக்கல் பெரிதானது. மீண்டும் ஓர் அறிக்கை. தான் எண்ணியதை விட இது சிக்கலான பிரச்சினை. எனவே மருத்துவ விடுப்பு

எடுத்துக்கொள்வதாக அறிவித்தார். தான் மீண்டும் வரும் வரை டிம் குக் பார்த்துக்கொள்வார் என்றும் தெரிவித்தார்.

ஜாப்ஸ் தொடர்ந்து மருத்துவர்களின் கண்காணிப்பில் இருந்தார். அவருடைய கல்லீரல் பெருமளவு பாதிக்கப்பட்டிருந்தது. கல்லீரல் மாற்று அறுவை சிகிச்சை தேவை என்று அறிவுறுத்தினர் மருத்துவர்கள்.

இதில் ஒரு சிக்கல். இம்முறை ஜாப்ஸ் ஏற்படுத்திய சிக்கல் அல்ல. கல்லீரல் மாற்று அறுவை சிகிச்சைக்கென ஒரு நீண்ட காத்திருப்புப் பட்டியல் இருந்தது. ஒருவர் என்ன தான் செல்வந்தராக இருந்தாலும் இந்த வரிசையை மீற முடியாது என்றன சட்டத் திட்டங்கள்.

பொதுவாக ஜாப்ஸ் சட்டதிட்டங்களைக் கண்டுகொள்வதில்லை. ஆனால் இந்த விஷயத்தில் அவ்வாறு இருக்க முடியாது.

அவரைச் சார்ந்தவர்கள் தங்களால் ஆன அனைத்து முயற்சிகளையும் மேற்கொண்டனர். நேரம் ஓடிக்கொண்டிருந்தது. ஜாப்ஸ் தொடர்ந்து நலிந்துகொண்டிருந்தார்.

ஒருவழியாக அவருடைய கல்லீரல் மாற்று அறுவை சிகிச்சை முடிந்தது. அந்த அறுவை சிகிச்சையின்போது மருத்துவர்கள் மற்றொரு விஷயத்தையும் கவனித்தனர். கேன்சர் அவர் உடம்பில் பல்வேறு பாகங்களையும் தாக்கியிருந்தது.

மருத்துவமனையில் இருந்தார் ஜாப்ஸ். முகக் கவசம் அணியுமாறு கூறினர். ‘இந்த டிசைன் நன்றாக இல்லை. ஐந்தாறு மாடல்கள் எடுத்து வாருங்கள். நான் ஒன்றைத் தேர்ந்தெடுக்கிறேன்’ என்றார்.

சில மருத்துவ உபகரணங்களின் வடிவமைப்பு சிறப்பாக இல்லை. இவற்றை இன்னும் யூஸர் ஃப்ரண்ட்லியாக மாற்றமுடியும் என்று மருத்துவர்களுக்கு ஆலோசனை கூறினார். இப்படியெல்லாம் சொல்லும்போது அவர் பாதி நினைவில் இருந்தார்.

டிம் குக் அவ்வப்போது மருத்துவமனைக்கு வந்து அவரைப் பார்த்தார். ஆப்பிள் குறித்த பேச்சு வரும்போதெல்லாம் ஜாப்ஸின் முகம் பிரகாசமானது. எதையுமே மேம்போக்காகக் கேட்டு அறிபவர் அல்ல ஜாப்ஸ். என்ன ஃபாண்ட், எந்த சைஸ் என்னும்

அளவுக்கான தகவல்களை அவர் குக்கிடம் கேட்டறிந்தார். ஆலோசனைகளை வழங்கினார்.

சற்றே உடல்நலம் தேறிய பின், வீட்டுக்கு அழைத்துவந்தனர். சில வாரங்கள் ஓய்வு. மீண்டும் வேலைக்குத் திரும்பினார். டிம் குக் அவருடைய வருகைக்காகக் காத்திருந்தார். ஜானி ஐவ், ஆப்பிள் தயாரிப்புகளின் டிசைன்களில் பெரும் பங்கு வகித்தவர். அவர் ஜாப்ஸ் மீது அலாதிப் பிரியம் கொண்டவர். அவரும் குக்கும் சேர்ந்து ஜாப்ஸை வரவேற்றனர்.

என்னவெல்லாம் நடந்துகொண்டிருக்கின்றன என்று ஜாப்ஸிடம் விவரித்தார் டிம் குக்.

ஐஃபோன் வருவதற்கு முன்பே டேப்லெட் கணினி ஒன்றை வடிவமைக்கும் திட்டம் ஆப்பிளிடம் இருந்தது. இப்போது மீண்டும் அதைத் தீவிரப்படுத்தினர். ஜாப்ஸ் இந்தத் திட்டத்தில் மிகவும் ஆர்வமாக இருந்தார்.

ஜாப்ஸ் மற்றும் ஐவ் பெயர்களுடன் காப்புரிமை ஒன்றைப் பெற்றது ஆப்பிள். அது முதல் தலைமுறை ஐபேட்களுக்கான டெம்ப்ளேட். தொடுதிரையுடன் கூட செவ்வக வடிவக் கணினி.

இன்டெல் பிராசஸர்களைத் தேர்ந்தெடுக்கலாம் என்றார் ஜாப்ஸ். ஆனால் அதில் ஒரு சிக்கல். இது பேட்டரியில் இயங்கும் கருவி. இன்டெல் பிராசஸர்கள் சக்தி வாய்ந்தவைதாம். ஆனால் பேட்டரியைச் சீக்கிரமே கரைத்துவிடும்.

குழுவில் இருந்தவர்கள் இன்டெல் வேண்டாம் என்றனர். அரிதாக ஜாப்ஸ் அவர்களின் முடிவை ஏற்றுக்கொண்டார். *ARM* என்றொரு வகை பிராசஸர் இருந்தது. அதுவே ஐபேட்களுக்கு சரியாக இருக்கும் என்று முடிவானது.

A4 என்றொரு மைக்ரோ பிராசஸரை வடிவமைத்தனர். இதற்கென ஒரு நிறுவனத்தையே விலைக்கு வாங்கியது ஆப்பிள்.

இன்டெல் தரப்பிலிருந்து வேறொரு விளக்கம் கொடுத்தனர். எங்களது விலையை ஆப்பிள் ஏற்றுக்கொள்ளவில்லை. எனவே வேறொரு பிராசஸருக்குச் சென்றுவிட்டனர்.

ஐபேட் தயாரானது. 2010 ஜனவரியில் ஐபேடை அறிமுகம் செய்தது ஆப்பிள். ஒருபுறம் ஐஃபோன். மறுபுறம் மடிக்கணினி. இரண்டுக்கும் இடையே ஒரு கேள்விக்குறி. அதாவது ஃபோனும் அல்ல, முழுமையான மடிக்கணினியும் அல்ல. இரண்டுக்கும் இடையே இன்னும் ஒரு புதுவிதக் கணினி என்று ஐபேடை அறிமுகம் செய்தார்.

இவ்விழாவிற்கு ஆப்பிளின் தொடக்ககால நண்பர்கள் அனைவரையும் அழைத்திருந்தார் ஜாப்ஸ். தனக்கு அறுவைசிகிச்சை செய்த மருத்துவர்களையும் வரவழைத்திருந்தார்.

வழக்கமான தனது வசீகரமான பாணியில் ஐபேடை அறிமுகப்படுத்தினார். ஃபோட்டோக்களைப் பார்ப்பது, இமெயில் அனுப்புவது, இணையத்தில் உலவுவது என அனைத்தையுமே லாவகமாகச் செய்துகாட்டினார் ஜாப்ஸ்.

'இது என்ன மாதிரியான கருவி?' என்னும் ஐயம் பலருக்கும் இருந்தது. இது நமக்குப் பயன்படுமா என்றும் பலரும் தயங்கினர். சில பத்திரிகைகளும் ஐபேடின் குறைகளைப் பட்டியலிட்டன.

ஜனவரியில் அறிமுக விழா. ஏப்ரலில் விற்பனை தொடங்கியது. மக்களிடம் இக்கருவி வரவேற்பைப் பெறத் தொடங்கியது. டைம் பத்திரிகை ஐபேட் குறித்துச் சிறப்பானதொரு கட்டுரையை வெளியிட்டது. ஐபேடின் விற்பனை மிக வேகமாக அதிகரித்தது. ஒரே மாதத்தில் ஒரு மில்லியன் ஐபேட்கள் விற்றன.

ஐபாட் வந்தபோது ஒரு விஷயம் டிரெண்டானது. உங்கள் ஐபாடில் என்ன இருக்கிறது என்றொரு கேள்வி. அதற்குப் பலரும் தங்களிடம் இருந்த பிளேலிஸ்ட் குறித்துப் பேசினர்.

கல்லூரி மாணவர்கள் முதல் அரசு நிர்வாகங்களின் தலைமையில் இருப்பவர்கள் வரை இதில் ஆர்வமாக இருந்தனர். ஐபேடிலும் இதே போன்ற ஒரு டிரெண்ட் தொடங்கியது.

ஐஃபோன் வந்த பின்னர் மிகப் பெரிய மாற்றம் ஒன்று நிகழ்ந்திருந்தது. மொபைல் செயலிகள். ஆர்வமும் திறமையும் இருக்கும் எவர் வேண்டுமானாலும் ஒரு செயலியை உருவாக்கிவிடலாம்.

ஐபேட் வந்தபோது ஏறத்தாழ இரண்டு லட்சம் செயலிகள் இருந்தன. இவையாவும் ஐபோனுக்கானவை. ஐபேடில் இவற்றை அப்படியே இயக்குவது சரியாக இருக்காது. திரையின் அளவு வேறு. எனவே ஐபேடின் பெரிய திரைக்கேற்பச் செயலிகளின் வடிவமைப்பை மாற்றத் தொடங்கினர்.

ஒரே வருடத்தில் ஐந்து லட்சம் செயலிகள் வந்தன. செயலிகளின் பதிவிறக்க எண்ணிக்கை பதினைந்து பில்லியனைத் தொட்டது. இதுவே தன்னளவில் ஒரு பெரும் புரட்சி.

பல்வேறு துறைகளிலும் ஐபேடின் பயன்பாடு தொடர்ந்து அதிகரித்தது. ஜாப்ஸின் மனத்தில் ஒரு திட்டம் இருந்தது. அது பாடப் புத்தகங்களை ஐபேடுக்கு ஏற்றதாக மாற்றுவது.

இது ஒரு மிகப்பெரிய வணிக வாய்ப்பு. எட்டு பில்லியன் டாலர் மதிப்பிலான வணிகம். பெரும் பணம் ஒருபுறம். பள்ளிக் குழந்தைகளின் வாழ்வை இது பெரிதளவு எளிதாக்கும். இதற்கென பல்வேறு பதிப்பகங்களுடன் கைகோர்த்தது ஆப்பிள்.

ஐபாட். ஐபோன். ஐபேட். இவை மூன்றும் பல்வேறு செயல்களை எளிதாக்கின. சில துறைகள் வேலை செய்யும் விதத்தையே மாற்றின. உலகை மாற்ற முடியும் என்னும் ஜாப்ஸின் நம்பிக்கை நிஜமாகிக்கொண்டிருந்தது.

42. கட்டுப்பாடு

ஆப்பிளுக்கு ஒரு புதிய போட்டி உருவானது. அவர்கள் சற்றும் எதிர்பார்த்திராத போட்டியாளர். கூகுள்.

ஆப்பிள் தங்களுடைய ஐஃபோனுக்காக ஒரு ஆபரேட்டிங் சிஸ்டத்தை உருவாக்கியிருந்தது. ஐஓஸ். இதற்குப் போட்டியாக வந்தது ஆண்ட்ராய்ட்.

இன்று வரையிலும் தொடர்கிறது இப்போட்டி. தொடக்கத்தில் இது மிகவும் தீவிரமாக இருந்தது.

ஐஃபோன் குழுவினரை ஜாப்ஸ் அழைத்தார். கூகுள் இவ்வாறு செய்யுமென்று நான் நினைக்கவில்லை. நாம் அவர்களுடைய சர்ச் இன்ஜின் துறையில் தலையிடவில்லை. அவர்கள் மட்டும் ஏன் ஸ்மார்ட்ஃபோன் தொழில்நுட்பத்தில் தலையிடுகின்றனர் என்று கோபமாகப் பேசத் தொடங்கினார்.

ஜாப்ஸின் கோபத்துக்குச் சில காரணங்கள் இருந்தன. அதில் முதன்மையானது எரிக் ஸ்கிமிட் சார்ந்தது. இவர் கூகுளின் தலைமைச் செயல் அதிகாரி. ஆப்பிளின் நிர்வாகக் குழுவிலும் *(Apple board)* இருந்தார்.

ஐஃபோன் வளர்ந்துவந்த விதத்தை நன்கு அறிந்தவர். தங்களுடைய உழைப்பை கூகுள் சுரண்டுவதாக ஜாப்ஸ் உணர்ந்தார்.

ஸ்மார்ட்ஃபோன்களைப் பொறுத்தவரை ஆப்பிள் பல்வேறு வசதிகளை உருவாக்கியிருந்தது. அவற்றுள் ஒன்று மல்ட்டி டச் என்னும் தொழில்நுட்பம். இதன் மூலம் ஒன்றுக்கு மேற்பட்ட தொடுதல்களை ஐஃபோன் திரையால் உணர முடிந்தது.

உதாரணமாக, இரண்டு விரல்களைப் பயன்படுத்தி ஃபோட்டோக்களை ஜூம் செய்வது போன்ற செயல்பாடுகள். இவற்றை அப்படியே கூகுள் காப்பியடிப்பதை ஜாப்ஸால் ஏற்றுக் கொள்ள முடியவில்லை.

இதை எப்படியும் தடுத்து நிறுத்திவிட வேண்டும் என்று முடிவெடுத்தார் ஜாப்ஸ். கூகுளின் தலைமை அலுவலகத்துக்கு அவரே சென்றார். அங்கிருந்தோரிடம் கடுமையாகப் பேசினார்.

தொடக்கத்தில் ஆண்ட்ராய்ட் குழு மல்ட்டி டச் போன்ற வசதிகளைப் பயன்படுத்த மாட்டோம் என்று ஜாப்ஸிடம் தெரிவித்தனர். ஆனால் அவ்வாறு நிகழவில்லை.

HTC நிறுவனம் ஆண்ட்ராய்ட் ஃபோன் ஒன்றை அறிமுகப்படுத்தியது. அதில் மல்ட்டி டச் போன்ற வசதிகள் இருக்கவே செய்தன. அது மட்டுமின்றி ஐஃபோனின் பல்வேறு அம்சங்களையும் உள்ளடக்கியிருந்தது. இது ஜாப்ஸை மேலும் கோபப்படுத்தியது. கூகுள் செய்திருப்பது மன்னிக்க முடியாத குற்றம் என்று திரும்பத் திரும்பக் கூறிக்கொண்டிருந்தார்.

ஜாப்ஸ் வழக்குத் தொடுத்தார். *HTC* மீது. ஆண்ட்ராய்ட் மீது. ஆப்பிளின் இருபதுக்கும் மேற்பட்ட காப்புரிமைகளை ஆண்ட்ராய்ட் திருடி விட்டதாகக் குற்றம் சாட்டினார்.

சில வாரங்களுக்குப் பின் ஜாப்ஸைச் சந்திக்க வந்தார் எரிக். இருவரும் நீண்டநேரம் பேசினர். அவரிடம் ஜாப்ஸ் ஒன்றைத் தெளிவுபடுத்தினார். கூகுளிடம் தான் எதிர்பார்ப்பது இழப்பீடு அல்ல. நீங்கள் எனக்கு ஐந்து பில்லியன் டாலர் கொடுத்தாலும் வேண்டாம் என்று திட்டவட்டமாகத் தெரிவித்தார்.

எரிக்கும் விடுவதாக இல்லை. பல்வேறு கோணங்களில் சொல்லிப் பார்த்தார். ஜாப்ஸ் சிறிது கூட தன் நிலையை விட்டு இறங்கிவரவில்லை.

இது ஒரு தொழில்நுட்ப மோதல் அல்ல. அடிப்படையில் இரண்டு தத்துவங்களுக்கு இடையேயான மோதல்.

யூஸரைத் திருப்திப்படுத்த வேண்டுமெனில் மொத்தக் கட்டுப்பாடும் ஒரு நிறுவனத்தின் கையில் இருக்க வேண்டும். ஹார்ட்வேர், ஆபரேட்டிங் சிஸ்டம், யூஸர் இண்டர்ஃபேஸ் என அனைத்தையும் ஒரே நிறுவனமே செய்யவேண்டும். இது ஜாப்ஸ் தரப்பு.

கூகுள் தரப்பு இதற்கு முற்றிலும் எதிரானது. அவர்கள் ஓப்பன் சிஸ்டம்ஸ் என்னும் கொள்கையை நம்பினர். இதில் சர்வமும் ஒரே நிறுவனம் அல்ல. சிறந்த கண்டுபிடிப்புகள் என்பது பல்வேறு நிறுவனங்கள் கூடிச் செய்யும் மாயம்.

ஆண்ட்ராய்டைப் பொறுத்தவரை அடிப்படையான ஆபரேட்டிங் சிஸ்டம் ஓப்பன் சோர்ஸ். இதை கூகுள் தன் விருப்பத்திற்கேற்ப கஸ்டமைஸ் செய்தது.

ஆண்ட்ராய்ட் ஈக்கோ சிஸ்டத்தில் ஹார்ட்வேர் செய்வதற்கென்று பல்வேறு நிறுவனங்கள். விதவிதமான போன்கள் வருவதற்கு இது வழிவகுத்தது. ஒவ்வொருவருமே ஆண்டராய்டுக்கு தாங்கள் விரும்பிய வண்ணம் ஒப்பனை செய்தனர்.

கூகுளின் கொள்கைப்படி இதுவே வெற்றிச் சூத்திரம். ஜாப்ஸின் அகராதியில் இது குழப்பத்துக்கான வழி.

பல ஆண்டுகளுக்கு முன்பு மைக்ரோசாஃப்ட்டுடன் இதே போன்றதொரு பிரச்சினை. அது விண்டோஸ் மற்றும் மேக்கிண்டோஸ் ஆபரேட்டிங் சிஸ்டங்களுக்கு இடையேயான மோதல். அங்கும் அடிப்படையில் இதே சிக்கல்தான்.

ஜாப்ஸ் தனது கொள்கையில் உறுதியாக இருந்தார். ஆப்பிளின் தயாரிப்புகளில் என்ன மாதிரியான ஸ்க்ரூக்கள் இருக்க வேண்டும் என்பது வரை கட்டுப்பாடு இருந்தது. அவ்வாறு இருந்தால் மட்டும் தாங்கள் விரும்பும் அதிஉயர் தரத்தை உறுதிசெய்ய முடியும் என்று நம்பினார் ஜாப்ஸ். கடைசி வரை அவர் இதில் எந்தச் சமரசமும் செய்துகொள்ளவில்லை.

ஐஃபோனுக்கென ஒரு மார்க்கெட். ஆண்ட்ராய்ட் கருவிகளுக்கு வேறொரு மார்க்கெட். இன்றுவரை இதுதான் சூழல். காரணம் தொழில்நுட்பம் மட்டுமே அல்ல. இது ஒரு கொள்கை யுத்தம்.

கூகுள்தான் என்றில்லை. வேறு சில நிறுவனங்களுடனும் ஆப்பிளுக்கு இது போன்ற பிணக்குகள் இருந்தன. உதாரணமாக அடோபி. அவர்கள் ஃப்ளாஷ் என்றொரு சாஃப்ட்வேர் வைத்திருந்தனர்.

இதைத் தங்களுடைய ஈக்கோ சிஸ்டத்தில் ஜாப்ஸ் அனுமதிக்க விரும்பவில்லை. இது பாதுகாப்புக்கான அச்சுறுத்தல். ஒருமுறை இதை அனுமதித்துவிட்டால் கொல்லைப் புறவாசல் வழியாகப் பல்வேறு ஜந்துகளும் நுழைந்துவிட வாய்ப்புள்ளது. இந்தப் பஞ்சாயத்தும் தொடர்ந்து நடந்துகொண்டிருந்தது.

பிற நிறுவனங்கள் ஒருபுறம் இருக்கட்டும். தங்களுடைய ஆப் ஸ்டோரில் என்னவிதமான செயலிகள் இயங்கும் என்பதிலும் ஆப்பிள் கடுமையான கட்டுப்பாடுகளை வைத்திருந்தது.

போர்னோகிராஃபி சார்ந்த எதுவும் ஆப்பிள் செயலிகளில் வந்துவிடக்கூடாது என்பதில் உறுதியாக இருந்தனர். இதற்கென அவர்கள் பலகட்டப் பரிசோதனைகளை அறிமுகப்படுத்தினர்.

தனிமனிதச் சுதந்தரத்தில் ஆப்பிள் தலையிடுகிறது என்று போர்க்கொடி தூக்கியது ஒரு கூட்டம். ஒவ்வொரு நகர்வையும் கட்டுப்படுத்துவது நல்லதல்ல. பலதரப்பட்ட கருத்துகள் உள்ளே வந்தால்தான் வளர்ச்சி சாத்தியமாகும் என்றெல்லாம் வாதிட்டனர்.

ஆனால் போர்னோ போன்ற விஷயங்களில் ஜாப்ஸ் கடுமையான நிலைப்பாட்டில் இருந்தார். நம் குழந்தைகளின் எதிர்காலத்தை இது பாழாக்கிவிடும். எனவே தடையைக் கொஞ்சமும் தளர்த்த முடியாது. உங்களால் இதை ஏற்றுக்கொள்ள முடியாது என்றால் தாராளமாக ஆண்ட்ராய்டுக்குச் செல்லுங்கள் என்றார்.

இதுவெல்லாம் ஒருபுறம். மறுபுறம் ஆப்பிளின் ரசிகர்கள் கூட்டம் பெருகிக்கொண்டிருந்தது. இவர்கள் ஆப்பிள் தயாரிப்புகளை எந்தவித நிபந்தனைகளும் இன்றிக் காதலித்தனர். அவர்களிடம்

ஆப்பிளுக்கு எதிரான எவ்விதத் தர்க்கமும் வேலை செய்யவில்லை.

இவர்களைத் திருப்தியாக வைத்திருக்கவே ஜாப்ஸின் கடுமையான நிலைப்பாடு.

ஐபேடின் இரண்டாவது வெர்ஷன் அறிமுகமானது. முதல் வெர்ஷன் கன்டெண்ட்களை நுகரும் ஒரு கருவியாக இருந்தது. இந்த இரண்டாவது வெர்ஷன் வெறுமனே நுகரும் கருவி மட்டுமேயல்ல. உருவாக்கும் கருவியாகவும் உருமாறியிருந்தது.

தனது கடுமையான உடல்நலக் குறைவுகளுக்கிடையேயும் இந்த அறிமுக விழாவில் கலந்துகொண்டார் ஜாப்ஸ். ஐபேடுக்கெனச் சிறப்பாகச் செய்யப்பட்ட பல்வேறு செயலிகள் அறிமுகமாயின.

தன் உடல் வலிகள் அத்தனையையும் மீறி ஜாப்ஸ் மகிழ்ச்சியாக இருந்தார். ஐபேட் இரண்டு அவரை மிகவும் கவர்ந்தது.

அவருடைய ஐபேடில் ஒரே ஒரு புத்தகம் மட்டுமே இருந்தது. அது 'ஒரு யோகியின் சுயசரிதம்'. தனது இந்தியப் பயணத்தின் போது ஜாப்ஸ் இந்நூலை வாசித்திருந்தார். அதன் பின்னர் ஆண்டுதோறும் ஒரு முறை இப்புத்தகத்தை வாசிப்பதை வழக்கமாகக் கொண்டிருந்தார்.

தன்னுள் இப்புத்தகம் ஏற்படுத்தும் தாக்கம் அளப்பரியது என்று தன் நண்பர்களிடம் கூறிவந்தார். முதன்முதலில் ஜாப்ஸ் இந்நூலை வாசித்தபோது அவர் பதின் பருவத்தில் இருந்தார். வாழ்க்கை அவரை வெற்றிகளின் உச்சத்துக்கு அழைத்துச் சென்றபோதும், வலிகளால் வாட்டியபோதும் இந்நூலை அவர் வாசிக்கத் தவறவில்லை.

கேன்சர் தரும் வலி அவரைத் தொடர்ந்துகொண்டே இருந்தது. அவ்வாறான சில சமயங்களில் எங்கேனும் கப்பல்களில் தங்கினார். அவருடைய குடும்பம் அவரை அழைத்துச் சென்றது.

அங்கு சென்றபோதும் அவருடைய டிசைனர் மனம் விழிப்புடனேயே இருந்தது. இந்தக் கப்பல்களின் வடிவமைப்பு சிறப்பானதாக இல்லை. இதை இன்னும் பன்மடங்கு மேம்படுத்தலாம் என்று கூறினார். தனக்கென ஓர் உல்லாசப் படகைத் தானே

வடிவமைக்க இருப்பதாகக் கூறினார். அதற்கான முயற்சிகளையும் தொடங்கினார். ஆப்பிள் ஸ்டோர்ஸ் போலவே திருத்தமாக வடிவமைக்கத் திட்டமிட்டார்.

இந்த நோய் தன்னை எப்போது வேண்டுமானாலும் கொண்டு சென்றுவிடும். அதுவரை எவ்வளவு முடியுமோ அவ்வளவு வடிவமைக்கலாம் என்று தனது குழுவினரிடம் கூறினார்.

ஜாப்ஸின் கடுமையான நிலைப்பாடுகள் பிறருக்கு மட்டுமேயல்ல. அவை அவர் செய்த பாசாங்குகள் அல்ல. தன் உயிரையே மாய்க்கும் பிணியொன்று வந்தபோதும் புதிதாக எதையேனும் வடிவமைக்க வேண்டும் என்று ஆர்வத்தை அவர் கைவிடவில்லை. தனக்கென எச்சலுகையையும் அவர் வழங்கிக்கொள்ளவில்லை.

மைக்ரோசாஃப்ட்டுடன், கூகுளுடன், அடோபியுடன் மோதியதெல்லாம் கூட தனது தயாரிப்புகளின் மீது அவர் கொண்டிருந்த காதலால்தான். ஆப்பிள் ரசிகர்களின் தரவரிசைப் பட்டியல் ஒன்றைத் தயாரித்தால் அதில் முதலிடம் நிச்சயம் ஜாப்ஸுக்குத்தான்.

43. பித்தா...

மேடைக்கு வந்தார் ஜாப்ஸ். வழக்கத்தை விட மெதுவான நடை. மெலிந்த தேகம். ஜாப்ஸைப் பார்த்தவுடன் அரங்கமே எழுந்து நின்றது. தங்கள் அன்பைக் கரவொலியாக மாற்றினர். 'இது எனக்கு இதமாக இருக்கிறது' என்றார் ஜாப்ஸ்.

இன்னும் ஓர் அறிமுக விழா. இம்முறை ஐ-கிளவுட். ஆப்பிளர்களால் பெரிதும் புகழப்படும் ஒன்று. ஆப்பிள் ஈக்கோ சிஸ்டத்தின் இன்றியமையாத அங்கம்.

ஐ-கிளவுட் வந்த கதை சுவாரசியமானது. 'டிஜிட்டல் ஹப்' என்றொரு சொல்லை ஜாப்ஸ் திரும்பத் திரும்பப் பயன்படுத்தி வந்தார். முன்னொரு அத்தியாயத்தில் இது குறித்துப் பார்த்திருக்கிறோம்.

பர்ஸனல் கம்ப்யூட்டர்கள்தான் டிஜிட்டல் ஹப்பின் மையமாக இருக்கும் என்று ஜாப்ஸ் கூறியிருந்தார். தொழில்நுட்பம் வளர வளர இதில் பெரும் மாற்றங்கள் வந்தன.

இனி இந்த டிஜிட்டல் ஹப்பின் மையம் கணினிகள் அல்ல. மாறாக கிளவுட் ஸ்டோரேஜ் என்னும் நிலை வந்தது.

இதை உடனே கணித்த ஆப்பிள் '*MobileMe*' என்றொரு சேவையைத் தொடங்கியது. உங்களுடைய ஃபோன்களில் இருக்கும் காண்டாக்ட்

தகவல்கள், குறுஞ்செய்திகள், போட்டோக்கள், வீடியோக்கள் என அனைத்தும் மையமான ஓரிடத்தில் சேமித்து வைக்கப்படும்.

நீங்கள் ஆப்பிளின் எந்தக் கருவியில் இருந்தாலும் இவற்றைஆக்சஸ் செய்யலாம். சுருக்கமாக, இதுதான் ஐ-கிளவுடின் மூதாதையர் வெர்ஷன்.

இதற்கு ஆண்டொன்றுக்கு நூறு டாலர் கட்டணமாக வைத்திருந்தது ஆப்பிள். இந்த ‘மொபைல்மீ’ பயனாளர்களைக் கவரவில்லை.

இதற்கு முக்கியக் காரணம் அதன் குழப்பமான வடிவமைப்பு. பொதுவாக, ஆப்பிள் வடிவமைக்கும் எதுவும் குழப்பமாக இருக்காது. ஆனால் மொபைல்மீ விஷயத்தில் எப்படியோ தவறு நிகழ்ந்துவிட்டது.

சில வாரங்களிலேயே ஜாப்ஸுக்குத் தெரிந்துவிட்டது. இது தேறாது என்னும் முடிவுக்கு வந்திருந்தார். அக்குழுவினரை அழைத்தார். பலர் முன்னிலையில் அவர்கள் செய்துள்ள தவறுகளைச் சுட்டிக்காட்டினார்.

‘இது நம் தரம் அல்ல. இதற்கான மாற்றை நாமே உருவாக்குவோம். இதை முனைப்புடன் செயல்படுத்துங்கள்’ என்று தன்னுடைய குழுவுக்குக் கட்டளையிட்டார்.

அதன் விளைவுதான் ஐ-கிளவுட். இந்த அறிமுக விழாவுக்கு ஜாப்ஸ் வந்திருக்கத் தேவையில்லை. ஆனால் அவர் எவர் சொல்லியும் ஏற்பதாக இல்லை. இதே விழாவில் ஆபரேட்டிங் சிஸ்டங்களின் புதிய வெர்ஷன்கள் அறிமுகம் செய்யப்பட்டன. அவற்றிலெல்லாம் கூட ஜாப்ஸ் ஆர்வம் காட்டவில்லை.

ஐ-கிளவுடை அவரே அறிமுகம் செய்தார். இது நிகழ்ந்தது 2011ஆம் ஆண்டு. ஜூன் மாதம். கிளவுட் ஸ்டோரேஜ் என்னும் நுட்பம் வேகமாக வளர்ந்துகொண்டிருந்த காலம். கூகுள் உள்ளிட்ட பல்வேறு நிறுவனங்களும் இதில் ஆர்வமாக இருந்தன.

மைக்ரோசாஃப்டிடம் கூட ‘கிளவுட் பவர்’ என்றொரு திட்டம் இருந்தது. ஆனால் அத்திட்டம் வெற்றியடையவில்லை.

ஆப்பிள் ஐ-கிளவுட், முதல் பார்வையிலேயே பயனாளர்களைக் கவர்ந்தது. ஆப்பிள் ஆர்வலர்களிடம் இது பெற்ற வரவேற்பு அபரிமிதமானது. ஜாப்ஸ் அறிமுகம் செய்த 'கடைசி' வசதி.

இந்த அறிமுகத்தையொட்டி வேறொரு முக்கிய நிகழ்வும் இருந்தது. அது ஆப்பிளின் புதிய தலைமையகம் குறித்த பணிகளைத் தொடங்கும் நிகழ்ச்சி.

ஜாப்ஸ் சிறுவனாக இருந்தபோது ஹெச்.பி நிறுவனத்தின் தலைவரைத் தொலைபேசியில் அழைத்த சம்பவத்தை விவரித்திருந்தோம். அதே நிறுவனத்தின் அலுவலகம் இருந்த இடத்தை வாங்கியது ஆப்பிள்.

சாதாரண ஸ்க்ரூவை டிசைன் செய்யவே அதிதீவிரமாகத் திட்டமிடுவது ஆப்பிளின் வழக்கம். தலைமைச் செயலகம் என்றால் நீங்களே யோசித்துக்கொள்ளுங்கள்.

நூற்றைம்பது ஏக்கர் பரந்து விரிந்த நிலம். அதில் உன்னதமான அலுவலகக் கட்டடம் ஒன்றை வடிவமைக்கத் திட்டமிட்டது ஆப்பிள். இதற்கென ஃபோஸ்டர் என்றொரு நிறுவனத்துடன் ஒப்பந்தம் செய்யப்பட்டது.

ஐம்பதுக்கும் மேற்பட்ட டிசைனர்கள். விதவிதமான வடிவமைப்புகளை உருவாக்கினர். ஒவ்வொரு முறையும் ஜாப்ஸ் தன்னுடைய எதிர்பார்ப்பை அதிகரித்துக்கொண்டிருந்தார். ஒருவழியாகத் திட்டம் இறுதி செய்யப்பட்டது.

நான்கு மாடிகள். முப்பது லட்சம் சதுர அடிகள். பன்னிரண்டாயிரத்துக்கும் மேற்பட்ட பணியாளர்கள் வேலை செய்யும் வசதி.

இது வெறுமனே ஒரு கட்டடத்தின் வடிவமைப்பு மட்டுமேயல்ல. ஆப்பிளின் ரசனையை உலகுக்குக் காட்டும் சின்னம்.

ஜாப்ஸின் உடல்நிலை தொடர்ந்து சீர்குலைந்தது. வலி இல்லாத நாள்களே இல்லை. இவையனைத்திற்கும் இடையில்தான் இத்தனையும் நடந்துகொண்டிருந்தது.

முதல் இரண்டு மருத்துவ விடுப்புகளில் ஜாப்ஸின் உடல்நிலை கொஞ்சம் தேறியது. ஆனால் இம்முறை அவ்வாறு நிகழவில்லை.

இச்செய்தி பரவலாகப் பேசப்பட்டது. அவரைச் சந்திக்க விரும்புபவர்களின் பட்டியல் நீண்டுகொண்டே போனது. அதிபர் பில் கிளிண்டன் தொடங்கி பில் கேட்ஸ் வரை.

அதிபர் ஒபாமாவுடனான சந்திப்பில் ஜாப்ஸ் தன்னுடைய கருத்துகளை எப்போதும் போலத் தைரியமாகத் தெரிவித்தார்.

சீனாவில் மட்டும் ஆப்பிளுக்கு ஏழு லட்சம் பேர் வேலை செய்கின்றனர். நம் தேசத்தில் தேடினாலும் திறன் மிக்க பணியாளர்கள் கிடைப்பதில்லை என அதிபர் ஒபாமாவிடம் தெரிவித்தார் ஜாப்ஸ்.

சீனாவில் ஒரு தொழிற்சாலை தொடங்குவது எளிது. அமெரிக்காவில் இருப்பதை விடப் பன்மடங்கு எளிது. நம் தேசத்திலும் கைதேர்ந்த தொழில்நுட்பப் பணியாளர்களை உருவாக்க வேண்டும் என்று வலியுறுத்தினார். அதிபர் ஒபாமாவுக்கும் இப்பிரச்சினையின் தீவிரம் புரிந்தது.

மைக்ரோசாஃப்ட்டும் ஆப்பிளும் தொழில்முறை எதிரிகள். ஆனாலும் பில்கேட்ஸுக்கு எப்போதும் ஜாப்ஸ் வேலை செய்யும் முறையைத் தெரிந்துகொள்வதில் பேரார்வம் இருந்தது. அவருடைய அபாரமான ஆற்றல் கேட்ஸைக் கவர்ந்திருந்தது.

ஜாப்ஸின் வீடு தேடி வந்தார் கேட்ஸ். இருவரும் மூன்று மணிநேரம் உரையாடினர். அவர்கள் இருவர் மட்டும் தனியாகத் தங்களுடைய பாதைகள் குறித்த கருத்துகளைப் பகிர்ந்துகொண்டனர்.

மைக்ரோசாஃப்ட்டின் பாதை வேறு. ஆப்பிளின் பாதை வேறு. ஆப்பிள் போன்ற கட்டுக்கோப்பான ஒரு ஈக்கோ சிஸ்டத்தை உருவாக்குவது மிகவும் கடினம் என்று கூறினார் கேட்ஸ். ஜாப்ஸைத் தவிர வேறு எவருமே இந்தப் பாதையில் வெற்றி பெற இயலாது என்பது அவருடைய கணிப்பு. கேட்ஸ் மனமாரப் பாராட்டினார்.

அவரை வந்து பார்த்தவர்கள் ஒருபுறம். அவர் விரும்பி அழைத்துப் பேசிய சிலரும் இருந்தனர். அப்படியொருவர்தான் ஆன் பவ்வர்ஸ்.

இவர் ஆப்பிளில் சில காலம் பணியாற்றியவர். ஆப்பிளுக்கான மனிதவள உருவாக்கத்தில் இவருடைய பங்கு கணிசமானது. இன்டெல் நிறுவனத்தைத் தொடங்கிய பாப் நைஸின் மனைவி இவர்.

ஜாப்ஸ் பணியாளர்களிடம் நடந்துகொண்ட விதம் பவ்வர்ஸுக்குப் பிடிக்கவில்லை. இது தவறு என்று மீண்டும் மீண்டும் சொல்லிக் கொண்டிருந்தார்.

ஆப்பிளின் வளர்ச்சியை பவ்வர்ஸிடம் காட்ட நினைத்தார் ஜாப்ஸ். அழைத்துப் பேசினார்.

'இலக்கு அல்ல, பயணமே பரிசு. இந்தப் பயணத்தில் நான் கற்றது அதிகம். உண்மையில் நிறையவே கற்றிருக்கிறேன்' என்று பவ்வர்ஸிடம் கூறினார் ஜாப்ஸ். அவரும் ஆமோதித்தார்.

தன்னைத் தாக்கியிருக்கும் நோய் ஜாப்ஸுக்கு எப்போதும் புதிரானதாகவே இருந்தது. ஆப்பிளில் எத்தனையோ திட்டங்களைத் தீட்டிக் கடினமான சிக்கல்களைத் தீர்த்திருக்கிறோம். தன் உடல்நலச் சிக்கலைச் சிறப்பாகக் கையாளத் தவறிவிட்டோம் என்னும் ஏக்கம் அவருள் இருந்தது.

அடுத்தடுத்த வாரங்களில் நிலைமை இன்னும் மோசமானது. தான் இனி குணமாகி ஆப்பிளில் பணிக்குத் திரும்ப இயலாது என்று அவருக்குப் புரிந்தது.

ஆப்பிளின் நிர்வாகக் கூட்டத்தில் தான் பதவி விலகுவதை அறிவிப்பது என முடிவெடுத்தார். அவரால் எழுந்து நடந்து செல்ல முடியவில்லை. சக்கர நாற்காலியில் கூட்டத்துக்குச் சென்றார்.

கூட்டம் தொடங்கியது. முந்தைய காலாண்டில் ஆப்பிள் என்னவெல்லாம் செய்துள்ளது என்று அறிக்கை சமர்ப்பிக்கப்பட்டது. பின்னர் டிம் குக் மற்றும் சிலரை ஜாப்ஸ் வெளியில் காத்திருக்குமாறு கூறினார்.

'ஒரு நாள் ஆப்பிளுக்கான பணியை என்னால் திருப்தியாகச் செய்ய முடியாமல் போகும். அந்நாள் வரும் போது சொல்கிறேன் என்று உங்களிடம் கூறியிருக்கிறேன். இன்று அந்த நாள் வந்துவிட்டது.

நான் விலகிக்கொள்கிறேன். இனி டிம் குக் தொடர வேண்டும் என்பதே என் விருப்பம்' என்று சுருக்கமாக முடித்தார்.

கூட்டம் முடிந்தது. அடுத்து வரும் ஆப்பிள் கருவிகள் என்று சில டெமோக்களைக் ஜாப்ஸிடம் காட்டினர். அதில் ஒன்று, வாய்ஸ் அசிஸ்டென்ட். அத்தனை வலிகளுக்கு நடுவிலும் அந்த அசிஸ்டென்ட்டுடன் ஆர்வமாகப் பேசினார் ஜாப்ஸ்.

அதைக் குழப்பும் படியாக, 'நீ ஆணா? பெண்ணா?' எனக் கேட்டார். சில வினாடிகள் மௌனம். 'எனக்கு எந்தப் பாலினமும் கொடுக்கப்படவில்லை' என்றது அசிஸ்டன்ட்.

நெகிழ்வான சூழலையும் மறந்து அங்கிருந்தவர்கள் லேசாகச் சிரித்தனர். ஜாப்ஸும். ஆப்பிள் அலுவலகத்திலிருந்து கிளம்பிச் சென்றார் ஜாப்ஸ். கடைசி முறையாக.

அக்டோபர் மாதம் நான்காம் தேதி.

ஐஃபோன் வெர்ஷன் *4S* அறிமுகமானது. ஜாப்ஸ் பேசி மகிழ்ந்த ஸிரியும் அறிமுகமானது. நிகழ்வு முடிந்ததும் டிம் குக், ஜானி ஐவ் உள்ளிட்டோர் ஜாப்ஸைப் பார்க்கச் சென்றனர்.

ஜாப்ஸ் தன்னுடைய சகோதரி மோனா சிம்ப்ஸனை அழைத்துப் பேசியிருந்தார். நான் வந்துகொண்டே இருக்கிறேன் என்றார் சிம்ப்ஸன்.

'நீ வரும்போது என்னால் பேச முடியுமா எனத் தெரியவில்லை. என் நேரம் முடிந்துவிட்டது'. சிம்ப்ஸன் கலங்கிப் போனார்.

செவ்வாய் அன்று மதியம். அவருடைய குடும்பமும் நண்பர்களும் உடன் இருந்தனர். கொஞ்சம் கொஞ்சமாக அவருடைய நினைவு தப்பிக்கொண்டிருந்தது.

'ஓ வாவ்.. ஓ வாவ்...' என்று இருமுறை சொன்னர். அவர் பேசிய கடைசிச் சொற்கள்.

எத்தனை துன்பங்கள் வந்தபோதும் சோர்ந்து போகாத, சொல்லிலும் செயலிலும் வல்லவராக இருந்த மாமனிதனின் இறுதித் தருணங்கள்.

அடுத்த நாள். அக்டோபர் ஐந்தாம் தேதி. ஜாப்ஸ் காலமானார். குடும்ப வழக்கப்படி அவருக்கான இறுதிச் சடங்குகள் செய்யப்பட்டன.

மூன்று நாள்களுக்குப் பின் ஆப்பிள் சார்பாக அஞ்சலி நிகழ்வொன்று ஏற்பாடு செய்யப்பட்டது.

நிகழ்வில் ஜாப்ஸின் குரல் ஒலித்தது. முன்பொரு முறை 'திங்க் டிஃபரண்ட்' என்னும் விளம்பரத்துக்காக ஜாப்ஸ் பேசிய சொற்கள். அவர் பேசிய வெர்ஷன் அன்று விளம்பரத்தில் வரவில்லை. அஞ்சலி நிகழ்ச்சிக்காக அதை ஒலிக்கச் செய்தார் டிம் குக்.

அதிலிருந்த வரிகள் ஜாப்ஸின் வாழ்வைத் துல்லியமாகப் பிரதிபலித்தன.

> *Here's to the crazy ones.*
> *The misfits.*
> *The rebels.*
> *The troublemakers.*
> *The round pegs in the square holes.*
> *The ones who see things differently.*

ஒரு வரியை ஜாப்ஸ் இணைத்திருந்தார்.

'They Push the Human Race Forward'

'மனிதகுலத்தை இவர்கள்தான் முன்னெடுத்துச் செல்கின்றனர்.'

அதன் பின்னர் ஜாப்ஸின் உலகப் புகழ்பெற்ற வரிகள்:

'உலகை மாற்ற முடியும் என்று எண்ணுவது ஒரு பித்து நிலை. ஆனால் உலகம் இதுபோன்ற பித்தர்களாலேயே மாற்றப்படுகிறது.'

ஜாப்ஸ் என்றொரு பித்தர் வந்ததும் வென்றதும் வரலாறு.

44. ஆறு மனமே ஆறு

ஜாப்ஸ் இனி இல்லை. ஆனாலும் ஆப்பிள் தொடர்ந்து இயங்க வேண்டும். அவர் இறப்பு ஏற்படுத்திய வெற்றிடம் ஆப்பிளை அலைக்கழித்தது.

ஜாப்ஸின் இறப்புக்கு முன்னரே டிம் தலைமைப் பொறுப்புக்கு வந்துவிட்டார். டிம்மைத் தேர்ந்தெடுத்தது ஜாப்ஸ்.

இதற்கான எதிர்ப்புகள் ஆப்பிளுக்கு உள்ளும் புறமும் இருக்கவே செய்தன. ஜாப்ஸின் ஆளுமைக்கு ஈடாக வேறொருவர் வர இயலாது. ஆனாலும் டிம் ஆப்பிளை நடத்தியாக வேண்டும். அதற்காக அவர் எதிர்கொண்ட சவால்கள் எண்ணற்றவை.

ஜாப்ஸ் வெறுமனே ஒரு சி.இ.ஓ மட்டும் அல்ல. அவர் ஒரு மக்கள் நாயகன். அவருடைய இறப்பு ஆப்பிள் ஆர்வலர்களிடையே பெரும் தாக்கத்தை ஏற்படுத்தி இருந்தது. அவர்களுடைய பார்வையில் ஜாப்ஸ் ஒரு கார்ப்பரேட் நிறுவனத்தின் தலைவர் அல்ல. தங்கள் வாழ்வின் ஓர் அங்கம்.

தங்களிடம் இருக்கும் ஐஃபோன், ஐபாட், ஐபேட், மேக் என ஆப்பிளின் அனைத்துக் கருவிகளிலும் அவர்கள் ஜாப்ஸைப் பார்த்தனர். தங்கள் வாழ்வை எளிதாக்கிய இக்கருவிகள் ஜாப்ஸ் கண்ட கனவு.

தொழில்நுட்ப உலகில் ஜாப்ஸ் சேர்த்து வைத்திருந்ததைப் போன்றதொரு கூட்டம் வேறு எவரிடமும் இல்லை. பணம் கொடுக்கிறோம், கருவிகளை வாங்குகிறோம் என்று மட்டுமே இவர்கள் இருந்துவிடுவதில்லை. இக்கருவிகள் தங்கள் நாயகனின் கொடை என்றே இவர்களுள் பலரும் நம்பினர். அதுவே ஆப்பிளின் பலம்.

ஆப்பிள் ஸ்டோர்ஸ்கள் ஜாப்ஸின் நினைவுச் சின்னங்களாக மாறின. சாரிசாரியாக வந்து தங்கள் அன்பை வெளிப்படுத்தினர். அங்கிருந்த ஜன்னல்களில் தங்கள் நாயகனுக்கு அஞ்சலிக் குறிப்புகளை எழுதி வைத்தனர்.

அமெரிக்க அதிபர் தொடங்கி, உலகெங்கும் பல்கிப் பெருகி வாழும் ஒவ்வொரு ஆப்பிள் பயனரையும் ஜாப்ஸின் மறைவு பாதித்திருந்தது. இப்படியாக உணர்வுகளின் ஒரு பெரும் புயல் ஆப்பிளைச் சூழ்ந்திருந்தது. அப்புயலின் மையத்தில் டிம் குக்.

டிம் குக்கையும் ஜாப்ஸையும் ஒப்பிட முடியாது. ஜாப்ஸுடன் எவரையுமே ஒப்பிட முடியாது. ஜாப்ஸ் உணர்வு மயமானவர். புகழ் வெளிச்சத்தில் வாழ்ந்தவர். பெருந்துணிச்சல்காரர். எவரையும் வசீகரிக்கும் ஆற்றல் பெற்றவர். ரியாலிட்டி டிஸ்டார்ஷன் ஃபீல்ட் மூலம் தன் எதிரிகளையும் தனது கூற்றுக்குச் சம்மதிக்க வைக்கும் திறன் கொண்டவர்.

குக் என்றைக்குமே புகழ் வெளிச்சத்தை விரும்பியதில்லை. பல ஆண்டுகளாக ஆப்பிளில் பணியாற்றுகிறார். ஆனாலும் விளம்பரங்களிலோ மேடைகளிலோ முன்வரிசையில் இருக்கவேண்டும் என்று எப்போதும் நினைத்தவரில்லை.

இதுவே அவருடைய பலமும் பலவீனமும். ஜாப்ஸுக்கு அடுத்து தலைமைப் பதவிக்குப் பொருத்தமானவர் யார் என்று பெரும் விவாதங்கள் நடந்துகொண்டிருந்தன.

நோய்த் தாக்கம் காரணமாக ஜாப்ஸ் ஓய்வில் இருந்தபோதெல்லாம் டிம்தான் ஆப்பிளை நடத்தியிருக்கிறார். எனவே அவரால் ஆப்பிளைக் கட்டிக்காக்க முடியும் என்று நம்பியது ஒரு தரப்பு.

இடைக்காலத் தலைவர் என்பது வேறு. முழுப்பொறுப்பையும் எடுத்துக்கொள்வது என்பது முற்றிலும் வேறு. இப்படி எண்ணியது மறுதரப்பு.

ஜாப்ஸைப் பின்தொடர அவரைப் போன்ற ஒருவரே சரி. டிம் பொருத்தமற்றவர் என்றது இந்தத் தரப்பு.

ஜானி ஐவ், ஆப்பிளின் டிசைன் குழுவின் தலைவர். ஜாப்ஸுடன் அணுக்கமாக இருந்தவர். ஐபாட், ஐபேட், மேக், ஐஃபோன் என அனைத்திலும் அவருடைய முத்திரையும் உண்டு. எனவே ஐவ்தான் சரியான தேர்வு என்றொரு பேச்சு எழுந்தது.

இக்கருத்தை முற்றிலும் புறந்தள்ள முடியாது. ஜாப்ஸ் எண்ணிய பலவற்றை மெய்ப்பித்துக் காட்டியவர் ஐவ். தொடக்க காலத்தில் வாஸ்நியாக் எப்படி இருந்தாரோ அது போல. அவரால்தான் ஆப்பிளைத் தொடர்ந்து முன்னெடுத்துச் செல்ல முடியும் என்று பலரும் கருதினர்.

ஆனால் ஐவ் இவ்வாறு எண்ணவில்லை. அவருக்குத் தலைமைப் பொறுப்பெல்லாம் வேண்டாம். டிசைன்தான் அவருடைய வாழ்க்கை. ஆப்பிளில் அவருக்கு முழுச் சுதந்தரம் இருந்தது. இதை அவர் இழக்க விரும்பவில்லை. இதிலும் வாஸ்நியாக் ரகம் அவர்.

இவரைத் தவிர வேறு சிலரும் பட்டியலில் இருந்தனர். அவர்களுள் முக்கியமானவர் ஸ்காட் ஃபோர்ஸ்டால். இவர் ஐஓஎஸ் சாஃப்ட்வேர் குழுவின் துணைத்தலைவர். இவர் வேலை செய்யும் விதம் ஜாப்ஸைப் போலவே இருக்கும். எனவே இவரை ‘மினி ஸ்டீவ்’ என்றே அழைத்தனர். ஜாப்ஸ் வைத்திருந்த அதே மாடல் மெர்சிடிஸ் பென்ஸ் கார் இவரிடமும் இருந்தது. அதே சில்வர் நிறம்.

இப்படியாகப் பலரும் இருந்தும் ஜாப்ஸின் தேர்வு டிம் குக்தான். எனவே என்னதான் மாற்றுக்கருத்துகள் இருந்தாலும் டிம்மை ஒன்றும் செய்ய இயலவில்லை. ஜாப்ஸ் இறப்பதற்கு முந்தைய நாள் ஐஃபோன் *4S* மாடல் அறிமுகமாகியிருந்தது. ஜாப்ஸின்

மறைவுக்குப் பின்னர் இந்த போனுக்கான ஆர்டர்கள் கணக்கின்றி வரத்தொடங்கின. சாதாரணமாகவே வரிசைக் கட்டி நிற்கும் ஆப்பிள் ஆர்வலர்கள் இம்முறை உணர்ச்சிப் பிழம்பாய் இருந்தனர். ஒரு வார இறுதியில் மட்டுமே நாற்பது லட்சம் ஆர்டர்கள் வந்தன.

இவற்றையெல்லாம் சமாளிப்பது சாதாரண விஷயமில்லை. இச்சூழலை டிம் கையாண்ட விதம் பலரையும் கவர்ந்தது.

ஆப்பிள் குழுவினருக்கு அவர் அனுப்பிய இமெயில்கள் வாஞ்சையுடன் இருந்தன. நண்பர்களுடன் பேசுவதைப் போன்றதொரு தொனியில். இது ஜாப்ஸின் அணுகுமுறையிலிருந்து வேறுபட்டது.

டிம் அனைவரையும் அரவணைத்துச் செல்லும் தலைவராக இருந்தார். அவருடைய திட்டங்களில் ஆறு அடிப்படையான பண்புகள் இருந்தன.

- தொழில்நுட்பம் அனைவரையும் சென்று சேர வேண்டும் என்பது முதல் குறிக்கோள். *Accessibility* என்பதை எக்காரணம் கொண்டு விட்டுத்தரக்கூடாது என்பதில் உறுதியாக இருந்தார். மாற்றுத்திறனாளிகளும் ஆப்பிள் கருவிகளை எளிதாகப் பயன்படுத்த இது வழிவகை செய்தது.

- கல்விக்கு அவர் அதிக அளவு முக்கியத்துவம் கொடுத்தார். அதற்காக ஆப்பிளால் என்னவெல்லாம் செய்ய முடியுமோ அவற்றையெல்லாம் செய்யத் தயாராக இருந்தார்.

- மூன்றாவது, சூழல் குறித்த விழிப்புணர்வு. தொழில்நுட்பம் தேவை. அதே வேளையில் சுற்றுச்சூழலுக்கு ஊறு விளைவிப்பதைக் குறைப்பதும் அவசியம்.

- அனைவரையும் உள்ளடக்கிய வளர்ச்சி என்பதில் கவனமாக இருந்தார். பலதரப்பட்ட சமூகச் சூழல்களிலிருந்தும் பணியாளர்கள் வரவேண்டும் என்பதில் கவனம் செலுத்தினார்.

- பிரைவசி மற்றும் பாதுகாப்பு அம்சங்களில் எந்தச் சமரசமும் செய்துகொள்ளக்கூடாது.

- ஆப்பிள் கருவிகளின் தரம் அதன் பாகங்களின் தரத்தைப் பொறுத்தே அமைகிறது. எனவே ஆப்பிள் கருவிகளின் பாகங்களை உருவாக்குபவர்களையும் மேம்படுத்த வேண்டும் என்று எண்ணினார்.

இந்த ஆறு கொள்கைகளும் டிம் வழி நடத்தும் ஆப்பிளின் அம்சங்களாக மாறின. ஜாப்ஸ் இவற்றுக்கெல்லாம் எதிரானவர் என்று அர்த்தமில்லை. அவருடைய உலகம் கனவுகளால் ஆனது. அதில் விதிகளெல்லாம் கிடையாது. டிம் குக் அன்றாடச் செயல்பாடுகளுக்கு அதிக முக்கியத்துவம் கொடுத்தார்.

அவர் அளிக்கும் நேர்காணல்களில் ஒரு செய்தியைத் திரும்பத் திரும்பச் சொல்கிறார். 'நான் என்றைக்கும் ஜாப்ஸ் போலச் செயல்பட வேண்டும் என்று எண்ணியதில்லை. ஏனெனில் அது சாத்தியமில்லை. நான் அவரைப் போலச் செயல்பட வேண்டும் என்று ஜாப்ஸும் நினைக்கவில்லை. அவ்வாறு நினைத்திருந்தால் என்னைத் தேர்ந்தெடுத்திருக்கமாட்டார்.'

ஆப்பிளை முன்னணி நிறுவனமாகத் தொடர்ந்து டிம் வழிநடத்த இந்தப் புரிதலும் ஒரு காரணம். ஒருவேளை அவர் ஜாப்ஸ் போலச் செயல்பட வேண்டும் என்று எண்ணியிருந்தால் தோல்வியடைவதற்கான சாத்தியக்கூறுகளே அதிகம் இருந்தன. தன்னால் என்ன இயலும் என்பதில் அவருக்கு எவ்விதக் குழப்பமும் இல்லை.

முன்பொரு முறை ஆப்பிளில் சில காலம் ஜாப்ஸ் இல்லை. அப்போது ஆப்பிள் என்ன நிலையை அடைந்தது என்று முந்தைய அத்தியாயங்களில் பார்த்தோம். நட்டத்தின் விளிம்புக்குச் சென்றது ஆப்பிள்.

ஆனால் குக் தலைமையில் இது போன்று எதுவும் நிகழவில்லை. பெரும் சவால்களை எதிர்கொண்டார். ஆனாலும் ஆப்பிளின் தொடர் வளர்ச்சியை உறுதிசெய்தார்.

ஜாப்ஸின் மறைவு மட்டுமே சவால் அல்ல. வெகு வேகமாக வளர்ந்துகொண்டிருந்த போட்டியாளர்கள் தந்த அழுத்தம் மிக அதிகம். ஆண்ட்ராய்ட் ஈக்கோ சிஸ்டம் வளர்ந்த வேகம்

அபாரமானது. பல்வேறு ஹார்ட்வேர் நிறுவனங்களும் தங்கள் பங்குக்குக் கடை விரித்தன.

ஜாப்ஸ் முன்பொரு முறை ஒரு நேர்காணலில் இவ்வாறு கூறியிருந்தார். 'மிகப் பெரிய வெற்றிகள் தரும் வளர்ச்சி கூட ஒருவிதத்தில் அபாயமானது. அது நிறுவனத்தை நிலைகுலையச் செய்யும் வல்லமை பெற்றது.'

ஜாப்ஸ் மறைந்தபோது ஆப்பிள் தொடர் வெற்றிகளின் உச்சத்தில் இருந்தது. ஐபாட், ஐஃபோன், ஐபேட் என அடுத்தடுத்த வெற்றிகள். இத்தருணத்தில்தான் டிம் குக் பொறுப்பேற்றார்.

பெருமரங்களின் நிழல்கள் பல்லுயிர்களுக்கும் பயன் தரும். ஆனால் தன் நிழலில் விழும் விதைகளிடம் மரங்கள் கருணையுடன் இருப்பதில்லை. ஜாப்ஸ் என்னும் நெடிந்துயர்ந்து கிளை பரப்பி நின்ற விருட்சத்தின் நிழலில் டிம் குக் என்னும் விதை முட்டி மோதி வளர்ந்த கதை சுவாரசியமானது.

45. மன்னிப்பு

ஜாப்ஸ் இல்லாத முதல் வருடம் மிகவும் சவாலாக இருந்தது. புகழும், அது தரும் வெளிச்சமும் டிம் குக்கிற்கு முக்கியமல்ல. தானுண்டு, தன் வேலை உண்டு என்றிருப்பவர். ஆனால் ஆப்பிளின் தலைவர் என்றான பின் அவ்வாறிருக்க முடியாது.

ஐபேடின் மூன்றாவது வெர்ஷன் வந்தது. ஆப்பிள் விழாவில் குக் இதை அறிமுகம் செய்தார். 'இங்கிருப்பதில் எனக்கு எல்லையில்லா மகிழ்ச்சி'. குக்கின் உதடுகள் இவ்வாறு பேசின. ஆனால் அவர் முகத்தில் எல்லையில்லா மகிழ்ச்சிக்கான எந்தவொரு அறிகுறியும் இல்லை.

ஜாப்ஸ் நடத்தும் அறிமுக விழாக்கள் கிட்டத்தட்ட ஒரு ராக் ஸ்டார் கான்சர்ட் போன்றவை. ஆப்பிள் அன்பர்கள் இதற்கெல்லாம் பழகிப் போயிருந்தனர். குக் வேறு ரகம்.

தனது தோற்றத்தில் ஜாப்ஸ் மிகவும் அக்கறையாக இருப்பார். குக் அணிந்திருந்த உடைகள் சாதாரணமானவையாக இருந்தன. தன்னளவில் அவர் மகிழ்ச்சியாகத்தான் இருந்தார். ஆனால் கூட்டங்கள் உள்ளத்தைக் காண்பதில்லை. அவற்றுக்கு அரிதாரம் அவசியம். முக பாவனைகள் முக்கியம்.

குக் அறிமுகம் செய்த ஐபேடில் சிறப்பான வசதிகள் இருக்கவே செய்தன. ஆயினும் விமர்சனங்கள் வந்தன. 'ஜாப்ஸ் இருந்திருந்தால்

இப்படியொரு ஐபேட் வந்திருக்காது. இது முந்தைய வெர்ஷன்களின் அடுத்த படி, அவ்வளவுதான். புதுமைகள் இல்லை.'

இந்த வரிகள் ஆப்பிளைத் தொடர்ந்து துரத்தின. என்னதான் சீர்மிகுக் கருவிகளை ஆப்பிள் கொண்டுவந்தாலும், 'ஜாப்ஸ் இருந்திருந்தால்...' என்று எழுதுவதை விமர்சகர்கள் வழக்கமாகக் கொண்டனர்.

ஜாப்ஸுக்கு இல்லாத இன்னும் ஒரு சவால், குக் காலத்தில் எழுந்தது. அது ஆண்ட்ராய்டின் அபரிமிதமான வளர்ச்சி. ஜாப்ஸ் இருந்தபோதே ஆண்ட்ராய்ட் வந்துவிட்டது. ஆனபோதும் தொடக்க நிலையில் இருந்தது.

ஆண்ட்ராய்டைக் கொண்டு வந்த கூகுள் மட்டுமே போட்டியல்ல. இதனினும் கடினமான ஒரு போட்டி உருவானது. அதன் பெயர் சாம்சங். ஆண்ட்ராய்ட் ஆபரேட்டிங் சிஸ்டத்துடன் வந்த சாம்சங் கருவிகள் மக்களைப் பரவலாகச் சென்றடைந்தன.

ஆப்பிள் குறித்து பத்திரிகைகளில் வரும் கட்டுரைகள் பலவற்றிலும் சாம்சங் என்னும் பெயரும் இருந்தது. இது ஆப்பிளுக்குப் பொருளாதார ரீதியிலான பாதிப்புகளை ஏற்படுத்தியது.

பல்வேறு நாடுகளிலும் சாம்சங்கின் கொடி பறக்கத் தொடங்கியது. குக் இதை மிகவும் கவனமாக உற்றுநோக்கினார். சாம்சங்கின் பிறப்பிடமான தென் கொரியாவில் ஆப்பிளின் விற்பனை வெகுவாகக் குறைந்தது. டொமினிக் என்றொருவர் தென்கொரியாவின் ஆப்பிள் குழுவுக்குத் தலைமை தாங்கினார். அவரை குக் வேலையிலிருந்து நீக்கினார்.

ஆப்பிளின் சிக்கல்கள் வெளியிலிருந்து மட்டும் வரவில்லை. முன்பொரு அத்தியாயத்தில் மொபைல்மீ என்றொரு ஆப்பிள் டூல் குறித்துப் பார்த்திருக்கிறோம். அது சரியாக வேலைசெய்யவில்லை. அதற்குப் பதிலாக வந்ததுதான் ஐகிளவுட். ஜாப்ஸ் அறிமுகம் செய்த கடைசி ஆப்பிள் தயாரிப்பு.

ஐகிளவுட் வந்தபின்னும் மொபைல்மீ இயங்கிக்கொண்டிருந்தது. அதற்கான மூடுவிழாவை நடத்தினார் குக். அதைப் போலவே

Ping என்றொரு டூல். இது ஒரு சோஷியல் நெட்வொர்க். இசைப் பிரியர்களை மையமாகக் கொண்டது.

நல்ல வசதிதானே என்றே தோன்றும். ஆயினும் இதிலும் ஏகப்பட்ட சிக்கல்கள். பயனர்களைக் கவரவில்லை. குக் எடுத்த அடுத்த முடிவு இதனை இழுத்து மூடுவது.

இவை எல்லாவற்றையும் விடப் பெரிய சிக்கல் ஒன்று வந்தது. அது ஸ்காட் ஃபோர்ஸ்டால் ரூபத்தில் இருந்தது. இவரையும் முன்பே அறிமுகப்படுத்தியிருக்கிறோம். நினைவிருக்கிறதா?

இவரைத்தான் 'மினி ஸ்டீவ்' என்று பத்திரிகைகள் புகழ்ந்து கொண்டிருந்தன. ஜாப்ஸிடம் இருந்த அத்தனை ராக் ஸ்டார்தனங்களும் இவரிடமும் இருந்தன. ஜாப்ஸுக்குப் பின் இவர்தான் என்று பலரும் பேசிக்கொண்டிருந்தனர். ஆனால் அது நடக்கவில்லை. ஜாப்ஸின் சாய்ஸ் டிம் குக். இது ஸ்காட்டைப் பாதித்திருந்தது.

ஆப்பிளுக்குள் ஸ்காட் தன் விருப்பத்துக்குச் செயல்படத் தொடங்கினார். அவராகவே புதிய புராஜெக்ட்களைத் தொடங்குவது, தான் விரும்பிய நபர்களைச் சேர்த்துக்கொள்வது என்று தனி ராஜாங்கம் நடத்தத் தொடங்கினார். இச்செய்திகள் குக்கை வந்தடைந்தன. பெரிதும் எதிர்பார்க்கப்பட்ட வாய்ஸ் அசிஸ்டெண்ட் ஸிரியை இவர்தான் அறிமுகம் செய்தார். ஆனால் ஸிரி எதிர்பார்ப்புகளை நிறைவேற்றவில்லை.

வாஸ்நியாக் கூட ஸிரியை விமர்சித்தார். இது ஆப்பிள் தரத்தில் இல்லை என்று பொதுவெளியில் பேசினார்.

ஸிரி வெற்றிபெறவில்லை. அதைத் தொடர்ந்து இன்னும் ஒரு சோதனை. ஐஓஎஸ்ஸின் ஆறாவது வெர்ஷனில் ஆப்பிள் மேப்ஸ் அறிமுகமானது. ஸிரி அளவுக்குப் பரபரப்பாகப் பேசப்பட்டது. ஆனால் அதைவிடப் பெரிய சிக்கலை அது ஆப்பிளுக்குக் கொண்டுவந்தது.

இனி கூகுள் மேப்ஸ் இல்லை. நமக்கென்று ஒரு மேப். நாமே வழிகாட்டுவோம் என்று அதிரடியாகத் தொடங்கினர். ஏகப்பட்ட வசதிகளுடன் அறிமுகமானது ஆப்பிள் மேப்ஸ்.

இங்கிலாந்தில் இருக்கும் ஒருவர் 'லண்டன்' என்று ஆப்பிள் மேப்பில் தேடுகிறார். இவருக்கு ஆண்ட்டாரியோவில் இருக்கும் லண்டனைக் காட்டுகிறது ஆப்பிள் மேப்ஸ். ஆண்ட்டாரியோ கனடாவில் உள்ளது. ஆப்பிள் மேப்ஸ் குறித்து இதைத் தவிர வேறு எதையும் கூறத்தேவையில்லை.

ஆப்பிள் மேப்பும் ஸ்காட்டின் கைவண்ணம்தான். பயனாளர்களைக் குழப்பாத சாஃப்ட்வேர்களை வடிவமைப்பது ஆப்பிளின் அடிப்படை குணங்களில் ஒன்று. மேப் இதற்கு எதிராக இருந்தது. எனவே பயனாளர்களிடம் மன்னிப்புக் கேட்பதே சரியென்று குக் நினைத்தார். ஸ்காட்டை மன்னிப்புக் கேட்குமாறு கூறினார். ஸ்காட் மறுத்தார்.

பிரச்சினை பெரிதாகிக்கொண்டிருந்தது. பொதுவெளியில் ஆப்பிள் மேப்ஸ் நகைப்புக்குரிய ஒன்றாக மாறியது.

ஆப்பிள் பயனர்களுக்கு ஒரு மன்னிப்புக் கடிதத்தைத் தாமே எழுதினார் குக்.

'தரத்தில் நாங்கள் ஒருபோதும் சமரசம் செய்துகொள்ளமாட்டோம். நிகழ்ந்துவிட்ட தவறுக்காக வருந்துகிறோம்.'

இந்த மன்னிப்புக் கடிதமும் பேசுபொருளானது. 'ஜாப்ஸ் இருந்திருந்தால்...' என்று மீண்டும் ஆரம்பித்தனர். இவ்வாறு மன்னிப்பு கேட்டது குக்கின் பலவீனத்தை வெளிப்படுத்துகிறது என்றனர் ஒருசாரார். இல்லை, நிகழ்ந்துவிட்ட தவறுக்கு வருந்துவது கூட ஒருவகையில் பலம்தான் என்றனர் மறுசாரார்.

ஜாப்ஸ் காலத்தில் ஆப்பிளில் தவறுகளே நிகழவில்லையா? நிகழ்ந்திருக்கின்றன.

ஐஃபோன் 4 அறிமுகமாகியிருந்த வேளை. ஃபோனில் அழைப்புகள் அவ்வப்போது துண்டிக்கப்பட்டன. பயனர்களின் விரல்கள் ஆண்டெனாவுக்கு அருகில் செல்லும்போது இவ்வாறு நிகழ்ந்தது. ஆண்டெனா பிழை என்று அப்போது பரபரப்பாகப் பேசப்பட்டது.

இது ஒரு மோசமான வடிவமைப்பு எனப் பத்திரிகைகள் எழுதின. இது ஒரு பெரிய பிழைதான் என்று ஜாப்ஸுக்கும் தெரியும்.

ஆனால் அவர் மன்னிப்பு கேட்கவில்லை. இதற்கென ஒரு பத்திரிகையாளர் சந்திப்பை ஏற்பாடு செய்திருந்தார் ஜாப்ஸ்.

பயனாளர்கள் சரியான விதத்தில் ஃபோனை வைத்துப் பேசவில்லை. அவர்கள் கையாளும் முறை தவறு. இருந்தாலும் நாங்கள் அவர்களுக்கு இலவசமாக ஃபோன் கவர் ஒன்றை வழங்கவிருக்கிறோம். இது சிக்கலைத் தீர்க்கும் என்றார்.

ஜாப்ஸ் செய்தது சரியா? இது போன்ற கேள்விகளே கூடாது. ஜாப்ஸின் அகராதியில் சரியென்றும் தவறென்றும் எதுவுமில்லை. அவர் ஒரு தனிப்பிறவி.

தான் மன்னிப்புக் கேட்டது மிகச் சரியான செயல் என்று நம்பினார் குக். ஆனால் இது அவருடைய பலவீனமா என்றால் நிச்சயம் இல்லை. பயனாளர்கள் நலன் முக்கியம். எனவே மன்னிப்பு.

அதே வேளையில் இது மீண்டும் நிகழாமல் பார்த்துக்கொள்ள வேண்டும். ஸ்காட்டை ஆப்பிளில் இருந்து நீக்கினார் குக். அவருடைய அதிரடியான இந்த நடவடிக்கை ஆப்பிள் வட்டாரங்களில் வரவேற்பைப் பெற்றது.

தன்னிஷ்டத்துக்கு வேலை செய்த ஸ்காட்டை அனுப்பியது சிறப்பான முடிவு என்றனர். குக் வேலைசெய்யும் விதத்தை ஆப்பிள் குழுவினர் இந்நிகழ்வின் மூலம் அறிந்துகொண்டனர்.

ஸ்காட்டை நீக்கியதற்கு எவ்வித எதிர்ப்பும் எழவில்லை. ஜாப்ஸ் மன்னிப்பு கேட்டிருக்கமாட்டார். ஆனால் ஸ்காட்டை நிச்சயம் வெளியே அனுப்பியிருப்பார். அதை இன்னும் பரபரப்பாகச் செய்திருப்பார்.

சில மாதங்களுக்குப் பின் ப்ளூம்பெர்க் பத்திரிகையில் குக்கின் நேர்காணல் ஒன்று வந்தது. அவருடைய தலைமைப் பண்பை வெளிப்படுத்திய நேர்காணல் அது. அலுவலகச் சூழலில் அரசியல் கூடாது என்பதில் மிக உறுதியாக இருந்தார். ஸ்காட்டின் பெயரை அவர் குறிப்பிடவில்லை. ஆயினும் ஆப்பிளின் பணிச்சூழலை மோசமாக்கும் எவர் மீதும் கண்டிப்பான நடவடிக்கைகள் எடுக்கப்படும் என்றார்.

'இதுபோன்ற சில்லறைத்தனமான விஷயங்களுக்கு என் வாழ்வில் நேரமில்லை. செய்ய வேண்டிய பணிகள் நிறையவே உள்ளன. ஆப்பிளின் உலகத்தரமான சேவை சற்றும் தொய்வின்றித் தொடர்வதே என் நோக்கம்' என்று உறுதியாகக் கூறினார்.

'ஜாப்ஸ் இருந்திருந்தால்...' என்பது ஒரு கற்பனைவாதம். அவர் விட்டுச் சென்ற இடத்திலிருந்து ஆப்பிளை முன்னெடுத்துச் செல்வதுதான் அடுத்து வரும் தலைமையின் கடமை. அதை குக் திறம்படச் செய்யத் தொடங்கினார். தன் பாணியில். இது தெரியாமலா குக்கைத் தேர்ந்தெடுத்திருப்பார் ஜாப்ஸ்?

வேகமாக மாறிக்கொண்டிருந்தது டிஜிட்டல் உலகம். ஆப்பிள் அவ்வேகத்துக்கு ஈடுகொடுத்து ஓடினால் மட்டும் போதாது. மும்முரத்தின் முனையில் இருக்கவேண்டும். முதலிடம் அவசியம்.

குக் என்னும் புதிய சாரதி, ஆப்பிள் தேரை மிகச்சரியான பாதையில் ஓட்டத்தொடங்கினார். அடுத்து வேகமெடுக்கவும் செய்தார்.

46. வேகம்

டிம் குக் தலைமையில் ஆப்பிள் வேகமெடுத்தது. நிகர லாபம் பதின்மூன்று பில்லியன் டாலர்கள் என்னும் நிலையை எட்டியது. இது பலரும் எதிர்பார்த்ததைவிட அதிகம்.

இந்த வெற்றியில் பெரும்பங்கு ஐஃபோனையும், ஐபேடையுமே சாரும். அவை பரபரப்பாக விற்றுத் தீர்ந்துகொண்டிருந்தன.

இவையெல்லாம் நற்செய்திகள். சில இடையூறுகளும் இருக்கவே செய்தன. ஆப்பிள் அபரிமிதமான லாபம் ஈட்டியது. அதேவேளையில் அதன் ஸ்டாக் மார்க்கெட் மதிப்பு இறங்கிக் கொண்டிருந்தது.

இதற்கான முக்கியக் காரணம் ஆண்ட்ராய்ட் காட்டிய அதிரடி. பல்வேறு நிறுவனங்களும் போட்டிபோட்டு இக்கருவிகளை விற்றன.

ஆப்பிள் போன்ற மிகப் பெரிய நிறுவனத்தின் வளர்ச்சி விகிதத்தை அதிகரிப்பது கடினம். எத்தனை பில்லியன் கூடினாலும் வளர்ச்சி சதவீதம் என்று காட்டும்போது குறைவாகவே தெரியும். பெரிதினும் பெரிதும் கேட்பதில் உள்ள சிக்கல் இது. அல்லது சிறியதாய் இருப்பதில் உள்ள வசதி.

ஆப்பிள் மிகவேகமாக வளர வேண்டும். இதற்கென்ன செய்வது என்று தீவிரமாக ஆலோசித்தனர். டிம் குக்கிடம் ஒரு யோசனை இருந்தது. அது ஆப்பிளை உயர உயரப் பறக்கச் செய்யும் திட்டம்.

சீனச் சந்தையைக் குறிவைப்பது என முடிவெடுத்தார் குக். சீனா மிகப் பெரிய சந்தை. அங்கும் ஆப்பிள் கருவிகள் இருக்கவே செய்தன. ஆயினும் எதிர்பார்த்த அளவுக்கு இல்லை.

இந்தச் சந்தையில் வளர வேண்டியதன் அவசியத்தை ஆப்பிள் நிர்வாகத்திற்குப் புரியவைத்தார் குக்.

இதை உறுதி செய்யும் விதமாக அமைந்தது குக்கின் சீனப் பயணம். சீன அரசின் பல்வேறு துறைகளைச் சார்ந்தவர்களைச் சந்தித்துப் பேசினார். இதுபோக சீனாவின் செய்தி நிறுவனங்களுக்கு நேர்காணல்கள் வழங்கினார்.

'ஆப்பிளின் பார்வையில் சீனா மிகவும் முக்கியமான தேசம்' என்னும் செய்தியைத் தன் பயணமெங்கும் கூறிவந்தார் குக்.

சீனாவில் தங்களுக்கான பார்ட்னர்களைத் தேர்ந்தெடுப்பதில் முனைப்பாக இருந்தார் குக்.

சைனா மைபைல் என்றொரு நிறுவனம். ஜாப்ஸ் இருந்தபோதே இவர்களிடம் பேசிக்கொண்டிருந்தார். இவர்களுடன் சேர்ந்துவிட்டால் ஐஃபோனை கோடிக்கணக்கானவர்களிடம் கொண்டு செல்ல முடியும். ஜாப்ஸ் இருந்தபோது இது நிகழவில்லை.

குக் தொடர்ந்து பேச்சுவார்த்தை நடத்தினார். வெற்றியடைந்தார். ஒப்பந்தம் கையெழுத்தானது. இது ஆப்பிள் வரலாற்றில் ஒரு மைல்கல். அடுத்தடுத்து வந்த ஆண்டுகளில் சீனா ஆப்பிளுக்கு அள்ளித்தந்தது. சீனாவில் மட்டும் இருபது பில்லியன் டாலர்கள் வணிகம் என்னும் நிலையை எட்டியது ஆப்பிள். இது ஆப்பிளின் மொத்த வணிகத்தில் பன்னிரண்டு சதவீதம்.

உள்ளபடியே இது குக்கின் முயற்சிகளுக்குக் கிடைத்த வெற்றி. ஆப்பிள் குழுவினர் மகிழ்ச்சியாக இருந்தனர். ஆனால் குக் திருப்தியடைவில்லை. இன்னமும் வளர்வதற்கான சாத்தியங்கள் இருப்பதைத் தன் குழுவினருக்கு விளக்கினார்.

ஆப்பிளின் சீனக் கதையில் சிக்கல்களும் இருந்தன. வாரண்ட்டி என்னும் ரூபத்தில் வந்தது பெரும் பிரச்சினை. ஐஃபோன்களில் சிக்கல்கள் வந்தால் புதுக் கருவிகளை ஆப்பிள் தருவதில்லை.

ரிப்பேர் செய்துமட்டுமே தருகின்றனர் என்றனர். சீன ஊடகங்கள் இதைப் பிடித்துக்கொண்டன. ஃபீப்புள்ஸ் டெய்லி என்றொரு பத்திரிகை. ஆப்பிள் குறித்தான கண்டனங்களைத் தொடர்ந்து எழுப்பிக்கொண்டிருந்தது.

ஆப்பிள் ஒரு காலி டப்பா. தங்களைத் தாங்களே புகழ்ந்துகொள்வது தான் அவர்களுடைய வேலை. சீனச் செய்தி நிறுவனங்களிடம் ஆப்பிள் பேசுவது கூட இல்லை.

இப்படி அடுக்கடுக்கான குற்றச்சாட்டுகளைக் கூறியது அப்பத்திரிகை.

ஆப்பிளின் மதிப்பைச் சீனர்களிடம் இதுபோன்ற கட்டுரைகள் குறைக்கத் தொடங்கின. இதற்கு ஏதேனும் செய்தாக வேண்டும் என்று எண்ணினார் குக்.

மீண்டும் ஒரு மன்னிப்புக் கடிதம். டிம் குக் கையெழுத்திட்ட கடிதம்.

‘இப்பிரச்சினை தவறான புரிதல்களின் விளைவு. இதை நாங்கள் உடனடியாகச் சரிசெய்கிறோம்.’

கடிதம் எழுதியதோடு நின்றுவிடவில்லை. வாரண்ட்டி பாலிசிகளில் இருக்கும் சிக்கல்களைத் தீர்த்தார். சீனாவில் இருக்கும் பார்ட்னர்களிடமும் என்ன செய்யவேண்டும் என்று தெளிவாக விளக்கினார். பயனாளர்கள் குறை சொல்லும் அளவிற்கு எதையும் செய்துவிடக்கூடாது என்று அறிவுறுத்தினார்.

குக் தலைமையிலான ஆப்பிள் செயல்படும் விதம் வேறுவிதமாக இருந்தது. தவறென்று தெரிந்தால் குக் என்றைக்குமே மன்னிப்புக்கேட்கத் தவறியதில்லை. இது குறையல்ல. அவருடைய பலம். தலைமைப் பண்பின் வெளிப்பாடு.

ஒருவழியாகச் சீனச் சிக்கல் தீர்ந்தது. அடுத்த பூதம் கிளம்பியது. இது அமெரிக்காவில்.

ஆப்பிள் வரி ஏய்ப்பு செய்கிறது. வெளிச்சந்தைகளில் தங்கள் பணத்தைப் பெருமளவு முதலீடு செய்துள்ளது. இப்படியெல்லாம்

குற்றஞ்சாட்டினர். இதை விசாரிக்கக் குழு ஒன்று அமைக்கப்பட்டது. இதுவெல்லாம் நடந்துகொண்டிருந்த ஆண்டில் ஆப்பிள் அறுநூறு கோடி டாலர்கள் வரியாகக் கட்டியிருந்தது.

தான் கட்டிய வரியை மட்டுமே ஆப்பிள் பெரிதாகச் சொல்லிக்கொள்கிறது. அவர்கள் கட்டாத வரி அதிகம். இப்படிப் பேட்டியளித்தார் விசாரணைக் குழுவின் தலைவர்.

குக் ஒரு விஷயத்தில் மிகத் தெளிவாக இருந்தார். ஆப்பிள் ஒரு டாலர் கூட ஏமாற்றாது. எங்களுடைய நோக்கம் பணத்தை வேறெங்கோ முடக்குவது அல்ல. எங்களுடைய சந்தையை விரிவுபடுத்துகிறோம். நாங்கள் செய்யும் வியாபாரங்கள் மொத்தமும் சட்டத்திற்குட்பவை என்று உறுதியளித்தார் குக்.

ஆப்பிள் தரப்பு நியாயத்தைப் புரிந்துகொண்டது கமிட்டி. தொடர்ந்து அதிவேகமாக வளரும் டிஜிட்டல் சந்தைகளுக்கேற்ப நமது சட்டங்கள் மாறவேண்டும் என்றும் பரிந்துரைத்தனர்.

குக் தலைமையின் முக்கிய அம்சம் நேர்மை. எது சரியோ அதைச் செய்வது என்னும் அடிப்படையிலேயே அனைத்து முடிவுகளையும் எடுத்தார் குக்.

ஆப்பிளின் நன்மதிப்பைக் கெடுப்பதற்காகப் பரப்பப்படும் அவதூறுகளைச் சட்டத்தின் துணையுடன் வெல்வோம் என்பது தான் அவருடைய நிலைப்பாடு.

வியாபாரம், வளர்ச்சி, சிக்கல்கள், தீர்வுகள் இவையாவும் ஒரு புறம். மறுபுறம் தொழில்நுட்பம் சார்ந்த வளர்ச்சி. இருபுறமும் வேலைகள் நடந்துகொண்டிருந்தன.

இன்னும் ஓர் ஆப்பிள் திருவிழா. ஓ.எஸ் எக்ஸ் மேவ்ரிக்ஸ் அறிமுகமானது. முன்பிருந்ததை விடச் சிறப்பாகவே அறிமுகம் செய்தார் குக்.

இதே விழாவில் புதிய மேக் புரோ ஒன்றைக் கொண்டுவந்தது ஆப்பிள். முற்றிலும் அலுமினியம். சிலிண்டர் வடிவம். அதற்குள் அழகாக வைக்கப்பட்டிருந்தன பாகங்கள்.

இவ்வடிவம் புதிது. சிலரைக் கவர்ந்தது. பலரும் கேலி பேசத் தொடங்கினர். குப்பைத் தொட்டி *(trash can)* கம்ப்யூட்டர் என்று இதைக் கிண்டல் செய்தது ஒரு கூட்டம்.

பொறியியல் நோக்கில் இவ்வடிவம் வெற்றி. ஆனால் சந்தைகளில் இது குழப்பத்தை ஏற்படுத்தியது.

இதே விழாவில் ஐஓஎஸ்ஸின் ஏழாம் பதிப்பு வெளியானது. இது முற்றிலும் ஒரு புதிய வெர்ஷன். முன்பிருந்த ஒட்டுமொத்த டிசனையும் ஆப்பிள் மாற்றியிருந்தது.

இக்குழுவின் தலைவராக இருந்தவர் ஜானி ஐவ். மினி ஸ்டீவ் என்று அறியப்பட்ட ஸ்காட் ஃபோர்ஸ்டாலை குக் வெளியேற்றியதை முந்தைய அத்தியாயத்தில் பார்த்தோம்.

ஐஃபோன்களின் யூஸர் இண்டர்ஃபேஸ் தனித்துவமானது. அது நிஜ உலகில் நாம் காணும் பொருள்களை அப்படியே இண்டர்ஃபேஸில் கொண்டுவரும் பாணி. அதாவது ஒரு பட்டன் என்றால் அது நாம் அன்றாடம் காணும் பட்டன்களைப் போலவே இருக்கும். இதை *skeuomorphic* டிசைன் என்கின்றனர். இது ஜாப்ஸ் இருந்தபோது தேர்ந்தெடுத்த ஸ்டைல்.

ஐஓஎஸ்ஸின் ஏழாம் பதிப்பில் இது மொத்தமாக மாற்றப்பட்டது. ப்ளாட் டிசைன் என்னும் ஸ்டைலுக்கு மாறினர்.

பார்ப்பதற்கு மிக எளிமையாக இருக்கும். பயன்படுத்தவும் எளிது. இப்படித்தான் அறிமுகம் செய்தது ஆப்பிள்.

இதற்கும் கலவையான ரிவ்யூக்கள் வந்தன. சிலர் மிகவும் சிறப்பு என்றனர். இது குழந்தைத்தனமாக உள்ளது என்றனர் வேறுசிலர்.

குக்கும் ஜானி ஐவ்வும் தங்கள் கொண்டுவந்திருக்கும் டிசைனை பெரிதும் நம்பினர். இனி இது தான் இண்டர்ஃபேஸ் என்பதில் உறுதியாக இருந்தனர். தங்கள் முடிவிலிருந்து பின்வாங்கவில்லை.

இதைத் தொடர்ந்து ஐஃபோனின் புதிய வெர்ஷனும் வந்தது. ஐஃபோன் *5S*. இதில் *A7* என்றொரு மைக்ரோ பிராசஸர் இருந்தது. டெக்ஸ்டாப் கணினிகளை இயக்கும் வல்லமை கொண்ட

பிராசஸர். இதை ஆப்பிள் ஃபோனில் கொண்டுவந்தது பிற நிறுவனங்களுக்கு அதிர்ச்சியாக இருந்தது.

இந்த பிராசஸர் ஐஃபோனின் செயல்திறனை வெகுவாக அதிகரித்தது. ஐஃபோன்கள் விற்கும் வேகம் இன்னும் அதிகரித்தது. ஐஃபோன்களின் விற்பனை நூறுகோடி என்னும் எண்ணிக்கையைத் தாண்டியது.

ஆப்பிளின் வெற்றியைக் கொண்டாடும் விதமாகப் பணியாளர்களுக்கு ஈமெயில் ஒன்றை எழுதினார் குக்.

'ஆப்பிள் தொடர்ந்து புத்தம் புதிய கருவிகளைக் கொண்டுவரும். ஜானி ஐவ் தலையிலான குழுவுக்கு நன்றி.

என்னை நான் மிகவும் அதிர்ஷ்டசாலியாகக் கருதுகிறேன். இச்சூழலில் ஆப்பிளை வழிநடத்துவது எனக்குக் கிடைத்திருக்கும் நல்வாய்ப்பு. உங்கள் அனைவருக்கும் நன்றி'

பிரச்சினைகள் எழும்போது மன்னிப்பு கேட்கத் தயங்குவதில்லை. வெற்றிகள் கூடிவரும்போது அதை ஒட்டுமொத்தக் குழுவினருடன் கொண்டாடவும் தயங்குவதில்லை.

ஜாப்ஸ் செயல்பட்ட விதத்திலிருந்து இது மாறுபட்ட அணுகுமுறை. தன்னை நம்பி ஜாப்ஸ் அளித்திருந்த பெரும் பொறுப்பை வெகு சிறப்பாக நிறைவேற்றிக்கொண்டிருந்தார் குக்.

அவர் தலைமையில் அடுத்தடுத்த வளர்ச்சி நிலைகளை ஆப்பிள் அனாயாசமாக எட்டிக்கொண்டிருந்தது.

47. நலமறிய ஆவல்

ஆப்பிள் ஈக்கோசிஸ்டத்தின் மையம் ஐ.ஓஎஸ். எனவே அதைத் தொடர்ந்து அப்டேட் செய்துவந்தது ஆப்பிள். அந்த வரிசையில் அடுத்து வந்த வெர்ஷன் *iOS 8*. இதில் பல்வேறு புதிய அம்சங்கள் அறிமுகமாயின.

ஹெல்த் ஆப் என்றொரு செயலி வந்தது. அறிமுகமானபோது இது பின்னாளில் கொண்டுவரவிருக்கும் மிகப்பெரிய மாற்றங்களை ஆப்பிள் குழுவினரே கூட அறிந்திருக்கவில்லை.

டிம் குக் தனது உடல் நலனைப் பேணுவதில் எக்குறையும் வைப்பதில்லை. இதிலும் அவர் ஜாப்ஸிடமிருந்து முற்றிலும் மாறுபட்டவராக இருந்தார்.

உடல் நலம் சார்ந்த துறைகளில் தகவல் நுட்பம் பெரும் புரட்சி செய்யவிருக்கிறது என்று தனது குழுவினரிடம் குக் கூறிவந்தார். அவர்களில் பலருக்குமே கூட இதில் நம்பிக்கை இல்லை.

மாற்றங்கள் வருமென்று நம்பினர். ஆயினும் குக் சொல்லும் அளவுக்கான வணிகம் இதன் மூலம் நடக்கும் என்பதை அவர்கள் ஏற்றுக்கொள்ளவில்லை.

ஜாப்ஸின் அகால மரணம் குக்கைப் பாதித்திருந்தது. தனது உடல் நலனை ஜாப்ஸ் இன்னமும் நன்றாகக் கவனித்துக்கொண்டிருக்க

வேண்டும் என்னும் வருத்தம் இருந்தது. ஆயினும் எவருக்கும் அடங்காத ஜாப்ஸிடம் என்ன சொல்லமுடியும்.

ஆப்பிள் பயனாளர்கள் தங்கள் உடல்நலனை நன்றாகப் பேணுவதற்கான உதவிகளைச் செய்ய வேண்டும் என்று எண்ணினார் குக். ஒருவேளை இதுவே அவர் ஜாப்ஸுக்குச் செலுத்தும் அஞ்சலி என்று நினைத்திருக்கலாம்.

அடுத்து வரவிருக்கும் ஆப்பிள் வாட்ச் இந்த லட்சியத்தின் பலன் தான். மேக் ஓஎஸ்ஸின் அடுத்த பதிப்பும் வந்தது. யோசிமைட். புத்தம் புதிய நிறங்களில் வந்தன மேக் கணினிகள். எங்கெல்லாம் இயலுமோ அங்கெல்லாம் விலைக்குறைப்பு நடவடிக்கைகளிலும் ஈடுபட்டார் குக்.

ஆப்பிள் ஈக்கோசிஸ்டத்தை மேம்படுத்துவதில் குக் தனிப்பட்ட கவனம் செலுத்தினார். ஈக்கோ சிஸ்டத்தில் இருவிதமான நபர்கள்.

முதல்வகையினர் ஆப்பிள் கருவிகளைத் தங்களுடைய பணிகளுக்காகப் பயன்படுத்துபவர்கள். இவர்களை 'என்ட் யூஸர்' என்றழைத்தனர். இவர்களுக்கான கூடுதல் வசதிகள் ஒவ்வொரு வெர்ஷனிலும் அறிமுகமாயின.

அடுத்த வகை ஆப்பிள் ஈக்கோசிஸ்டத்திற்கான செயலிகளை உருவாக்குபவர்கள். டெவலப்பர்கள். இவர்களுடைய பணிகளையும் எளிதாக்க வேண்டும் என்றெண்ணினார் குக். புதிய புரோகிராமிங் மொழி ஒன்றை அறிமுகம் செய்தது ஆப்பிள். இதன் பெயர் ஸ்விஃப்ட். இதன் மூலம் மேக் மற்றும் ஐ-எஸ் செயலிகளை விரைவாகவும் சிறப்பாகவும் செய்யமுடிந்தது.

ஸ்விஃப்ட் வருவதற்கு முன்னர் அப்ஜெக்ட்டிவ் சி என்றொரு மொழி இருந்தது. இதைக் கையாள்வது சிக்கலானது.

ஸிவிஃப்ட்டை அறிமுகம் செய்ததோடு நின்றுவிடவில்லை. அதனை ஓப்பன் சோர்ஸாக மாற்றியது. இதனால் ஸ்விஃப்ட் மொழியை எவர் வேண்டுமானாலும் பயன்படுத்திக்கொள்ளலாம் என்றானது.

ஜாப்ஸ் காலத்தில் இது நடந்திருக்காது என்றே தோன்றுகிறது. கட்டுப்பாடு என்று வரும் போது ஜாப்ஸை எவரும் விஞ்ச

முடியாது. குக்கின் பார்வை வேறுவிதமாக இருந்தது. குக் இஞ்ஜினியரிங் டீமில் இல்லை. ஆயினும் கல்லூரிக்காலத்தில் கோடிங் செய்வதில் ஆர்வமிக்கவராக இருந்தார் குக்.

ஆப்பிளின் தலைவரான பின்னர் தனது நேர்காணல்கள் பலவற்றிலும் கோடிங் கற்பதற்கான முக்கியத்துவத்தைத் தொடர்ந்து கூறிவந்தார்.

'உங்கள் குழந்தை இன்னும் ஒரு மொழி கற்க வேண்டும் என்று நினைக்கிறீர்களா? ஆம் என்றால் அது ஒரு புரோகிராமிங் மொழியாக இருக்கட்டும்' குக் இந்தக் கருத்தில் மிகவும் உறுதியாக இருந்தார்.

இதில் பலருக்கும் மாற்றுக்கருத்துகள் இருந்தன. அனைவரும் கோடிங் கற்கவேண்டிய அவசியமில்லை என்று நம்பிய சாராரும் இருந்தனர். நிரல் எழுதுவது என்பது அத்தனை முக்கியத்துவம் வாய்ந்த செயல் இல்லை என்பது இவர்களின் நிலைப்பாடு.

இதற்கும் விளக்கம் கொடுத்துள்ளார் குக். 'கோடிங் கற்பதால் உங்களுக்குக் கிடைக்கும் பலன்கள் அளவிடமுடியாதன. இது ஓர் உலகமறிந்த மொழியைக் கற்பது போன்றது. கோடிங் கற்பதால் உங்களால் எழுநூறு கோடி நபர்களிடம் பேச முடியும். அவர்கள் பயன்படுத்தும் கருவிகள் மூலம்'

அவர் வெறுமனே பேசுவதுடன் நின்றுவிடவில்லை. கோடிங் கற்பதைப் பரவலாக்குவதற்கெனச் செயல்பட்ட பல்வேறு திட்டங்களுக்கும் தன்னால் ஆன உதவிகளைச் செய்தார். '*Everyone Can Code*' என்னும் திட்டம் இதற்கான சிறப்பானதோர் உதாரணம்.

தங்களுடைய ஸ்விஃப்ட் மொழி கோடிங்கை எளிமைப்படுத்துகிறது. எல்லோருமே கோட் செய்யலாம் என்று பல்வேறு நேர்காணல் களிலும் திரும்பத் திரும்பக் கூறினார். குக்கின் சிறப்புகளில் ஒன்று சரியான நபர்களைத் தேர்ந்தெடுப்பது. தனக்கான மிகச் சிறப்பான அணியை உருவாக்கினார் குக். அவருடைய நம்பிக்கையான தளபதிகளில் ஒருவர் ஜெஃப் வில்லியம்ஸ். இவரை ஆப்பிளின்

COO (Chieft Opearting Officer) ஆக பதவி உயர்த்தினார். இது ஜாப்ஸ் இருந்தபோது குக் வகித்த பதவி.

இவரை 'டிம் குக்கின் டிம் குக்' என்றழைத்தனர். அதாவது குக் ஜாப்ஸுக்கு என்ன செய்தாரோ அதையே ஜெஃப் குக்கிற்குச் செய்தார்.

இவரும் குக் போலவே உடல் நலனைப் பேணுவதில் அக்கறையாக இருந்தார். நீண்ட தூரம் சைக்கிள் ஓட்டுவதில் இருவருமே ஆர்வமாக இருந்தனர்.

இருவருக்கும் தங்களை விளம்பரம் செய்துகொள்வதில் விருப்பமில்லை. ஆப்பிளுக்கு வெளியே அவர்களின் சொந்த வாழ்க்கை குறித்த தகவல்களை வெளிப்படுத்திக்கொள்வதில்லை.

உயர் பதவிக்கு வந்தபின்பும் ஜெஃப் தனது நடவடிக்கைகளை மாற்றிக்கொள்ளவில்லை. விலையுயர்ந்த ஆடம்பரக் கார்களில்லை.

ஜாப்ஸை மனத்தில் நிறுத்திக்கொள்ளுங்கள். இவ்வரிகளை மீண்டும் ஒருமுறை வாசித்துப்பாருங்கள்.

இவர்களின் குணங்களை இத்தனை விரிவாகச் சொல்வதற்குக் காரணங்கள் உள்ளன. தலைமைப் பதவிக்கு வரும் நபர்களின் சொந்தக் குணநலன்கள் அந்நிறுவனத்தின் குணங்களையும் பாதிக்கும் வல்லமை கொண்டவை.

ஜெஃப் வில்லியம்ஸ் பல வருடங்களாக ஆப்பிளில் இருந்தார். ஆயினும் இவர் பெயர் கூட ஜாப்ஸ் பயோகிராஃபி நூலில் வரவில்லை. பல்வேறு திட்டங்களிலும் பணியாற்றியுள்ளனர். ஆயினும் தன் மேல் வெளிச்சம் விழுவதை விரும்பாதவர். விழாமல் பார்த்துக்கொண்டார் என்பதே சரி.

நிறுவனத்தை நடத்துவதற்கான அன்றாடச் செயல்பாடுகளை ஜெஃப் கவனித்துக்கொண்டார். இதனால் பல்வேறு நிறுவனங்களுடன் பேசி ஒப்பந்தங்களை ஏற்படுத்திக்கொள்வது குக்கிற்கு எளிதாக இருந்தது. இப்படி நிகழ்ந்தது தான் பீட்ஸ் *(Beats)* ம்யூசிக் என்னும் நிறுவனத்தை ஆப்பிள் தங்களுடன் சேர்த்துக்கொண்டது. இசை ஆப்பிளின் வணிகத்தில் கணிசமான பங்குவகித்தது. முந்நூறு கோடி

டாலர்கள் செலவு செய்து பீட்ஸ் நிறுவனத்தைத் தன்வசமாக்கியது ஆப்பிள்.

ஓராண்டிற்குப் பின் ஆப்பிள் ம்யூசிக் வந்தது. இதன் அடிப்படையான கட்டமைப்பு பீட்ஸை அடிப்படையாகக் கொண்டிருந்தது. இது பல்வேறு இசை வல்லுநர்களையும் கவர்ந்தது. டெய்லர் ஸ்விஃப்ட் போன்றவர்களுடன் ஒப்பந்தம் ஏற்படுவதற்கும் இது காரணமாக அமைந்தது.

ஆப்பிள் ம்யூசிக் தொடந்து வளர்வதற்கு இவையெல்லாம் வழிவகை செய்தன.

அடுத்து வந்த ஒப்பந்தம் பலரும் எதிர்பார்த்திராதது. *IBM* நிறுவனத்துடன் கைகோர்த்தது ஆப்பிள். எப்போதெல்லாம் முடியுமோ அப்போதெல்லாம் *IBM*ஐ வம்புக்கு இழுப்பது ஜாப்ஸுக்கு மிகவும் பிடித்த ஒன்று. அறிமுக விழாக்களில் கூட இதைச் செய்துள்ளார்.

எனவே, இந்த ஒப்பந்தம் பலரையும் ஆச்சரியப்படச் செய்தது.

இருநிறுவனங்களும் கணினி சார்ந்தவை தான். ஆனால் அத்துடன் ஒற்றுமை முடிகிறது. ஆப்பிள் கணினிகள் தனி நபர் தேவைகளுக்கானவை. *IBM* கணினிகள் பெருநிறுவனங்களைக் குறிவைத்துச் செய்யப்பட்டவை.

பிறகு எதற்கு இந்த ஒப்பந்தம்? இங்கு தான் குக்கின் தனித்துவம் இருக்கிறது. தங்களுடைய கணினிகள் பெருநிறுவனங்களுக்கானது அல்ல என்று அவருக்குத் தெரியும். ஆனால் பெருநிறுவனங்களில் பணியாற்றுபவர்கள் ஐபேட், ஐஃபோன் போன்ற கருவிகளைப் பரவலாகப் பயன்படுத்தினர். இந்தச் சந்தையை ஆப்பிளுக்குச் சாதகமாக மாற்ற எண்ணினார் குக்.

இருநிறுவனங்களும் இணைந்து பல்வேறு செயலிகளை உருவாக்க முடியும் என்று *IBM* குழுவினரிடம் கூறினார் குக். இவை நிறுவனச் செயல்பாடுகளுக்காக உருவாக்கப்படும் செயலிகள்.

இந்த ஒப்பந்தத்தின் மூலம் நிறுவனங்களின் பங்கு மதிப்புகளும் உயர்ந்தன. மூன்றே ஆண்டுகளில் நூற்றுக்கும் மேற்பட்ட

செயலிகள் வந்தன. ஹெல்த்கேர் துறையில் இருவரும் இணைந்து பணியாற்றினர். மருத்துவமனைகளில் பயன்படுத்தக்கூடிய பல்வேறு அப்ளிகேஷன்களை உருவாக்கினர்.

'மொபைல் ஃபர்ஸ்ட்' என்னும் அப்ளிகேஷன் பலரையும் கவர்ந்தது. பல்வேறு துறைகளிலும் இதன் பயன்பாடு அதிகரித்தது. ஹெல்த்கேர், காப்பீடு, வங்கி சார்ந்த பயன்பாடுகள் எனப் பல இடங்களிலும் மொபைல் ஃபர்ஸ்ட் சிறப்பாகச் செயல்பட்டது.

IBM நிறுவனத்தினுடனான ஒப்பந்தம் மிகவும் சிறப்பானது என்று நம்பினார் குக். மாறிவரும் டிஜிட்டல் சூழலில் இரு நிறுவனங்களும் இணைந்து செயல்படவேண்டியது அவசியம்.

ஜாப்ஸ் காலத்தில் நிலவிய சூழல் வேறு. அன்றிருந்த வணிகம் வேறு. எனவே மிகுந்த முனைப்புடன் இந்த ஒப்பந்தத்தை முன்னெடுத்துச் சென்றார் குக்.

இவர்கள் இணைந்துசெய்த செயலிகளால் பலனடைந்தவர்கள் ஏராளம்.

ஆப்பிள் தொடர்ந்து வேகமாக வளர வேண்டுமென்றால் கருவிகளையும் ஆபரேட்டிங் சிஸ்டங்களையும் மட்டும் செய்தால் போதாது.

ஆப்பிள் என்னும் விருட்சம் செழிக்க அதன் கிளைகள் அத்தனையும் செழிக்கவேண்டும். குக் இதைத்தான் செய்துகொண்டிருந்தார்.

அடுத்து, பணம் காய்க்கும் கிளை ஒன்று முளைத்தது.

48. பணம்

ஒரு நாளில் நாம் அதிக நேரம் பார்ப்பவை திரைகள். போன், மானிட்டர், டிவி என எங்கெங்கும். பயனர்களைக் கவர்வதில் திரைகள் முக்கியப் பங்கு வகிக்கின்றன.

ஆப்பிள் கருவிகளின் சிறப்புகளில் ஒன்று அவற்றின் திரைகள். படங்களை மட்டுமல்ல எழுத்துகளையும் திருத்தமாகக் காட்டும் வல்லமை அவற்றிற்கு உண்டு. தொடர்ந்து வாசிப்பவர்களுக்கு இதன் தேவை புரியும்.

அதுவரை வந்த ஐஃபோன் திரைகள் சிறப்பானவை தான். ஒரே ஒரு குறை. அவற்றின் அளவு. சிறிய அளவிலான திரைகள் அவை.

இவ்வாறான வடிவமைப்புக்கும் ஒரு காரணம் இருந்தது. இது ஜாப்ஸின் முக்கியமான முடிவுகளில் ஒன்று. ஃபோன் என்றால் கைக்கு அடக்கமாக இருக்கவேண்டும். ஒற்றைக் கையால் இயக்கும் அளவில் இருப்பது நல்லது.

ஐஃபோன்கள் அப்படித்தான் இருந்தன. ஆனால் அதை மாற்ற வேண்டிய சூழல் வந்தது. ஐஃபோன் 6 மற்றும் ஆறு ப்ளஸ் வெர்ஷன்கள் அறிமுகமாயின.

முன்பிருந்ததைவிடப் பெரியத் திரைகள். இதற்கும் ஆண்ட்ராய்ட் தான் காரணம். சாம்சங் போன்ற நிறுவனங்கள் தங்களுடைய

போன்களை பெரிய அளவிலான திரைகளுடன் அறிமுகம் செய்தன. பயனாளர்களை இவை பெரிதும் கவர்ந்தன.

தொடர்ச்சியாக வீடியோக்கள் பார்ப்பது, கேம் விளையாடுவது போன்ற செயல்பாடுகளுக்குப் பெரிய திரைகள் தான் வசதி.

ஸ்மார்ட்ஃபோன் திரையைப் பெரிதாக்குவது என்பது சட்டென்று எடுக்கக்கூடிய ஒரு முடிவு அல்ல. திரை பெரிதென்றால் அதற்கான பேட்டரியின் தேவை அதிகம். பெரிய அளவிலான பேட்டரிகள் வேண்டும். பேட்டரிகள் பெரிதானால் பாரம் கூடும். ஃபோன்களின் தடிமனும்.

இவ்வாறிருந்தால் ஃபார்ம்ஃபேக்டர் பாதிக்கப்படும். அதாவது தொடர்ந்து கையில் வைத்து வேலை செய்வது கடினமாகும்.

ஆயினும் மார்க்கெட் தந்த அழுத்தத்தால் ஐஃபோன்களில் பெரிய திரைகள் வந்தன. இன்றும் கூட 'சின்னத்திரை' ஆர்வலர்கள் உண்டு.

புதிய ஐஃபோன் வெர்ஷனில் மாற்றப்பட்டது திரையின் அளவு மட்டுமே அல்ல. நெட்வொர்க் செயல்படும் வேகமும் அதிகரிக்கப்பட்டது. ஒட்டுமொத்தமாக போனின் வடிவமைப்பே மாறியது.

இவை பயனாளர்களைப் பெரிதும் கவர்ந்தன. குக் தலைமையில் வெளியான கருவிகளிலேயே வெற்றியின் உச்சத்தைத் தொட்டவை இந்த வெர்ஷன் ஃபோன்கள் தாம். இருபத்து நான்கு மணிநேரத்தில் 40 லட்சம் ஃபோன்கள் விற்றன. அறிமுகமான வார இறுதியில் மட்டும் ஒரு கோடி போன்கள்.

பத்திரிகைகளும் இந்த ஃபோன்களை வெகுவாகப் பாராட்டின. இவற்றிலிருந்த கேமிராக்கள் அபாரமானவை.

எல்லாம் சிறப்பாகத்தான் சென்றுகொண்டிருந்தது. ஆனால் திடீரென்று ஒரு சிக்கல் எழுந்தது. எவரும் எதிர்பார்த்திராத பிரச்சினை.

ஐஃபோன்கள் வளைகின்றன என்றொரு புகார். நெருக்கடியான பாக்கெட்களில் இருந்து போன்களை வெளியே எடுக்கும் போது

வளைகின்றன என்று பரவலாகப் பேசப்பட்டது. இதனை 'பெண்ட்கேட்' *(Bendgate)* என்றனர்.

'அன்பாக்ஸ் தெரபி' என்றொரு யூட்யூப் சேனல். இதனை லீவிஸ் என்பவர் நடத்திவந்தார். இவரொரு வீடியோ போட பிரச்சினை பூதாகரமானது.

முதலில் ஒன்றைத் தெளிவுபடுத்திக்கொள்வோம். ஐஃபோன்கள் பிளாஸ்ட்டிக்கால் ஆனவை அல்ல. அவை அலுமினிய உடலிகள். அத்தனை சீக்கிரம் வளையாது. பாதிப்புகள் எதுவும் வராது. ஆயினும் ஆப்பிள் பயனாளர்களிடையே இப்புகார் குறித்துப் பரபரப்பாகப் பேசப்பட்டது.

இம்முறை டிம் குக் மன்னிப்பு கேட்கவில்லை. ஏனெனில் இந்த பெண்ட்கேட் என்பது மிகைப்படுத்தப்பட்ட ஒன்று. கோடிக்கணக்கான ஃபோன்கள் விற்றன. தயாரிப்புக் குறைபாடு என்றால் அத்தனையும் வளைய வேண்டும். அல்லது பெரும்பாலான ஃபோன்கள் வளைய வேண்டும். இரண்டுமே நிகழவில்லை.

எனவே, ஆப்பிள் தனது நிலைப்பாட்டில் உறுதியாக இருந்தது. பத்திரிகையாளர்களை அழைத்தது. தங்கள் தரப்பு நியாயத்தை விளக்கியது. சொற்களால் மட்டும் அல்ல. தங்களுடைய ஃபோன்களால் எந்த அளவுக்கு லோட் தாங்க முடியும் என்று காட்டியது.

அப்படியே எவருக்கேனும் பிரச்சினை இருந்தால் எங்களை உடனடியாக அணுகலாம். பயனாளர்களின் நலனே எங்களின் முதன்மையான குறிக்கோள். உண்மையிலேயே பிரச்சினை இருந்தால் உடனடியாகப் புதிய போன்கள் வழங்கப்படும் என்று அறிவித்தது ஆப்பிள்.

ஒரு வழியாக பெண்ட்கேட் சிக்கல் தீர்ந்தது. ஆனால் அதை விடப் பெரிய சுனாமி ஒன்று வந்தது.

இம்முறை ஹார்ட்வேர் சிக்கல் அல்ல. சாஃப்ட்வேர் சோதனை. புதிய ஐஃபோன்கள் வாங்கிய பலரையும் இது தாக்கியது. ஐஃபோனில் இருந்தது போன் கால்கள் எதையும் செய்ய

முடியாமல் போனது. போனின் அடிப்படையே அழைப்புகள் தானே. அதிலேயே சிக்கல். நெட்வொர்க் இணைப்பிலிருந்து முற்றிலும் துண்டிக்கப்பட்டன.

இம்முறை நிகழ்ந்தது ஊதிப்பெரிதாக்கப்பட்ட சிக்கல் அல்ல. ஆயிரக்கணக்கான ஆப்பிள் பயனாளர்கள் பாதிக்கப்பட்டிருந்தனர்.

iOS 8.0.1 என்றொரு அப்டேட். இதுதான் பிரச்சினையின் மூல காரணம். அப்டேட் செய்த ஃபோன்கள் பலவும் நெட்வொர்க் இணைப்பை இழந்தன. நாற்பதாயிரத்திற்கும் அதிகமான பயனாளர்கள் இதனால் பாதிக்கப்பட்டிருந்தனர்.

இம்முறை ஆப்பிள் பத்திரிகையாளர்களை அழைக்கவில்லை. நிகழ்ந்த தவற்றுக்கு வருந்துகிறோம். எங்கள் பிழைதான் என்று ஒப்புக்கொண்டனர். இதை உடனடியாகச் சரிசெய்கிறோம் என்றனர்.

மறு அறிவிப்பு வரும்வரை எவரும் புதிய பதிப்பிற்கு மாற வேண்டாம் எனக் கேட்டுக்கொண்டனர். ஒட்டுமொத்த ஐஓஎஸ் குழுவும் பரபரப்பாக இயங்கியது.

இரண்டே நாள்களில் புதிய வெர்ஷன் வந்தது. *iOS 8.0.2* இச்சிக்கலைத் தீர்த்தது. சாஃப்ட்வேர்கள் அப்படித்தான். ஆப்பிள் போன்ற நிறுவனம் கூட அடி சறுக்குவதற்கான வாய்ப்புகள் உள்ளன.

இந்த இரண்டு சிக்கல்களும் எதிர்பாராதன. ஒன்று பேசிப் பெரிதாக்கப்பட்டது. மற்றது பிழை. இரண்டையும் குக் தலைமையிலான ஆப்பிள் சிறப்பாகக் கையாண்டது.

இரு அலைகளும் ஓய்ந்தன. ஐஃபோனின் ஆறாவது வெர்ஷனின் விற்பனை அதிகரித்துக்கொண்டே இருந்தது. இதே நேரத்தில் ஆப்பிள் மரத்தில் பணம் காய்க்கும் புதிய கிளை ஒன்று முளைத்தது. அது ஆப்பிள் பே. *Apple Pay.*

ஒவ்வொரு நாளும் அமெரிக்கர்கள் மட்டும் *1200* கோடி டாலர்களை கிரெட்டிட் கார்ட் மற்றும் டெபிட் கார்ட் மூலம் செலவு செய்துகொண்டிருந்தனர்.

டிம் குக்கின் தனித்தன்மை புதிய சந்தைகளை அடையாளம் காண்பது. அதன் மூலம் ஆப்பிள் வருவாயைப் பெருக்குவது. இத்துறையிலும் ஆப்பிளால் சிறப்பாகச் செயல்பட முடியும் என்று குக் நம்பினார்.

பேமெண்ட் துறை ஒரு சில நிறுவனங்களின் கைகளில் மட்டுமே இருந்தது. ஆப்பிள் இதற்குள் வரவேண்டும் என்றால் புதிய வசதிகளைக் கொண்டுவரவேண்டும். அல்லது தாங்கள் செய்வதை வேறு எவராலும் செய்ய முடியாது என்று நிறுவவேண்டும்.

ஆப்பிள் இரண்டாவது வழியைத் தேர்ந்தெடுத்தது. டிம் குக் இதனை சிறப்பாக அறிமுகம் செய்தார்.

பேமெண்ட் துறையில் பயனாளர்களின் தகவல்கள் பகிரப்படுவது வாடிக்கையாக இருந்தது. அத்தகவல்களை விற்க முடியும் என்றொரு சந்தை உருவாகியிருந்தது.

டிம் ஒரு வாக்குறுதியளித்தார். பயனர்களின் தகவல்களை நாங்கள் ஒருபோதும் விற்கமாட்டோம். நீங்கள் என்ன வாங்குகிறீர்கள், எங்கு, என்ன விலைக்கு என்பதெல்லாம் எவருடனும் பகிர்ந்துகொள்ளப் படமாட்டாது.

பல்வேறு நிறுவனங்களும் இவ்வகையான தகவல்களை விற்பதையே முதன்மையான தொழிலாக வைத்திருந்தன. ஆப்பிளின் இந்த அறிவிப்பு இத்துறையில் ஒரு புதிய மாற்றம். பெரிதும் வரவேற்கப் பட்ட மாற்றம்.

ஆப்பிள் ஒரு விஷயத்தில் எப்போதும் உறுதியாக இருந்திருக்கிறது. அது பயனாளர்களின் ப்ரைவசி. பயனர்களின் தகவல்களை அவர்கள் ஒருபோதும் தவறாகக் கையாண்டதில்லை.

ஜாப்ஸ் காலத்திலிருந்தே வந்த பாரம்பரியம். குக் இதனை மேம்படுத்தி அடுத்த கட்டத்திற்கு எடுத்துச் சென்றார்.

அமெரிக்கர்களிடம் ஆப்பிள் பே பெரும் வரவேற்பைப் பெற்றது. ஆப்பிள் ஈக்கோசிஸ்டத்திற்குள் பேமெண்ட்களைக் கையாள்வது மிக எளிதான ஒன்றாக மாறியது.

அடுத்தடுத்த ஆண்டுகளில் இதன் பயன்பாடு தொடர்ந்து அதிகரித்தது. அமெரிக்காவிற்கு உள்ளும் புறமும். ஐரோப்பா, ஆசியச் சந்தைகளிலும்.

ஆப்பிள் பயனாளர்கள் எப்போது வேண்டுமானாலும் தனக்கு ஈமெயில் அனுப்பலாம் என்று குக் அறிவித்திருந்தார். இதை முன்பே பார்த்திருக்கிறோம்.

ஆப்பிள் பே அறிமுகமான பின்னர் அவருக்கு வரும் ஈமெயில்களின் எண்ணிக்கை பன்மடங்கு அதிகரித்தது. பெரும்பாலானோர் இந்த வசதி தங்களுக்கு மிகவும் பிடித்திருப்பதாகக் கூறினர்.

நேர்காணல் ஒன்றில் குக் இதுபற்றிய தனது மகிழ்ச்சியை வெளிப்படுத்தினார். சில வசதிகளைத் தான் நாம் அனுதினமும் பயன்படுத்த முடியும். அப்படியான ஒன்று தான் ஆப்பிள் பே. இணையவழி வர்த்தகம் தொடங்கி, சூப்பர் மார்க்கெட்டில் பொருள்கள் வாங்குவதுவரை எப்போதும் உடன் இருக்கும் ஒன்று.

ஆப்பிளின் ப்ரைவசி என்னும் உறுதிமொழி பயனாளர்களை மேலும் உற்சாகப்படுத்தியது. எண்ணற்ற வங்கிகளும் ஆப்பிள் பே வசதியை இணைத்தன.

ஒரு புறம் ஐஃபோன் 6. மறுபுறம் ஆப்பிள் பே. இவ்விரண்டும் ஆப்பிளை புதிய உச்சத்திற்கு இட்டுச் சென்றன. டிம் குக் பொறுப்பேற்ற பின்னர் வந்த மிகப் பெரிய வெற்றிகள் இவை இரண்டும்.

இந்த வெற்றியில் திளைத்து டிம் குக் தனது வேகத்தைக் குறைத்துவிடவில்லை. இன்னும் கொஞ்சம் அதிகப்படுத்தினர். அப்போது அவர் பார்வையில்பட்டது தான் இன்னும் ஒரு மிகப் பெரிய சந்தை. முற்றிலும் ஒரு புதிய கருவி.

49. காலமும் கருவிகளும்

மேக், ஐபாட், ஐபேட், ஐஃபோன் - இவையாவும் ஜாப்ஸ் இருந்தபோதே அறிமுகமானவை. குக் தலைமையேற்ற பின்னர் இக்கருவிகளில் அடுத்தடுத்த வெர்ஷன்கள் வந்தன.

'புதிய கருவிகள் இல்லையா?' என்னும் கேள்வி எப்போதும் இருந்தது. அதற்கான விடையாக வந்தது புதியதொரு ஆப்பிள் கருவி.

ஆப்பிள் வாட்ச்.

ஆப்பிள் ஏன் கடிகாரம் செய்யும் வேலையில் இறங்கவேண்டும்? அவர்களுடைய மார்க்கெட் வேறல்லவா? இப்படியான அடுக்கடுக்கான வினாக்கள்.

குக்கின் தனித்தன்மை சந்தை வாய்ப்புகளை அடையாளம் காண்பது. ஆப்பிள் வாட்சும் அந்த வரிசையில் வந்தது தான்.

குக் ஒரு பிட்நெஸ் ஆர்வலர். உடல்நலனில் எப்போதும் அக்கறையாக இருப்பவர். அவர் போன்ற ஒருவரின் தலைமையில் இக்கருவி அறிமுகமானது இயல்பானதே.

ஆப்பிள் வாட்ச் வெறுமனே கடிகாரம் அல்ல. ஆப்பிள் தரத்திலான சென்ஸார்களுடன் வந்தது இந்த வாட்ச்.

இதயத்துடிப்பைத் துல்லியமாக அளவிடும் வசதியுடன் அறிமுகமானது வாட்ச். குக்கைப் போன்றே உலகெங்கும் பல கோடி பிட்நெஸ் ஆர்வலர்கள் இருந்தனர். அவர்களைக் குறிவைத்துச் செய்யப்பட்டதுதான் ஆப்பிள் வாட்ச்.

பயனர்களின் நடவடிக்கைகளைத் தொடர்ந்து கவனிக்கும் வகையில் டிசைன் செய்யப்பட்டிருந்தது வாட்ச். நிற்பதுவே, நடப்பதுவே, துயில்வதுவே என எதையும் விட்டுவைக்கவில்லை.

ஜானி ஐவ் ஒரு நேர்காணலில் ஆப்பிள் வாட்ச் வந்த கதை குறித்துத் தெளிவாக விளக்கியுள்ளார். ஜாப்ஸின் யோசனை இல்லாமல் வந்த முதல் கருவி ஆப்பிள் வாட்ச். நானும் அவரும் ஒரு முறை கூட வாட்ச் செய்வது குறித்துப் பேசியதில்லை.

ஜாப்ஸ் வாட்ச் அணிவதை ஒரு பொருட்டாகக் கூட மதிக்காதவர்.

ஜானி ஐவ் ஆப்பிள் டிசைன் குழுவின் தலைவர். அவர் வடிவமைத்தது தான் பல்வேறு ஆப்பிள் கருவிகள்.

‘நாமொரு வாட்ச் செய்யலாமா?’ இப்படியொரு கேள்வியை அவர் ஜாப்ஸிடம் கேட்டிருந்தால் என்ன நடந்திருக்கும்.

‘சரி. செய்வோம்’ என ஜாப்ஸ் பதிலளித்திருப்பதற்கான வாய்ப்புகள் மிகவும் குறைவு. அவர் பார்வையில் பிட்நெஸ் என்றுமே இருந்ததில்லை. அவர் கடிகாரம் பார்த்து வேலை செய்தவரும் அல்ல. எனவே இது தேவையில்லாத ஒன்று என்றே அவருக்குப்பட்டிருக்கும்.

வாட்ச்களுக்கென தனியாக ஓர் ஆபரேட்டிங் சிஸ்டம். வாட்ச் ஓஎஸ். பல்வேறு நிறுவனங்களுடன் ஒப்பந்தங்கள் செய்யப்பட்டன. அவர்களும் வாட்ச்களுக்கான செயலிகளைச் செய்தனர். இதனைச் சுற்றி ஈக்கோசிஸ்டத்தின் புதியதொரு கிளை முளைத்தது.

ஹெல்த்கேர் துறையிலும் இது நல்ல பலன்களைத் தந்தது. மருத்துவம் சார்ந்த ரெக்கார்ட்களுடன் ஆப்பிள் வாட்சிலிருந்து பெறப்படும் தகவல்கள் சேர்க்கப்பட்டன.

குக் தலைமையில் வந்த முதல் கருவி வாட்ச். இது முதல் படி. அடுத்தடுத்த ஆண்டுகளில் பல்வேறு புதிய திருப்பங்கள் வந்தன.

கம்ப்யூட்டர்களின் மையம் மைக்ரோபிராசஸர்கள். கார்களுக்கு எஞ்ஜின்கள் போல. இன்டெல் நிறுவனத்தின் பிரசாஸர்களை ஆப்பிள் பயன்படுத்திவந்தது.

நமக்கான பிராசஸர்களை நாமே வடிவமைத்தால் என்ன என்றொரு விவாதம் ஆப்பிளுக்குள் அதிகரித்தது. அதன் விளைவு தான் ஆப்பிள் சிலிக்கான். பல தாசப்தங்களுக்குப் பிறகு ஆப்பிளின் சொந்த பிராசஸர். *M* சீரிஸ் அறிமுகமானது. முதலில் வந்தது *M1*. இதைத் தொடர்ந்து அடுத்தடுத்த வெர்ஷன்கள். இப்போது ஐந்தாம் தலைமுறை வரை வந்துள்ளனர்.

எம் சீரீஸ் பிராசஸர்களில் பல்வேறு சிறப்புகள் இருந்தன. முதலாவது அவை குறைந்த அளவே பேட்டரியை கரைத்தன. இரண்டாவது அவை அதிகளவு வெப்பத்தை உமிழ்வதில்லை. மூன்றாவது சிறப்பான செயல்திறன். இவையாவும் எம் வரிசை பிராசஸர்களைப் பயனர்கள் பெரிதும் விரும்பக் காரணங்கள்.

இந்த சீரீஸ், சிஸ்டம் ஆன் சிப் *(System on Chip SoC)* என்னும் வகையைச் சார்ந்தவை. அதாவது *CPU, GPU* போன்றவை தனித்தனியாக இருக்காது. அனைத்தும் ஒருங்கிணைங்கப்பட்டு தேவைக்கேற்பச் செயல்படும். இக்கட்டமைப்பு ஆப்பிள் கணினிகளின் செயல்திறனை வெகுவாக அதிகரித்தது.

தொழில்நுட்பம் என்னும் கோணத்தில் பார்த்தால் டிம் குக்கின் தலைமையின் கீழ் நிகழ்ந்த மிகப்பெரிய மாற்றம் இது.

ஆப்பிள் போன்ற பெருநிறுவனத்தில் சிக்கல்கள் எழுவது இயல்பு. அப்படியான ஒரு பிரச்சினை வந்தது.

ஆப்பிள் கருவிகளின் டிசைனில் முழுதும் தோய்ந்தவர்கள் இருவர். ஒன்று ஸ்டீவ் ஜாப்ஸ். அடுத்தது ஜானி ஐவ். ஜாப்ஸின் மரணத்திற்குப் பிறகும் சிறப்பான டிசைன்களுடன் ஆப்பிள் கணினிகள் வந்ததில் இவருடைய பங்கு மிகவும் அதிகம்.

குக்கிற்கும் உறுதுணையாக இருந்தார். ஜானி ஐவ் ஆப்பிளை விட்டு விலகுவது என்று முடிவெடுத்தார். இதற்கான தனிப்பட்ட காரணங்கள் இருந்தன.

அவரொரு நிறுவனத்தை (*LoveFrom*) தொடங்கினார். ஜானி ஐவுடன் சேர்ந்து அவர் குழுவில் இருந்த சில டிசைனர்களும் சென்றனர்.

கணினிகள் தான் என்றில்லாமல் பல்வேறு பொருள்களின் வடிவமைப்பில் கவனம் செலுத்தினார் ஐவ். ஃபெராரே கார்களின் இன்டீரியர், சில நிகழ்வுகளுக்கான எம்பளங்கள் என்று விதவிதமான திட்டங்களில் பணியாற்றினார் ஐவ்.

பின்னர் ஓப்பன் ஏஐ நிறுவனத்துடன் இணைந்து செயல்பட்டார். இவர் தலைமையில் புதியதொரு ஏஐ கருவியை வடிவமைக்கும் திட்டத்தில் ஓப்பன் ஏஐ முனைப்பாக உள்ளது.

ஜானி ஐவ் விலகிய பின்னர் வந்த ஆப்பிள் கருவிகளின் வடிவமைப்பில் மாற்றங்கள் தென்பட்டன. கால ஓட்டத்தில் இவையாவும் இயல்பானவை தானே.

எந்தவொரு பெருநிறுவனமும் ஒரு சிலரை மட்டுமே நம்பிச் செயல்படுவதில்லை. ஜாப்ஸ் இல்லாத ஆப்பிளே உண்டு. எனவே ஐவின் விலகல் ஏற்படுத்திய வெற்றிடமும் விரைவில் நிரப்பப்பட்டது.

ஆப்பிள் வெற்றிகரமாகத் தயாரித்த கருவிகள் பல. அதுபோல அவர்கள் தொடங்கி பாதியில் விட்ட திட்டங்களும் உள்ளன.

அப்படியான ஒரு பெருந்திட்டம் தான் டைட்டன். 'கார்' செய்யும் திட்டம். தானியங்கி கார். இதற்கென ஆப்பிள் மிகப்பெரிய அளவில் முதலீடு செய்தது.

இத்திட்டமே ஒருவகையில் ரகசியமாக வைக்கப்பட்டிருந்தது. வாகனங்களின் வடிவமைப்பில் தங்களுடைய திட்டம் பல்வேறு புரட்சிகளைச் செய்யவல்லது என நம்பியது ஆப்பிள்.

இந்தத் திட்டம் ஒன்றிரண்டு ஆண்டுகளுக்கானது அல்ல. தொடர்ந்து இதில் முதலீடு செய்தது ஆப்பிள். ஆனால் அடுத்தடுத்து தடைகள் வந்தன.

ஐஃபோன், ஐபேட் போன்ற கருவிகளை வடிவமைத்தபோது ஆப்பிள் தனது நோக்கத்தில் தெளிவாக இருந்தது. என்ன இயலும்

என்ன இயலாது என்றொரு வரையறை வைத்திருந்தது. ஆனால் டைட்டன் விஷயத்தில் இந்த எல்லையை மீறிவிட்டனர்.

தொழில்நுட்ப ரீதியாகச் சாத்தியமில்லாத சில அம்சங்களைக் கொண்டுவருவதற்காக ஓடிக்கொண்டிருந்தனர்.

பிற கருவிகளின் வடிவமைப்புகளின்போது சரியான பார்ட்னர் நிறுவனங்களைத் தேர்ந்தெடுத்தது ஆப்பிள். ஆனால் இந்த டைட்டன் விஷயத்தில் அதிலும் சிக்கல்.

டைட்டன் திட்டத்தில் பல்வேறு குழுக்கள் இருந்தன. கார்களுக்கான மூளையை வடிவமைக்கும் குழு. சென்ஸார்களைச் செய்யும் குழு. ஆபரேட்டிங் சிஸ்டத்தை வடிவமைக்கும் குழு.

ஒவ்வொரு குழுவும் தங்கள் எல்லைக்குள் என்ன முடியுமோ அவற்றையெல்லாம் செய்தன. ஆனால் ஒட்டுமொத்தமான ஒருங்கிணைப்பு பெரிய சிக்கலானது.

இத்திட்டத்திலிருந்து ஆப்பிள் பின்வாங்க முக்கியமான காரணமொன்று இருந்தது. தன்னிடம் இருந்த மிகச் சிறந்த வல்லுநர்களை இத்திட்டத்தில் முடக்கியிருந்தது ஆப்பிள்.

அதேவேளையில் டிஜிட்டல் உலகம் வேறொரு பாதையில் பயணிக்கத் தொடங்கியிருந்தது.

ஏஐ புரட்சி தொடங்கியிருந்தது. ஓப்பன் ஏஐ, கூகுள் உள்ளிட்ட பல்வேறு நிறுவனங்கள் அடித்து ஆடிக்கொண்டிருந்தன.

ஆப்பிள் இந்த விஷயத்தில் பின் தங்கியது. எனவே தங்களிடம் இருக்கும் ஆகச்சிறந்த வல்லுநர்களின் கவனம் ஏஐ பக்கம் திரும்ப வேண்டும் என முடிவெடுத்தனர்.

ஆப்பிள் இன்டெலிஜென்ஸ் என்றொரு புதிய முயற்சியைத் தொடங்கினர். ஆயினும் இன்றுவரை ஆப்பிள் ஏஐ விஷயத்தில் பிற நிறுவனங்களுடன் ஒப்பிடும்போது வளராமலிருக்க இந்த டைட்டனும் ஒரு காரணம்.

இரண்டாயிரம் பணியாளர்கள் வேலை செய்த திட்டம். எத்தனை ஆயிரம் மணிநேர மனித உழைப்பு? பெரும் பொருட்செலவு.

ஆப்பிளின் திறமையான தலைமை. இத்தனையும் இருந்தும் திட்டம் கைவிடப்பட்டது.

ஆயினும் இத்திட்டம் மூலம் ஆப்பிள் கற்றுக்கொண்ட பாடங்கள் அதிகம். காஸ்ட்லியான பாடங்கள்.

இதுபோக பல்வேறு வழக்குகள், விசாரணைகள், வெற்றிகள், தோல்விகள் என ஆப்பிளின் கதை வளர்ந்துகொண்டிருந்தது.

ஆப்பிள் பிடிவாதமாக இருந்த சில விஷயங்களை மாற்றிக்கொண்டது. அப்படியான ஒன்று தான் *USB-C* டைப் சப்போர்ட். லைட்னிங் போர்ட் என்று விசித்திரமான ஒரு கனெக்டர் வைத்திருந்தது ஆப்பிள்.

ஐஃபோனின் பதினைந்தாவது வெர்ஷனில் இதை மாற்றினர். பிற ஃபோன்கள் போலவே ஸீ-டைப் கேபிள்களை ஏற்றுக்கொண்டது ஆப்பிள்.

இத்தனையும் ஒருபுறம் நடந்துகொண்டிருக்க ஆப்பிளின் வணிகத்தில் எக்குறையும் வரவில்லை. அவ்வாறு ஏற்படாமல் இருக்க என்னவெல்லாமோ தேவையோ அத்தனையும் செய்தார் குக்.

வியாபாரம் மட்டுமே அவருடைய நோக்கமில்லை. இது தவிர ஆப்பிளுக்குள் குக் பல்வேறு கலாசார மாற்றங்களை ஏற்படுத்தினார். தொழில்நுட்பத்தின் பலன்கள் சமூகத்தின் அனைத்துத் தரப்பினரையும் சென்று சேர அவர் மேற்கொண்ட பணிகள் அளப்பரியவை.

50. ஆப்பிள் நாகரிகம்

ஒரு டிரில்லியன் டாலர் என்னும் இலக்கை எட்டியது ஆப்பிள். குக் மேற்கொண்ட தொடர் நடவடிக்கைகளின் பலன் இது. அடுத்தடுத்த ஆண்டுகளில் இரட்டிப்பாக, மும்மடங்காகப் பெருகியது.

பொருளாதாரம் என்னும் அளவுகோலில் ஆப்பிள் நம்பர் ஒன் நிறுவனம். ஆனால் எந்தவொரு நிறுவனத்தையும் மதிப்பிட பொருளாதாரத்தை மட்டுமே தனியொரு குறியீடாகக் கொள்ள இயலாது.

தகைசால் நிறுவனங்கள் தங்களுக்கென ஒரு நாகரிகத்தை உருவாக்குகின்றன. அதுவே அவர்களின் அடையாளமாக மாறிவிடுகிறது.

ஆப்பிளுக்கென அவ்வாறான ஒரு நாகரிகத்தை உருவாக்குவதில் டிம் ஆர்வம் காட்டினார். இது வெறுமனே மார்க்கெட்டிங் தந்திரமல்ல. பிம்பம் கட்டும் வேலையல்ல. உள்ளபடியே ஆப்பிளின் வளர்ச்சி அனைவரையும் சென்றடைய வேண்டும் என விரும்பினார் டிம் குக்.

இதற்கெனப் பல்வேறு பரிமாணங்களில் வேலை செய்தார் டிம்.

பொதுவாகவே தொழில்நுட்ப நிறுவனங்களின் மேல் வைக்கப்படும் முதல் குற்றச்சாட்டு, சுற்றுச்சூழல் குறித்த அக்கறையின்மை.

ஜாப்ஸ் காலத்தில் இவ்விஷயத்தில் அவ்வளவாக அக்கறை காட்டவில்லை. அவரைப் பொறுத்தவரை தரம், தரம், தரம் மட்டுமே. அதற்கென அவர் எந்த விலை கொடுக்கவும் தயாராக இருந்தார்.

ஐஃபோன் தயாரிப்பில் சில அபாயகரமான தனிமங்கள் பயன்படுத்தப்பட்டன. இவை சுற்றுச் சூழலுக்குப் பெரும் பாதிப்பை ஏற்படுத்தவல்லவை. இது குறித்து பத்திரிகைகள் தொடர்ந்து எழுதி வந்தன. ‘மிஸ்டு கால்’ என்றொரு கட்டுரை. இதை மிக விரிவாக விளக்கியது.

இதற்கு ஆப்பிளும் தன் தரப்பு நியாயத்தை விளக்கியது. *"A Greener Apple"* என்றொரு நீண்ட கட்டுரை. சுற்றுச்சூழலுக்காக ஆப்பிள் மேற்கொண்ட நடவடிக்கைகள் என்னென்ன என்பதைப் பட்டியலிட்டது. *CRT* திரைகளை முற்றிலும் தவிர்த்தது, *PVC (Poly Vinyl Chloride)* பயன்பாட்டைக் குறைத்தது இப்படியான நடவடிக்கைகள்.

இதுபோக தாங்கள் மேற்கொள்ளும் மறுசுழற்சி முறைகள் குறித்த விரிவான விளக்கங்களை வழங்கியது. பிற நிறுவனங்களை ஒப்பிடும்போது தாங்கள் இவ்விஷயத்தில் முன்னணியில் இருப்பதாகத் தெரிவித்தது.

சீனாவில் இயங்கும் ஆப்பிள் தொழிற்சாலைகள் குறித்தும் விமர்சனங்கள் எழுந்தன. காற்று, நீர், நிலம் என அனைத்திலும் இவை ஏற்படுத்தும் மாசு குறித்துப் புகார்கள் எழுந்தன. ‘ஆப்பிளின் மறுபக்கம்’ என்னும் தலைப்பில் வெளிவந்த கட்டுரை இதுபற்றிப் பேசியது.

குக் தலைமையிலான குழு இதையெல்லாம் புறந்தள்ளிவிடவில்லை. தங்களால் என்னவெல்லாம் முடியுமோ அத்தனையும் செய்தனர். இத்துறை சார்ந்த நிபுணர்களை அழைத்துப் பேசினர். அவர்களின் ஆலோசனைகளை மிகத் தீவிரமாகப் பரிசீலித்தனர். பல்வேறு யோசனைகளையும் நடைமுறைப்படுத்தினர்.

டிஜிட்டல் கருவிகள் செய்யும் எந்தவொரு நிறுவனமும் சுற்றுச் சூழலை மாசுபடுத்தாமல் இருக்க இயலாது. எந்த அளவு குறைக்க முடியும் என்பதே இலக்கு. அதற்கான முயற்சிகளில் உண்மையாக இருக்கின்றனரா என்பதே அளவுகோல்.

குக் இந்த விஷயத்தில் மிகச் சிறப்பாகச் செயல்பட்டார். அப்படியான ஒரு முயற்சி தான் சூரிய மின் உற்பத்தி. இதற்கென முதல்படியாக எண்பத்தைந்து கோடி டாலர்களை முதலீடு செய்தது ஆப்பிள்.

இம்முயற்சிகள் சிறப்பான பலன்களை அளித்தன. ஒருகட்டத்தில் ஆப்பிள் தொழிற்சாலைகள் முற்றிலும் மரபு சாராத எரிசக்தியின் மூலம் இயங்கின. இது சூழல் ஆர்வலர்களிடையே பெரும் வரவேற்பைப் பெற்றது.

தொழிற்சாலைகளில் தொடங்கிய இப்பணி பிற இடங்களுக்கும் பரவியது. ஆப்பிளின் டேட்டா சென்டர்கள், ஆப்பிள் ஸ்டோர்கள், அலுவலகங்கள் என அனைத்தும் பசுமைப் பாதையில் பயணிக்கத் தொடங்கின.

மின்சாரத்துடன் நிறுத்திக்கொள்ளவில்லை. அடுத்த இலக்கு அலுமினியம் உற்பத்தி செய்யும் முறை. சார்லஸ் ஹால் என்பவர் பத்தொன்பதாம் நூற்றாண்டில் உருவாக்கிய முறை ஒன்றிருந்தது. இதைத் தான் பெரும்பாலானோர் பயன்படுத்தினர். இது சுற்றுச் சூழலுக்கு உகந்தது அல்ல.

ஆப்பிள் பெருமளவு அலுமினியத்தைப் பயன்படுத்தியது. எனவே, புதிய முறை ஒன்றைக் கண்டறிந்தது. இது முன்பிருந்ததைவிட சுற்றுச்சூழலுக்கு ஏற்றது.

பேக்கேஜிங் பொருள்களிலும் பசுமை நடைமுறைகளைக் கடைப்பிடிக்கத் தொடங்கினர். இவ்வகையான முடிவுகள் மிக எளிதானவை அல்ல. சூழல் பாதுகாப்பு அவசியம். அதே சமயம் கடும் போட்டிகள் நிறைந்த டிஜிட்டல் துறையில் பயனர்களின் மனநிறைவும் அவசியம். இவ்விரண்டையும் சமநிலையில் வைத்துக்கொள்வதில் ஆப்பிள் வெற்றிகண்டது.

'அனைவரையும் உள்ளடக்கிய வளர்ச்சி' என்பதையும் டிம் குக் கவனத்தில் கொண்டிருந்தார். பணியாளர்கள் தேர்வில் இதற்கெனச் சிறப்பான நடைமுறைகள் உருவாக்கப்பட்டன.

பல்வேறு பாலினங்களைச் சார்ந்தவர்களையும் பணியிலமர்த்தியது ஆப்பிள். ஆண்கள், பெண்கள், மூன்றாம் பாலினத்தவர் என எவ்வித வேறுபாடுகளும் இன்றி வேலைக்குச் சேர்த்துக்கொள்ளப்பட்டனர்.

புத்தம் புதிய கண்டுபிடிப்புகள் வரவேண்டும் என்றால் இவ்வாறான பன்முகத்தன்மை மிகவும் அவசியம் என்று நம்பினார் குக்.

தொடக்கநிலை தான் என்றில்லை. நிறுவனத்தின் பல்வேறு படிநிலைகளிலும் பன்முகத்தன்மை மிகவும் அவசியம். எனவே அதற்கான வழிமுறைகளை ஏற்படுத்தினார்.

பல்வேறு தேசங்களிலும் பன்முகத்தன்மை குறித்த சட்டங்கள் உள்ளன. அவற்றைக் கடைபிடிப்பது கட்டாயம். ஆயினும் விதிமுறைகளுக்காக ஒப்புக்குச் செய்வது வேறு. உண்மையாகவே நிறுவனத்தின் டி.என்.ஏவில் இதைப் புகுத்துவது என்பது முற்றிலும் வேறு. டிம் குக் ஆப்பிளுக்கென ஒரு புதிய நாகரிகத்தை உருவாக்கினார். அது எவரையும் புறந்தள்ளாத ஒரு நாகரிகம்.

இதைச் செயல்படுத்துவதில் உள்ள சிக்கல்களைப் புரிந்துகொள்வது அவசியம். ஒரு பணியிடம் காலியாக உள்ளது. இதில் ஒரு குறிப்பிட்ட பாலினத்தைச் சேர்ந்தவரைச் சேர்க்க விரும்புகிறீர்கள். அதற்காக எவரை வேண்டுமானாலும் சேர்த்துவிட முடியாது. அத்திறமைகள் நிறைந்த ஒருவரைக் கண்டறியவேண்டும்.

அப்படியொருவர் இல்லையென்றால் என்ன செய்வது? கல்வி தான் ஒரே வழி. பன்முகத்தன்மை நிறைந்த மனிதவளத்தை உருவாக்கப் பல்வேறு முயற்சிகள் எடுத்தது ஆப்பிள்.

ஸ்காலர்ஷிப் திட்டங்கள் பலவற்றைத் தொடங்கினர். பெண்கள், மாற்றுத்திறனாளிகள், பல்வேறு இனக்குழுக்களைச் சேர்ந்தவர்கள் இத்திட்டத்தால் பலனடைந்தனர்.

இதையெல்லாம் ஆப்பிள் மட்டும் தான் செய்தது என்று சொல்லிவிட முடியாது. கூகுள், மைக்ரோசாஃப்ட் போன்ற

பிற நிறுவனங்களும் இப்பணிகளை மேற்கொண்டிருந்தன. குக் தனிப்பட்ட முறையில் இதிலெல்லாம் ஆர்வம் காட்டியதால் ஆப்பிள் சற்றே கூடுதல் வேகத்தில் ஓடியது. எனவே புதிய எல்லைகளைத் தொட முடிந்தது.

ஆப்பிள் நாகரிகத்தின் முக்கியக் கூறுகளில் ஒன்று அக்சஸிப்ளிட்டி. அணுகல் முறைகள். மாற்றுத்திறனாளிகளும் தங்களுடைய கருவிகளைப் பயன்படுத்த வேண்டும் என்னும் முனைப்பு.

தொழில்நுட்பம் போல மாற்றுத்திறனாளிகளுக்கு உதவிய வேறொன்று கிடையாது. தங்களின் அன்றாடப் பணிகளைச் சிறப்பாகச் செய்து முடிப்பதற்கு இவ்வசதிகள் அவர்களுக்கு உதவுகின்றன.

பார்வை மாற்றுத்திறனாளிகள், செவித்திறன் மாற்றுத்திறனாளிகள் என அனைவருக்குமான வசதிகளைத் தங்களுடைய கருவிகளில் அறிமுகப்படுத்தியது ஆப்பிள். அத்துடன் நின்றுவிடவில்லை. இவ்வசதிகள் அவர்களைச் சிறப்பாகச் சென்றடையவேண்டும் என்பதில் பேரார்வம் காட்டினர்.

பல்வேறு பல்கலைக்கழகங்களில் குக் ஆற்றிய உரைகளில் இது குறித்துப் பேசியுள்ளார். மாற்றுத்திறனாளிகள் அன்றாடம் சந்திக்கும் சவால்கள் எண்ணற்றவை. அவற்றை நாம் உணர்வதும், அவர்கள் சுயமரியாதை சார்ந்த வாழ்க்கை வாழ ஆவன செய்வதும் நம் கடமை என்று பேசியுள்ளார்.

சில திட்டங்களில், இவ்வாறான அணுகல் வசதிகளைச் செய்வதால் கூடுதலாகச் செலவானது. இது நமக்கு நட்டம் என்று சிலர் ஆலோசனை கூறினார்.

குக் அவர்களுக்குக் கூறிய பதில் சிறப்பானது, ‘செலவு குறித்து எனக்குக் கவலையில்லை. ஆப்பிள் கருவிகளைப் பயன்படுத்தும்போது அவர்கள் அடையும் ஆனந்தம் அளப்பரியது. அது விலைமதிப்பற்றது. எனவே அக்சஸிப்ளிட்டி என்னும் விஷயத்தில் எந்தவொரு சமரசம் இல்லை.’

எனது பார்வையில் ஆப்பிள் நாகரிகத்தின் உச்சம் என இதனைச் சொல்வேன். மாற்றுத்திறனாளிகளுக்கான தொழில்நுட்பத் துறையில்

வேலை செய்வதால், குக் கூறிய ஆனந்தத்தை நானும் பலமுறை கண்டிருக்கிறேன்.

தொழில்நுட்பம் மூலம் கூடுதல் வசதிகளை ஏற்படுத்துவது நல்லது. ஆனால் தொழில்நுட்பம் ஒருவரை மாண்புடன் வாழச் செய்யும் என்றால் அதனினும் பெரிதில்லை. மாற்றுத்திறனாளிகளுக்கு ஆப்பிள் தொழில்நுட்பம் இதைச் செய்துவருகிறது.

ஜாப்ஸும், குக்கும் நிகழ்த்திக்காட்டிய சாதனைகளின் உச்சம் இது. ஜாப்ஸ் தொடங்கிவைத்தார். மனித குலம் வாழும் முறையை மாற்றியமைப்பது என்பது ஜாப்ஸின் நீண்ட காலத்திட்டம். அதில் வெற்றியும் பெற்றார். குக் அதனை இன்னும் செம்மைப்படுத்திவருகிறார்.

ஒருவர் எந்தவொரு ஆப்பிள் கருவியையும் பயன்படுத்தவில்லை என்றாலும் அவர் வாழ்விலும் ஆப்பிளின் தாக்கம் உண்டு. ஆப்பிள் செய்த பல்வேறு முயற்சிகளைப் பிற நிறுவனங்களும் பின்பற்றின.

ஆப்பிளின் கதை ஒரு தொழில்நுட்ப நிறுவனத்தினுடையது மட்டுமே அல்ல. அது ஐம்பது ஆண்டுகளில் மனித குலம் டிஜிட்டல் யுகத்திற்குத் தயாரான கதை.

ஆப்பிளின் பயணம் வெற்றிகரமாகத் தொடர்கிறது. குக்கைத் தொடர்ந்து வேறொருவர் வருவார். அவருக்குப் பின்னர் இன்னுமொருவர்.

நாம் இதுகாறும் எண்ணிப்பார்த்திராத தொழில்நுட்பங்கள் வரும். அவையும் அழியும். புதியதாய் மற்றொன்று முளைக்கும். இந்த டிஜிட்டல் பரிணாம வளர்ச்சி தொடரும்.

'வாழ்வை எளிதாக்குதல்'தான் அனைத்திற்கும் அடிப்படை. ஜாப்ஸ் கண்ட பெருங்கனவின் மையம். அது என்றைக்கும் மாறாதிருக்கட்டும்.

★★★

“ஆப்பிளில் ஒரு புதிய அத்தியாயம் தொடங்கவிருக்கிறது.
டிம் குக்கைத் தொடர்ந்து தலைவராக வரவிருப்பவர் யாரென்று ஆப்பிள் அறிவித்துள்ளது.
ஜான் டெர்னஸ் என்றொரு தகைசால் பொறியாளர்.
ஆப்பிள் கதை இவர் தலைமையில் இன்னும் வளரும்.
அவர் குறித்த ஓர் அறிமுகம்.”

ஆப்பிள் பட்டாபிஷேகம்

பென்சில்வேனியா பல்கலைக்கழகம். மெக்கானிகல் இஞ்சினீயரிங் துறை வழக்கத்தைவிடப் பரபரப்பாக இருந்தது. கல்லூரிப் ப்ராஜெக்ட்டை சிறப்பாக முடிக்க மாணவர்கள் ஓய்வின்றி இயங்கிக்கொண்டிருந்தனர். அவர்களில் ஒருவர் ஜான் டெர்னஸ்.

பிறரைவிட ஜான் கூலாக இருந்தார். காரணம் அவருடைய ப்ராஜெக்ட்டின் மீது அவருக்கிருந்த நம்பிக்கை.

குவாட்ரிப்லீஜியா ஒரு கடுமையான நோய். கழுத்துக்குக் கீழே முழு உடலையும் முடக்கிவிடும். இவர்களுக்கு உதவுவதற்காக ரோபாட்டிக் கை ஒன்றை வடிவமைத்திருந்தார் ஜான்.

இது அன்னமிடும் கை. தட்டிலிருந்து உணவை எடுத்து ஊட்டிவிடும். தலையசைவின் மூலமே இந்தக் கையைக் கட்டுப்படுத்த இயலும்.

ப்ராஜெக்ட்டை டெமோ செய்யுமாறு ஜானை அழைத்தனர். மிகத் துல்லியமாக இயக்கிக்காட்டினார். இந்த ப்ராஜெக்ட் பலருடைய கவனத்தையும் ஈர்த்தது. வெகுவாகப் பாராட்டப்பட்டது.

இச்சம்பவம் நடந்தது ஏறத்தாழ முப்பது ஆண்டுகளுக்கு முன். ஜான் ஒரு தகைசால் பொறியாளர் எனத் தன்னை அன்றே நிரூபித்திருந்தார். ஆனால் உலகின் மிகப் பெரிய நிறுவனங்களில் ஒன்றிற்குத் தலைமை தாங்கும் பொறுப்பு ஜானைத் தேடிவரும் என்று எவரும் கணித்திருக்கமாட்டார்கள். அவர் உள்பட.

ஜான் டெர்னஸின் பொறியியல் வல்லமைக்கு மிகப் பெரிய பரிசு கிடைத்திருக்கிறது. ஆப்பிளின் தலைமைச் செயல் அதிகாரியாக பதவியேற்கவிருக்கிறார் ஜான். வரும் செப்டெம்பரில்.

ஜான் ஆப்பிளின் மூன்றாம் தலைமுறை. 3C லீடர். ஸ்டீவ் ஜாப்ஸ், டிம் குக் முதலிரண்டு மூத்தவர்கள். அவர்களைத் தொடர்ந்து வருகிறார் ஜான்.

ஆப்பிள் CEO என்பது வெறுமனே ஒரு நிறுவனத்தை வழிநடத்தும் செயல் அல்ல. உலகெங்கிலும் விரவி இருக்கும் ஆப்பிள் சாம்ராஜ்ஜியத்தைக் கட்டிக்காக்கும் செயல். சவால்கள் நிறைந்தது.

இரண்டாயிரத்து ஒன்றாம் ஆண்டில் ஆப்பிளில் இணைந்தார் ஜான். முதல் நாள் தனக்கு நேர்ந்த அனுபவத்தை ஒரு குழந்தையின் ஆச்சரியத்துடன் விவரிக்கிறார்.

‘ஆப்பிளில் அப்போதிருந்த ஒவ்வொருவருமே ஜீனியஸ். அவர்கள் செய்யும் வேலை குறித்து முழுமை அறிவு கொண்டவர்கள். இந்த இடத்தில் தன்னால் தாக்குப்பிடிக்க முடியுமா?’ என்றெல்லாம் வியந்திருக்கிறார் ஜான்.

இருபத்தைந்து ஆண்டுகளில் காலம் அவரை உச்சிக்கு அழைத்துவந்துள்ளது. இதற்கான முக்கியமான காரணம் அவருடைய கடின உழைப்பு. தொடர்ந்து அவர் செய்த பங்களிப்புகள்.

ஆப்பிள் நிறுவனத்தின் தனிச்சிறப்பு அவர்கள் ஹார்ட்வேர், சாஃப்ட்வேர் என அனைத்தையும் செய்வது தான். பொதுவாக நிறுவனங்கள் இவ்வாறு செய்வதில்லை. ஜான் ஹார்ட்வேர் இஞ்சினீயரிங் குழுவைச் சேர்ந்தவர். இப்போதைக்கு இதைத் தலைமை தாங்குகிறார்.

ஆப்பிள் வடிவமைத்த பல்வேறு கருவிகளில் ஜானின் பங்கு இருக்கிறது. குறிப்பாக ஐஃபோன்கள், ஆப்பிள் சிலிக்கான் எனப்படும் ‘M’ சிரீஸ் மைக்ரோப்ராசஸர்கள். ஒருகட்டம்வரை இன்டெல் நிறுவனத்தின் மைக்ரோப்ராசஸர்களை நம்பியிருந்தது

ஆப்பிள். இதனால் சில கட்டுப்பாடுகள். இவற்றிலிருந்து ஆப்பிளை விடுவித்தது எம் வரிசை.

இன்றைய ஆப்பிள் கணினிகள் அதிவேகமாக இயங்குவதற்கான முக்கியமான காரணம் எம் வரிசை பிராசஸர்கள்.

ஆப்பிள் வாட்ச், ஏர் பாட்ஸ் போன்றவற்றிலும் ஜானின் பங்கு மிகவும் அதிகம்.

ஒரு ஐபாடை கையில் எடுத்துக்கொள்ளுங்கள். அதன் தடிமனைப் பாருங்கள். எத்தனை மெல்லியது. அதற்குள் ஒரு முழுமையான கம்ப்யூட்டரே உள்ளது. கணினிகளின் ஆர்க்கிடெக்சர் குறித்துப் படித்தவர்களுக்கு இது ஒரு சாகசம் என்று புரியும்.

அத்தனை பாகங்களையும் இவ்வளவு குறுகிய இடத்தில் அடைப்பது ஒரு பொறியியல் சாதனை. சூடாகாமல் பார்த்துக்கொள்வது ஆகப்பெரிய சவால். ஜானின் குழு இதை வெகு சிறப்பாகச் செய்து காட்டியுள்ளது.

ஜான் தலைமையிலான ஹார்ட்வேர் குழு நிகழ்த்திக்காட்டியிருக்கும் அண்மைக்காலச் சாதனை மேக்புக் நியோ.

ஆப்பிளுக்கு வயது ஐம்பது. ஜானுக்கு அதைவிட ஒன்று அதிகம். தன் வாழ்நாளில் பாதியை ஆப்பிளுக்காகவே செலவிட்டிருக்கிறார் ஜான்.

ஆப்பிளின் தலைவராக ஜான் முன்பிருக்கும் முக்கியமான சவால் ஏஐ. ஆப்பிள் இன்டெலிஜென்ஸ் என்று ஒன்றிருப்பதையே எவரும் கண்டுகொள்வதாகத் தெரியவில்லை. சரி, போனால் போகட்டும் என்று இதை விட்டுவிட முடியாது. நாமிருப்பது ஏஐ யுகம். இதில் தன்னுடைய வல்லாண்மையை ஆப்பிள் தக்கவைக்க ஏஐ மிகவும் அவசியம். இதற்காக ஜான் நிச்சயம் ஏதாவது செய்வார் என்று நம்புவோம்.

ஜாப்ஸ் பொறியாளர் அல்ல. கலைஞர். குக் ஒரு தலைசிறந்த நிர்வாகி. முதல் முறையாக ஒரு பொறியாளர் ஆப்பிள் நிறுவனத்தின் தலைமைப் பொறுப்புக்கு வந்துள்ளார். அவரால் இன்னும்

துல்லியமாக ஆராய்ந்து தொழில்நுட்பம் சார்ந்த முடிவுகளை எடுக்க முடியும்.

ஜாப்ஸ் குக்கைத் தேர்ந்தெடுத்தபோது சில எதிர்க்குரல்கள் இருந்தன. அவற்றையெல்லாம் தகர்த்து குக் தன்னை நிரூபித்தார். அதே போன்ற சவால்கள் ஜானுக்கும் வரலாம். முன்பிருந்ததை விட இப்போதைய டிஜிட்டல் உலகம் போட்டிகள் நிறைந்ததாக மாறியிருக்கிறது. அதையும் ஜான் திறமையாகக் கையாளவேண்டும்.

டிம் குக்கின் ஆதரவு அவருக்குத் துணைசெய்யும். டிம் ஆப்பிளை விட்டுச் செல்லவில்லை. நிறுவனத்தின் எக்ஸிக்யூட்டிவ் சேர்மெனாக மாறுகிறார்.

'பொறியியல் மூளை. தொடர்ந்து புதியனவற்றைச் செய்ய முனையும் உள்ளம். எச்சூழலிலும் நேர்மை தவறாத துணிச்சல்' இப்படியாக ஜானைப் புகழ்ந்துள்ளார் டிம் குக்.

ஜான் ஒரு சிறந்த நீச்சல் வீரர். பென்சில்வேனியா பல்கலைக்கழகத்தில் பல்வேறு நீச்சல் போட்டிகளில் பரிசுகளை வென்றுள்ளார். ஐம்பது மீட்டர், இருநூறு மீட்டர் எனப் பல்வேறு விதமான போட்டிகளிலும் முதலிடம் பிடித்துள்ளார் ஜான்.

இப்போது அவர் முன்னிருப்பதும் ஒரு நீச்சல் போட்டி தான். சில நூறு மீட்டர்கள் அல்ல. எத்தனை தூரம் என்றே அளவு குறிப்பிடப்படாத நீச்சல் போட்டி. ஆப்பிளின் வெற்றிக்கதையை ஜான் டெர்னஸ் தொடர வாழ்த்துகள்.

நூலாசிரியர் கே.எஸ். குப்புசாமி, பரமக்குடியில் பிறந்தவர். புதுவை மத்தியப் பல்கலைக்கழகத்தில் கணினி அறிவியல் துறை இணைப் பேராசிரியராய் உள்ளார். மென்பொருள் உருவாக்கத்தில் சிறந்த அனுபவம் கொண்டவர். இணையமும் மெஷின் லேர்னிங்கும் இவரது ஆராய்ச்சித் துறைகள். மாற்றுத்திறனாளிகளுக்கான வாழ்வியல் மேம்பாடு, தொழில்நுட்பம் மூலம் சாத்தியம் என்பது இவரது தீர்க்கமான நம்பிக்கை. பன்னாட்டுக் கருத்தரங்கங்கள் மற்றும் ஆய்விதழ்களில் தொண்ணூறுக்கும் மேற்பட்ட இவரது கட்டுரைகள் பிரசுரமாகியுள்ளன. கணினித்துறை சார்ந்த மூன்று புத்தகங்கள் வெளிவந்துள்ளன. தெளிவாகப் புரிந்துகொண்ட எதையுமே எளிமையாய் விளக்க முடியும் என்பதே இவரது வகுப்புகளின் தாரக மந்திரம். புதுவைப் பல்கலைக்கழகம் வழங்கும் நல்லாசிரியர் விருதினை ஆறு முறை பெற்றிருக்கிறார்.

www.ingramcontent.com/pod-product-compliance
Lightning Source LLC
Chambersburg PA
CBHW031336230926
51848CB00002B/262
9789347206597